பயணம்
சிரியாவின் சிதைந்த இதயத்தை நோக்கி

பயணம்

சிரியாவின் சிதைந்த இதயத்தை நோக்கி

சமர் யாஸ்பெக்

ஆங்கில மொழிபெயர்ப்பு

நேஷ்வா கோவன்லாக்

ரூத் அஹ்மத்ஸாய் கெம்ப்

தமிழில் - ஸ்ரீதர்ரங்கராஜ்

எதிர் வெளியீடு

பயணம்
சிரியாவின் சிதைந்த இதயத்தை நோக்கி
சமர் யாஸ்பெக்

ஆங்கிலத்தில்: நேஷ்வா கோவன்லாக் – ரூத் அஹ்மத்ஸாய் கெம்ப்
தமிழில்: ஸ்ரீதர் ரங்கராஜ்

முதல் பதிப்பு: டிசம்பர் 2016
இரண்டாம் பதிப்பு: பிப்ரவரி 2021

எதிர் வெளியீடு
96, நியூ ஸ்கீம் ரோடு, பொள்ளாச்சி – 642 002
தொலைபேசி: 04259 226012, 99425 11302

விலை: ரூ.400

The Crossing
Samar Yazbek

Translated by Sridhar Rangaraj

Copyright © Samar Yazbek, 2015

Published by arrangement with RAYA The agency for Arabic literature in collaboration with Kadaly
Tamil Edition © with Ethir Veliyeedu

First Edition: December 2016
Second Edition: February 2021

Published by
Ethir Veliyeedu, 96, New Scheme Road, Pollachi - 642 002
email: ethirveliyedu@gmail.com
www.ethirveliyeedu.com

Cover Design: Vijayan
ISBN: 978-93-84646-93-6
Printed at Jothy Enterprises, Chennai.

All rights reserved. No part of this book may be reprinted or reproduced or utilised in any form or by any electronic, mechanical or other means, now known or hereafter invented, including Photocopying and recording, or in any information storage or retrieval system, without permission in writing from the Publisher.

சிரியப் புரட்சியில் உயிர்த்தியாகம் செய்தவர்களுக்கு.
துரோகத்துக்கு உள்ளானவர்களே:
உங்களுக்காவே எழுதுகிறேன்.

சமர் யாஸ்பெக்

1970-இல் சிரியாவின் ஜபல்லில் பிறந்த சமர் யாஸ்பெக், இலக்கியம் பயின்றவர். சிரிய தொலைக்காட்சி மற்றும் திரைப்படங்களில் திரைக்கதை எழுதுபவர், பத்திரிக்கையாளர். அவரது படைப்புகளில் *சினமோன்* என்ற நாவலும், சிரியப் புரட்சியின் முதல் நான்கு மாதங்களைப் பற்றிய டைரிக்குறிப்புகளான *துப்பாக்கிச் சூட்டினிடையே ஒரு பெண்* எனும் படைப்பும் ஆங்கிலத்தில் மொழிபெயர்க்கப்பட்டுள்ளன. அதற்கு, PEN Pinter, PEN Tucholsky, PEN Oxfam Novib ஆகிய விருதுகள் கிடைத்தன. 2010-இல் நாற்பது வயதுக்குட்பட்ட 39 அரேபிய எழுத்தாளர்களின் பட்டியலான 'பெய்ரூட் 39' என்பதில் இடம்பெற்றார். சிரியாவிலிருந்து நாடு கடத்தப்பட்ட பின் தற்போது பாரீசில் வசிக்கிறார்.

பாராட்டுரைகள்

'ஓர் இலக்கியப்பிரதியாக ஜார்ஜ் ஆர்வெல்லின் *Homage to catalonia* உடன் ஒப்பிடத்தகுந்தது. யாஸ்பெக், தன் எழுத்தை எவ்வாறு துரிதமாகக் கொண்டுசெல்ல வேண்டும், உரையாடல்களை எவ்வாறு செதுக்கவேண்டும், மற்றும் உலகார்ந்த துயரமொன்றை எவ்வாறு சொல்லவேண்டும் என்று அறிந்த அற்புதமான விவரிப்பாளர்; இதன்மூலம் அவர் இதழியல் என்னும் எல்லையைக் கடந்து உயர்ந்த கலை இலக்கியத்திற்குள் நுழைகிறார். - **அப்செர்வர்**

'துணிச்சலானது, புரட்சிகரமானது மற்றும் உணர்ச்சிகரமானது... யாஸ்பெக் ஒரு சாதாரணமான சிரிய அதிருப்தியாளர் அல்ல.' - **ஃபைனான்ஷியல் டைம்ஸ்**

'சிரியாவின் அன்றாட வாழ்வுக்குள் சரியான முறையில் வெளிச்சம் பாய்ச்சியிருக்கிறது, நமக்கு மிகவும் குறைவாகத் தெரிந்த ஒன்று இது... போர் முடிந்ததும் காணக்கூடிய சிதைவுகளின் தெளிவான கணநேரக்காட்சி.' - **சண்டே டைம்ஸ்**

'சமர் யாஸ்பெக், ஸ்வெட்லானா அலெக்ஸ்யேவிச் உடன் ஒப்பிடத் தகுந்தவர்.' - **உல்ரிகா மில்லே, ஸ்வெரிஜெஸ் தொலைக்காட்சி.**

'போர் மக்களுக்கு என்ன செய்யும் என்பதைச்சொல்லும் சிறந்த புத்தகம்... ஒவ்வொரு குடிமகனும் படிக்கவேண்டியது.' - **மோய்ன் அல் பயாரி, அல் அரபி**

உள்ளடக்கம்

க்றிஸ்டினா லேம்ப்பின் முன்னுரை	11
முதல் பயணம்	15
இரண்டாம் பயணம்	63
மூன்றாம் பயணம்	147
முடிவுரை	329
பின்னிணைப்பு: அலாவித்துகள் மற்றும் சுன்னிகள் பற்றிய சிறுகுறிப்பு	337
சொல் விளக்கம்	339

க்றிஸ்டினா லேம்ப்பின் முன்னுரை

கடந்த சிலவருடங்களாக பல லட்சம் மக்கள் புலம்பெயர்ந்து அகதிகளாக ஐரோப்பாவிற்குள் வருவதைப் பார்த்துக் கொண்டிருக்கிறோம். நம்மில் பலர், எது இவர்களை தங்களது வீடு, குடும்பம் மற்றும் அவர்களுக்குத் தெரிந்தவற்றையெல்லாம் விட்டுவிட்டு இவ்வாறான நிச்சயமற்ற, மன்னிக்கும் தன்மையற்ற, கடலில் குழந்தைகள் மூழ்கக்கூடிய ஆபத்துள்ள, ஒரு பயணத்தை மேற்கொள்ள வைக்கிறது என்று வியப்படைந்திருக்கலாம்.

அதேபோல 13 நவம்பர் 2015-இல் நடந்த பாரிஸ் தாக்குதலையும் பார்த்திருப்போம். அதில் இசைநிகழ்ச்சிகள், மதுக்கூடங்கள் மற்றும் உணவு விடுதிகள் என மாலைநேரத்து உலாவல்கள் பெரும்பீதியில் முடிந்தன. துப்பாக்கிகள் மற்றும் தற்கொலைத் தாக்குதலுக்கான வெடிகுண்டுகளோடு 'விளக்குகளின் நகரத்தில்' ஐஎஸ்ஐஎஸ் என்ற பெயரில் 130 பேரைப் படுகொலை செய்தனர்.

அகதிகள் மற்றும் தீவிரவாதிகள் என்று செய்திகளின் வழியே மட்டும் பார்க்கும்போது, சிரியா என்பது சாதாரணமான மக்கள் தங்கள் வாழ்க்கையை வாழ முயலும் ஒரு நாடு என்பதை நாம் மறந்துவிடக்கூடும். குண்டுவீச்சிலிருந்து பாதுகாத்துக்கொண்டு சிறுமிகள் தங்களின் தங்கைகளுக்கு தூங்குவதற்காகக் கதைகள் சொல்கிற, தந்தையரும் தாய்களும் போர் தங்களை அரைத்துக் கொண்டிருக்கிற சூழலில் குடும்பத்திற்கு உணவளிக்க வேண்டி, வேலை செய்ய முயற்சி செய்யும் நாடு என்பதையும் மறந்துவிடலாம்.

சமர் யாஸ்பெக் எழுதியுள்ள இந்தப்புத்தகத்தின் முதல் வரியிலிருந்தே அவரது எழுத்து உங்களைப் பலமாக வயிற்றில் தாக்கும். அவரின் எழுத்து நடை மிக நேர்த்தியானது, எனவே

நீங்கள் அதில் கூண்டுப்பறவைகளின் ஒலியைக் கேட்கவும் நன்கு அலங்கரித்துக்கொண்ட பெண்களிடமிருந்து வரும் வாசனைத் திரவியத்தின் நறுமணத்தை நுகரவும் முடியும். பிறகு, குண்டு வெடிக்கும்போது கூரையின் சுண்ணாம்புத் துகள்கள் உதிர்வதையும் உணரமுடியும், இதுவொரு பழிக்கும் கதைதான்.

தான் அதிகாரத்தில் இருப்பதற்காக, மக்களுக்குத் தன்னால் நிகழ்கிற எதுகுறித்தும் அக்கறையில்லாத ஒரு சர்வாதிகாரியைப் பழிக்கும் கதை, எதுவும் செய்யாமல் வெறுமனே வேடிக்கை மட்டும் பார்க்கிற உலகத்தினைப் பழிக்கும் கதை.

இந்தக்கதை தெரிந்ததுதானே என்று நீங்கள் நினைக்கலாம். செய்திகளில் கேட்டிருப்பீர்கள், தினசரிகளில் படித்திருப்பீர்கள். சிரியப்போர் என்பது 2011-இல் இருந்து நடந்து வருவதுதான். ஆனால் யாஸ்பெக் வெளிநாட்டு நிருபர்கள் யாரும் செய்யத்துணியாததைத் துணிகிறார், ஏனெனில் இது அவரின் நாடு. அவரது வார்த்தைகளில் சொல்வதானால் அவர் வளர்ந்த 'அழகிய' நாடு. எனவே அங்கு நடந்து கொண்டிருக்கும் பயங்கரமான மாற்றங்களுக்குத் தானே சாட்சியாகிறார்.

இது அங்கே களத்தில் வாழ்கிறவர்கள் குறித்து, 2012-இல் இருந்து 2013-வரை நிகழ்த்தப்பட்ட மூன்று பயணங்களின் மூலம் எழுதப்பட்ட அறிக்கை, போரின் இடையே வாழ்கிறவர்கள், உலகம் தங்களைக் கைவிட்டுவிட்டது என்று நினைப்பவர்கள் குறித்தது.

இந்தப்புத்தகம் 2011 அளித்த நம்பிக்கைகளை, அப்போது நிகழ்ந்த அரேபியப் புரட்சியை உங்களுக்கு நினைவுபடுத்தலாம். ஜனநாயகத்தை விரும்பிய ஆரம்பகட்ட புரட்சியாளர்களின் ஊக்கம் நம்மைத் துயரத்தில் ஆழ்த்தக்கூடியது. மேலும் அவர்களுடைய எச்சரிக்கையான, மேலைநாடுகளின் ஆதரவு கிடைக்கவில்லை என்றால் இப்புரட்சி பொருளாதாரத்தில் வலுவாக உள்ள அடிப்படைவாதிகளால் கைக்கொள்ளப்பட்டுவிடும் என்பதுதான் எவ்வளவு முன்னுணர்வு மிக்கது.

இன்று சிரிய மக்கள், தன் சொந்தக்குடிகள் மீதே பீப்பாய் வெடிகுண்டுகளை வீசுகிற காட்டுமிராண்டித்தனமான அரசுக்கும் பயங்கரமான மரண வெறிகொண்ட குழுவான ஐஎஸ்ஐஎஸ் தீவிரவாதிகளுக்கும் இடையே சிக்கிக்கொண்டுள்ளனர்.

நாடுகடத்தப்பட்டதால் பாரீசில் தன் மகளோடு வசிக்கும் யாஸ்பெக், மீண்டும் சிரியாவுக்குச் சென்று அங்குள்ள வாழ்க்கையைத் தொகுத்த விதம் எப்படிப் பார்த்தாலும் துணிகரமானதே. அவர் சிரிய அரசால் தேடப்படுவார்

என்பதும், அவர் ஒரு அலாவித் என்பதால் புரட்சியாளர்கள் அவரை அஸாட்டின் ஆதரவாளராக நினைக்கும் சாத்தியம் உள்ளது என்பதாலும், அவர் ஒரு ஷியா பிரிவைச் சேர்ந்த முஸ்லிம் என்பதால் நாத்திகரென சுன்னி முஸ்லிம் படைப்பிரிவுகளால் கொல்லப்படலாம் என்பதையும் சேர்த்து வைத்து யோசிப்போமானால் அவர் செய்திருப்பது மிகப்பெரிய சாகசம்தான்.

அவர் பாரீசில் வாழ்கிறார் எனும்போது அவர் இரண்டு உலகங்களிலும் காலூன்றி நிற்கிறார் என்றே பொருள். மற்றவர்களைக் கதைசொல்ல அனுமதிக்கும்போது நாம் அவரது வலியையும் மனக்குழப்பங்களையும் புரிந்துகொள்கிறோம். அவருடைய கூர்மையான பார்வை மற்றும் வெட்டுக்கத்தி போன்ற பேனா, இரண்டும் சேரும்போது நமக்கு ஒரு அறிக்கையைக் காட்டிலும் அதிகமான ஒன்று கிடைக்கிறது, அரசதிகாரத்தில் இருப்பதற்காக எதையும் செய்யத்துணிந்த ஒரு தலைவனின் முகத்துக்கு முன்னே செயலற்று இருக்கும் மேற்குலகின் மீதான அரசியல் குற்றச்சாட்டு. அதோடு சாதாரண மக்களின்மீது எவ்வாறு பயம் மற்றும் கொலைகள் திணிக்கப்படுகின்றன என்பதன் மனோவியல் பார்வையும் கூட, இதிலிருந்தெல்லாம் ஒரு நாடு எப்போது எவ்வாறு வெளிவரப்போகிறது என்று எவருமே வியப்படைவர்.

மேலும் 21-ஆம் நூற்றாண்டின் மிகப்பெரிய துயரத்தில் மாட்டிக்கொண்டுள்ள மக்களின் மீட்டெழுச்சியையும் பார்க்கிறோம். அவர் குறிப்பிடுவது போல, இங்கே வெற்றியாளர் என்பது மரணம் மட்டுமே.

இங்கிலாந்து அரசின் உயரிய விருதான OBE விருதுபெற்ற கிறிஸ்டினா லேம்ப், ஸண்டே டைம்ஸ் இதழின் தலைமை வெளிநாட்டு நிருபர். ஆஃப்கானிஸ்தான், பாகிஸ்தான், ஈராக், லிபியா உள்பட உலகம் முழுவதிலுமிருந்தும் அகதிகள் பிரச்சனை குறித்து செய்தி சேகரித்துள்ளார். அதிகம் விற்பனையான அவரது புத்தகங்களுள் *நான் மலாலா* மற்றும் *காபூலிடமிருந்து விடைபெறுதல்* ஆகியவையும் அடங்கும்.

முதல் பயணம்

ஆகஸ்ட் 2012

முட்கம்பிகள் என் முதுகைச் சிராய்த்தன. நான் கட்டுப்பாடின்றி நடுங்கிக் கொண்டிருந்தேன். துருக்கியப் படைவீரர்களின் கவனத்தை ஈர்த்துவிடுவதைத் தவிர்ப்பதற்காக, இரவு கவிழும்வரை வெகுநேரம் காத்திருந்த பிறகு, அப்போதுதான் தலையுயர்த்தி கருமையேறிக் கொண்டிருக்கும் தொலைதூர வானத்தைப் பார்த்தேன். எல்லையைக் குறிக்கும் முட்கம்பிகளுக்குக் கீழே ஓர் ஆள் நுழையுமளவிற்கேயான குழி பறிக்கப்பட்டிருந்தது. இரு நாடுகளுக்கு இடையிலுள்ள அந்த எல்லைக்கோட்டை ஊர்ந்து கடக்கும்போது என் கால்கள் மணலில் புதைந்தன, முட்கம்பிகள் முதுகைக் கிழித்தன.

மூச்சை நன்கு உள்ளிழுத்துக் கொண்டேன், முதுகை வளைத்து, குனிந்து ஓட ஆரம்பித்தேன், என்னால் எவ்வளவு வேகமாக முடியுமோ அவ்வளவு வேகமாக, எப்படிச் செய்யவேண்டுமென எனக்குச் சொல்லியிருந்தார்களோ அப்படி. அரைமணிநேரம் விரைவாக ஓடவேண்டும் - எல்லையைத் தாண்டியபின் பாதுகாப்பான இடத்தை அடைய நீங்கள் கடக்கவேண்டிய தூரம் அதுதான். ஆபத்தான பகுதியைக் கடக்கும்வரை ஓடிக்கொண்டே இருந்தேன். நிலம் நம்பத்தகுதியில்லாது பாறைகளோடு இருந்தாலும் ஓட்டத்தினால் கால்கள் எடையிழந்தது போல் தோன்றியது. வேகமாகத் துடித்துக் கொண்டிருந்த என் இதயம் என்னைச் செலுத்திக்கொண்டிருந்தது. எனக்கு நானே முணுமுணுத்துக் கொண்டேன்: நான் வந்துவிட்டேன்! இது ஏதோ திரைப்படத்தின் காட்சியல்ல, உண்மை. ஓடிக்கொண்டே கூறினேன், நான் திரும்பி வந்துவிட்டேன்... நான் மறுபடியும் இங்கே வந்துவிட்டேன்.

எங்களுக்குப் பின்னால், துருக்கியப் படைகளின் பகுதியில் துப்பாக்கி வெடிக்கும் சத்தமும், ராணுவ வாகனங்கள் நகரும் ஒலியும் கேட்டது, ஆனால் நாங்கள் சாதித்துவிட்டோம்: நாங்கள் அதைக் கடந்துவிட்டோம், நாங்கள் இன்னமும் ஓடிக்கொண்டிருந்தோம். நான் இப்படித் தலைமறைப்போடு, நீளமான மேற்சட்டை மற்றும் தளர்வான கால்சராய் அணிவேன் என்பதெல்லாம் வெகுகாலம் முன்பே தீர்மானமான ஒன்று என்பதாய்த் தோன்றியது. மறுபக்கம் எங்களுக்காகக் காத்துக்கொண்டிருக்கும் வாகனத்திற்குச் செல்ல செங்குத்தான ஒரு மலையேறிக் கடக்கவேண்டும். இந்நிகழ்வில் நானும் என் வழிகாட்டிகளும் அந்நியர்கள், பாதுகாக்கும் வழித்துணைவர்கள் போலில்லை. அந்தத் தருணத்தில், இதையெல்லாம் எழுதுவேனா என்பதே எனக்குத் தெரியாது; என் தாய்நாட்டுக்குத் திரும்பும்போது, எண்ணற்ற மற்றவர்களைப் போலவே, நானும் இறந்துபோவேன் என்றே யூகித்திருந்தேன். இரவின் கருமை கவிந்தது, எதிர்பார்த்தது போலவே எல்லாமும் சரியாக நடந்து கொண்டிருந்தது அல்லது அப்படியாகத் தெரிந்தது.

பதினெட்டு மாதங்களுக்குப் பிறகு, இவ்வாறு எல்லை கடப்பது பலமுறை நிகழ்ந்தபின், நான் பல மாறுதல்களைக் கவனித்தேன்: எல்லையின் அருகேயுள்ள அந்தாக்யா விமான நிலையத்தின் சீரழிந்தநிலை ஒன்றே சிரியாவுக்கு என்ன நடக்கிறது என்பதற்குப் போதுமான சாட்சியமாக இருந்தது. நான் இவை எல்லாவற்றையும் என் நாட்டில் துரிதமாக நடந்துவரும் ஆழங்காணமுடியாத எழுச்சிகளுக்குச் சாட்சி சொன்னவற்றோடு நினைவின் ஓரத்தில் ஒதுக்கி வைக்கிறேன். இருந்தாலும் அப்போது, எனக்கு என்ன நேரப்போகிறது என்பதை அறியாத நிலையில்தான் கால்கள் வலியில் துடிக்க, அம்மலைச்சரிவில் முதல் முறையாக இறங்கினேன்.

தரைப்பகுதியை அடைந்ததும், குறைந்தது பத்து நிமிடங்களுக்காவது மூச்சிளைப்போடு சுவாசிக்கத் தடுமாறிக் கொண்டு, பலமாகத் துடிக்கும் என் இதயத்தை அமைதிப்படுத்தும் முயற்சியில், குறுகிப் படுத்துவிட்டேன். என் உடனிருந்த இளைஞர்கள் நான் என் தாய்நாட்டை மீண்டும் கண்டதும் உணர்ச்சிப்பெருக்கில் இருக்கிறேன் என்று நினைத்திருக்கக் கூடும். ஆனால் என் நினைவடுக்கில் அது கடைசியாகத்தான் இருந்தது. வெகுநேரமாக ஓடிக்கொண்டிருந்தோம் என்பதால் என் நுரையீரல்கள் உடலிலிருந்து திருகி எடுக்கப்படுவது போல வலித்தன, என்னால் நிற்க முடியவில்லை.

இறுதியாக நாங்கள் வாகனத்தை அடைந்ததும் நான் மீண்டும் இயல்பாக மூச்சுவிட ஆரம்பித்தேன். என்னுடைய

வழிகாட்டியாக இருக்கப்போகும் இரு இளைஞர்களான மேசரா மற்றும் மொஹம்மத் ஆகியோரோடு பின்னிருக்கையில் அமர்ந்துகொண்டேன். அவர்கள் ஒரே குடும்பத்திலிருந்து வந்த இருவேறு விதமான போராளிகள், நான் பாதுகாப்பாகத் தங்கப்போவதும் இவர்கள் குடும்பத்தோடுதான். மேசரா, அமைதியான வழியில் அஸாட் ஆட்சியை எதிர்த்துப் பிரச்சாரம் செய்யத் துவங்கி, பின் ஆயுதவழிக்கு மாறிய புரட்சிப் போராளி. மொஹம்மத் தன்னுடைய இருபதுகளில் வியாபார நிர்வாகப்படிப்பில் இருந்தபோது, மேசராவைப் போலவே ஆயுதம் தரிக்கும் முன், அமைதி வழியில் எதிர்க்கும் இயக்கத்தில் இருந்தவர். அடுத்து வந்த வாரங்களில் என்னோடு சேர்ந்து வேலை பார்த்ததன் மூலம் என்னுடைய நீடித்த நண்பராக மாறினார். முன்னிருக்கையில் எங்கள் வாகனத்தின் ஓட்டுநரோடு இன்னொரு இளைஞரும் இருந்தார்.

நாங்கள் இத்லிப் மாகாணத்தின் வழியே பயணம் செய்துகொண்டிருந்தோம், இது அஸாட் படைகளிடமிருந்து பகுதியளவு விடுதலை பெற்ற பகுதி. சுதந்திர ராணுவப்படை உண்டாக்கி வைத்துள்ள முடிவற்ற சாலைத்தடைகளின் வழியே, ஆலிவ் தோப்புகள் அடர்ந்த சாலையில் பயணித்தோம். எங்கு திரும்பினாலும் அங்கே ஆயுதந்தாங்கிய ராணுவத்தினரையும் வெற்றிப் பதாகைகளையும் பார்க்க முடிந்தது. காரின் ஜன்னல் வழியாக வெளியே தலையை நீட்டியபடி, சுற்றுப்புறச் சூழலிலிருந்து என்னை உணர்வுபூர்வமாகத் துண்டித்துக் கொண்டு, நான் என்னென்ன பார்க்கிறேன் என்று சித்திரமாக என் மனதில் பதியவைத்துக்கொண்டே வந்தேன். எங்கோ தொலைதூரத்தில் குண்டுவிழும் அதிர்வொலியோடு நாங்கள் பயணித்த அந்தச்சாலை என்றென்றைக்குமாக நீண்டுகொண்டே இருக்கும்போல இருந்தது. இருந்தாலும், அஸாட் துருப்புகளிடமிருந்து அநேகமாக விடுதலை அடைந்துவிட்ட சிரியாவின் இந்தப்பகுதியைப் பார்க்கும்போது என் உடலின் ஒவ்வொரு அணுவும் கிளர்ச்சியுற்ற நிலையை அடைந்தன.

சில நிலங்கள் விடுதலை பெற்றிருக்கலாம், ஆனால் அதைக்கொண்டாட வானம் எங்களை இன்னும் அனுமதிக்கவில்லை: வானம் இன்னும் தீப்பிடித்த நிலையிலிருந்தது. என்னைச் சுற்றிலும் என் கவனத்தை ஈர்க்கப் போட்டியிடும் எழுச்சிமிக்க சித்திரங்களால் நான் தொடர்ந்து அலைக்கழிக்கப்பட்டேன்: அவை எல்லாவற்றையும் கிரகித்துக்கொள்ள என் தலைக்குப் பின்னாலும் கண்கள் வேண்டும், என் காதுகளில் - ஏன், என் விரல்நுனியில் கூட வேண்டும். முன்னே உறுத்துப் பார்த்தபடி, என் சுற்றுப்புறத்தை

விளங்கிக்கொள்ள முயற்சி செய்தேன். அழித்தலுக்கான இயந்திரங்கள். பளீரிடும் வானம். தன்னந்தனியாக ஒரு கார், ஒரு பெண்ணையும் நான்கு ஆண்களையும் சுமந்தபடி, ஆலிவ் தோப்புகளின் வழியே சராகெப் நகரத்தை நோக்கிப் போய்க்கொண்டிருக்கிறது.

என் ஞாபகத்திலிருக்கும் சிரியா உலகத்தின் மிக அழகான பகுதிகளில் ஒன்றாக இருந்தது. குழந்தைப்பருவத்தில் நானிருந்த, யூப்ரடீஸ் நதிக்கரையில் அமைந்த நகரமான ரக்காவுக்கு அருகிலுள்ள அல்-தப்கா (அல்-தாவ்ரா என்றும் அறியப்படும்) நகரம், என் பதின்ம வயதுகள் கழிந்த, கடற்கரையில் அமைந்த வரலாற்றுப் புகழ்மிக்க ஜப்லே, அதன்பின் சிரியாவின் முக்கியத் துறைமுக நகரமான லடாகியா, ஆகியவற்றை நினைத்துப் பார்க்கிறேன். வயதுகூடியதும், பலவருடங்கள் என் மகளோடு தனியாக, என் குடும்பம், சமுதாயம் போன்ற குழுமனப்பாங்குத் தளைகளிலிருந்து விலகி, தலைநகரான டமாஸ்கஸ்சில் வசித்திருக்கிறேன். சுதந்திரமாக வாழ்ந்திருக்கிறேன், என் விருப்பங்களைத் தேர்வு செய்யச் சுதந்திரமுண்டு, ஆனால் என் வாழ்க்கைமுறை எனக்கு மிகப்பெரிய மறுதலிப்புகளைத் தந்திருக்கிறது, என்னுடைய நற்பெயருக்கு எதிராக விமர்சனங்களையும் களங்கத்தையும் தோற்றுவித்திருக்கிறது. தன்னுடைய சட்டங்களுக்கு எதிராகப்பேச அனுமதிக்காமல், மாறுதலை விரும்பாது இருக்கின்ற ஒரு சமூகத்தில் பெண்ணாக இருப்பது கடினமானதாக இருந்திருக்கிறது. எல்லாமும் மாறுதலை எதிர்க்கின்ற ஒன்றாகத் தோற்றமளித்தன. என் முதல் வருகையின்போது வட சிரியாவின் கிராமப்புறங்கள் சிதைந்து கொண்டிருக்கும் என்று நான் சற்றேனும் நினைத்துப் பார்த்திருக்கவில்லை.

என் நினைவிலிருந்து நான் விவரிக்கப்போகும் இவை அத்தனையும் உண்மை. இதில் புனைவு என்பது கதைசொல்லி மட்டும்தான், அதாவது நான்: இத்தனை அழிவுகளுக்கிடையே எல்லையைக் கடந்துசெல்லப் பொருந்தாத ஓர் உருவம், என் வாழ்வே ஒரு புதினத்தின் மிகுபுனைவான கதை போலத்தான். என்னைச் சுற்றி என்ன நடக்கிறது என்று உள்வாங்கும்போது நான் நானாக இருப்பதில்லை. எனக்கான வாய்ப்புகளை பரிசீலித்தபடி தொடர்ந்து செயல்பட்டுக்கொண்டே இருக்குமொரு புனைவுப் பாத்திரம்தான் நான். உண்மையான வாழ்வில் நான் எத்தகைய பெண்ணோ, அதைத் தனியே ஒதுக்கிவைத்து விட்டு இந்தப் புனைவுப் பாத்திரத்தை ஏற்கிறேன், இவளின் எதிர்வினைகள் இவள் எதற்காக வாழ்கிறாளோ அதையொத்து இருக்கவேண்டும். இவள் இங்கே என்ன செய்து கொண்டிருக்கிறாள்? இங்கே

எதை எதிர்கொள்கிறாள், இருத்தலையா? அடையாளத்தையா? நாடுகடத்தலையா? நீதியையா? ரத்தம் சிந்தும் பைத்தியக்காரத் தனத்தையா?

ஜூலை 2011-இல் நாட்டைவிட்டு வெளியேறி பிரான்ஸ்சுக்குச் செல்லும்படி நிர்பந்திக்கப்பட்டேன். சிரியாவிலிருந்து நான் புறப்பட்டுச் சென்றது அவ்வளவு எளிதான செயலாக இல்லை: என் மகளையும் அழைத்துக்கொண்டு வெளியேறினேன். ஏனென்றால் கிளர்ச்சியின் ஆரம்ப மாதங்களில் நடந்த அமைதிப் போராட்டங்களில் பங்கெடுத்துக் கொண்டதிலிருந்து புலனாய்வுத்துறையினர் (முகாபராத்) என்னைப் பின்தொடர்ந்து கொண்டிருந்தனர். மேலும், அஸாட் ஆட்சியை எதிர்த்துக் கிளர்ச்சியில் ஈடுபடுவோரை துன்புறுத்தியும் கொலைசெய்தும் வருகிற புலனாய்வுத்துறையின் செயல்கள் குறித்து உண்மையை வெளிப்படுத்தி பல்வேறு கட்டுரைகள் எழுதியிருந்தேன். ஆனாலும், பிரான்ஸ்சுக்கு வந்ததுமே வட சிரியாவுக்குச் செல்ல வேண்டுமென்கிற உந்துதல் எனக்குள் உண்டானது, என் தாய்நாட்டில் மக்களாட்சியும் சுதந்திரமும் மலரவேண்டும் என்கிற என் கனவை நிறைவேற்றவேண்டும். நான் பிறந்த நாட்டிற்குச் செல்லவேண்டும் என்பது மட்டுமே எப்போதும் என் சிந்தனையிலிருந்தது. ஒரு கல்வியறிவுள்ள நபராகவும் எழுத்தாளராகவும் சரியானது எதுவோ அதைச் செய்யவேண்டுமென நம்பினேன், அது என் மக்களோடு அவர்களின் நிமித்தத்திற்காக இணைந்து நிற்பதுதான். என்னுடைய இலக்கு, சிறு முதலீட்டில் பெண்களுக்கான சில திட்டங்களை நிறுவுதல் மற்றும் பெண்களின் உரிமைகள் மற்றும் குழந்தைகளுக்கான கல்வி, இவற்றை குறிக்கோளாகக் கொண்ட ஓர் அமைப்பை உருவாக்கவேண்டும் என்பது. இதே சூழ்நிலை தொடர்ந்து நீடிக்கும் எனில் அடுத்த தலைமுறையைக் கவனிப்பதில் கவனம் செலுத்துவதைத்தவிர வேறு வழியில்லை. மேலும் அல்-அஸாட் பிடியிலிருந்து விடுதலை பெற்றுவிட்ட பகுதிகளில் ஜனநாயகக் குடிமுறை அமைப்புகளை உருவாக்குவதை சாத்தியப்படுத்தும் வழிகளையும் தேடிக்கொண்டிருந்தேன்.

மையிருட்டில் ஒவ்வொரு சாலையாகக் கடந்து, இப்போது என் புதிய வாழ்க்கையில் அடிப்படையானதொரு பங்குவகிக்கப்போகும் குடும்பத்தினரின் வீட்டை நோக்கிச் சென்று கொண்டிருக்கிறேன். சராகெப்பின் குறுகிய சந்துகளுக்குள் கவனமாக நுழைகிறோம். இந்நகரம் முழுமையாக விடுதலை பெறவில்லை; இன்னமும் வானொலிக் கோபுரத்தில் ஸ்னைப்பர் எனப்படும் தொலைதூரம் சுடும் துப்பாக்கி தினமும் எண்ணற்றவர்களைக் கொலைசெய்து கொண்டிருக்கிறது.

நான் தங்கப்போகும் கட்டடம் நடுவிலுள்ள முற்றத்திலிருந்து பல கிளைகளாகப் பிரிந்தது. அது நிச்சயமாக, ஒருகாலத்தில் செழிப்புடனும் விருந்தோம்பலுடனும் வாழ்ந்தவர்களின் வீடு. இன்றைய நாளில் இப்பெரிய குடும்பம், அவர்களில் ஒரு பெண்மணி சொன்னது போல 'தப்பிப் பிழைத்துள்ளது'. வீட்டின் அசலான, பழமையான பகுதி இதற்கு முந்தைய தலைமுறையினரால் வெகுகாலம் முன்பு அழகிய அரைவட்ட விதானத்துடன் அமைக்கப்பட்டது. நான் இங்கே, அவர்களால் 'நிலவறை' என்றழைக்கப்படும் அறையில் தங்கப்போகிறேன். இப்பகுதியின் இடப்புறத்தில் என்னை உபசரிப்பவர்களான: மூத்தமகன் அபு இப்ராஹிம் மற்றும் அவரது மனைவி நௌரா ஆகியோர் வசிக்கிறார்கள். வலதுபுறம் எனது வழிகாட்டியான மேசரா, அக்குடும்பத்தின் கடைசி வாரிசு, தன் மனைவி மனால், தங்களுடைய குழந்தைகள், ஏழுவயதான ஆலா, நான்கு வயதான மஹ்மூத், இரண்டரை வயதான தாலா ஆகியோருடன் வசிக்கிறார். மேலும் அவர்களது வயதான தாய் மற்றும் அத்தையும் வசிக்கின்றனர், இருவருமே கிட்டத்தட்ட நடமாட்டமில்லாதவர்கள். அவர்களை அபு இப்ராஹிமின் திருமணமாகாத சகோதரியான ஆயூஷ், தனது ஐம்பதுகளின் ஆரம்பத்தில் இருப்பவர், கவனித்துக் கொள்கிறார்.

என்னை உபசரிப்பவர்களும் நானும், என்னுடைய நாடு குறித்து ஒரேமாதிரியான கண்ணோட்டத்தில்தான் இருக்கிறோம் என்று அப்போது எனக்குத் தெரியாது, அதுதான் எங்களுக்கிடையில் பலமானதொரு பிணைப்பை உண்டாக்கியது. சிரியநாட்டவர்கள் அதியற்புதமான விருந்தோம்பிகள். நாங்கள் வந்து சேர்ந்ததுமே எங்களுக்கான இரவுணவைத் தயாரிப்பதில் அனைவரும் மும்முரமாயினர். மெத்தை மற்றும் ப்ளாஸ்டிக் தரைவிரிப்புகளில் கால்களைமடித்து சாப்பிட அமர்ந்தோம், சிறுமிகளான ரூஹாவும் ஆலாவும் என்னைவிட்டு அகலவேயில்லை. நட்பு ததும்பும் அவர்களின் முகங்களைப் பார்த்தேன். அஸாட் ஆட்சியாளர்களின் பிடியிலிருக்கும் பகுதிகளில் எனது உறவினர்கள் வசிக்கிறார்கள், அதன் பொருள் நான் அவர்களைப் பார்க்கவே முடியாது.

அன்று மாலை, வீட்டிலுள்ள பெண்களிடம் என் வாழ்க்கையைப் பற்றி சில தகவல்களையும் எவ்வாறு என் பதினாறு வயதில் முதல்முறையாக வீட்டைவிட்டு வெளியேறினேன் என்றும் கூறினேன். இந்த ரகசியங்களைச் சொல்வதன் மூலமாக, அவர்களது நம்பிக்கையைப் பெறவும் விடுதலை குறித்த உண்மையான பொருளையும் அதனோடு இணைந்துள்ள பொறுப்புகளையும் அவர்களுக்குச் சொல்ல விரும்பினேன். பெண்களின் சுதந்திரம் எவ்வாறு பொறுப்புடன்

வாழும் வாழ்க்கையில் அடங்கியிருக்கிறது, சிரியச் சமூகம் எவ்வாறு பெண் விடுதலையை அதற்கு நேரெதிராகப் புரிந்து வைத்துள்ளது, எவ்வாறு அதை பாரம்பரியம் மற்றும் மரபுகளைக் குலைக்கும் ஒன்றாகப் பார்க்கிறது என்று அவர்களுக்கு உணர்த்த விரும்பினேன். கணவரிடமிருந்து விவாகரத்து பெற்றபிறகு பொருளாதாரச் சுதந்திரத்தோடு நான் எப்படியெல்லாம் வாழ்ந்தேன், மகளைக் காப்பாற்ற கடுமையாக உழைத்தேன், மகளும் நானும் பிழைப்பதற்காக எத்தனை விதமான வேலைகள் பார்த்தேன் என்பதையெல்லாம் அவர்களுக்குக் கூறினேன். என் குடும்ப உறுப்பினர்களும் சமூகமும் எப்படி என்னை விலக்கித்தள்ளின, ஆனாலும் நான் எவ்வாறு விரும்பியதைச் செய்து எழுத்தாளராகவும் பத்திரிக்கையாளராகவும் ஆனேன் என்பதைக் கூறினேன். என் சராகெப் பயணத்தைக் குறித்து சிலவிஷயங்களைச் சொன்னதும் பெண்களிடமிருந்து கேள்விகள் வந்தவண்ணம் இருந்தன.

எல்லையைத் தாண்டும்முன் எவ்வாறு துருக்கிய நகரமான ரேஹன்லியிலுள்ள மருத்துவமனைக்குச் சென்றேன் என்பதை விளக்கினேன். அங்கே வெடிகுண்டுத் தாக்குதலில் காயம்பட்ட சிரிய மக்களுக்கான அவசர சிகிச்சைக்கென தனித்தளமே இருக்கிறது. ஒவ்வொரு அறையிலும் அழுகி நாறிக்கொண்டிருக்கும் உறுப்புகளோடு நோயாளிகள்--சிதைந்த பாதங்கள், அறுவைநீக்கம் செய்யப்பட்ட கைகால்கள், மயங்கிய கண்களோடு வெள்ளை விரிப்பினில் படுக்க வைக்கப்பட்டுள்ளனர். என்னோடு மேசரா மற்றும் அவரது மைத்துனரான மன்ஹால் - இவர் சராகெப்பில் முதலில் புரட்சியைத் தழுவிய செயல்பாட்டாளர்களில் ஒருவர் - உடன் வந்திருந்தனர். மன்ஹால் மனதைத் திடமாக வைத்துக்கொள்ளும்படி என்னை எச்சரித்துவிட்டு, இரண்டு சிறுமிகள் இருக்கும் அறைக்கு அழைத்துச் சென்றார், நான்கே வயதான டயானா மற்றும் பதினோரு வயதான ஷைமா.

டயானாவின் முதுகுத்தண்டில் தோட்டா பாய்ந்துவிட்டது, எனவே நிரந்தரமாக உறுப்புகள் செயலிழந்துவிட்டன. அவள் அங்கே மருட்சியுற்ற முயல்போல அசைவற்றுப் படுத்திருந்தாள். அந்தத் தாக்குதலில் அவளது சிறிய மென்மையான உடல் மொத்தமாகச் சிதறிப்போகாமல் இருந்ததே அதிசயம்தான். அந்தக்குழந்தை தன் காலை உணவுக்காக ரொட்டி வாங்க சாலையைக் கடந்தபோது இது நடந்திருக்கிறது. ஸ்னைப்பரில் இந்தக் குழந்தையை பின்புறமாகக் குறிபார்க்கும்போது அவன் என்னதான் நினைத்திருப்பான்?

மருத்துவமனையின் படுக்கையில் டயானாவை அடுத்து இருப்பது ஷைமா, அவளது கால் குண்டு வெடிப்பில் சிதறிவிட்டது,

அவளது இடதுகையும் உலோகத் தெறிப்புகளால் முற்றிலுமாகச் சேதமடைந்துவிட்டது. மற்றொரு பாதமும் சேதமடைந்திருந்தது. உடல் முழுக்கக் காயங்கள். அவளும் குடும்பத்தாரும் வீட்டின் முன்வாசலில் அமர்ந்திருந்தபோது எதிர்பாராத விதமாக குண்டுவீசப்பட்டது. குடும்பத்தாரில் அவள் அம்மாவையும் சேர்த்து ஒன்பது பேர் கொல்லப்பட்டனர். இப்போது அவளது அத்தை அருகில் நின்று கொண்டிருந்தார்.

ஷைமா என்னைப் பார்த்தபோது, அவள் பார்வை கோபமும் கெஞ்சலுமாகச் சேர்ந்து நிலைகொள்ளாமல் இருந்தது. இடுப்பிலிருந்து வெள்ளைநிறத்துணி சுற்றப்பட்டு மேல்தொடையோடு நின்றது. அவளது கால்கள் இருக்கவேண்டிய இடத்தில் வெறுமை. நாம் நம் குறைபாடுகளோடுதான் முழுமை பெற்றவர்களாக இருக்கிறோம் என்று நினைத்துக்கொண்டேன். ஆனால் நாம் முழுமையாக இருக்கும்போதும் நிறைவற்று இருக்கிறோம். இந்தக் குழந்தைக்குச் சொல்வதற்கு என்னிடம் வார்த்தைகள் ஏதுமில்லை. என் விரல்கள் அவளது நெற்றியை வருடின. அவள் புன்னகைத்தாள்.

ஷைமாவும் டயானாவும் அந்தத் தளத்தில் தனியாக இல்லை. அடுத்த அறையில் இளைஞர் ஒருவர் வெடிகுண்டால் சிதறடிக்கப்பட்ட தன் கால்களை அறுவைநீக்கம் செய்யக் காத்திருக்கிறார். இருப்பினும் தன் கண்களால் சிரித்தார். இன்னொரு இளைஞர், அவர் பாதங்கள் சுத்தம் செய்யப்பட்டு உலோகச் சிதறல்கள் அகற்றப்படவேண்டும், அப்போதுதான் அவர் மீண்டும் சிரியா சென்று சண்டையைத் தொடரமுடியும். அப்துல்லா எனப்படும் அவர் ஒரு குழுத்தலைவர், என்னுடைய இரண்டாவது பயணத்தில் என்னோடு பேசுவதற்கு நேரம் ஒதுக்குவார், பிறகு நாங்கள் நண்பர்களாவோம். என்னுடைய மூன்றாவது சிரியப் பயணம் அவரோடுதான் நடக்கும் என்பதும் அப்போது எனக்குத் தெரியாது, எறிகணைகள் விழுந்து கொண்டிருந்தாலும் அவருக்கு மனைவியாகப்போகும் அழகான பெண்ணுடன் காஃபி அருந்துவேன்.

எல்லைக்கு சற்று முன்பாக அமைந்திருக்கும் இந்தத் துருக்கிய மருத்துவமனையின் வார்டுகளில், சிரிய மக்கள் படுத்துள்ளனர், இவர்களின் உடலுறுப்புகள் புழுதியில் கைவிடப்பட்டுவிட்டன. இங்கு பாதி சிதைந்த உடல்களுடன் படுத்திருக்கும் இளையவர்கள், மருத்துவமனையின் ஜன்னல்களுக்கு வெளியே, அதன் வாசனையை உணருமளவு மிக அருகிலுள்ள தங்கள் தாய்நாட்டின் திசையை நோக்கி உற்றுப்பார்த்தபடி உள்ளனர். இவற்றை, இப்போது என்னை உபசரிப்பவர்களுக்கு எடுத்துக்

கூறினேன், அங்கேதான் என்னுடைய எல்லை தாண்டும் செயலின் உண்மையான முதலடியை எடுத்துவைத்தேன் என்றேன்.

முட்கம்பிகளுக்கிடையே ரகசியமாய் நுழைந்து மறுபக்கம் வருவதைக் கூறினேன். எவ்வாறு ஒரு பாழ்நிலத்தில் தொலைதலில் இருந்து மற்றொரு பாழில் தொலைதலுக்கு கடந்து வந்தோம் என்று சொன்னேன். அதுவொரு ஊசலாட்டமான நிலை, வெளியேற்றப்பட்ட நிலத்திற்கும் தாய்நிலத்திற்குமான கோட்டில் ஊசலாடும் நிலை. முட்கம்பிகளின் இருபுறமும் இருளில் திடீரென முளைக்கும் உடல்கள், கண்தெரியாமல் ஒன்றாக உரசிக்கொள்ளும் தோள்கள். 'மாலை வணக்கம்' என எங்களை வாழ்த்தும் குரலைக் கேட்டோம். வருவதும் போவதுமான குரல்கள். நிழலில் பூனை நகர்வதுபோல திருட்டுத்தனமாக ஊர்ந்து வந்தோம். இரவினில் சிறிய மக்கள் தொலைந்து போகும் அந்த எல்லை ஒரு மயிரிழை அளவேயானது: சொல்லும்படியான தூரம் இல்லைதான். மக்கள் உள்ளே செல்கிறார்கள், வெளியே வருகிறார்கள்; அமைதியான அசைவற்ற இரவில் இத்தூரத்தைக் கடக்கிறார்கள், அவர்களில் வெகுசிலர் தாம் சேருமிடத்தில் அமைதியைக் காணலாம். இந்த முட்கம்பிகள் அவர்களைத் தடைசெய்ய முடியாது; அது இழுதுமீனை வலையில் அடைக்கும் முயற்சிக்கு ஒப்பானதேயாகும்.

சராகெப்பில் நான் முதல்முறை தங்கியபோதே டயானாவைத் தாக்கிய ஸ்னைப்பர் குறித்த நேரடி அனுபவத்தை அடைந்தேன். என் சுற்றுப்புறத்தை நான் அறிந்துவைத்திருக்க வேண்டுமென்பதால், அக்கொலைகாரன் பார்த்துக்கொண்டிருக்கும் தெருக்களைத் தவிர்த்து எவ்வாறு வீடுகளுக்குள் நுழைந்து செல்வதென என்னை கவனித்துக்கொள்பவர்கள் எனக்குக் காண்பித்துத் தந்தார்கள். ஸ்னைப்பரின் பார்வைக்குத் தப்பி கட்டடங்களுக்குள் நுழைந்து செல்லும்போது எல்லோருடைய வீட்டின் கதவுகளும் எங்களுக்காகத் திறந்தே இருந்தன. பெரும்பாலான நகரமக்கள் தங்கள் வீடுகளுக்கு இடையேயுள்ள சுவர்களைத் துளைத்து, பாதையாக்கி வைத்திருக்கிறார்கள். அறிமுகமற்றவர்களின் வீடுகள் வழியாகத்தான் சென்றோம், ஜன்னலிலிருந்து குதித்தோம் அல்லது தரைத்தளத்திற்கு ஏணியில் இறங்கினோம், காலணிகளைக் கையில் ஏந்தியவாறு முற்றங்களைக் கடந்தோம்.

ஒருமுறை மொஹம்மத் மற்றும் இரண்டு இளைஞர்களுடன் ஒரு வயதான பெண்மணி இருந்த கூடத்தைக் கடந்து சென்றோம். நாங்கள் அவருக்கு முகமன் கூற, தான் அமர்ந்திருந்த சாய்வு நாற்காலியிலிருந்து கொஞ்சமும் அசையாமல் பதிலுக்கு எங்களுக்கு

முகமன் கூறினார். உள்ளூர் மக்கள் அவரது வீடு வழியாகப் போவதும் வருவதும் அவருக்கு இயல்பானதாகிவிட்டது. ஜன்னல் வழியாக வெளியே குதிக்கும் முன் அவரது முகத்தில் ஆச்சரியத்தின் சுவடு இருக்கிறதா என்று தேடினேன். ஆனால் நாங்கள் நால்வரும் வந்ததையே பார்க்காததுபோல அவர் மீண்டும் விட்டத்தைப் பார்த்துக் கொண்டிருந்தார். இப்படியாக பல வீடுகளுக்குள் நுழைந்து சென்று எங்களைப் பாதுகாத்துக் கொண்டோம். சுடப்படாமல் தப்பிக்க இது ஒன்றே வழி.

அதுபோல, நான் அங்கே இருந்த கடைசிநாளில் உள்ளூர் பெண்கள் மூலமாக யாரோவொரு பன்னிரண்டு வயதுப்பெண்ணை ஸ்னைப்பர் பிறப்புறுப்பில் சுட்டுக் கொன்றுவிட்டதைத் தெரிந்துகொண்டேன். அதைக்கேட்டதுமே உறைந்துபோனேன்: என் கால்கள் இறுகின, என்னால் முட்டியை நீட்டவே முடியவில்லை. 'என்ன செய்து கொண்டிருக்கிறாய்?' என்று ஆண்கள் என்னிடம் குரலை உயர்த்தினர். 'சுதாரித்துக்கொள்! இதைவிட உறுதியான மனம் வேண்டும் உனக்கு!' என்றனர். இச்சம்பவம் என் வருத்தத்தை தள்ளிப்போடவும் என் வேதனைகளை எனக்குள்ளேயே வைத்துக்கொள்ளவும் கற்றுத்தந்தது.

எல்லாம் ஒன்றுதான், சிரியாவில் வெல்வது மரணம் மட்டுமே: யாரும் வேறு எதைப்பற்றியும் பேசுவதில்லை. எல்லாம் ஒன்றோடொன்று தொடர்புடையது மற்றும் சந்தேகத்திற்குரியது; நிச்சயமான ஒன்று என்னவென்றால் மரணம் வெற்றிபெறும் என்பதே.

நான் உள்ளூர்ப் பெண்களோடு என் வேலையை ஆரம்பித்தேன், அவர்களை பொருளாதார ரீதியாக வலுப்படுத்தக்கூடிய பட்டறைகள் மற்றும் திட்டங்களை ஆரம்பிக்க உதவினேன். ஆனால் இங்கு கவனம் சிதறுவது மிக எளிதான ஒன்று. ஒருநாள், சில விதவைப் பெண்களையும் உயிர்த்தியாகம் செய்த போராளிகளின் உறவுப் பெண்களையும் சந்திக்கத் தயாராகிக் கொண்டிருந்தேன் (இங்கே தியாகி என்ற சொல்லை மதம் சார்ந்து சொல்லவில்லை, மதச்சார்பற்றே சொல்கிறேன்), அக்கம்பக்கத்தில் வசிக்கும் அழகான பெண்களிடையே இருந்தபோது அவர்கள் சராகெப் நகர் குறித்த தங்களின் பழம் நினைவுகளைப் பகிர்ந்து கொண்டனர். சிறுமி ஆலா என் அருகே அமர்ந்து, என் கைகளைப் பற்றியிழுத்தபடி கேட்டுக் கொண்டிருந்தாள், அவளின் மூத்த சகோதரி ரூஹா

தன் அம்மாவுக்கு உதவியபடி அவ்வப்போது சாடைகாட்டியபடி என்னைப் பார்த்துக் கொண்டிருந்தாள். நான் இருவரையுமே மகிழ்ச்சிப்படுத்த வேண்டும். எனவே, ஆலாவின் காதுகளில் நாம் இன்னும் கவனமாகக் கேட்கவேண்டும் என்று கிசுகிசுத்தேன். அவள் என்னைப் பார்த்துக் கண்களைச் சிமிட்டிவிட்டு, முகவாயில் கைகளை வைத்தபடி அப்பெண்கள் என்ன சொல்கிறார்கள் என்பதைக் கவனமாகக் கேட்க ஆரம்பித்தாள்.

இதுபோன்ற ஆர்வமூட்டும் திருப்பங்கள் இல்லாவிட்டாலும், நான் சந்திக்க விரும்பும் பெண்களின் வீட்டிற்குள் செல்வது அவ்வளவு சுலபமானதாக இல்லை. மொஹம்மத் எப்போதும் என்னோடு வண்டியில் உடன் வந்தார், ஆனால் விதவைகளின் வீட்டில் ஆண்கள் நுழையக்கூடாது, அதிலும் குறிப்பாக இடாஹ் சமயத்தில் - இஸ்லாமியச் சட்டத்தின்படி நான்கு மாதம் மற்றும் பத்துநாட்களுக்கு விதவைப்பெண்கள் வேறு ஆண்களால் பார்க்கப்படக்கூடாது. இத்லிப் மாகாணத்தின் கிராமங்களில் உள்ள வீடுகளில் பெண்களைச் சந்திக்கச் சென்றபோது, ஆச்சரியப்படும் விதமாக, தண்ணீர் வசதி நிறுத்தப்பட்டிருந்தாலும் எல்லா வீடுகளும் சுத்தமாக இருந்தன. அவர்களுடைய புருவங்கள் திருத்தப்பட்டு, கண்ணிமைகள் ஜொலித்தன, ஏழ்மை நிலை இருந்தாலும் அறைகளில் தரையைச் சுத்தம் செய்யும் பொருட்களின் வாசம் எங்கும் நிறைந்திருந்தது. மிக ஏழ்மையில் இடம்பெயர்ந்து வாழும் குடும்பத்தினர் அல்லது பாதி இடிந்த வீடுகளில், அழிந்த வீடுகளில் வசிப்பவர்கள் கூட குறிப்பிடும்படியாக சுற்றுப்புறத்தை பராமரிக்கின்றனர். பழந்துணியால் அவ்வப்போது தூசுகளைத் துடைப்பது, ஈரத்துண்டைக் கொண்டு குழந்தைகளின் முகங்களைத் துடைப்பது என சுத்தமாக வைத்துக் கொள்கின்றனர். தலைக்குமேல் கூரை என்ற ஒன்று பேருக்குமட்டும் உள்ளபோது உங்களுக்கான நியதிகளை நீங்கள் மாற்றிக்கொள்ளத்தான் வேண்டும்.

ஒரு விதவைப்பெண்ணையும் அவரது குடும்பத்தையும் பார்த்துவிட்டுத் திரும்பும் வழியில் மொஹம்மத் எழுதுகலை மற்றும் ஓவியக்கலை நிபுணர் ஒருவரைப் பார்க்கலாம் என்றார். சராகெப்பின் சுவர்களில் இருக்கும் எழுத்துகளில் பாதிக்குமேல் இவருடையதுதான், இது புரட்சிச் செயல்பாட்டாளர்களின் முக்கியமான கலைவெளிப்பாடுகளில் ஒன்று. நகரமானது விடுதலை பெற்றதோ இல்லையோ, ஆனால் அதன் சுவர்கள் திறந்த புத்தகமாகவும், குறுகியகால கலைக் கண்காட்சியிடமாகவும் மாற்றப்படுகின்றன. இச்சுவரோவியங்களை வரைபவர்,

சராகெப்பில் எறிகணைத் தாக்குதலில் உயிர்நீத்த தியாகிகளின் உடலை சவக்குழிக்குள் ஒப்படைப்பவர், இருவரும் ஒருவரே.

'நான் உடல்களைப் புதைப்பவன்' என்று அவர் என்னிடம் கூறினார். 'உடல்கள்' என்று குறிப்பிடும்போது அவருடைய உள்ளங்கைகள் முன்னே நீண்டிருந்தன.'அவர்கள் ஒவ்வொருவரின் கதையையும் என்னால் உங்களுக்குச் சொல்லமுடியும். ஆனால் அதற்கு அதிக நேரமாகும். நான் சராகெப்பினுடைய உயிர்த்தியாகிகளின் உடல்களைப் புதைப்பவன் மற்றும் சராகெப்பின் சுவர்களில் வண்ணந்தீட்டுபவன். நான் இந்த இடத்தைவிட்டு ஒருபோதும் செல்லப்போவதில்லை.'

இதைப் பேசும்போது, சராகெப்பின் பண்பாட்டு நிலையம் முன்னால் நின்றிருந்தோம், உயிர்த்துடிப்புடைய வண்ணங்கள், பொதுவாக எங்கும் நிறைந்திருந்த உற்சாகமற்ற சூழ்நிலையை மாற்றியது. சாலையைக் கடந்து இருந்த சுவரொன்றில் முஹம்மத் ஹாஃப் அவர்களை - உயிர்த்தியாகம் செய்த உள்ளூர் வீரர் - வாழ்த்தி எழுதப்பட்ட வாசகங்கள் இருந்தன: 'உண்மைதான் ஹாஃப், கண்கள் எப்போதும் தம் இமையை மறப்பதில்லை, மலர்கள் ஒருபோதும் தம் வேர்களை மறப்பதில்லை.' அதற்கு எதிரிலிருந்த இன்னொரு சுவரில் 'டமாஸ்கஸ், நாங்கள் இங்கே என்றென்றும் இருப்போம்' என்று எழுதியிருந்தது. சிறிதுநேரம் தெருக்களில் சுற்றியலைந்தோம். நான், இறப்பினைப் பெருமைப்படுத்தும் செயலில் பிணைந்துள்ள இந்நகரின் சுவர்கள் மற்றும் கடைகளின் முகப்புகளைப் படம்பிடித்துக்கொண்டேன்; எங்கு பார்த்தாலும் இளைஞர்கள் மற்றும் குழந்தைகள், பெண்கள் மற்றும் வயதானவர்களின் இறுதிச்சடங்கைத் தெரிவிக்கும் துண்டுப்பிரசுரங்கள். கொளுத்தும் வெயிலிலும் காய்ந்த புழுதியிலும் நடந்துகொண்டிருந்தோம். சிலர் எங்களைக் கடந்துசென்றனர். அவர்களது கண்கள் சிவந்திருந்தாலும் ஒளியோடு இருந்தன. இன்னமும் ஸ்னைப்பரின் தோட்டாக்கள் பாயும் ஒலி கேட்டுக்கொண்டிருந்தது.

அன்று மாலை, கருத்தநிறமுடைய இளைஞர் ஒருவர் வரவழைக்கப்பட்டிருந்தார், மேசராவின் உறவினர், அவரது கன்னங்களில் சின்னம் வரையப்பட்டிருந்தது. சிறிதுநேரம் ஏதும்பேசாமல் அமர்ந்திருந்தார். பிறகு, எவ்வாறு எறிகணைகள் அவரது நிலத்தில் விழுந்தன, எவ்வாறு அவரது பயிர்களை, அவரது உணவை, அழித்தன என்று விளக்கினார். இந்தப் பருவத்துக்கான விளைச்சலே அவ்வளவுதான். இதைச்சொல்லும்போது தலையை சுவரில் முட்டிக்கொண்டார். அவ்விளைஞரின் தாயும் உடனிருந்தார், எல்லாவற்றையும் இழந்துவிட்ட பீதியில்

வெறிக்கப் பார்த்துக் கொண்டிருந்தார். சிறிது நேரம் மெதுவாக அழுதபின் அவர் அமைதியில் ஆழ்ந்து, எங்களோடு ஸ்னைப்பர் தோட்டாக்களின் ஒலியைச் செவிமடுத்துக் கொண்டிருந்தார்.

'அவர்கள் உள்ளூர்வாசிகளைப் பழிவாங்க நகரைச் சுற்றியுள்ள பண்ணைகளுக்குத் தீவைக்கிறார்கள்,' என்று, மறுநாள் இன்னும் சில சுவரெழுத்துகளைப் பார்த்தபடி நின்றிருந்தபோது மொஹம்மத் என்னிடம் கூறினார். 'இப்போதுகூட நம்மீது ஒரு எறிகணை விழுமா என்று எனக்குத் தெரியாது. அநேகமாக அது சாத்தியம்தான்!' நிமிர்ந்து தெளிவான நீலவானத்தைப் பார்த்தோம், அது எறிகணைகளின் ஒலியில் நடுங்கியது. சிரித்துக்கொண்டே, 'உங்களுக்கருகில் ஒரு எறிகணை விழுந்தால் அதன் ஒலியை நீங்கள் ஒருநாளும் மறக்கமாட்டீர்கள்' என்றார். பீரங்கிகளின் சிறுபடையொன்று புறநகரின் வழி மெதுவாக பேரொலி எழுப்பியபடி அலெப்போ நோக்கிச் சென்றது.

'மீண்டும் சண்டை ஆரம்பித்தபிறகு சராகெப்தான் முக்கியமாகக் குறிவைக்கப்படும் பகுதியாகும். எறிகணை வீசுவது நிற்காது' என்று நாங்கள் அங்கிருந்து கிளம்பி வண்டியில் சென்றுகொண்டிருக்கும்போது சொன்னார்.

ஓர் இடிந்த வீட்டிற்கு முன்னால் நின்றோம்.

'இந்தவீட்டின் மகன்களில் ஒருவர் கொல்லப்பட்ட பிறகு இவ்வீடு தீக்கிரையாக்கப்பட்டு குண்டு வீசப்பட்டது' என்றார் மொஹம்மத். 'இறந்துபோன மகன் சிறையில் கொடுமைப்படுத்தப்பட்டார். அவருக்கு ஏழு சகோதரிகள் மற்றும் ஒரு சகோதரர், அவர்கள் ஏற்கெனவே தங்கள் தந்தையை இழந்தவர்கள். அவரைக் கொன்றபிறகு ஒரு வண்டியின் பின்னால் உடலைக்கட்டி, தோல் அரையும்படி தெருக்களில் இழுத்துச்சென்றனர். அவர் அமைதிப்பேரணியில் கலந்துகொண்டவர். பேரணியைப் படமெடுத்துக் கொண்டிருந்த இன்னொருவரையும் பிடித்தனர்; அவரைத் தூக்கி, பீரங்கிவண்டியின் சக்கரச்சங்கிலிக்கு அடியில் செருகினர், வண்டியை அவர்மீது செலுத்தப்போவதாக மிரட்டினர். வண்டியின் எஞ்சினைத் துவக்கிவிட்டு நகர்த்தாமல் சிறிதுநேரம் அப்படியே வைத்திருந்தனர். பிறகு வெடிச்சிரிப்பு சிரித்தபடி அவரைக் கைதுசெய்து அழைத்துச்சென்றனர்.

'அவர்கள் எறிகணையால் தகர்த்தவற்றை நாங்கள் திரும்பவும் உருவாக்கப் போகிறோம். அதோ அந்தப்பக்கத்தில் ஒரு வீடு இருக்கிறதில்லையா?' மொஹம்மத் சுட்டிக்காட்டிய இரண்டாவது தளத்தில் சுவரில் மிகப்பெரிய துளை இருந்தது. 'அங்கேதான் ஓர் அதிருப்தியாளரின் சகோதரி வசித்தார்.

அவரைப் பழிவாங்கவேண்டும் என்பதற்காகவே இத்தாக்குதல் நடத்தப்பட்டது.'

இந்நிகழ்வுகளை நினைவுகூரும்போது, எந்தவிதத்திலும் கோர்வையாக, அர்த்தப்படும் விதமாக அவற்றை எழுதுவது இயலாத ஒன்றாக இருக்கிறது. இவற்றை எந்தவிதமான வரிசையிலும் என்னால் விவரிக்கமுடியாது. காலத்தைத் துண்டாடுவதைதவிர வேறு வழியில்லை.

ஒருமுறை மொஹம்மத்தும் மேசராவும் நான் அவர்களோடு அல்-அதாரெப்புக்கு வந்து பீரங்கி வண்டிகளின் இடுகாட்டைப் பார்வையிடவேண்டும் என்று கூறினர்: எரியூட்டப்பட்ட வாகனங்களின் மிகப்பெரிய குவியல், பெரும் உலோகக் கட்டுமானங்கள் மெழுகுபோல் உருகியிருந்தன. திசையெங்கும் தீயின் சுவடுகள். வீடுகளின் உள்பகுதிகள் அட்டைப்பெட்டி போல கிழித்தெறியப்பட்டிருந்தன. பேரமைதி. அழிவு. மொத்த அல்-அதாரெப் நகரத்திலும் சிறுசத்தம் கூட இல்லை. ஒரு கிசுகிசுப்பு அல்லது தெருநாயின் ஊளையிடல் கூட இல்லை. இந்த இடத்தில்தான் 'பூண்டோடு அழித்தல்' என்ற சொல்லுக்கு என்ன பொருள் என்று புரிந்துகொண்டேன். ஓர் அணுக்கச்சாலையின் முடிவில் ஒரு கடையினுள்ளே சிறு மெழுகுவர்த்தியின் வெளிச்சத்தைப் பார்த்தோம், அங்கிருந்து தொலைவில் ஒரு பெண்ணின் நடமாட்டம் தெரிந்தது. அல்-அதாரெப் என்பது ஒரு கைவிடப்பட்ட நகரம், அங்கு எல்லாமே உருக்குலைந்த மற்றும் இன்னதென அடையாளம் தெரியாதவற்றின்-குவியல்தான். அங்கே நம்மால் கேட்க முடிந்ததெல்லாம் அருகில் எங்கேயோ வெடிக்கும் எறிகணைகளின் சத்தம் மட்டுமே என்றில்லாமல் அந்நகரம் இன்னமும் கைவிடப்பட்ட, ஆவிகள் அலையும் நகரமாகிவிடவில்லை என்பதற்கு அடையாளமாக இந்த சமிக்ஞைகள் மட்டுமே இருந்தன.

வண்டியில் ஏறி மீண்டும் சராகெப்புக்குப் பயணமானோம். எங்களோடு படைத்தலைவர் ஒருவரும் வந்திருந்தார். வாகனத்தின் பின்புற இருக்கையில் எனக்கு இடதுபுறமாக அமர்ந்திருந்தார். திடீரென தன்னுடைய கைத்துப்பாக்கியை எடுத்து அதைத் தயார்நிலையில் வைத்தார். நான் நடுங்கிவிட்டேன். பிறகு ஒரு கையெறிகுண்டை எடுத்து வலது கையில் இறுக்கமாகப் பிடித்துக்கொண்டார். அதன் பச்சைநிற உருவத்தைப் பார்த்துக்கொண்டே இருந்தேன், சில சென்ட்டிமீட்டர்களே அதன் அளவு, அதைத் தொட்டுப் பார்த்தேன். என் உடல் மீண்டும் நடுங்கியது. நாங்கள் அபாயகரமான ஒரு பகுதியைக்

கடந்து கொண்டிருந்தோம்; படைத்தலைவர் கையெறிகுண்டை அழுத்தமாகப் பிடித்துக்கொண்டு துப்பாக்கியை வாகனத்தின் கண்ணாடியில் அழுத்திக் கொண்டிருந்தார். தீக்கிரையாகியிருந்த நிலப்பகுதிகளில் அவரது கண்கள் ஒரு ஓநாயைப்போல எவ்வாறு அலைந்தன என்பதைப் பார்த்தேன்.

'ஒன்று ஆட்சி செய்கிற அந்த நாய்களாக இருக்கும், அப்படியில்லையென்றால் சுதந்திர ராணுவத்திற்காக இங்கே சுற்றிக்கொண்டிருக்கும் குண்டர்கள் அல்லது கொள்ளைக்காரர்களாக இருக்கும்' என்றார்.

'சுதந்திர ராணுவம்' என்ற பெயர், ஒழுங்குபடுத்தப்பட்ட மனிதர்களைக் கொண்ட குழுவாக இருந்தாலும், அதில் குரூரம் முதல் கருணைவரை முற்றிலும் வேறுபட்ட குணங்களோடும், தன்மைகளோடும் உள்ள பல்வேறு குழுக்கள் உண்டு என்பதை சீக்கிரமே அறிந்துகொண்டேன். இங்கே சண்டையிடும் மனிதர்கள் சாதாரணமாக நாம் தெருவில் சந்திக்கக் கூடிய மனிதர்கள்தான்; புரட்சியின் கொள்கைகளைக் கடைபிடிப்பதில் அவர்களுக்குள் நிறைய வேறுபாடுகள் உண்டு, அல்லது பெரும்பாலான குழுக்கள் மிகச்சிறு அளவிலேயே அதைக் கடைபிடிக்கும் சூழலில் அதை முற்றிலுமாக மறந்துவிட்டவர்களும் உண்டு என்றும் சொல்லலாம். சுதந்திர ராணுவத்தின் படையணி - இவர்கள் நியாயமாக 'ஆயுதமேந்திய மக்களின் புரட்சிப் படையணி' என்றுதான் அழைக்கப்படவேண்டும், நம்முடைய அன்றாடவாழ்வில் காணும் வேற்றுமைகளின் கார்பன்பிரதி போல, தங்களுக்குள் ஏற்றத்தாழ்வுகளோடுதான் இருக்கிறார்கள் - ஒரே ஒற்றுமை சிரியாவில் அவர்களுக்கிடையே மரணம் என்பது ஒரு இறகின் நொய்மையோடு நகர்ந்துகொண்டிருக்கிறது.

முன்னிருக்கையில் இருந்த மேசராவும் தன்னுடைய துப்பாக்கியை வெளியிலெடுத்தார், எங்கள் வாகனத்தை ஓட்டிக்கொண்டிருந்தவர் உறுதியாக, கவனம் தவறாமல் ஒரே சிந்தனையுடன் சாலையில் கவனம் வைத்து வாகனத்தைச் செலுத்திக் கொண்டிருந்தார். என் வலப்புறமிருந்த மொஹம்மத்தும் ஆயுதத்துடன் தயாராக இருந்தார். இருள் கனத்துக்கொண்டிருந்த மாலையின் இடையே நிகழ்ந்த எங்கள் பயணத்தில் குறுகிய தார்ச்சாலையின் இருபுறமும் கோபுரமாய் உயர்ந்திருந்த சைப்ரஸ் மரங்கள் கவிந்திருந்தன, நான் தைரியமாக இருப்பதாக பாசாங்கு செய்துகொண்டிருந்தேன். சிறிதுநேரத்தில் படைத்தலைவரின் மேற்சட்டைக்குள் சென்றுவிட்ட, அந்தத் துப்பாக்கியும் கையெறிகுண்டும் என் இறுதிச் சுவாசம் நெருங்கிவிட்டதாகவே உணரவைத்தன. ஏனென்றால் துப்பாக்கியின் முனை

இப்போது என்னைப் பார்த்துக் கொண்டிருந்தது - சிறிய, பசித்த வாய், அதன் குழல் என் கண்முன்னால் இருந்தது. என் விரல்கள் சில சென்ட்டிமீட்டர்கள் நகர்ந்தால் போதும், அதன் விசையை இழுத்துவிட முடியும், இனிமையான, நிரந்தர இருட்டுக்குள் மூழ்க அதுவே போதுமானது. ஆனால், நான் திடீரென படைத்தலைவரின் குரலால் சிந்தனையிலிருந்து எழுப்பப்பட்டேன்.

'நாங்கள் எல்லோரும் இங்கே இருக்கிறோம். உங்கள் தலையில் இருக்கும் முடியைக்கூட யாராலும் தொட முடியாது.'

பாதி வெளிச்சத்தில் சராகெப் நகரை நோக்கி நாங்கள் பயணிக்கும்போது படைத்தலைவர் எனக்கொரு கதை சொன்னார்.

'...அவரை ஆறுநாட்கள் கழித்துக் கண்டுபிடித்தோம்' என்றார். 'காட்டுக்குள் கிடந்தார். ராணுவம் புயலென சராகெப்பினுள் நுழைந்த 2012 மார்ச் 24-ஆம் நாளில்தான் அவர் காணாமல் போயிருந்தார். பொட்டலம்போலச் சுற்றிக்கட்டி குவியலாக வைக்கப்பட்டிருந்தார், உடலில் இருந்து தாங்கமுடியாத நாற்றம் வீசியது. தூரத்திலிருந்து பார்க்கும்போது தேவையற்ற குப்பை நிலத்தில் கிடப்பதுபோல் இருந்தது, ஆனால் இந்தக்குப்பை உண்மையில் ஆபூட் குடும்பத்தைச் சார்ந்த ஒரு இளைஞரின் உடல். அந்த இடத்தில் நிறைய ரத்தம், ஏனெனில் அவர் கழுத்தில் ஆழமான காயம் இருந்தது. ஒரு மிருகம் போல வதைக்கப்பட்டிருந்தார். ஆனால் உடைகள் நல்லநிலையில் இருந்தன, அவற்றில் புழுதி அப்பியிருந்தது. சராகெப்பினுள் ராணுவம் நுழைந்த நாளிலிருந்து முதலில் உயிர்த்தியாகம் செய்தவர் அவர்தான். மற்றவர்களைப்போல அவரும் சிறையிலிருக்கிறார் என்றுதான் நினைத்திருந்தோம், ஆனால் அவர் உயிரோடில்லை. எங்களைப் பொறுத்தவரையில் அவர் ஆறுநாட்கள் கூடுதலாக உயிரோடு இருந்திருக்கிறார்; ஒருவேளை அதற்கு ஏதேனும் அர்த்தம் இருக்கலாம்.'

'அவரை வஞ்சகமான முறையில்தான் கைது செய்திருப்பார்கள் என்று என்னால் உறுதியாகச் சொல்லமுடியும். அன்று அவருடைய துப்பாக்கி அவரிடம் இல்லை; வீட்டிலேயே வைத்துவிட்டார். வெளியில் சென்றவர் பிறகு காணாமல் போய்விட்டார். அவரிடம் மட்டும் துப்பாக்கி இருந்திருந்தால் அவ்வளவு சுலபமாகத் தன்னை ஒப்படைத்திருக்க மாட்டார். எனவே, அவர்கள்தான் ஏதோ சூது செய்திருக்கவேண்டும்.

கழுத்திலிருந்த வெட்டு பின்னாலிருந்து ஏற்படுத்தியது. அன்று புத்தம்புதிய ஆடைகள் அணிந்திருந்தார் தெரியுமா?'

'நகரைத் தாக்கியபின் ராணுவம் உடனே பின்வாங்கியது. எங்களை ஏமாற்றுவதற்காக அப்படிச் செய்தார்கள். வெகுசொற்பமான வீரர்களே நகரில் எஞ்சியிருந்தனர். அது நடந்தது சனிக்கிழமையில். மீண்டும் செவ்வாய்க்கிழமை திரும்பிவந்து, எங்களுடைய பிடிநழுவியதும் மொத்த நிலப்பகுதியையும் மீண்டும் அடக்கிவைக்கும் முகமாக தஃப்தனாஸ் மற்றும் ஜர்ஜனாஸ்சைக் கைப்பற்ற முயற்சி செய்தனர். ஜர்ஜனாஸ்சிலுள்ள எழுபது வீடுகளுக்கும் சராகெப்பில் நூறு வீடுகளுக்கும் தீவைத்தனர். பீரங்கி வண்டிகள் வந்தன, கட்டடங்களை உழுதபடி முன்னேறின; அவர்கள் சென்றதும் சராகெப் குப்பைகளின் குவியலாக இருந்தது.

'அன்று, எங்களுடைய ஆகச்சிறந்த இளைஞர்கள் சிலரைக் கொன்றனர். சாய்த் பாரிஷ், தன்னுடைய கைகள் மற்றும் கால்களில் எறிகணைகளின் உலோகத்துணுக்குகள் பாய்ந்து படுக்கையிலிருந்தான். தன் சகோதரியின் வீட்டில் அவளோடும் அவளது மகனோடும் இருந்தான். வீட்டுக்குள் புயலென நுழைந்த அவர்கள் வீட்டை நாசப்படுத்தினர், பிறகு அவளது மகன், உதய்-அல்-அம்ரை அவன் தாயின் கரங்களிலிருந்து பிரித்து எடுத்துச் சென்றனர். பிறகு, சாய்த், அம்ர், இருவரையும் தெருவில் இழுத்துச்சென்றனர். சாய்த் தன் காயங்களின் வலி தாங்காமல் அலறிக்கொண்டிருந்தான், ஆனால் அதையெல்லாம் கண்டுகொள்ளாமல் சராகெப்பின் வீதிகளில் இருவரின் தோலும் அரையும்படி, எங்கள் கண்களிலிருந்து அவர்கள் மறையும்வரை, இழுத்துச் சென்றனர்.

'உதய்யின் அம்மா கதறியபடி அவர்களைப் பின்தொடர்ந்தார். அவளைத் தரையில் பிடித்துத் தள்ளினர். பிறகு அவர்கள் அங்கிருந்து சென்ற சிறிதுநேரத்தில் துப்பாக்கி வெடிக்கும் சத்தத்தைக் கேட்டோம். சாய்த் மற்றும் உதய் இருவரும் சுவரெதிரே விழுந்து கிடந்ததைக் கண்டோம். அவர்களின் தலையிலும் உடலிலும் - அடிபட்டிருந்தவனுக்கு எங்கெல்லாம் காயம் இருந்ததோ அங்கே கூட - கைகளில் கால்களில் தோட்டாக்கள் துளைத்த காயங்கள் இருந்தன. தோட்டாக்களால் அவர்களைச் சிதைத்திருந்தனர்.

'யாருடைய மகனை கைகளிலிருந்து வலுக்கட்டாயமாகப் பிடுங்கி, அவனைத் தோட்டாக்களால் துளைக்கும் முன் தெருவெல்லாம் இழுத்துச் சென்றார்களோ அந்தத் தாய்... அவளை வேறு சில ராணுவத்தினர் சிறிதுநேரத்தில் வந்து

சந்தித்தனர். அவர்கள் அவளுடைய இரண்டாவது மகனுக்காக வந்திருந்தனர். அவர்கள் பசியோடு இருந்தனர், எனவே அவள் அவர்களுக்காக உணவு சமைத்தாள். அவர்களில் ஒருவன் அவளைத் திட்டியதும், அவள் பதிலுக்கு அவர்களைத் திட்டி, "நீ என் வீட்டில், என் உணவைச் சாப்பிட்டுக்கொண்டு, என்னையே திட்டுகிறாயா?" என்றதும் அவன் அமைதியாக தன்னுடைய நண்பர்களிடம் அப்பெண்ணை ஒன்றும் செய்யாமல் விட்டுவிடச்சொன்னான், இருந்தாலும் அவர்கள் அவளுடைய பதின்மவயதிலிருக்கும் மகனை அழைத்துச் சென்றனர். அவர்கள் கிளம்பிச்செல்லும்போது அந்தத்தாய் அழுது கதறியபடி தன்னுடைய மகனைத் திருப்பித் தந்துவிடும்படி கெஞ்சுவதை, அவளைத் திட்டிய அந்தச் சிப்பாய் வருத்தத்தோடு பார்த்துக்கொண்டிருந்தான். அவள் மகனைத் திருப்பித் தந்தார்கள்: பிணமாக.

'ஆனாலும் புரட்சியாளர்கள் சோர்ந்துவிடவில்லை. அவர்கள் சோகத்துக்கோ, அல்லது எறிகணைகளுக்கோ, அல்லது கொல்லப்படுவதற்கோ பயம் கொள்ளவில்லை, அவர்களுடைய வெடிபொருட்கள் தீர்ந்துபோனாலும் கூட தங்களது வீடுகளைப் பாதுகாப்பதைத் தொடர்ந்தனர். ஆறுபேர் வெடிபொருட்கள் தீர்ந்துபோய் ஒரு வீட்டுக்குள் மாட்டிக்கொண்டனர், சுற்றி வளைத்திருந்த ராணுவம் கதவை உடைத்து உள்ளே நுழைந்துவிட்டது. நிலவறையில் தீவைத்தபின் அவ்வீட்டின் வயதுமுதிர்ந்த உரிமையாளரையும் கொல்ல இருந்தனர். ஆனால், அவரின் மனைவி அவர்களின் கால்களில் விழுந்து இரைஞ்சினாள்.

"நான் உங்கள் பாதங்களை முத்தமிடுகிறேன்," என்றாள். "உங்களைக் கெஞ்சிக்கேட்டுக் கொள்கிறேன், இளைஞர்களே, அவரைக் கொன்று விடாதீர்கள்... நான் உங்கள் பாதங்களை முத்தமிடுகிறேன்... தயவு செய்து அவரை விட்டுவிடுங்கள்... அவர் ஒரு நல்ல மனிதர்... அவர் எந்தக் குற்றமும் செய்யாதவர்." அவர்கள் அவரைக் கொல்லவில்லை, ஆனால் மிகமோசமாக அவரை அடித்துத் தெருவில் வீசினார்கள். தங்களுடைய இருபதுகளில் இருந்த அந்த ஆறு புரட்சியாளர்களையும் சுவரோடு ஒட்டி உட்காரவைத்து, அவர்களின் பிணங்கள் ஒன்றின்மேல் ஒன்று குவியலாக விழும்படி சுட்டுத்தள்ளினர். பிறகு, அவர்களை அங்கேயே விட்டுவிட்டு ஒன்றுமே நடக்காதது போல அங்கிருந்து கிளம்பிச்சென்றனர்.

'அடுத்தநாள், சராகெப்பின் வீதிகளில் ராணுவம் ரோந்து சுற்றிக்கொண்டிருந்தது. அவர்கள் மொஹம்மத் ஆயூட் என்பவரை வீதியில் தடுத்து நிறுத்தி, அவரைச் சுட்டுக்கொன்றுவிட்டு

அவரது சகோதரர் ஸுஹைர் என்பவரைக் கைது செய்தனர். அதேநாளில்தான் மொஹம்மத் ஹாஃப் என்ற களப்புனைபெயர் கொண்ட மொஹம்மத் பாரிஷையும் சுட்டுக்கொன்றனர். அவரை நேருக்குநேர் சந்திக்கும் தைரியம் அவர்களுக்கில்லை, ஏனென்றால் அவரது வீரம் எல்லோரும் அறிந்தது, மேலும் அவர் சராகெப்பின் புகழ்வாய்ந்த படைக்குழுவின் தலைவர். அவரைப் படுகொலை செய்வதற்குத் தயாராக, இயந்திரத் துப்பாக்கிகளோடு கூடிய விமானம் வானத்தில் சுற்றிக்கொண்டிருந்தது, தரையில் அவர்களுக்கு உதவ BMP ரக வாகனமொன்று அனைத்துத் திசைகளிலும் தொடர்ந்து தோட்டாக்களை மழையாகப் பொழிந்துகொண்டிருந்தது. அவர் இறந்துவிட்டார் என்று தெரிந்ததும், அவர் இறந்ததை நிச்சயப்படுத்திக் கொண்டு, அவர் அருகில் சென்று ஆனந்தத்தில் நடனமாடி கூச்சலிட்டனர். ஸுஹைர் ஆயூட் மூன்றுமாத சித்திரவதைக்குப் பின் விடுதலை செய்யப்பட்டார். சிலநாட்கள் கழித்து அவர் சராகெப்பின் தெருக்களில் நடந்து செல்லும்போது ஒரு ஸ்னைப்பர் தோட்டாவினால் சடுதியில் கொல்லப்பட்டார்.

'அவர்கள் ஒரு தற்காலிகமான வெற்றியை அடைந்திருக்கின்றனர். நாங்கள் கலாஷ்னிக்கோவால் சுடும்போது, பீரங்கியின் எறிகணைகளாலும் விமானத்திலிருந்து வீசப்படும் வெடிகுண்டுகளாலும் எங்களை எதிர்கொள்கின்றனர். ஆனால், நான் சொன்னதுபோல் இதுவொரு தற்காலிகமான வெற்றிதான்.'

படைத்தலைவர் கூறிய இக்கதை இங்கே, சராகெப்பின் எல்லைக்குள் நுழைந்ததும் நிறைவுற்றது. நூற்றுக்கணக்கில் மற்றவர்களிடமிருந்து நான் கேட்டவற்றில் அவர் கூறிய இந்தக் கதையை மட்டுமே நான் இங்கே பதிவு செய்திருக்கிறேன்.

நான் என்னுடைய முதல் நுழைவு பற்றி யோசிக்கும்போதெல்லாம், தனித்த தருணங்களின் நினைவுகள் அதன் காலம்சார்ந்த சூழ்நிலைகளைத் தவிர்த்து எனக்குள்ளே வருகின்றன. உடன் வேலைபார்த்த பெண் மற்றும் நான் சந்தித்த இளம்போராளிகள் பலரோடு நிகழ்த்திய எண்ணற்ற உரையாடல்களை மீண்டும் நினைத்துப்பார்க்கிறேன். இருநாடுகளுக்கு இடையிலான எல்லையைக் கடக்கும்போது நாங்கள் நடந்த பாழ்நிலம், எவ்வாறு ஆலிவ் மரங்களும் இன்னொரு தேசத்தின் வாசனையும் எங்களை வாழ்த்தி வரவேற்றன என்பதையெல்லாம் மறுபடியும் அகழ்ந்து பார்க்கிறேன். எங்கெல்லாம் சென்றோமோ அங்கெல்லாம்

புரட்சிச் சுவரொட்டிகளையும் கொடிகளையும் கண்டோம். மக்கள் எங்களை சோர்வுற்ற பார்வையோடு வெறித்துப் பார்த்தனர். வானத்தில் கவிந்திருக்கும் இரவு வழியாகப் பின்னிப் பயணிக்கும்போது சுதந்திர ராணுவத்தின் சோதனைச்சாவடிகள் வழியாகச் செல்வோம். இந்த சாலைத்தடைகள் அளவில் பெரியவை அல்ல, மேலும் புரட்சியாளர்களுக்கு எல்லோரையும் தெரிந்தே இருந்தது. விடுதலைபெற்ற பகுதியாக இருந்தாலும் சரி, பாதி விடுதலை பெற்றுள்ளதாக இருந்தாலும் சரி.

நாங்கள் காரில் பின்னிஷ் நோக்கிச் சென்றுகொண்டிருந்தோம். சுதந்திரமடைந்த, மக்களாட்சி நிலைபெற்ற ஒரு சிரியாவுக்கான ஊர்வலத்தில் கலந்துகொண்டு பின் அதேநாளில் புரட்சிப்படை ஒன்றையும் சந்திக்கப் போகிறோம். அப்படையினரைச் சந்திப்பதில் நான் தீர்மானமாக இருந்தேன், ஏனென்றால் அவர்கள்தான் சிரிய சமூகத்தின் குறுக்குவெட்டுத் தோற்றம். இங்கிருக்கும் சூழ்நிலையைச் சரியாகப் புரிந்துகொள்ள, அவர்கள் யார், அவர்களுக்கு என்ன வேண்டும், அவர்கள் ஏன் ஆயுதம் ஏந்தினார்கள், எவ்வாறு இச்சண்டையைத் தொடர்ந்து நடத்தப்போகிறார்கள் என்பதைப் புரிந்துகொள்வது அவசியம். இன்னுமொரு நடைமுறைக்குரிய விஷயம் என்னவென்றால், இத்லிப் மாகாண நகர்ப்புறங்களை அவர்கள் அளிக்கக்கூடியது போன்ற படைப்பாதுகாப்பு இல்லாமல் சுற்றிவரமுடியாது.

நகரத்திற்குச் செல்லும் வழியில், ஒரு கிராமத்திலிருந்து இளைஞர்கள் குழு அடங்கிய வாகனமொன்று எங்களோடு சேர்ந்து கொண்டது, அவர்கள் காலையில் அலெப்போவுக்குச் செல்கிறார்கள். அவர்களில் அநேகம்பேர் இருபதுகளின் ஆரம்பத்தில் இருப்பவர்கள். சென்றுகொண்டிருக்கும்போதே எறிகணைகள் எங்களைச் சுற்றி விழ ஆரம்பித்தன, சிலசமயம் வட்டமிடும் விமானமொன்றின் ஓசையும் கேட்டது. எனது வழிகாட்டிகளான மேசராவும் மொஹம்மத்தும் நாம் நலமாகத்தான் இருக்கிறோம் என்று எனக்கு உறுதிப்படுத்திக்கொண்டே இருந்தார்கள், ஆனால், அபாய எல்லையைத் தாண்ட இன்னும் சில கிலோமீட்டர்கள் இருந்தன.

மொத்த பின்னிஷ் பேரணியிலும் ஒரேயொரு பெண்கூட இல்லை. அல்லாவைத் தவிர வேறு இறைவனில்லை, முகம்மதுவே இறைத்தூதர் என்ற வாசகங்கள் எழுதப்பட்ட நிறைய பதாகைகளைக் கண்டேன். ஆண்களின் கடலில் தனியாக இருந்தேன்; முகத்தை மறைக்காத பெண் என்பதால் அவர்களிடமிருந்து கேள்விகளோடு கூடிய பார்வை. பெரும்பாலான, கட்டுப்பெட்டியான கிராமத்தில் வசிக்கும் பெண்கள் முகத்தை மறைப்பதுண்டு என்றாலும் முகத்தை மறைக்காத பெண்களும் உண்டு. உண்மையில், போருக்கு

முன்னால், ஐஎஸ்ஐஎஸ் (இஸ்லாமிய தேசம் மற்றும் ISIL என்றும் அறியப்படும்) மற்றும் மற்ற படைக்குழுக்கள் வருவதற்கு முன்னால் முகத்தை மறைக்காத பெண்களை மிகவும் சகஜமாக சிரியாவில் பார்க்க முடிந்தது. நான் தலையை மறைக்காமல் இருந்ததற்குக் காரணம் நான் நேசித்த, நான் அறிந்த நிலப்பகுதியில்தான் நான் இருக்கிறேன் என்று உணர விரும்பினேன்.

அவர்களில் சிலருக்கு நான் அறிமுகப்படுத்தப்பட்டபோது, விநோத உணர்வைத்தாண்டி என்னிடம் பணிவாகவே நடந்துகொண்டனர். முழக்கங்களை எழுப்பியும் கைகளைத் தட்டியும் பேரணியை நடத்தினர், பிறகு ஒரு ஷேக் பேசுவதற்காக வந்தார். நான் நேரடியாக நகரத்தைவிட்டுக் கிளம்பும் யோசனையில் இல்லை என்பதால் வீட்டு வாசலில் அமர்ந்தபடி அன்றைய நிகழ்வுகளை வேடிக்கை பார்த்துக்கொண்டிருந்த பெண்களிடம் பேச்சுக்கொடுத்தேன்.

'நாங்களும் பேரணியில் முன்பு கலந்துகொண்டிருந்தோம்,' என்று ஒருபெண் என்னிடம் கூறினார், 'ஆனால் இனிமேல் அது சாத்தியமே இல்லை. எறிகணைகளாலும் ஸ்னைப்பர்களாலும் நாங்கள் தாக்கப்படலாம் என்று ஆண்கள் பயப்படுகின்றனர்.'

பின்னிஷ், தரையில் விடுதலையைப் பெற்றிருந்தாலும் வானில் இன்னமும் பீரங்கிகளாலும் விமானங்களாலும் வஞ்சிக்கப்பட்டுக் கொண்டுதான் இருக்கிறது. சிரிய ராணுவத்தால் புரட்சியாளர்களை நிலத்தில் சந்திக்க முடியவில்லை; தீவிரமான சண்டைகளுக்குப்பின் அவர்கள் நகரத்திற்குள் நுழையத் துணிவதில்லை. எனவே இரவிலும் விடியலிலும் வந்து குண்டுகளை வீசிவிட்டுப் பறந்து செல்கின்றனர். குழந்தைகள், பெண்கள், முதியவர்கள்தான் அதிகமாக இறக்கின்றனர், ஆனால், உள்ளூர்வாசிகள் இன்னமும் சோர்ந்துவிடாமல் போராடுகிறார்கள்.

'இதுதான் எங்கள் விதி,' என்று இளைஞர்கள் கூறினர்.

பின்னிஷில் அன்றுமாலை, இரவுணவுக்காக அழைக்கப்பட்டிருந்தோம், பெருந்தன்மையான அழைப்பு. அந்த ஊர்வலத்தில் நான் மட்டுமே முகத்தை மூடாத பெண்ணாக இருந்தேன். நாங்கள் சென்ற மற்ற கிராமங்கள் மற்றும் நகரங்களிலும் கூட அப்படித்தான். இருந்தாலும் சீக்கிரமே தலையைமூடும்படியான ஒரு துண்டை அணியக் கற்றுக்கொண்டேன், வரவேற்பில்லாத பார்வைகளை என் பக்கம் ஈர்க்க நான் விரும்பவில்லை. ஆனால், புரட்சியாளர்களைச் சந்திக்கும்போது, கூட்டத்தில்

ஆண்கள் எப்படி இருந்தார்களோ அப்படியே நானும் முகத்திரை இல்லாமல்தான் அமர்ந்திருந்தேன். அங்கேயும் சிலர் என்னோடு கைகுலுக்க விரும்பவில்லை. மற்றசில படைக்குழுக்கள் முகத்திரை அணிந்தாலொழிய என்னை அனுமதிக்காது என்று அவர்கள் சொன்னாலும் அவர்களோடு நடந்த உரையாடல் நடைமுறை அறிவோடும் ஜனநாயக முறையிலும் அமைந்தது. யாருமே இஸ்லாமிய தேசமொன்றை அமைப்பது குறித்துப் பேசவில்லை. மக்களுக்கான மதத்தைத் தாண்டிய தேசம் அமைவது குறித்தே உரையாடல் அமைந்தது. அச்சமயத்தில் ஜிஹாத் படைக்குழுக்கள் அளவில் மிகக்குறைவாகவே இருந்தன. பொதுவாகச் சொன்னால், இஸ்லாமிய நோக்கோடு அமைந்த குழுக்கள் அப்போது பரவலாக இல்லை; நான் அங்கே சென்ற ஆகஸ்ட் மாதத்திற்கு சில மாதங்கள் முன்புதான் அவர்கள் பரவ ஆரம்பித்தனர், ஒவ்வொரு படுகொலைகளுக்குப் பின்னும் அவர்களின் எண்ணிக்கை அதிகமானது. இப்போது சராகெப்பில் உள்ள 750-ல் கிட்டத்தட்ட 19 போராளிகளே அரேபிய முஜாஹிதீன்கள் என்று கருதப்படுகின்றனர்.

இரவு உணவு ஆலிவ் தோப்பின் மத்தியில் இருந்த ஒரு வீட்டில் ஏற்பாடு செய்யப்பட்டிருந்தது. எங்களை உபசரித்தவர்கள் அவர்களால் முடிந்த அளவு தேர்ந்தெடுத்துச் செய்து எங்களைக் கவனித்தனர். குழுத்தலைவர் முப்பதுகளின் ஆரம்பத்தில் இருந்தார். அழகான அமைதியான வாலிபர், நகரத்தில் வளர்ந்தவர். உரையாடலின்போது அவரும் அவரது குழுவினரும் அவ்வளவு நாகரீகமும் திறந்த மனதும் உடையவர்களாக இருந்ததும் அடிப்படைவாதத்தின் சிக்கல்களையும் அதற்கான தீர்வைக் கண்டறிய வேண்டிய அவசரத் தேவை குறித்தும் உரையாடியது என்னை வியப்பிலாழ்த்தியது. அன்றுமாலை எங்களது உரையாடல் இனவாதப்போரைத் தடுக்க வேண்டியதன் முக்கியத்துவம் உட்பட பல தலைப்புகளைச் சுற்றிவந்தது.

'அரசுப்படையின் கொடூரங்களை எதிர்த்து சில மூர்க்கமான வெளிப்பாடுகள் வெடித்தன. ஆனால் அவை அதிக அளவில் இல்லை, சில தனித்தனியான சம்பவங்கள் மட்டுமே, அவை கட்டுக்குள் கொண்டுவரப்பட்டன' என்றார் அக்குழுவில் ஒருவர்.

சிலநாட்கள் கழித்து, அந்த மனிதரே எனக்கு மேலும் பலதகவல்களைச்சொன்னார். எவ்வாறு அரசு மதவேறுபாடுகளை இன்னமும் மோசமாக்குவதில் முனைந்திருக்கிறது என்று விவரித்தார். 'அலாவித் இனத்தைச்சேர்ந்த இளைஞன்

ஒருவன், ஒரு படுகொலைக்குப் பழிவாங்கும் விதமாகக் கொலைசெய்யப்பட்டான், நாங்கள் அதற்கு எதிராகக் குரலெழுப்பினோம். இந்த அரசு இன்னமும் செய்ய நினைத்ததைச் செய்து முடிக்கவில்லை: இன்னமும் ஒரு சுன்னி கிராமம் அலாவித் கிராமத்தின்மீது தாக்குதல் நடத்தவில்லை. அது இதுவரை நடக்கவில்லை, ஒருபோதும் நடக்கப்போவதுமில்லை, எங்கள் உயிரை அதற்காக இழக்கவேண்டி வந்தாலும் பரவாயில்லை. ஆனால், மொத்தக் குடும்பமும் அழிக்கப்பட்டால் அல்லது அவர்களது வீடு தரைமட்டமாக்கப்பட்டால் மக்களுக்கு உண்டாகும் கடுங்கோபத்திற்கு எங்களால் ஒன்றும் செய்யமுடியாது. அப்படியான கோபத்திற்கு காலம் ஒரு மருந்தல்ல!'

இந்த இளைஞர் சிலமாதங்களுக்குப் பிறகு, சிரியர்கள் அல்லாத, முகமூடி அணிந்த முஜாஹிதீன்களால் கொல்லப்பட்டார்.

அந்த விருந்தின்போதும் அதற்குப்பிறகு நான் அங்கே இருந்தவரையிலும், எவ்வாறு கூலிப்படைக் கும்பலைச் சேர்ந்தவர்கள் சுதந்திர ராணுவத்தின் பெயரில் கொள்ளையடிக்கின்றனர் என்றும் சுதந்திர ராணுவத்தின் பெயரால் அதனுள்ளே உள்ள தனிப்பட்ட குழுக்களுக்காக ஆட்கடத்தல் செய்வதையும் பற்றி விளக்கமான பல கதைகளைக் கேட்டறிந்தேன். இந்தக் கூலிப்படையினர் ஆட்சியை எதிர்த்துப் போரிடுவதில் உதவுவதற்காக குழுக்களால் வாடகைக்கு எடுக்கப்படுகின்றனர், ஆயுதந்தாங்கிய குழுக்களிடையே ஏற்படும் சிறுசண்டைகளிலும் இவர்கள் தங்களை ஈடுபடுத்திக் கொள்கின்றனர், சிலசமயம், இந்தச் சண்டைகள் மிகச்சிறிய விஷயத்திற்காக இருக்கும். தனிப்பட்ட கருத்துவேறுபாடுகள் காரணமாக ஆரம்பிக்கும் இவை, சம்பந்தப்பட்ட நகரத்திலுள்ளவர்களைக் கடத்துவதில் சென்று முடியும், பிறகு சமூகத்தலைவர்கள் தலையிட்டு சமாதானம் செய்து வைப்பார்கள். என்னை உபசரிப்பவர்கள், தாங்கள் கடந்தகாலத்தில் செய்துவிட்ட தவறுகளைப் பற்றி, மீண்டும் புரட்சியினை சரியான திசையில் செலுத்துவது குறித்துப் பேசினர். இவர்கள் பலதரப்பட்ட வடக்கு சிரிய மக்களை முழுமையாகப் பிரதிநிதிப்பவர்கள் இல்லைதான், வடக்கிலுள்ள அலெப்போ, இத்லிப், மற்றும் ஹமா மாகாணங்களில் உள்ளவர்கள் புரட்சியானது சரியான பாதைக்கு மீண்டும் திரும்பவேண்டும் என்று நினைக்கவில்லை, இருப்பினும் நான் பேசிய படைக்குழுக்கள் எல்லாமும் ஒரேமாதிரியான விஷயங்களை முன்வைத்தன.

அதைப்போலவே, நிதி மற்றும் பொருள்வரத்து ஆகியவை முக்கியமான சிக்கல்களாக இருந்தன. போதுமான அளவு தளவாடங்கள் வைத்திருக்கும் மற்ற புதிய இஸ்லாமியக் குழுக்களைப் போல் அல்லாமல் இவர்களுக்கு படைத்தளவாடங்கள் கிடைப்பது சிரமமாக உள்ளதென காயமுற்ற சில போராளிகளிடமிருந்து பின்னர் தெரிந்து கொண்டேன். புதிதாக முளைத்த இக்குழுக்கள் தீவிரவாதத்தன்மையோடு இருப்பதாகச் சொல்லப்படும் இவற்றுக்கு சில மாநிலங்கள் மூலம் நிதியுதவி கிடைக்கிறது. வடக்கு சிரியாவில் பரவியுள்ள புரட்சிப் படைக்குழுக்கள் அனைத்தும் கிட்டத்தட்ட ஒரே விஷயத்தைத்தான் கூறின: குறைவாக நிதிபெறும் போராளிகள் இஸ்லாமிய அடிப்படைவாதக் குழுக்களில் சேராமல் தவிர்ப்பதற்கு தங்களால் இயன்றவரை, தங்களுக்குச் சொந்தமான பொருளை விற்றாவது, முயற்சி செய்கின்றனர். ஒரே குடும்பத்தைச் சேர்ந்தவர்கள் போல ஒருவருக்கொருவர் உதவிக்கொள்கின்றனர். சமயத்தில் அவர்கள் தங்கள் மனைவியரின் நகைகளை விற்பதும் உண்டு.

ஒரு நடுத்தரமான படைக்குழுவின் தலைவர் துப்பாக்கிகள் வாங்குவதற்காக நிதி சேகரித்துக் கொண்டிருந்தபோது, ஒரு பெண் தன்னுடைய திருமண மோதிரத்தைக் கழற்றி அவர் கையில் கொடுத்திருக்கிறார், ஆனால் இவர் வாங்க மறுத்துவிட்டார். ‘நாம் அவ்வளவு கீழே இறங்குவோமானால் சாத்தானின் படையில்தான் சேரவேண்டியிருக்கும்’ என்று மனக்கசப்புடன் கூறினார். ‘அப்புறம் நாமும் பஷார் அல்-அஸாட் நடத்தும் ஆட்சிக்குச் சமமாகிவிடுவோம்’ என்றார். இதைக்கூறும்போது அவர் கோபத்தோடும் மனச்சோர்வோடும் இருந்தார். அவரும் அவரது குழுவும் ஆயுதங்களின்றி பெரிய அளவிலான போர்த்திட்டங்கள் எதையும் தாக்குப்பிடிக்க முடியாது. சண்டையை அலெப்போவிலிருந்து நகர்த்த நினைத்தாலும் அதைச்செய்ய இயலாமல் உதவியற்று உணர்கின்றனர். அவர்களுக்கு ஆதரவாகவும் யாருமில்லை. வெளியில் ஆயுதங்களை விற்பனை செய்பவர்கள் இருக்கிறார்கள், ஆனால் அரசியலில் உள்ள எதிர்க்கட்சியினர் தரையிலுள்ள படைக்குழுக்களை தரமுயர்த்தும் விஷயத்தைக் கண்டுகொள்ளவில்லை, மேலும் ஓர் ஒருங்கிணைந்த அதிகாரக் கட்டமைப்பை உருவாக்கவும் அவர்களுக்கு விருப்பமில்லை. எதிர்க்கட்சி இந்தச் சண்டையில் ஈடுபடவில்லை, ஏனென்றால் தானாக உருப்பெற்று வளர்ந்துள்ள இந்தப் புரட்சி அமைப்புகளை விடவும் அது வலுவற்றது. இந்த எதிர்க்கட்சியானது மக்களுக்கான போராட்டங்களில் கூடத் தம்மை ஈடுபடுத்திக் கொண்டதில்லை. அஸாட் ஆட்சியோடு

சேர்ந்து இக்கட்சியும் சிலசமயங்களில் ஊழலில் சிக்கிக் கொண்டிருக்கிறது.

‘இந்தத் தாக்குதல்கள் மற்றும் முற்றுகைகள், வருத்தும் பசி, ஸ்னைப்பர் தாக்குதல்கள் மற்றும் கைதுகளால், எல்லோரும் ஆயுதம் வாங்க நல்ல நிதிவசதியை வைத்திருக்கும் குழுக்களை நோக்கிச் சென்றுவிடுவர்’ என்றார் அப்படைத் தலைவர்.

‘ஆட்சியாளர்களும் அதைத்தான் விரும்புகிறார்களா?’ என்று கேட்டேன்.

‘மேலே உட்கார்ந்திருப்பவர்களைக் கேளுங்கள்! உயர்தரமான நாகரீகம் மற்றும் படிப்புடன் உள்ள எதிர்க்கட்சிப் பெரிய மனிதர்கள் - எங்கே அவர்கள்?’ என்றார் கோபமாக. ‘ராணுவத்திலிருந்து விலகிய உயர் அதிகாரிகள் - துருக்கியில் உட்கார்ந்து என்ன செய்துகொண்டிருக்கிறார்கள்? உண்மையான சண்டை இங்கேயல்லவா நடந்து கொண்டிருக்கிறது! ஒவ்வொருநாளும் செத்துக்கொண்டிருக்கிறோம், தொடர்ந்து உயிரைக் கொடுப்போம். எங்கள் உயிரைத் தவிரவும் தருவதற்கு எங்களிடம் வேறொன்றும் இல்லை, ஆனால் ஆட்சிக்கு எதிரான இப்போரைக் கைவிட மாட்டோம். அதற்குப் பதிலாக எங்கள் உயிரைத் தருவோம், எங்கள் குழந்தைகள் மற்றும் பேரக்குழந்தைகள் அஸாட் ஆட்சியை எதிர்த்துப் போராடுவார்கள். ஆனால், இதெல்லாம் நடந்து கொண்டிருக்கும்போது மற்றவர்கள் எங்கே?’

சிறிதுநேரம் கழித்து பின்னிஷில் உள்ள போராளிகள் அவர்கள் சந்திக்கும் சவால்களைப் பற்றிச் சொல்வதைக் கேட்டுக்கொண்டிருந்தபோது பெரிய வெடிச்சத்தமொன்று கேட்டது. பத்துபேர் வரையில் மேல்மாடியில் அமர்ந்தபடி ஆலிவ் தோப்பைப் பார்த்துக் கொண்டிருந்தோம், நிலவொளி எல்லாவற்றையும் தெளிவாகப் பார்க்கும்படி வெளிச்சமாக இருந்தது. திடீரென வானம் வெளிச்சம் கொண்டது.

‘அவர்கள் தஃப்தனாஸ் நகரைத் தாக்க ஆரம்பித்துவிட்டனர்’ யாரோ சொன்னார்கள். மீண்டும் பேச்சை ஆரம்பிக்கும்முன் என்னைச் சாப்பிடும்படி வற்புறுத்தினார்கள். நான் அமைதியாக சாப்பிட்டேன், என் இதயம் பயத்தில் அடித்துக்கொள்வதை என்னால் கேட்க முடிந்தது.

‘நீங்கள் சென்றதும் அவர்கள் நாங்கள் இருந்த இடத்தின்மீது குண்டுகளை வீசினர்,’ அவர்களில் ஒருவர் பிறகு எனக்குக் கடிதம் எழுதினார். ‘நீங்கள் முன்னமேயே கிளம்பிவிட்டீர்கள், கடவுளுக்கு நன்றி.’

சராகெப் திரும்பிய பிறகும் நாங்கள் பயத்துடன் அமர்ந்து குண்டுவிழும் ஓசையைக் கேட்டுக்கொண்டிருந்தோம். காலை ஐந்து மணியிலிருந்து அமர்ந்திருந்தோம். பகலில் குண்டு விழுவதற்கு குறிப்பிட்டமுறை இல்லையென்றாலும் இரவில் அது துல்லியமாக ஒரே மாதிரியாகத்தான் நடந்தது. ஒவ்வொரு அரைமணி நேரத்திலிருந்து ஒருமணி நேரத்திற்குள் எங்காவது குண்டு விழும். கடந்த மூன்று நாட்களில் கிட்டத்தட்ட 130 எறிகணைகள் விழுந்துள்ளன. மேசராவின் மனைவி மனால், புரட்சி ஆரம்பித்ததிலிருந்து நிம்மதியான இரவுறக்கம் என்பதே இல்லை என்கிறார்; ஒருமணி நேரம் உறங்குவார்கள், மீண்டும் எழுந்துகொள்வார்கள். அவர்களின் கண்கள் பளபளப்பாக மாறியிருந்தன.

கடமை தவறாதவைபோல் மறுபடியும் எறிகணைகள் விழத் தொடங்கியபோது, நான் ஆலா மற்றும் ரூஹாவை சீக்கிரமாகப் பாதுகாப்பு அறைக்கு அழைத்துச் சென்றேன், ஆலா என் இடுப்பில் தொங்கிக் கொண்டிருந்தாள், ரூஹா என் கையைப் பிடித்துக்கொண்டிருக்க வேகமாக கீழ்தளத்தை நோக்கிச்சென்றோம். படிகளில் இறங்கும்போது மெதுவாகத்தான் இறங்கினோம், ஏனென்றால் இரு குழந்தைகளும் என்னோடு இருபுறமும் ஒட்டிக் கொண்டிருக்க நான் சரியாகக் கணக்கிடாவிட்டால் மூவரும் கீழே விழவேண்டியதாகும். பாதுகாப்பறை விசாலமானது, இதற்கு முன் அக்குடும்பத்தாரால் பொருள் வைப்பறையாக, கருவிகள் போன்றவற்றை வைக்கப் பயன்பட்டது. ஒரு பாதை ப்ளாஸ்டிக் தாள்களைக் கொண்டு அடைக்கப்பட்டிருந்தது, ஏனென்றால், ஒருமுறை வானிலிருந்து எறிகணைகளின் துகள்கள் அதன்வழியாக உள்ளே விழுந்தன என்று மனால் சொல்லி அறிந்தேன். பெரும்பாலும் பெண்களும் குழந்தைகளும் மட்டுமே சில ஆண்களோடு இங்கு பாதுகாப்பாகத் தங்கவைக்கப்பட்டனர். மீதமுள்ள ஆண்கள் மேல்தளத்திலேயே வயதான உறவினர்களோடு இருந்தனர்.

'வயதானவர்களால் நடக்க முடியாது' என்று ஆயூஷின் மூத்த சகோதரி விளக்கினார், இவர்தான் மூத்தமகள், 'மேலும் அவர்களைக் கீழே அழைத்து வர அதிகநேரமாகும் என்பதால் எறிகணைகளால் தாக்கப்படும் ஆபத்தும் அதிகமாகிறது. அவர்கள் பலவீனமாக இருப்பதால் எறிகணைகளின் ஓசையைக் கேட்டபடி அவர்களது அறையிலேயே இருந்து கொள்வார்கள். குண்டுவீச்சு நின்றதும், முவேஸின் இறந்தவர்களின் பெயரை அறிவித்து அவர்களுக்காகப் பிரார்த்திக்கும் ஒலி கேட்கும். வயதான பெண்கள் மேல்தளத்தில் அமர்ந்தபடி சன்னலில் தெரியும் சிறுதுண்டு வானத்தை வெறித்துப் பார்த்தபடி அமர்ந்திருப்பர்.'

அங்கே நான் வந்து மூன்றுநாட்களுக்குப் பிறகுதான் அந்தப்பாட்டி என்னைப் பார்த்து 'ஹலோ' என்றார்; அதுவரை அமைதியாக நான் இருப்பதையே அவர் கண்டுகொள்ளவில்லை. பிறகு நாங்கள் நல்ல நண்பர்களாகி விட்டோம்.

கீழே பாதுகாப்பறைக்கு இறங்கியதும் ஆலா, ரூஹா மற்றும் அவர்களின் இளைய சகோதரி தாலா மூவரும் தங்களின் பொழுதுபோக்கிற்கான வழியைக் கண்டுகொண்டனர், அவற்றுள் பல்வேறுபட்ட ஏவுகணைகள், ராக்கெட்டுகள் பற்றிய கலந்தாய்வும் அடங்கும். ஆலா தன் கையில் ஞாபகச்சின்னமாக எறிகணையின் உலோகச் சிதறலை வைத்திருக்கிறாள்.

அருகில் வசிக்கும் சில குடும்பங்கள், தங்கள் வீட்டில் பாதுகாப்பறை இல்லாத காரணத்தால் இந்தப் பெரிய பாதுகாப்பறைக்கு வருகின்றனர். ஸ்னைப்பரால் நேர்கோட்டில் எளிதாகப் பார்க்கக்கூடியதாக அமைந்துவிட்ட வீட்டுக்காரர்களும் இங்கே அடைக்கலம் தேடி வருகின்றனர். அவர்கள் வீட்டை நான் பார்த்திருக்கிறேன்: சுவரெங்கும் ஸ்னைப்பர் தோட்டாக்களால் உருவான ஓட்டைகள் இறைந்துகிடக்கும். நான் அவர்கள் வீட்டிற்குச் சென்றிருக்கும்போது பதட்டத்தோடு ஓடுகையில் அந்தப் பெண் சொன்னார், ஓர் அறையிலிருந்து மறு அறைக்குச் செல்லும்போது அந்த முற்றத்தைக் கடக்கவேண்டும், சிலநேரம் அமைதியாக ஒளிந்து நின்று ஸ்னைப்பரைக் கவனிப்பாராம். அவனைக் கவனிக்காதது போல் நடித்துப் பின் வேகமாக ஓடிச்சென்று, குடிப்பதற்கு தண்ணீர் அல்லது குழந்தைகளுக்கு உணவு எடுப்பதையோ, அல்லது கழிவறைக்குச் செல்வதையோ முடித்துக் கொள்வாராம்.

'இது அந்தப் பெட்டைநாயின் மகனோடு விளையாடுகிற ஒரு விளையாட்டுபோல ஆகிவிட்டது' என்று சிரித்துக்கொண்டே சொன்னார்.

அவர் தலையங்கி ஒன்றை அணிந்திருந்தார், அவரது ஆடைகள் நீளமாக கணுக்கால் வரை நீண்டு வெப்பமண்டலத் தாவரங்களின் வடிவங்களோடு இருந்தது. இங்கிருக்கும் அனைத்துப் பெண்களுமே நீளமான ஆடை அணிகிறார்கள்தான், ஆனாலும் இந்த ஸ்னைப்பரோடு விளையாடுகிற பெண்மணி, அவரது சிதைக்கப்படும் வீட்டோடு ஒப்பிடுகையில், வித்தியாசமாக அதிக வண்ணங்கள் தெறிக்கும் ஆடைகளோடு இருந்தார்.

நான் அவர்களின் வீட்டிற்குச் சென்றநாள், மற்ற நாட்களைப் போலவேதான், கண்கூசும் சூரியஒளி, அமைதியைக் குலைக்கும் எறிகணைகளின் அல்லது ஸ்னைப்பர் தோட்டாக்களின் சத்தம். அவரது இளைய மகன் அம்மாவின் ஆடையைப் பிடித்தபடி எங்கள் பின்னாலேயே வந்தான். விரலை வாயில் வைத்தபடி அழ ஆரம்பித்தான்.

‘பயப்படாதே! அவர்கள் எறிகணைகளை வீசும் சமயத்தில் ஸ்னைப்பரால் சுடுவதில்லை என்பதால் அப்போது நீ விளையாடலாம் அல்லவா’ என்று அவருடைய வீட்டு வாசல்வழியாக நுழையும்போது சிரித்தபடி சொன்னார். என்னைப்பார்த்துக் கண்ணடித்தார். தன் மகனை மேலேதூக்கி வீசப்போவதுபோல் ஒருகையால் தூக்கி அணைத்துக்கொண்டார். அவர் வீடு வெறுமையாக இருந்தது. ஒரேயொரு அறையில் மட்டும் தரைக்கம்பளம் உண்டு.

இம்முறை அருகில் வசிக்கும் ஒரு புதிய குடும்பம் எங்களோடு பாதுகாப்பறையில் தங்க வந்தது. எப்போதும் தூங்கும் முன்பாகக் கதைகள் சொல்ல விரும்பும் ஆலா அவர்களைச் சுட்டிக்காட்டிச் சொன்னாள்.

‘அவர்களின் அம்மா நம் பக்கம், ஆனால் அப்பா பஷாரை ஆதரிப்பவர்,’ என்று விளக்கினாள். ‘என் அப்பா புரட்சியாளர்களோடு இருக்கிறார். அதோ அந்தப்பெண்கள் பஷாரை ஆதரிக்கிறார்கள், அதாவது அவர்கள் நம்பக்கம் இல்லை! ஆனால் பரவாயில்லை. அவர்களும் சாகாமல் இருக்க நம்மோடுதான் ஒளியவேண்டியிருக்கிறது’.

இந்த ஆலிவ்-தோல் கொண்ட சிறுமி, என் ஷெஹரசாத், நான் இதுவரை பார்த்ததிலேயே அழகான பழுப்புநிறக்கண்கள் கொண்டவள். ஆலா ஒரு துள்ளலோடுதான் நடப்பாள், ஒவ்வொரு மணிநேரத்திற்கு ஒருமுறை தலைசீவிக் கொண்டையிட்டு, அணிந்திருக்கும் ஆடைக்குத் தோதாக இளஞ்சிவப்பு, மஞ்சள், சிவப்பு என செயற்கைப் பூக்களைச் சூடிக்கொள்வாள். தொடர்ந்து மக்களைக் கவனித்துக் கொண்டிருந்தாள், ஒவ்வொருமுறை நாங்கள் பாதுகாப்பறைக்குச் செல்லும்போதும் கவலைப்பட்டாள். தன் சகோதரி தாலாவைக் கவனித்துக் கொள்வாள், தாலாவுக்கு பயம் மற்றும் பதட்டத்தினால் உருவாகும் ஹார்மோன் சமநிலைகுலைவு என்ற விநோதமான நோய் இருந்தது. ஆலா தன்னைச்சுற்றியுள்ள குழந்தைகள் அனைவரையும் கவனித்துக் கொண்டாள்; யாரையும் என்னை தொந்தரவு செய்ய அனுமதிக்க மாட்டாள், நகரத்தில் இருந்த, காணாமல் போன இளையவர்கள் பற்றியும், அருகில் குடியிருந்தவர்கள் பற்றிய தகவல்களையும் ஒன்றன்பின் ஒன்றாக நுணுக்கமான விபரங்களோடு கூறுவாள்.

குண்டு விழுதலில் ஒரு இடைவேளை ஏற்படுவதற்குச் சற்று முன்னர், தாலாவிடமிருந்து அவளது நினைவுப்பொருளான எறிகணையின் உலோகத்துணுக்கை திரும்பப்பெற்றுக்கொண்டாள், ‘சிறுகுழந்தைகள் எறிகணையெல்லாம் வைத்திருக்கக் கூடாது,’

என்று அமைதியாக அவளை எச்சரித்தாள். அவள் ஏழு வயதே நிரம்பியவள் என்றாலும், எறிகணைகளின் சத்தம் கேட்டதும் நாங்கள் நெருங்கி அமர்ந்தபடி காத்திருக்க, அவள் உடனே விரைந்துசென்று தன் தங்கையை இறுகக் கட்டிக்கொண்டாள்.

'பஷாரின் ஆட்கள் எல்லோரும் கொள்ளை அடிப்பவர்கள்தாம் - படைவீரர்கள், ரகசிய படைப்பிரிவு, மற்றும் ஷபீஹா எனப்படும் ஆயுதந்தாங்கிய ராணுவப்படை என எல்லோரும்' பாதுகாப்பறையின் மூலையில் அமர்ந்திருந்த ஒரு பெண் கூறினார். அவரது குழந்தைகள் அவரைச்சுற்றிக் குவியலாக இருந்தனர். 'முழுவதும் ஆயுதங்களால் நிறைக்கப்பட்ட வாகனத்தில் வந்திறங்கி, மக்களைக் கொல்லத் தொடங்கினர், பிறகு கிளம்பும்போது எங்களிடமிருந்து கொள்ளையடித்த பொருட்களை வாகனத்தில் நிரப்பிக்கொண்டு சென்றனர். எங்கள் குழந்தைகளைக் கொன்று எங்கள் வீடுகளைக் கொள்ளையடித்தனர், ஆனால் ஏன் என் வீட்டு அலமாரியைத் திறந்து ஆடைகளை முற்றத்தில் எறியவேண்டும், அதில் அவர்களின் ஆசனவாயைத் துடைக்கவேண்டும், குவளைகளில் ஏன் சிறுநீர் கழிக்கிறார்கள்? அவர்கள் என் பழைய திருமண ஆடையைக்கூட விட்டுவைக்கவில்லை, அது மலம் அப்பிக்கிடக்கிறது.'

அருகில் அமர்ந்திருந்த நாற்பதை நெருங்கிக் கொண்டிருக்கும் ஒரு பெண், தன் பத்துவயது மதிக்கத்தக்க குழந்தையின் முதுகுப்புறம் மசாஜ் செய்து கொண்டிருந்தார்; தனக்கு மிஞ்சிய ஒரே குழந்தை அது என்றார், ஆனால் அவன் மூளைவளர்ச்சி குறைந்த குழந்தை. ஆழ்ந்த நீல நிறமுடைய அவன் கண்கள் மின்னிக்கொண்டிருந்தாலும் அவன் பேசவேயில்லை. என்னுடைய சிரியப் பயணங்களின்போது பல பேச்சற்ற குழந்தைகளைப் பார்த்தேன். இந்தச்சிறுவன் அழகான பழுப்பு நிறம் கொண்ட முகத்தோடிருந்தான், திறந்த வாயிலிருந்து எச்சில் ஒழுகிக் கொண்டிருந்தது. அந்தப்பெண் தனக்கு இன்னும் இரண்டு மகன்கள் இருந்ததாகச் சொன்னார். தன்னுடைய கதையைச் சொல்லும்போது நேராக வெறித்த பார்வையுடன் இருந்தார். அவர்கள் எவ்வாறு அவருடைய ஒரு மகனை அவரது கைகளிலிருந்து பிடுங்கி இழுத்துச் சென்றார்கள் என்று விரிவாக நினைவு கூர்ந்தார். தான் இப்போதெல்லாம் அதற்காக அழுவதில்லை என்று சொல்லும்போது அவரது கணகள் ரத்தச்சிவப்பில் இருந்தன, ஒரு பெரிய கண்ணீர்த்துளி மெதுவாக வெளிவந்தது.

'இங்கே புரட்சி ஆரம்பித்தபோது அதை ஆதரித்தவர்களில் என்னுடைய சகோதரர் ஒருவரும் இருந்தார். எல்லோரும் அவரை

"மொஹம்மத் ஹாஃப்" என்ற பெயரால் அறிவார்கள் - அவர்தான் சராகெப்பின் நாயகன்.' அந்தப்பெயரை படைத்தலைவர் கூறிய கதை மூலமாகவும் நான் கண்ட சுவரோவியங்கள் மூலமாகவும் அறிந்திருந்தேன்.

அப்பெண்மணி தொடர்ந்தார், 'அவர்கள் முதலில் ஓர் அமைதிப்பேரணியை நடத்தினர், ஆனால் அரசு எங்கள் மீது குண்டு வீசியது, எங்கள் கண்முன்னாலேயே எங்களின் ஒன்பது குழந்தைகளைக் கொலை செய்தது. என் சகோதரர் தன் கடைசி மூச்சுள்ளவரை சண்டையிட்டார். ஒவ்வொருநாளும் நாங்கள் இறந்து கொண்டிருந்தோம், அப்போதெல்லாம் அவர் சொல்வார், "நாம் கோழைகளைப் போல் சாகக்கூடாது, நம் இறப்பும் பயனளிக்கும் வகையில் இருக்க வேண்டும்." அவர்கள் என் இன்னொரு சகோதரரையும் கொன்றுவிட்டனர். நாங்கள் தப்ப முயற்சி செய்தபோது எங்கள் வீட்டைத் தீக்கிரையாக்கினர்.

'என் இரண்டு சகோதரர்கள் கொல்லப்பட்டுவிட்டனர், என் மகன் என் கரங்களிலிருந்து பறித்துச் செல்லப்பட்டான். அவனை விட்டுவிடும்படி நான் அவர்களைக் கெஞ்சினேன், ஆனால் அவர்கள் என்னைக் கண்டுகொள்ளவில்லை. எனக்கு இன்னொரு மகனும் இருக்கிறான், ஆனால் அவன் புரட்சியாளர்களோடு போய்விட்டான். என் குழந்தைகள் போய்விட்டார்கள். எல்லோரும் போய்விட்டார்கள், இதோ இந்த இளையவன் மட்டுமே மிச்சம்,' என்று தன் மகனைச் சுட்டியபடி கூறினார், அந்த நோயுற்ற சிறுவன் எங்களை ஆர்வத்தோடு பார்த்துச் சிரித்தான். 'உங்களுக்குத் தெரியுமா...' என்று பெருமூச்சுடன் தொடர்ந்தார், 'புரட்சிக்காகப் போராடிக்கொண்டிருக்கும் என் மகன் சிரியா விடுதலை பெறும்வரை வீட்டிற்கு வரமாட்டேன் என்று சொல்லிவிட்டான்.'

வீரமரணமடைந்த தன் இருமகன்களின் புகைப்படத்தை எனக்குக் காண்பிப்பதற்காக வெளியிலெடுத்தார். முதலாமவன் பச்சைநிறக் கண்களும் பொன்நிற முடியும் உடையவன், பத்தொன்பது வயது. அவரது விரல்கள் ஓர் அலைபோல புகைப்படத்தைத் தடவின. இரண்டாவது புகைப்படம் தெளிவான முகமுடைய இளைஞனுடையது, முகத்தில் இன்னும் மீசைகூடச் சரியாக அரும்பவில்லை. பிறகு தனது சகோதரரான முஹம்மத் ஹாஃப்பின் புகைப்படத்தை எடுத்து உயர்த்திப் பிடித்தார். நான்காவது புகைப்படத்தில் இருந்தது அவருடைய மகன்களில் ஒருவர். பிறகு, சற்றே நிறுத்தி தன் தலை தரையில் படும்படி குனிந்து வணங்கினார்.

‘இவனை என் கையிலிருந்து பிடுங்கிச் சென்றார்கள். அவர்கள் என்னைச் சூழ்ந்து அவனை என்னிடமிருந்து பிரிக்கும் வரை நான் அவன் மீதிருந்த பிடியை விடவில்லை. அவர்களைக் கெஞ்சினேன், அவனை விட்டுவிடும்படி முறையிட்டேன். அவர்கள் பின்னாலேயே ஓடினேன், ஆனால் அவனைக் கொண்டுசென்றுவிட்டார்கள். அவன் புரட்சியில் செயல்பாட்டாளனாக இருந்தான், எனவே அவனைக் கொன்று விட்டார்கள். உண்மையில் அவன் ஒரு சிறுவன்...’

அந்தக் காலையில், அப்பாதுகாப்பறை கதைகளால் எதிரொலித்துக் கொண்டிருந்தது. மாலையில் இன்னும் அதிகமானோர் வந்தனர். நாங்கள் ஒரு கிராமச்சுற்றுலாவுக்குச் சென்றுதிரும்பிய பிறகு, ஜபல்ஸாவியாவிலிருந்துபுரட்சிப்போராளி ஒருவர் வந்திருந்தார், அவர் ராணுவப்படைக்குழு ஒன்றின் தலைவர். அவரது கண்களில் ஒளி குறைந்திருந்தது போல் தோன்றியது, அவ்வப்போது அவர் கவனம் சிதறியதுபோல் காணப்பட்டார், அவரது இமைகள் தாழ்ந்தன, அவர் முகத்தில் கனவு போன்ற மௌனம், ஆழ்ந்த அமைதிக்கு அருகானது, அது நிச்சயம் மரணம் குறித்த சிந்தனையினால் உருவானதல்ல.

‘அவர்கள் என் இளைய சகோதரனை கொண்டு சென்றார்கள்,’ என்றார் அவர். ‘அவனைச் சிறையிலடைத்துச் சித்திரவதை செய்தார்கள். வழக்கம்போல, நான் கொல்லப்பட்டு விட்டதாக அவனிடம் சொன்னார்கள், என் உடலைத் துண்டுதுண்டாக்கி மலைகளில் எறிந்துவிட்டதாக... கடைசியில் அவனைச் சித்திரவதை செய்து உயிரோடு எரித்துக் கொன்றார்கள்...

‘நாங்கள் அய்ன் லாரோஸ் என்ற கிராமத்தைச் சேர்ந்தவர்கள் - அங்கேயுள்ள ஆறு சிறுவர்கள் கொல்லப்பட்டனர். என் சகோதரனுக்கு பதினாறு வயதுதான் - அவன் மீது நெருப்பு வைக்கப்பட்டபோது அவன் உயிரோடிருந்தான். இதுவரையிலும் பதினாறுபேர் எங்கள் கிராமத்திலிருந்து உயிர்த்தியாகம் செய்திருக்கிறார்கள். என் குடும்பத்தினர் வீட்டை விட்டு ஒளிந்து மறைந்து வாழ்கிறார்கள்.

‘புரட்சிப்போராட்டங்கள் மற்றும் தலைமை மீறுதல்கள் துவங்குவதற்கு முன்பு அலாவித் அதிகாரி ஒருவரோடு தொடர்பிலிருந்தேன்; அவர் எனது நண்பர். அதோடு சில தனிப்பொறுப்பில் இல்லாத அதிகாரிகளோடும் அவர்தம் குடும்பத்தினரோடும் தொடர்பில் இருந்தேன். தலைமை மீறுதல்கள் ஆரம்பித்து ஒரு மாதத்திற்குள்ளாக நாங்கள் 700

பேராக இருந்தோம். இந்த அலாவித் அதிகாரிதான் கட்டளையை நிறைவேற்றாத நான்கு வீரர்கள் தப்புவதற்கு உதவி செய்தார். முதலில் நான் அவர்மீது சந்தேகத்துடன்தான் இருந்தேன், பிறகு தைரியத்தை வரவழைத்துக்கொண்டு அவரோடு தொடர்பில் இருந்தேன், கடைசி நொடி வரை அவர் எங்களுக்கு உதவி செய்தார்.

'எங்களுக்குள் செய்திப்பரிமாற்றம் என்பது மிகவும் ரகசியமானது. நாங்கள் ஒருபோதும் தொலைபேசியில் பேசியதில்லை. ஆனால் திடீரென்று ஒருநாள் அவரைக் காணவில்லை. நான் அவரைப்பற்றி விசாரித்தேன், அவரை சோதனைச்சாவடி-K என்ற இடத்திற்கு மாற்றிவிட்டதாகச் சொன்னார்கள், யாருக்கும் அவரைப்பற்றி வேறெதுவும் தெரியவில்லை. ஆட்சியாளர்கள் கடமை மீறுபவர்கள் குறித்து அச்சத்துடன் இருந்தனர், எனவே அதிகாரிகளை இடம்மாற்றிக்கொண்டே இருந்தனர். ஆனால் இவரோ தடம் தெரியாமல் மறைந்துவிட்டார். அதன்பிறகு ராணுவம் அப்பகுதியினை முழுவதுமாகத் தன்பிடியில் கொண்டுவந்தது. இப்போது தந்திரமாக அலெப்போவிற்கு பின்வாங்கியிருக்கின்றனர், ஆனால் மீண்டும் வருவார்கள்.

'போதுமான அளவு ஆயுதம் இல்லாத சூழலில் சிலவற்றை நாங்களே உருவாக்கிக் கொள்கிறோம். ஒருமுறை, எங்களுக்குக் கிடைத்த பாகங்களை வைத்து ஏவுகணையை உருவாக்க முயற்சித்தோம், அதில் வெற்றியும் பெற்றோம், ஆனால் அவற்றில் ஒன்று கோதுமை வயலிலிருந்து ஏவப்பட்டபோது காணாமல் போனது: மேலே வானத்தில் சென்றதைக் காணவில்லை. நாங்கள் பயந்து போய் அதன் பின்னால் ஓடினோம். அதுவொரு தோல்வியில் முடிந்த பரிசோதனை என்று நினைக்கிறேன்' என்று அவர் வெடித்துச் சிரித்தார். சிரிக்கும்போது கண்கள் முகத்திற்குள் மறைந்து கொண்டன. 'டாம் மற்றும் ஜெர்ரி போல ஓடினோம்!' என்று தொடர்ந்தார். 'வெகு தொலைவில் இருந்தாலும் எங்கள் வீடுகள் ஒன்றின்மேல் விழுந்திருக்குமோ என்று பீதியடைந்தோம், ஏனென்றால் அது பதினாறு கிலோ எடையுள்ளது, அதாவது அது விழும்போது பதினாறு டன் விசையுடன் விழும்! ஆனால் சிலநாட்கள் கழித்து அதே வயலிலேயே அதைக் கண்டுபிடித்தோம்.

'நாங்களாக எல்லாவற்றையும் கற்றுக்கொண்டிருந்தோம், எந்நேரமும் எங்களை நாங்களே தகர்த்துக்கொள்ளும் சாத்தியம் இருந்தது.' சுற்றியுள்ளவர்களைப் பார்த்தபடி அந்த இளைஞர் அமைதியானார். அந்தப் பெரிய வீட்டின் நிலவறையில் நிறையபேர் அமர்ந்திருந்தோம், குறைந்தது இருபது புரட்சியாளர்கள், அந்தக்குடும்பத்தினர் மற்றும் தங்குவதற்கு

வந்தவர்கள், எல்லோராலும் கேட்க முடிந்தது எறிகணைகள் விழும் சத்தம் மட்டுமே.

அந்தப்போராளி தன் கதையைத் தொடர்ந்து எனக்குச் சொல்லவே விரும்பினார், ஆனால் எறிகணைகள் விழும் சத்தம் முடிவற்றதாக இருந்தது. மேலும் ஆலா அவள் தூங்கும்நேரம் கடந்துவிட்டதால் எரிச்சலோடு இருந்தாள், அவள் எனக்குக் கதை சொல்லாமல் தூங்கச்செல்ல மாட்டாள். அருகில் வசித்து இறந்தவர்களின் கதை, மேலும் அவள் அவர்கள் ஒவ்வொருவரைப் பற்றியும் நீளமாக விவரிக்க விரும்பினாள், அவள் இதயத்திற்கு நெருக்கமாக இருந்தது யாரென இதன்மூலம் தெரிந்துகொள்ளலாம்.

நிலவறையை விட்டு வெளிவரும்போது 'ஒருநாள் நீங்களும் இறந்துவிடுவீர்களா?' என்று கேட்டாள்.

சிரித்தபடி, 'இல்லை, நான் இறக்கப்போவதில்லை...' என்றேன்.

ஆனால் வாக்கியத்தை முடிக்கும் முன்பே சிரித்தபடி என்னைப்பார்த்துத் தலையசைத்தாள். 'ஹீ ஹீ ஹீ, இதற்கு முன்பு இறந்தவர்களும் இப்படித்தான் சொன்னார்கள்!'

அடுத்தநாள் காலை, அன்றைய நாளின் கதைகளில் ஆலாவைச் சேர்க்க வேண்டாமென்று முடிவெடுத்தேன், எனவே மேசரா மற்றும் மொஹம்மதிடம் அவள் முன்னால் என்ன நடந்துகொண்டிருக்கிறது என்பதைப் பேசவேண்டாமெனச் சொல்லிவிட்டேன். நான் செய்யும் துரோகத்தை அறிந்தவள்போல் அவள் கண்கள் என்னைப் பின்தொடர்ந்தன. எங்களோடு வரவிருந்த இளைஞர் வாசலில் காத்திருந்தார், நான் அவளிடம், சராகெப்பின் வடமேற்குப் பகுதியிலுள்ள ஸாவியா மலைக்குச் செல்லப்போகிறேன் என்றதும் முகத்தைச் சுளித்து எனக்கு முதுகைக் காட்டினாள், பிறகு திரும்பி என்னை முறைத்தாள்.

'நாங்கள் மேலேயுள்ள ஜபல் ஸாவியாவுக்குச் செல்ல இருக்கிறோம்,' என்று அவளிடம் சொன்னேன். 'அங்கே உயிர்த்தியாகம் செய்தவர்களின் மனைவியரைச் சந்திக்கவேண்டும். அவர்கள் எப்படி வாழ்கிறார்கள், அவர்கள் சுயமாக வாழ என்ன செய்யமுடியும் என்று பார்க்கவேண்டும். உன்னை அழைத்துச்செல்ல எனக்கும் விருப்பம்தான், ஆனால் எறிகணைகள் விழுந்து கொண்டிருக்கும்போது செல்வது ஆபத்தானது.'

'எனக்கொன்றும் பயமில்லை,' என்றாள்.

சமர் யாஸ்பெக் ◆ 49

‘பெண்கள் அந்த மாதிரி இடத்துக்கெல்லாம் போகக்கூடாது,’ என்று சொல்லி அவள் அம்மா விஷயத்தை முடித்து வைத்தார். ஆலா என்னைப் புதிர்ப்பார்வையோடு பார்த்தாள்.

நான் அவளைப் பார்த்துக் கண்ணடித்து அவள் காதில் ரகசியமாகக் கூறினேன், ‘நான் பெண் வேடத்தில் இருக்கும் ஓர் ஆண்.’ ஆலா சத்தமாகச் சிரித்தாள். அவளும் என்னைப் பார்த்துக் கண்ணடித்து, அம்மாவிடமிருந்து நகர்ந்து வந்து என் காதில் கிசுகிசுத்தாள். ‘இன்று இரவு நாம் பேசலாம், இங்கே என்னென்ன நடந்தது என்று சொல்வேன்.’ சிரித்தபடி தனக்குப் பின்னால் கதவை அறைந்து மூடினாள்.

இரண்டு குழுக்களாக, இரண்டு கார்களில் பயணித்துக் கொண்டிருந்தோம். வடக்கு அலெப்போ, இத்லிப் மற்றும் ஹாமா வழியாக கிராமப்புறங்களில் பயணிக்கும்போது சூரியன் சுட்டெரித்துக் கொண்டிருந்தது. வழியில் ஆயுதம் தாங்கிய சோதனைச்சாவடிகள் மற்றும் தலைமையகங்களில் நிறுத்தப்பட்டோம். சிரியாவின் இந்தப்பகுதியின் அடையாளத்தை நான் தாமதமாகத்தான் கண்டுகொண்டேன்: களிமண்ணால் உருவான நிலப்பரப்பு, ரத்தம் - நெருப்பு மற்றும் முடிவிலா ஆச்சரியங்கள். எங்கும் புழுதிப்படலம், காற்று தீப்பிடித்தது போலத் தொலைவில் மினுங்கியது, சகிக்கமுடியாத அமைதி கிராமங்கள் தோறும் படர்ந்திருந்தது. அவை கைவிடப்பட்ட பழங்கால இடங்கள் போலத் தோன்றின: எப்போதேனும் ஒரு மனிதரைப் பார்க்க முடிந்தது, கேட்க முடிந்ததெல்லாம் விமானங்கள் அவ்வப்போது காற்றில் உலாவிக்கொண்டிருக்கும் ஒலி மட்டுமே. இருந்தாலும் நாங்கள் இப்போது எறிகணைகள் வீழும் பகுதியிலிருந்து தள்ளியிருந்தோம்.

அரவமற்ற சாலை, அமைதியாகிவிட்ட கிராமங்கள், மதிய வெயிலில் ஆயுதமேந்திய சாலைத்தடைகள், உப்புக் கரிப்பில் உறுத்தும் என் கண்கள்: எல்லாமுமாகச் சேர்ந்து, அசைகின்ற ஒன்றை நான் பார்க்கின்ற வரையில், என்னைக் கண்ணீரின் விளிம்புக்கு வரவைத்தன. பரந்து விரிந்த ஒரு வயலில், தொலைதூரத்தில் இரண்டு நீர்த்தூவிகள் நீரைத் தெளித்துக்கொண்டிருந்தன. எல்லாவற்றையும் தாண்டி வாழ்க்கை என்பது நகரத்தான் செய்கிறது! தொடுவானத்தில், நீர்த்தூவிகளின் வரிசை முடிவில், பதினைந்து வயதுக்கு மிகாத ஒரு பெண்ணைப் பார்த்தேன். இதயம் ஒரு துடிப்பைத் தவறவிட்டது, வானத்தைப் பார்த்தேன்; ஏதேனும் விமானத்தாக்குதலுக்கு இலக்காகிவிடுவாளா? மகிழ்ச்சித் துள்ளலுடன் நீரின் அடியில் தலையை நுழைத்தாள். பிறகு, தன்னுடைய முகத்திரையை அகற்றினாள், அதையும்

50 ◆ பயணம்

தன் தலையையும் நனைத்துக்கொண்டாள். பிறகு அந்த ஈரத்துணியால் தன் முகத்தைத் துடைத்தாள்.

திடீரென சிறு மாடங்களோடு கூடிய மண் வீடுகளின் வரிசையொன்றைக் கண்டோம், சிறிய கனரகவண்டி ஒன்று எங்களைக் கடந்து சென்றது. அதன் பின்பகுதியில் குழுவாக சில பெண்களும் இளஞ்சிறுமிகளும் கொளுத்தும் வெயிலில் நெரிசலாக நின்றபடி பயணம் செய்து கொண்டிருந்தனர். முகத்திரை கண்களைத் தவிர எல்லாவற்றையும் மறைத்திருந்தது: மதிய வெயிலில் இருந்து சரியான பாதுகாப்புதான். எல்லாப் பெண்களின் கையிலும் களைகொட்டு இருந்தது. வண்டி நின்றதும் அனைவரும் இறங்கி வயலை நோக்கி நடந்தனர். விவசாயமும் நாட்டுப்புற வாழ்க்கையும் பெண்கள் ஆண்களுக்குச் சமமாக வேலை செய்யவேண்டியதைக் கோரும் நிலையில் எப்படி இந்தப்பகுதி ஜிஹாதிகளும் சலாஃபிகளும் விளையும் நிலமாகிறது?

களைத்துக் காணப்பட்ட கிராமங்கள் சூரியனின் சீற்றத்தாலும் ஏழ்மையாலும் நைந்துகிடந்தன. அவற்றின் பெயர்களே அவற்றின் அணிகலன் போல ஆச்சரியப்படுத்தும் விதத்தில் விநோதமான அர்த்தங்களைக் கொண்டவை: ரேயன் (விளைச்சல் வளமுள்ள), லூஃபா, மாசரானி (பழச்சாறு விற்பவர்), கத்ரா (நீர்த்துளி), கஃப்ர் ஆமீம் (நிறைவான சிறு இடம்) கத்மா (உணவுக் கவளம்)... சொர்க்கத்திலிருந்தே மழை பொழிவதால் இறப்பிற்குச் சவால்விடும் மற்ற கிராமங்களும் இங்கே இருந்தன.

தூரத்தில் ஒரு மலையைக் கண்டோம்: தால் மார்திக் கிராமத்திலுள்ள புராதனமான ‘எப்லாவின் பேரரசு’, இங்கே கி.மு. மூன்றாம் நூற்றாண்டிலிருந்து நாகரீகம் தழைத்து வந்துள்ளது. உடனிருந்தவரில் ஒருவர் இந்த இடம் ராக்கெட் வகை ஏவுகணைகளால் பலமுறை தாக்கப்பட்டதைத் தெரிவித்தார். இம்மாதிரியான ஒரு இடத்தை, வரலாற்றின் ஆரம்பத்திலிருந்து, மனிதகுலம் தன்னுடைய தோற்றுவாயைத் தெரிந்து கொள்ளக்கூடிய வெகுசில இடங்களில் ஒன்றான இதுபோன்ற இடத்தை அழிப்பதை கற்பனை செய்யக்கூட முடியுமா? இங்கேயும் வேறுசில இடங்களிலும் கற்காலத்திலிருந்து ஆரம்பித்து சிரியாவின் அடுத்தடுத்த நாகரீகங்களின் தடயங்கள் துடைத்தழிக்கப்பட்டுள்ளன, மேலும் அரமேயம், செலூக்கியப் பேரரசு, பைசாந்தியப் பேரரசு மற்றும் ரோமானியத் தொல்பொருள் எச்சங்கள் ஆகியவை மற்ற பல்வேறு வரலாற்றுக் காலங்களைச் சேர்ந்த கலைப்பொருட்களோடு சேர்த்து அழிக்கப்பட்டுவிட்டன. உலகின் பழமையான

நகரங்களுள் ஒன்றான அலெப்போவும் டமாஸ்கஸ்சும் மக்கள் வசித்துக் கொண்டிருக்கும்போதே அழிவுக்கு உள்ளாகிக் கொண்டிருக்கின்றன, இப்போது இந்நீண்டகாலத் தொன்மத்தின் முடிவு கண்ணில் படுகிறது.

உயிர்ப்பின் தடங்கள் மறுபடி மறைந்துபோயின, ஆனால் அவ்வப்போது பறவைகளின் கூட்டம் அமைதியைக் குலைத்தது. பல்வேறு படைப்பிரிவுகளை நாங்கள் கடந்து செல்லவேண்டியிருந்தது, உடனிருந்தவர்களிடம் படைத்தளவாடங்கள் இல்லாமலிருந்தன, அவர்கள் அதை இருப்பு வைத்துக்கொள்ள விரும்பினார்கள். நண்பகலில் தலைமையகத்திற்கு அஹ்ரார் அல்-அஷயரின் (சுதந்திர மரபுப் படையணி) வந்து சேர்ந்தோம். உடன் வந்தவர்கள் ஆயுதங்களை வாங்குவதற்காகப் பேசச் சென்றனர். கொளுத்தும் சூரியன் என் முகத்தைச் சுட்டெரிக்க, தனியே நின்று அவர்களைக் கவனித்தபடி இருந்தேன். சூரிய வெளிச்சத்தில் தோட்டாக்கள் பளபளத்தன, ஆண்கள் அதை உள்ளங்கையில் வைத்து உருட்டினர், விதைப்பருப்பு போல விரல்வழி சிந்தவிட்டனர். பெரிய தொகை ஏதும் கையிலில்லை, சில வீடுகளைப் பாதுகாக்கும் அளவுக்கே இருந்தது, ஆனாலும் அவர்கள் பேரம் பேசித்தான் ஆகவேண்டும். எவ்வளவு மலிவாகக் கிடைக்கிறதோ அவ்வளவு நல்லது, ஏனென்றால் வீணடிக்குமளவு அவர்களிடம் பணமில்லை.

கட்டடத்தினுள் நுழைந்தோம், அங்கே கைகளில் கலாஷ்னிகோவ் ரகத் துப்பாக்கிகளுடன் நான்குபேர் எங்களுக்காகக் காத்திருந்தனர். அவர்களின் தலைமையகத்தில் தரைவழித் தொலைபேசி இணைப்போ, இணைய வசதியோ கிடையாது, அந்தப்பகுதிக்கான மொபைல் சேவையும் துண்டிக்கப்பட்டுவிட்டது, இருந்தாலும் சில பகுதிகளுக்கு மட்டும் சிரியாடெல் நிறுவனம் சேவையை வழங்கிக்கொண்டிருந்தது. இந்நிறுவனம் ரமி மக்லூஃபுக்குச் சொந்தமானது, அவர் மிகப்பெரிய தொழிலதிபரும் பஷார் அல் - அஸாட்டின் உறவினரும் ஆவார். இம்மாகாணத்தின் தரைவழித் தொலைபேசிச் சேவை அவ்வப்போது செயல்பட்டது; போரின்போது எதையும் எப்போதும் யூகிக்க முடியாது. செய்தித்தொடர்பு மற்றும் இதர சேவைகளுக்காக, போர்ப் பொருளாதாரம் போன்ற ஒன்று உருவாகியுள்ளது, அதில் தரகர்கள், அஸாட்டின் ஆட்கள் மற்றும் எதிர்த்தரப்புக்கு இடையிலிருப்பவர்களின் கை ஓங்கியிருக்கிறது. இந்த இடைத்தரகர்கள் தங்கள் சுயலாபத்துக்காக மிகுந்த செலவில் இச்சேவைகளை வழங்குகின்றனர்.

பலமாதங்களாக, இவர்களைப் போன்ற செயல்பாட்டாளர்கள் செயற்கைக்கோள் இணையக் கருவிகளை வாங்குகின்றனர், அவை மலிவானவை அல்ல, ஆனால் அவை ஊடக அலுவலகங்கள் போன்ற அமைப்புகளுக்கு அன்றாடச் செய்திகளையும் என்ன நடந்து கொண்டிருக்கிறது என்ற தகவல்களையும் ஒலிபரப்பத் தேவையானவையாக இருக்கின்றன.

படையணி இரண்டு அறைகளை மட்டுமே நிறைத்திருந்தது. மிகச் சாதாரணமான ஆயுதங்களோடு அவர்கள் பீரங்கிகளையும் விமானங்களையும் எதிர்கொள்கின்றனர். ஆனால் இந்த வேறுபாடுகளையெல்லாம் தாண்டி பலமான ஆயுதந்தாங்கிய பெரும்படைகளைக்கூட அவர்கள் தங்கள் வேகமான செயல்பாட்டினால் பின்வாங்கச் செய்கின்றனர். படைத்தலைவரின் அருகில் அமர்ந்திருந்த கருத்த நிறமுடைய இளைஞர் அவ்வறை இருக்கும் நிலைமைக்காக வருத்தம் தெரிவித்தார். ஒருமேசையும் சில நாற்காலிகளும் இருந்தன, சூரியன் உள்ளே நுழைந்து சுட்டெரித்தது. அவர்களின் முகங்கள் அடர்-பழுப்பு நிறமேறியிருந்தன.

ஆங்காங்கே சிதறிக் கிடக்கும் கிராமப்பகுதிகளிலிருந்து நான் அறிந்து கொண்டவற்றில் என்னை ஆச்சரியப்படுத்தும் விஷயங்களில், இந்த தனித்திருந்த படையணித் தலைமையகத்தில், அரசின் ராணுவத்தில் பணியாற்றி வெளியேறிய ஒருவர் சொன்ன விஷயம் என்னுள் உறுதியாகத் தங்கிவிட்டது.

'நானும் என் நண்பன் மொஹம்மதும் ஒன்றாகத்தான் சேர்ந்தோம்,' அந்தப் புரட்சிப்படை வீரர் என்னிடம் கூறினார். 'எல்லாவற்றிலும் ஒன்றாகவே ஈடுபட்டோம். ஹோம்ஸ் நகரத்தின் குடியிருப்பு ஒன்றில் சோதனை நடந்தது. அங்கே ஆயுதமேந்திய குண்டர்களும் தீவிரவாதிகளும் இருப்பதாக எங்களுக்குச் சொல்லப்பட்டது. எனவே ஒரு வீட்டிற்குள் நுழைந்து கண்ணில் பட்டதையெல்லாம் நாசம் செய்தோம். எங்கள் அதிகாரி எங்களைச் சத்தம் போட்டுக் கொண்டிருந்தார். எங்களில் ஒருவர் ஒரு பெண்ணை பாலியல் வன்கொடுமை செய்யவேண்டும். அக்குடும்பம் அடுத்த அறையில் கதறித்துடித்துக் கொண்டிருந்தது. எங்களை நேராக நிற்கும்படி அவர் ஆணையிட்டார், பிறகு எங்களை வரிசையாக ஏற இறங்கப் பார்த்துக்கொண்டு, அவரது விரலால் எங்களது முகத்தைக் குத்தியபடி சோதித்துக் கொண்டு, மொஹம்மத் வரை வந்தார். மொஹம்மதும் அந்த அதிகாரியும் காட்டுப்பகுதியிலுள்ள ஒரே கிராமத்தைச் சேர்ந்தவர்கள். அவன் பயத்தில் பின்வாங்கினான், அந்த அதிகாரி கோபத்தில் அவனை எல்லாவிதமான அசிங்கமான வார்த்தைகளாலும் வசைபாடினார்.

"நீ என்ன பொட்டையா? உன்னால் செய்ய முடியாதா? பொட்டைப்பயலே!" மொஹம்மத் தரையில் மண்டியிட்டுக் குனிந்து அந்த அதிகாரியின் காலணிகளை முத்தமிட்டான்.

"தயவு செய்யுங்கள் சார்," என்று கெஞ்ச ஆரம்பித்தான். "இறைவனின் பெயரால் - சார் - என்னால் முடியாது, தயவு செய்யுங்கள் சார், என்னை இதைச் செய்ய வைக்காதீர்கள்."

'அந்த அதிகாரி அவனை எட்டி உதைத்து, உண்மையிலேயே அவனை மிதிக்கவும் எத்தவும் ஆரம்பித்தார். அவன் இடுப்புப் பட்டையைப் பிடித்திழுத்து அவன் முகத்துக்கு நேராகக் கத்தினார்.

"உனது ஆண்குறியை வெட்டி எறிந்துவிடுவேன்!" என் நண்பன் இப்போது அழ ஆரம்பித்தான் - ஓ... உங்களுக்கு மொஹம்மதைத் தெரிந்திருக்க வேண்டும்! அவன் அழுததே இல்லை, பயம் என்பதே இல்லாதவன், ஆனால் அன்று அவன் அழுதிடப் பார்த்தேன். சிறு குழந்தைபோலக் கேவிக்கேவி அழுதான், மூக்கிலிருந்து நீர் வடிந்து வாய்க்கருகில் வந்திருந்தது. அவன் அதிகாரியிடம் தன்னை அதைச் செய்ய வைக்கவேண்டாமென மன்றாடிக் கொண்டிருந்தான். அவன் என் நண்பன், நாங்கள் எங்களுக்குள் எவ்வளவோ ரகசியங்களைப் பரிமாறிக் கொண்டுள்ளோம். அவனுக்கு ஒரு காதலி இருப்பது எனக்குத் தெரியும். அந்த அதிகாரி அவன் கால்களுக்கிடையே இறுக்கிப் பிடித்தார்.

'"பொட்டைப்பயலே, அதை எப்படிச் செய்வதென உனக்குக் காண்பிக்கிறேன்! எப்படிச் செய்யவேண்டுமென உனக்குக் காட்டவேண்டுமா?" அப்போதுதான் மொஹம்மத் வெடித்துக் கிளம்பினான்: அவரை எட்டி உதைத்து தன் மொத்த எடையையும் கொண்டு அவரை வீழ்த்தினான். அவன் நல்ல வலுவுள்ளவன், அவரைத் தரையில் விழச் செய்தான். அவர் மேல் ஏறிக்கொண்டு நன்றாக அடித்தான். பிறகு நிறுத்திவிட்டு தனது துப்பாக்கியைக் கீழே எறிந்தான். அந்த அதிகாரி எழுந்ததும் நேராக இவனைச் சுட்டுத் தள்ளினார். அவனைக் கொன்றுவிட்டார். நான் என் இரண்டு கண்களாலும் அதைப் பார்த்துக் கொண்டிருந்தேன். மொஹம்மதின் உடலில் எந்தப் பாகத்தைக் குறிபார்த்துச் சுட்டார் தெரியுமா?'

ஒருகண அமைதிக்குப் பின், அவர் கூச்சப்படாமல் தனது பிறப்புறுப்பை நோக்கிக் கையைக் காண்பித்தார்.

'எங்கள் இன்னொரு நண்பனை நோக்கி அந்தப் பெண்ணை வன்கொடுமை செய்யுமாறு உத்தரவிட்டார். அவன் அமைதியாக உள்ளே நுழைந்தான், அவளது அலறல் கேட்டது, அவளது

தாயின், சகோதரிகளின் கதறலும் கேட்டது, ஏனெனில் அவர்கள் அனைவரும் அடுத்த அறையில் முடங்கிக்கிடந்தனர். அவர்களின் அப்பா ஓர் அதிருப்தியாளர், இரு தினங்களுக்கு முன்தான் கொல்லப்பட்டிருந்தார். அந்த நாளில்தான் நான் வெளியேறுவதென முடிவெடுத்தேன், ஆண்டவன் அறிய, அன்றிலிருந்து மொஹம்மதை நினைக்காத நாளில்லை. அவன் இங்கே என் இதயத்தில் இருக்கிறான். அவன் தன் காதலிக்கு எழுதிய கடிதங்களை என் பெற்றோர் வீட்டில் பத்திரமாக வைத்துள்ளேன், நான் உயிர் பிழைத்தேன் எனில் அவற்றை அவளுக்கு அனுப்பிவைப்பேன். நிச்சயம் செய்வேன். அந்த சத்தியம்தான் எனது உயிர்போல - நான் உயிரோடிருக்க முடிந்தால் அதைச் செய்வேன்.'

அவர் 'நான் உயிரோடிருக்க முடிந்தால்' என்ற அந்த வார்த்தைகளை, உரித்தெடுக்கும் சூரியனின் சூட்டையும் எறிகணைகள் வீழும் இடியொலியினையும் ஒருசேர உணர்ந்தபோது எதிரொலித்தார். தலைமையகத்தைவிட்டுப் புறப்பட்டு, சிறிது தூரம் சென்றபிறகும் அவரது கதையும் அந்தக் களைப்புற்ற கண்களின் பார்வையும் என் மனதில் ஆழமாகப் பதிந்திருந்தன.

அடுத்தமுறை நான் சிரியா வந்தபோது அப்படைக்குழுவின் தலைமையகம் குண்டுவெடித்துத் தகர்க்கப்பட்டதை அறிந்துகொண்டேன்.

சூரியனில் பொரிந்த தலைமையகத்திலிருந்து வெளிப்பட்டு டாக்ராவிலுள்ள அம்மார் அல்-முவாலி இனக்குழுவை நோக்கி விரைந்தோம், அதிலொரு குடும்பம் மாராத் அல்-நுமான் நகரத்தின் சுற்றுப்புற கிராமப்பகுதியில் உள்ளது. இனக்குழுவின் தலைவர்களில் ஒருவரைச் சந்தித்தோம், அங்கேதான் அவர்களின் ஏழ்மையை உணர்ந்துகொண்டேன். அதனோடு அவர்களின் பெருந்தன்மை, அவர்களின் கௌரவ உணர்ச்சி மற்றும் வீரத்தை அறிந்துகொண்டேன். தங்களது இனமக்கள் பட்டினியாக இருக்கக்கூடாது என்பதால் தானியக்கிடங்குகள் கொள்ளை போகாமல் தடுப்பதில் கவனமாக இருக்கின்றனர்.

ஒரு இளைஞர் குழுவோடு பேசினோம், பிறகு அப்துல் ரசாக் - இனக்குழுவின் தலைவர் இவர்தான், அவரோடு சுதந்திரம் மட்டுமே மதமாக இருக்கும் ஒன்றுபட்ட சிரியாவின் குடியாட்சி என்பதன் முக்கியத்துவம் குறித்துப் பேசினோம். அப்துல் ரசாக் தன் ஐம்பதுகளின் மத்தியில் இருப்பவர், ஒரு ஆட்கடத்தல் விவகாரத்தைத் தீர்ப்பதற்கு தன்னால்

இயன்றதைச் செய்துகொண்டிருந்தார். நாங்கள் அவரோடு பேசிக்கொண்டிருக்கும்போது அவரது மனைவி எங்களுக்காக சமையலறையில் உணவு சமைத்தார், அவரது பதின்மூன்று வயது மகன் விருந்தினருக்குப் பரிமாறினார்.

ஒரு விமானம் தலைக்குமேல் பறந்து சென்றது. நானும் மற்றவர்களோடு அதைப் பார்ப்பதற்காக வெளியே சென்றேன். பயம் ஒரு நிழல்போல அவர்களைப் பற்றியிருந்தது. இந்தக் கணம்தான், நான் மேலே பார்த்தபோது, நாடுகடத்தல் மற்றும் என் நிலம் ஆகியவற்றுக்கான உண்மையான பொருளை உணர்ந்தேன். என் நாட்டு எல்லையை சட்ட விரோதமாகத்தான் நான் கடந்து வந்திருக்கிறேன் என்றாலும், மேலே விமானம் ஒன்று பறந்தபடி தனக்குக் கீழே குண்டுகளை வீசிக் கொண்டிருந்த அந்த நொடியில்தான் நான் பார்த்துக்கொண்டிருப்பது என் சொந்தநாடு என்று புரிந்துகொண்டேன். நான் அதை நேருக்குநேர், நேரடியாக, பார்வையை அகற்றாமல், பயமின்றிப் பார்த்தேன். அது என் தலைக்குமேல் பறந்து செல்லும்போது, மத்திய பாரீசின் டி-லா-பாஸ்டிலில் அமர்ந்தபடி, மிதமான சூரியவொளியில் என் காஃபியைச் சுவைத்தபடி, அருகில் இரு காதலர்கள் முத்தமிட்டுக் கொண்டிருக்க, ஒரு குருவி நான் பதறி எழும்படி என் மடியில் வந்து அமர்ந்ததே - அது என் வீடல்ல, அது நாடுகடத்தல் என்ற சிந்தனை தோன்றியது.

இனத்தாரின் விருந்தோம்பலுக்காக மீண்டும் உள்ளே சென்றோம்.

'நாம் இங்கே அநீதிக்கு எதிராக எழுந்துள்ளோம் என்பது உங்களுக்குத் தெரியும்' என்றார் தலைவர். 'நாங்கள் வேண்டுவதெல்லாம் சட்டத்தின் பெயரால் ஆட்சி நடக்கும் நாட்டில் நீதி மட்டுமே. ஆமாம், நாங்கள் இனக்குழுக்கள்தான், ஆயுதம் வைத்துள்ளோம்தான், ஆனால் முதலில் அமைதிப் பேரணி நடத்தித்தான் எங்கள் எதிர்ப்பைத் தெரிவித்தோம். எங்கள் குழந்தைகளையும் எங்கள் பெண்களையும் அவர்கள் கொல்ல விரும்பினால், நாங்கள் அவர்களோடு போரிடுவோம். கடவுளின் அருளால், நான் ஒரு படித்த மனிதன், பல்கலைக்கழகம் வரை சென்றிருக்கிறேன், ஆனால் எனக்கு எங்கள் குழந்தையின் சிறு விரல்நகம் கூட இந்த உலகம் அளவுக்கு முக்கியமானதுதான், எனவே என்னுடைய கண்ணியத்தை அவர்கள் மிதிக்க நினைத்தாலோ அல்லது எந்தவொரு சிரியனின் கண்ணியத்தையும் மிதிக்க நினைத்தாலோ நான் அதைப் பொறுத்துக்கொள்ள மாட்டேன்.

'வல்லாஹி, இறைவன் அறிய, நீங்கள் என் சகோதரி போன்றவர்,' அவர் என் பக்கமாகத் திரும்பிச் சொன்னார், 'உங்கள்

தலைமுடியை யாரேனும் தொட்டால் கூட என் சகோதரியின் தலைமுடியைத் தொட்டது போலத்தான். நீங்கள் எங்களோடு சேர்ந்து அநீதியையும் அஸாட்டின் சர்வாதிகாரத்தையும் எதிர்க்கிறீர்கள். நாமெல்லாம் அநீதியை எதிர்த்துப் போராடும் சிரியர்கள்...'

தலைவர் நீளமாகப் பேசினார், நான் மிகக்கவனமாக அவர் வார்த்தைகளைக் கவனித்தேன், அவை அறிவார்ந்த, சொல்திறமிக்க, எளிமையான மற்றும் முதிர்ச்சியான வார்த்தைகள். புரட்சி ஆரம்பித்ததிலிருந்து அவர் எவ்வளவு செல்வத்தை இழந்துள்ளார், அதை எவ்வாறு தன் மக்களிடையே பகிர்ந்தளித்துள்ளார் என்பதை அவர் கதையாக விவரிக்கும்போது நாங்கள் சிரித்துக் கொண்டிருந்தோம். தன் சகோதரனைப் பற்றிப் பெருமிதத்தோடு பேசினார், அவர் ராணுவத்தில் தளபதியாக இருந்து, பின் அஸாட்டுக்கு எதிரான போரில் இணைந்துகொண்டவர்.

அன்று மாலை வீடு திரும்பும்போது அமைதியாக இருந்தேன், என் முகம் பாலைவன வெயிலால் கருத்துக் கிடந்தது. பெண்கள் மற்றும் குழந்தைகளோடு ஆயூஷ் எங்களுக்காகக் காத்திருந்தார். ஆலா என் மடியில் தன்னை இருத்திக்கொண்டு என் தலைமுடியைச் சீவிக்கொண்டே அன்றைய நாளில் எனக்கு நடந்தவற்றையும் நான் கேட்ட கதைகளையும் தெரிந்துகொள்ள முயற்சித்தாள். அவளது எதிர்காலக் கதைக்கான திட்டம்தான் நான், அவளும் நானும் மட்டுமே ஒருவருக்கொருவர் என்ன வேண்டுமென்பதைச் சரியாகப் புரிந்து கொண்டிருக்கிறோம். அவள் என்னை தன் எதிர்கால விருந்தாளிகளுக்கு விவரிக்கக்கூடிய, படுக்கையில் சொல்லப்படும் கதையாக்கிவிட முனைகிறாள். தன்னைச் சுற்றியுள்ள எல்லாக் கதைகளையும் சேகரித்து வருவதாகச் சொல்கிறாள். ஆனால் எனக்கும் இந்த ஏழுவயதுக் கதைசொல்லிக்கும் இடையிலான இந்த ரகசிய விளையாட்டை முடிக்க நேரமில்லை. மீண்டும் எறிகணைகள் விழத் தொடங்கிவிட்டன. நான் விரைந்து அவளைத் தூக்கிக்கொண்டு, ரூஹாவின் கையைப் பற்றிக்கொண்டேன், பதறியபடி பாதுகாப்பறை நோக்கி ஓடினோம். குண்டுகள் வெடிக்கும் ஓசை தலையைப் பிளந்துவிடுவதுபோல இருந்தது. முதிய பெண்மணிகள் மேல்தளத்தில் தங்களது அறையில் முடங்கியபடி சன்னலுக்கு வெளியே வெறித்துக்கொண்டிருக்க, மற்ற அறைகளில் இருந்த குடும்பங்களும் எங்களோடு சேர்ந்துகொண்டன. நிலவறையில், தொடர்ந்து எறிகணைகள்

விழுந்துகொண்டிருந்த சூழலில், நான் ஆலாவை மறுபடி அழைத்தேன்.

'இங்கே வா, நான் உனக்கு என் கதையைச் சொல்கிறேன்,' என்றேன். அந்த மந்திர வார்த்தைகள் ஆலாவின் காதுகளைத் தயாராக்கின. அவளது கண்கள் இருளில் பிரகாசித்தன, அவளது மூத்த சகோதரி ரூஹா என்னோடு ஒட்டிக்கொண்டாள், அவளது பார்வையில் ஆர்வமும் நிறைவும் ஒருசேரத் தெரிந்தன. இரண்டு சிறுமிகளும் என் கண்களை ஆழ்ந்து பார்த்தனர். நிலவறை சூழப்பட்டதாகவும் எறிகணைகளின் ஓசை முடிவற்றதாகவும் தோன்றியது, நான் என்னுடைய கதையை அவர்களுக்குச் சொல்ல ஆரம்பித்தேன்.

'எப்போதுமே, நீங்கள் இப்போது என்னைப் பார்ப்பது போன்ற உருவத்தில் நான் இருந்ததில்லை. உண்மையில், என் முற்பிறவியில் நான், மோசமாகக் காயம்பட்ட, இதயம் வேதனையில் நிரம்பி வழிகிற அழகிய மானாக இருந்தேன்.' அவர்கள் இருவரும் என்னை நம்பிக்கையற்றுப் பார்த்தனர்.

'பொய் சொல்கிறீர்கள்!' என்று இருவரும் கத்தினர்.

பிறகு நாங்கள் சிரித்துக் கொண்டோம்... வெகுநேரம் பலமாகச் சிரித்தோம், நான் விடாமல் அவர்களை நான் மானாக இருந்தேன் என்று நம்பவைக்க முயன்றேன். பிறகு இங்கே பாயிலேயே படுத்து உறங்கவேண்டும் என்று அவர்களுக்குக் கூறினேன், அவர்களும் வேறு வழியில்லாமல் என் கதையின் முடிவைக் கேட்டனர், ஏனென்றால் நான் வெகுவாகக் களைத்து தூங்கிவிடும் நிலையில் இருந்தேன். சூழ்நிலை சற்று சுறுசுறுப்பற்று மாறியது, மொத்தக் குடும்பமும் பயத்தில் ஒடுங்கிக் கிடந்தது, ஆனால் அச்சிறுமிகள் கேட்டதும் நான் விட்ட இடத்திலிருந்து என் கதையைத் தொடர்ந்து முடித்தேன்.

'அந்த மானின் இதயம் வேதனையில் இருந்தது, அதன் ஒரு துளி ரத்தம் பசும்புல் தரையில் விழுந்தது... அதன்பிறகு நான் பிறந்தேன்!'

முடிவைச் சொல்லி முடித்தவுடன் தரையில் சரிந்தேன், வார்த்தைகள் என் நாக்கில் கனமாக இருந்தன. நான் அவர்களை பேயைப் பார்ப்பதுபோலப் பார்த்துக் கொண்டிருந்தேன், நான் கண்மூடும் முன்பு, ஒரு பெண் என் முதுகில் மெல்லிய போர்வை ஒன்றைப் போர்த்தினாள்.

பிரான்ஸ்சுக்குத் திரும்பியதும் ஒரு புதினமொன்றைத் துவங்கத் திட்டமிட்டேன். ஆனால் சிரியாவில் என்னுடைய இந்த முதல் பயணம் முடிந்து இங்கிருந்து கிளம்பும்போது சிலவிஷயங்கள்

மாறிவிட்டன. ஒரு சிறு நிகழ்வு என்னை வேறுதிசைக்கு மாற்றி நீங்கள் வாசித்துக்கொண்டிருக்கும் இந்த சாட்சியம் அடங்கிய புத்தகத்தை எழுதுவதில் வந்து முடிந்துவிட்டது. துருக்கிக்குத் திரும்பி வரும்போது, எல்லைக்குச் சற்று முன்னர், சர்மாடா நகரச்சாலையில் இரு இளைஞர்களைச் சந்தித்தேன், ராணுவ வீரர்கள், அவர்களின் வார்த்தைகள் என்னை உடனே ஒரு நோட்டுப்புத்தகத்தில் அவர்கள் சொல்வதைப் பேனாவால் குறித்துக் கொள்ளும்படி ஆக்கியது.

அது அங்கே என் கடைசிநாள், என்னை வழியனுப்புவதற்குச் சிலமணிநேரங்கள் முன்னால், நாங்கள் ஃபாரூக் படையணியினரால் அமைக்கப்பட்டிருந்த சோதனைச்சாவடியில் இருந்தோம். ஒரு போராளி, ஒளிரும் கண்களும் தேன்நிற தலைமுடியும் கொண்டவர், ஆழ்ந்து ஒருமுறை மூச்சை உள்ளிழுத்துவிட்டு, கொலைசெய்ய மறுத்ததன் காரணமாக அவர் எவ்வாறு சிரிய ராணுவத்தின் 'சிறப்புப் படை'-யிலிருந்து விலக்கி வைக்கப்பட்டார் என்று விவரித்தார்.

'நான் ஏன் சாவின் வாயில் போய் விழவேண்டும்?' என்று கேட்டார். 'யாருக்குத்தான் சாக விருப்பம்? யாருக்குமில்லை! ஆனால் நாங்கள் ஏற்கெனவே இறந்தவர்கள்தான், இப்போது வாழ விரும்புகிறோம்.'

வானம் நீலநிறத்தில் இருந்தது. தோட்டாக்களோ, சாலைத் தடுப்புகளோ, சாலையின் இருபுறமும் வரிசையாய் நிற்கும் உருக்குலைந்த கட்டடங்களோ எங்கள் மனநிலையில் எவ்விதத்திலும் குறுக்கிடவில்லை. புரட்சிக் கொடிகளோடு அலங்கரிக்கப்பட்ட சுவர்களை உடைய சர்மாடா நகரம் எங்களுக்குப் பின்னால் சிறிது தூரத்தில்தான் இருந்தது.

'நாங்கள் விரும்புவதெல்லாம் மக்களாட்சி ஒன்றே,' இன்னொருவர் அவர் கருத்தை வலியுறுத்தினார், இவர் சற்று வயது கூடியவர். அந்த நொடி, நான் சிரியாவுக்குத் திரும்பி வந்தது குறித்து எழுதவேண்டுமென்று தீர்மானித்தேன்.

'அதிகாரிகளை விட்டுத்தள்ளுங்கள், அத்தனை தேவடியாப்பயல்களும் அலாவித்துகள்,' என்றார் அவ்விளைஞர்.

'இல்லை, எல்லோரும் அப்படியில்லை,' என்று மற்றொருவர் அவரை உறுத்துப்பார்த்தபடி திருத்தினார்.

முதலாமவர் தான் ராணுவத்திலிருந்து எவ்வாறு ஓடிவந்தேன் என்று தன் கதையை விவரித்ததைக் கேட்டுக்கொண்டிருந்தேன். அவரது நண்பர் ஒருவர் வந்து காதில் ஏதோ முணுமுணுத்துச் சென்றார். திடீரென, ஒளிரும் கண்கள் கொண்ட அவ்விளைஞர் என்னை சங்கடத்துடன் பார்த்தார். அவரது துப்பாக்கியைத்

தரையில் வைத்தார், பார்வையும் தரைநோக்கித் தாழ்ந்தது. நான் மீண்டும் அதைக் கவனித்தேன்: அவரது கண்கள் பதட்டமாக இருந்தன, என்னிலிருந்து பார்வையை விலக்கிக்கொண்டார், அவரது ஆயுதம் தரையில் இருந்தது.

வானம் மாற்றமின்றி இன்னமும் நீலநிறத்தோடு இருந்தது, நாங்கள் கடந்துவந்த பாறைகள் அடர்ந்த மலை அமைதியாக எங்கள்மீதான பார்வையைத் தொடர்ந்தது. மெல்லிய முணுமுணுப்போடு அவ்விளைஞர் என் முகத்தைப் பார்த்தார். தன் உதட்டைக் கடித்துக் கொண்டார். அவர் பேசும்போது குரல் நடுங்கியது - இந்த இளைஞர்தான் சற்று முன்பு தனது துப்பாக்கியை ஆட்டியபடி தனது கோபத்தை வான்நோக்கி எறிந்தவர்.

'என்னை மன்னித்துவிடுங்கள் மேடம். நான் உணரவில்லை.'

அவர் முகம் கனிவாக, மன்னிப்புக் கேட்கும் தோரணைக்கு மாறியது, பாலத்தின்கீழ் நின்றிருந்த ஆயுதமேந்திய போராளிகள் ஆர்வத்தோடு எங்களைப் பார்த்துக்கொண்டிருந்தனர். அவர்களின் அருகே ஒரு வெள்ளைக்கொடி, 'அல்லாவைத் தவிர வேறு இறைவனில்லை, மொஹம்மதுவைத் தவிர வேறு கடவுளின் தூதுவர் இல்லை' என்ற வாசகத்தோடு படபடத்துக்கொண்டிருந்தது. இரண்டு போராளிகள் நீண்டதாடி வைத்திருந்தனர். வானம் இன்னமும் நீலநிறத்தில்தான் இருந்தது, ஆனால் அந்தப்போராளி என்னை நெருங்கிவந்து சங்கடத்துடன் பேசும்போது குழந்தைபோலத் தோன்றினார்.

'நான் யாரையும் வெறுப்பவனல்ல,' என்று தடுமாறினார். 'ஆனால் அந்த அஸாட்டின் ஆட்கள் எங்களைப் போன்றவர்களை அப்பாவி மக்களைக் கொல்லவைக்கிறார்கள்... என்னை மன்னியுங்கள், மேடம்.'

சற்று வயதான் போராளி அவரருகே நின்று கொண்டிருந்தார். அவரது கண்கள் கோபத்தில் மிளிர்ந்தன.

'நாங்கள் விரும்புவதெல்லாம் மக்களாட்சி ஒன்றே,' என்று மீண்டும் சொன்னார். 'நான் ஃபாரூக்கின் படையணியில் இருக்கிறேன், எனக்குத் தேவை மக்களாட்சி மட்டுமே. நானொரு கல்லூரி மாணவன், வியாபார பட்டப்படிப்பில் இரண்டாம் ஆண்டில் இருக்கிறேன்.'

அவர்கள் சொல்லும் கதைகளைக்கேட்க எங்களால் அங்கு அதிகநேரம் இருக்க முடியாது.

'கவலைப்படாதீர்கள்,' என்றேன். 'ஒன்றும் தவறாகி விடவில்லை.' ஆனாலும் அவ்விளைஞர் என்னைக் காயப்படுத்துவது தன்னுடைய நோக்கமல்ல என்பதை எனக்குப் புரியவைப்பதில் உறுதியாக இருந்தார்.

'நான் அலாவித் அல்ல,' என்று கிளம்பும்போது அவரிடம் சொன்னேன். 'நீங்கள் சுன்னியும் அல்ல. நானொரு சிரிய தேசத்தவள் நீங்களும் ஒரு சிரிய தேசத்தவர்.' அவர் என்னை வியப்போடு பார்த்துக் கொண்டிருந்தார்.

'அதுதான் உண்மை,' என்றேன். 'நாம் சிரியர்கள் மட்டுமே.'

இந்தக் கடைசி சோதனைச்சாவடியில், அந்த அதிருப்தியடைந்த இளம்போராளி என் கண்முன்னே தன் குழந்தைப்பருவத்துக்குத் திரும்பியதன் தாக்கத்தைத்தவிர, என்னை வேறு எது என் நாட்டைப்பற்றி எழுதத் தூண்டியதென்று எனக்குத் தெரியாது. தன் எதிரே நின்று கொண்டிருப்பவள் தான் முரண்பட்டு எதிர்த்த ராணுவ அதிகாரிகளின் அதே இனத்தைச் சேர்ந்தவள் என்று தெரிந்ததும் தான் செய்யாத தவறுக்காகத் தன் ஆயுதத்தைக் கீழேவைத்துவிட்டு மன்னிப்புக்கோரினார் அவர்.

ஃபாரூக் படையணியின் சோதனைச்சாவடியிலிருந்து கிளம்பி வண்டியில் வரும்போது என்னுடைய விடைபெறுதலுக்கான குறிப்புரை குறித்த யோசனையில் என் புருவங்கள் முடிச்சிட்டிருந்தன. நான் யாருக்கு மறுஉறுதி செய்ய முயற்சி செய்து கொண்டிருக்கிறேன்? ரத்தத்தாலும் நெருப்பாலும் ஒரு தேசத்தைக் கட்டியெழுப்ப முனைபவர்களையா: என்முன் குழந்தையான இந்த அதிருப்தியடைந்த ராணுவ வீரரையா, அல்லது அல்-அஸாட்டுக்குத் துணை செய்யும் அக்கொலைகாரர்களையா? நாமெல்லாம் சிரியர்கள் மட்டுமே என்று சொன்னதும் அவர்கள் என்னை வியப்போடு பார்க்கின்றனர். அவர்கள் என்னைப்பார்த்துச் சிரிக்கின்றனர்; நான் என்ன பேசிக்கொண்டிருக்கிறேன் என்பது அவர்களுக்குக் கொஞ்சமும் புரியவில்லை.

இம்மாதிரியான போராளிகள் தங்களுக்கான பலத்தை எதிலிருந்து பெற்றுக்கொள்கின்றனர்? எங்களில் வாழ்க்கையின் பொருளிலிருந்து மிகவும் அந்நியப்பட்டவர் யார் - அவர்களா இல்லை நாமா? யார் வாழ்வின் சாரத்தை நெருங்குபவர்கள், மரணத்திற்கு இடையில் தங்கள் வாழ்க்கையை வாழ்ந்துகொண்டு, மரணத்தின் முகத்தைப் பார்த்துச் சிரித்துக்கொண்டிருக்கும் அவர்களா?

இரண்டாம் பயணம்

பிப்ரவரி 2013

என் மனதில் சிரியாவைப் பற்றிய சித்திரம் ஒன்று உள்ளது, ஆனால் அது சாதாரணமான ஒன்றல்ல. அது உடலிலிருந்து துண்டிக்கப்பட்ட உறுப்புகளின் தொகை, தலையில்லாத உடல் மற்றும் நிலையற்றுத் தொங்கிக் கொண்டிருக்கும் வலதுகரம். பிறகு, சிலதுளி ரத்தம் அதன் சட்டத்திலிருந்து வழிந்து புழுதியில் மெல்ல உறிஞ்சப்பட்டு மறைவதைப் பார்க்கலாம். இதுதான் சிரியர்கள் அன்றாடம் சந்தித்துக்கொண்டிருக்கும் பேரழிவு.

சிரிய எல்லையிலிருந்து பன்னிரண்டு மைல் தொலைவிலுள்ள அந்தாக்யா எனப்படும் புராதன நகரமான அந்தீயோக் செல்லும் வழியில் இஸ்தான்புல்லின் அடாதுர்க் விமானநிலையத்தின் முதல் முனையத்தைக் கடந்தபோது நான் சிலவற்றை உணர்ந்தேன்: இப்பயணத்தின் பரிச்சயத்தன்மையைத் தவிரவும், தொடரும் இந்த அங்கவிழப்புக் காட்சியினால் நான் தெளிவற்றதொரு மனோநிலையை அடைவதை உணர்ந்தேன், அக்காட்சிகள் விமானநிலையத்தின் ஒவ்வொரு அங்குலத்தையும் நிறைத்தன. அங்கே, தாடிவைத்த, குளிர்கண்ணாடியணிந்த இளைஞர்களை எல்லா இடத்திலும் பார்க்க முடிந்தது. சிலர் தங்களது விநோதமான தாடிக்கு, தூதர் மொஹம்மதுவின் நினைவாக சிவப்புச்சாயம் பூசியிருந்தனர், ஆனால் தங்கள் மீசையைச் சிரைத்திருந்தனர். அவர்கள் பதட்டத்தோடு இருந்தனர், ஏதோவொரு அவசரத்தில் இருப்பதுபோல. நான் மீண்டும் அவர்களைப் பார்ப்பேனா என்பது தெரியாது என்பதால் அவர்கள் யார், எங்கிருந்து வருகிறார்கள் என்பதைத் தெரிந்துகொள்ள முயன்றேன். ஒருவர் யெமேனி, மற்றவர் சவூதி என்று என்னால் சொல்லமுடியும்.. அவர்கள் பெண்களைப்

பார்ப்பதை தவிர்த்துக் கொண்டிருந்தனர். அவர்கள் அருகில் அமர்ந்து என்ன பேசிக்கொள்கிறார்கள் என்று தெரிந்துகொள்ள முயன்றேன், ஆனால் மௌனமாகவே இருந்தனர். அவர்களும் என்னைப்போலவே விமானம் ஏறக் காத்திருந்தனர். விமான நிலையம் மனிதர்களால் நிரம்பிவழிந்து கொண்டிருந்தது, எல்லோரும் பதட்டத்தோடு அடியெடுத்து வைத்தார்கள், அவர்களின் மனங்கள் விடிவுகாலத்தை நோக்கியிருந்தன. அந்தாக்யா மற்றும் இஸ்தான்புல் இரு விமானநிலையங்களிலும் சிரியர்களின் கண்களில் காணப்படும் தொலைந்த உணர்வு, பெருந்துயர் அருகிக்கொண்டிருப்பதையும், தீக்குறியை முன்னுணரும் தன்மையையும், அவர்களிடமிருந்து வஞ் சித்துவிட்டது.

எனது சிறிய பையை முதுகில் மாட்டிக்கொண்டேன். எல்லையைக் கடக்கும் சமயத்தில் எவ்வளவு குறைவாக பொருட்கள் இருக்க முடியுமோ அவ்வளவு குறைவாக வைத்துக்கொள்வதில் கவனமாக இருப்பேன், எனவே அவை ஒரு முதுகுப்பையில் சில துணிமணிகளோடு முடிந்துவிடும். அந்தாக்யாவுக்குச் செல்லும் விமானத்தில் ஏறினோம். எனக்கு முன்னாலிருந்த இருக்கையில் இரண்டு யெமேனிகள், அருகிலிருந்த இருக்கைகளில் சிரிய ஆண்கள் மற்றும் பெண்கள். பெரும்பாலான பயணிகள் சிரியர்கள் மற்றும் அரேபியர்கள். என் பார்வை அருகிலிருந்த ஜன்னலின்மீது விழுந்தது, பயணம் முழுமைக்கும் அதுவே என் அடைக்கலமானது. இங்கே ஓர் உலகமே ஜன்னல் சட்டகத்தில் குறுக்கப்பட்டுள்ளது. இது ஒரு செவ்வக வெற்றிடத்திற்குள் செறிவாக்கப்பட்ட பிரபஞ்சம். நான் ஏங்கியதெல்லாம் அதன் எல்லையற்ற, ஒன்றுமற்ற வெண்மையில் நீந்திக் கிடப்பதுதான். அதனூடாக, அதனடியில், அதன் மேலாக என அலைவுற்று, பூகோள எல்லைகளைத் தாண்டி மிதந்து, உருவளவைகள் மங்கிப்போய், விண்ணைமுட்டும் கட்டடங்கள் புல்லின் இதழாகச் சுருங்கிப்போக, நிறங்கள் வெளியின் முடிவற்ற இருட்டினுள் மங்கிப்போக, இந்தத் தாடிவைத்த முகங்களையெல்லாம் மறந்து போகவேண்டும். அப்போது பாய்ந்துகொண்டிருக்கும் ஒன்றுமற்றதின் அலையில் ஒன்றாகி, எங்குமில்லாமல், என்னை வரையறுக்கும் எல்லைகள் இல்லாமல் இருப்பேன்.

ரேஹன்லி, துருக்கிய எல்லையில் இருக்கும் நகரம், இரண்டாவது பயணத்தின்போதும் இந்நகரத்தின் வழியாகச் செல்லப்போகிறேன், இது அந்தாக்யாவிலிருந்து ஐம்பது நிமிடப்

பயணதூரத்தில் உள்ளது. ஆனால், இந்நகரம் வெறுமனே உப்பங்கழி மட்டுமல்ல. அது ஒரு சிறு நகரமாக உருவெடுத்துள்ளது, புரட்சிக்கு முன்பாக சமாதானமும் அமைதியும் ஆளுமை செய்த இடமது. சிரியர்கள் மற்றும் லெபனானைச் சேர்ந்தவர்களின் சுற்றுலாத்தலம், வெகுகாலமாக துருக்கி மற்றும் சிரியாவுக்கிடையே பொருட்களை சட்டவிரோதமாகக் கடத்தல் செய்வதன் மூலமாகச் செழிப்புற்ற நகரம். ஆனால் இப்போதோ, சமாதானத்துக்கும் அமைதிக்கும் அங்கு இடமில்லை, நல்லவிதமான பழையமுறை வியாபாரங்களுக்கோ அல்லது கடத்தலுக்கோ கூட இடமில்லை, தூங்கி வழிந்துகொண்டிருந்த நகரத்தில் இப்போது சிறிது நேரத்திற்கொருமுறை எறிகணைகள் விழுகின்றன; பரபரப்பும் சந்தடியும் திணறடிக்கும் மிதமிஞ்சிய கூட்டமாக மாறிவிட்டது; எறிகணைகளிலிருந்து தப்பி கூட்டம் கூட்டமாக வந்து சேரும் சிரிய அகதிகளால் உள்ளூர்வாசிகள் துயரத்தில் இருக்கின்றனர் - இவ்வகதிகள் அரசாங்கக் கணக்கீடுகளில் இல்லாதவர்கள் ஏனெனில் இவர்கள் முகாம்களுக்கு வெளியே வசிக்கிறார்கள். ரேஹன்லி ஓரேசமயத்தில் வளர்ச்சியும் கட்டுமானமும் நிறைந்த இடமாகவும் சிதிலங்களும் அழிவும் உள்ள இடமாகவும் இருக்கிறது. சிரிய எல்லையை ஒட்டியுள்ள இந்தத் துண்டுநிலத்தில் அனைத்துத் தரப்பினரும் போராட்டத்தில் ஈடுபட்டிருப்பதை உங்களால் பார்க்கமுடியும். அரசுத்தரப்பு, மற்ற புரட்சியாளர்கள் மற்றும் சமூகச்செயல்பாட்டாளர்களின் அமைப்புகளில் ஊடுருவ தனது ஆட்களை இங்கே வைத்துள்ளது. இதில் ரகசியம் ஏதும் இல்லை: இங்கே கவனமாக அடியெடுத்து வைக்கவேண்டும் என்பதை எல்லோரும் அறிவார்கள்.

வாழ்விற்கும்,இறப்பிற்குப் பின்னான வாழ்விற்கும் இடையேயான இந்த உத்தரிக்கும் ஸ்தலத்திலிருந்து சிறுவியாபாரிகள் லாபம் பார்க்கிறார்கள், மதிப்புமிக்க பொருட்களைப்போல மரண வணிகத்தை பரிவர்த்தனை செய்யக்கூடிய பங்குகளாக மாற்றி விட்டனர். நகரம், குப்பைகளைப் பொறுக்க அலையும் வறுமையில் தள்ளப்பட்டவர்கள் மற்றும் ஏழைகள், தங்கள் அன்றாட உணவுக்காகப் பிச்சை எடுப்பவர்கள் ஆகியோரால் நிரம்பி வழிகிறது. இங்கும் சிறிய அளவில், வசதியான பாதுகாப்பிடம் தேடுபவர்கள், பஷார் - அல்- அஸாட்டுக்கு விசுவாசமானவர்கள் இருக்கிறார்கள்.

ரேஹன்லியில், என் பயணத்துணையாக மேசரா மற்றும் லெபனானைச் சேர்ந்த ஒரு பத்திரிக்கையாளரான ஃபிதா இடானி என்பவரோடு சேர்ந்து கிளம்பினோம். எல்லையில் அமைந்துள்ள ஒரு கிராமத்துக்குச் சென்றுகொண்டிருந்தோம்,

ஆனால் எங்கள் வாகனம் போக்குவரத்து மற்றும் கூட்டத்தினூடே நத்தை வேகத்தில் ஊர்ந்து கொண்டிருந்தது. அநேகமாக நீங்கள் வாங்கவிரும்பும் எதுவும் இங்கே விற்பனைக்கு இருக்கும், சுதந்திர ராணுவத்தினரின் சீருடை, புரட்சிகரமான பதாகைகள், சிறிய நகைகள், உடைகள் மற்றும் வீட்டுப்பொருட்கள். மளிகைச் சாமான்களும் டின்னில் அடைக்கப்பட்ட பொருட்களும் நடைபாதையில் கடைவிரிக்கப்பட்டிருந்தன, முதியவர்கள், இளைஞர்கள், குழந்தைகள் - பெரும்பாலும் சிரியர்கள் - என எல்லோரும் தங்கள் பொருளை உச்சபட்சக் குரலில் கூவிக்கொண்டிருந்தனர். அநேகமாக ஒரு துருக்கிய வியாபாரியைக் கூடப் பார்க்கவில்லை என்று நினைக்கிறேன், எல்லோரும் சிரியர்கள், ஆயுதம் சுமந்தபடி பொருட்களை வாங்க பேரம்பேசிக் கொண்டிருந்தவர்களும் சிரியர்கள்தான்.

துருக்கியர்கள் உள்ளே நுழையும் சிரிய அகதிகள் குறித்து மகிழ்ச்சியற்று முனகிக்கொண்டாலும் உள்ளுக்குள் கதை வேறாக உள்ளது: அவர்கள் கொண்டுவரும் பணம் துருக்கியர்களின் பைகளை நன்றாக நிரப்புகிறது. நிறைய துருக்கியர்கள் சிரியாவிலிருந்து உள்ளுக்குள் வரும் முதலீடுகள் மூலம் பலமான அனுகூலம் அடைந்திருக்கிறார்கள். கடைகள், வீடுகளை வாடகைக்கு விடுகிறார்கள். விலையை உயர்த்தி இரண்டு மடங்கு லாபம் பார்க்கிறார்கள். இங்கே ரேஹன்லியில், துருக்கியப் பெயர்களைக் கொண்ட கடைகளோடு, சிரிய நகரங்கள் மற்றும் கிராமங்களின் பெயர்களை அரபி எழுத்துகளில் எழுதியிருந்த கடைகளையும் பார்த்தேன், சிரியாவின் ஒரு சிறுபகுதி இங்கே வேர்கொண்டு முளைத்தது போலிருந்தது, சிதைக்கப்பட்ட மற்றுமொரு உடலுறுப்பு போல, நகரத்தின் சாக்கடைகள் மற்றும் சேறு நிரம்பிய வாய்க்கால்களின் மேல் அவை உருவாகியிருந்தன. போரின்போதுள்ள மற்ற விஷயங்களைப்போலவே நம்பிக்கையற்று, புலம்பெயர்ந்து இருந்தன.

ஒரு குழந்தை எங்கள் வண்டியின் அருகில் நின்றுகொண்டிருந்தது, பத்து வயதுக்கு மேல் இராது, கைநிறையப் பொருட்கள் சுமத்தப்பட்டிருந்தன. குழந்தைகள் அங்குமிங்கும் ஓடி தங்கள் பொருட்களைப் பற்றிப் பெருமையாகப் பேசிக்கொண்டிருந்தனர்; அவர்கள் தங்கள் பள்ளிக்கூடத்தையும் வீட்டையும் தங்களது குழந்தைமையையும் ஏதோவொரு நல்லதுக்காகத்தான் துறந்திருக்கவேண்டும். அதிர்ஷ்டமுள்ள குழந்தைகள் இன்னமும் தங்கள் குடும்பத்தோடு இருக்கிறார்கள், ஆனால் இவர்களில் பெரும்பாலானோர் அநாதைகளே, எல்லையைக் கடந்துவந்து இங்கே தெருக்களில் பிழைத்துக் கிடக்கிறார்கள்.

சாலையின் மறுபுறத்திலிருந்த நடைபாதையில் சுதந்திர ராணுவத்தைச் சேர்ந்த வீரர்கள் சிலர் இருந்தனர். எந்தப் படையணியைச் சேர்ந்தவர்கள் என்று எங்களுக்குத் தெரியவில்லை, ஆனால், இப்போதுதான் அங்கு வந்து சேர்ந்து மற்றவர்களுக்காகக் காத்திருப்பவர்கள் போலத் தோன்றியது. அவர்களுடைய ஆயுதங்கள் கண்ணில் படவில்லை அவர்கள் இன்னும் சிரியாவிலேயே இருக்கிறார்கள் என்பதால் இருக்கலாம். அவர்களது வெளிறிய முகங்கள், கலைந்த தாடிகள் மற்றும் தூக்கம் மறுத்த கண்கள் ஆகியவற்றிலிருந்து அவர்கள் தேறிவர சிலநாட்கள் ஓய்வாவது அவர்களுக்குத் தேவை என்றும் அவர்கள் இந்நகரத்திலிருப்பது மிகமுக்கியமாகச் செய்தேயாகவேண்டிய ஏதோவொரு வேலையிருப்பதால்தான் என்றும் புரிந்தது. ஒரு கார் அவர்களுக்கருகில் வந்து நிற்க அதிலிருந்து ஓர் இளைஞன் இறங்கினான், அல்லது அவர்கள் அவனை இறக்கினார்கள் என்றுதான் சொல்லவேண்டும். அவன் தனது ஒரு கை, ஒரு காலை இழந்திருந்தான். அவர்கள் வாகனத்தை மாற்றினர், அவர்களில் ஒருவர், 'யெல்லா! கிளம்பு! சீக்கிரம்!' என்று கத்தினார்.

'உங்களை ஷீப் கேட்டில் இறக்கிவிடுகிறேன்' என்று எல்லையை நோக்கிச் செல்லும்போது எங்கள் வாகனஓட்டி கூறினார்.

எல்லைக் கிராமங்கள், துருக்கியப் பகுதியை ஒட்டி ஆறிலிருந்து பத்து சதுரகிலோமீட்டர் பரப்பளவில் அமைந்தவை, அங்கே வசிப்பவர்கள் பெரும்பாலும் பெடூயின் இன அரேபிய நாடோடிகள், புரட்சி ஆரம்பிக்கும் முன்புவரை அவர்கள், துருக்கிக்கும் சிரிய நகரமான இத்லிப்புக்கும் இடையே பொருட்களைக் கடத்துதல், ஆடுமாடு வளர்த்தல் மற்றும் பயிர் வளர்த்தல் ஆகியவற்றைச் செய்துவந்தனர். இன்று, இக்கிராமத்தினர், துருக்கிய மொழி மற்றும் அரபியை பெடூயின் வழக்கில் சரளமாகப் பேசக்கூடியவர்கள், அட்மா போன்ற இடங்களுக்குப் பொருட்களைக் கடத்துவதில் நெருங்கிய தொடர்புடையவர்கள். அட்மா என்பது மிக முக்கியமான அதேசமயம் மிகவும் மோசமான ஒரு சிரிய அகதிகள் முகாமை ஒட்டி அமைந்துள்ள கிராமம்.

எல்லைப் பகுதி கிராமங்களின் கிழக்கில் இருநாடுகளையும் பிரிக்கும் மலைகள் உள்ளன, அங்கேதான் பெடூயின் இனத்தவர்கள் தங்களது உறவினர்களின் கூட்டமைப்பின் மூலம் ஆட்கடத்தல் தொழிலில் ஈடுபட்டுள்ளனர், மலைகளின் வழியாக ஆட்களைக் கடத்துவது. பெடூயின் இனத்தவர்களின் வலைப்பின்னலுக்கென எல்லைப்பகுதியில் தொடர்புப்

புள்ளிகள் உள்ளன, சிலர் மலையுச்சியில் நின்றிருப்பர், சிலர் பள்ளத்தாக்குகளில். எல்லையில் அமைந்துள்ள அனைத்து இடைவெளிகளும் அவர்களுக்குப் பரிச்சயம், முள்வேலியில் அமைந்துள்ள அனைத்துத் திறப்புகளும், அதன் வழியாக சிரியாவுக்குள் நுழையலாம்; நீங்கள் எல்லையைக் கடக்கும் கடைசிக்கணம் வரை உடன் இருப்பார்கள். துருக்கிய ஆயுதப்படைக் காவலர்களோடு உறுதியான உறவுநிலை உண்டு, அவர்களோடு கைபேசியில் பேசுவார்கள் அல்லது அவர்கள் பார்க்கும்படி இருந்தால் ஏற்கெனவே தீர்மானித்த சங்கேத ஒலி மற்றும் கத்துவது மூலமாகத் தொடர்பு கொள்வர். ஒல்லியான உடல்வாகு, கருத்தநிறம், ஓசையற்ற நடை மற்றும் விரைவு உடையவர்கள்; மரங்களுக்கிடையே மறைந்துவிடும் ஒரு மர்மமான வல்லமை அவர்களுக்கு உண்டு, தாங்கள் மிகநன்றாக அறிந்த மண்ணோடு ஒன்றாகிவிடுவர்.

இந்த வாகனம் எங்களை, சேறுபடர்ந்து பின்னிக் கிடக்கும் குறுகலான தெருக்களுக்கு அழைத்து வந்துள்ளது. 'ஷீப் கேட்' எனப்படும் இந்த எல்லைகடப்புப் பகுதி, குக்கிராமமாக இருந்தது. வீடுகள் திறந்தபடி இருக்க, அவற்றின் பின்பகுதியில் ஆட்டுப்பட்டிகள் இருந்தன. குளிர் இருந்தாலும் அதைப் பொருட்படுத்தாமல் குழந்தைகள் கிட்டத்தட்ட நிர்வாணமாக விளையாடிக் கொண்டிருந்தனர். எங்கள் வாகனத்திலிருந்து இறங்கியபோது, பழுப்பு நிறமுடைய ஓர் இளைஞர் எங்களுக்காகக் காத்திருந்தார். நான் இந்தக் கடப்புப் பகுதியை சென்றமுறை பார்த்தது போல் எதிர்பார்த்தேன், இரண்டு வேலிகளுக்கிடையே ஓடவேண்டும், பிறகு கடக்கும் நேரத்தில் இரவு வேளையில் காற்றுவீசக் காத்திருக்க வேண்டும். ஆனால் மேசரா முன்பு நாங்கள் கடந்த இடம் கண்காணிப்புக்குள் வந்துவிட்டதால் அங்கு செல்ல முடியாது என்று சொல்லிவிட்டார், குறிப்பாக சிரிய-துருக்கிய எல்லையில் எறிகணைகள் விழுந்தபின் அது சாத்தியமில்லை.

எதிரே பசுமை குறைவாக இருந்த மலைகளின் கீழே எல்லையின் இரண்டு பக்கமும் வாகனங்கள் நிறுத்தி வைக்கப்பட்டிருந்ததைப் பார்க்க முடிந்தது. மிகநீண்ட வரிசையில் மக்கள் காத்திருந்தார்கள். நாங்கள் அருகிலிருந்த மலையைச் சுற்றி நடந்து வேறொரு இடத்திற்குச் செல்லவேண்டும். நான் முதுகுப்பையை மாட்டிக்கொண்டேன், கலங்கலான நீர் ஓடிக்கொண்டிருந்த ஓடைகள் எங்களைத் தாமதப்படுத்தின. எங்களைக் கடத்துபவர் மற்றும் நாங்கள் மூன்றுபேர் இருந்தோம். சிறிது தூரத்திலேயே ஆயுதம் தாங்கிய காவலர் ஒருவர் எதிர்ப்பட்டார். ஓடத்தொடங்கினோம்.

'கவலை வேண்டாம்,' அரேபிய உச்சரிப்பில் கடத்துபவர் கூறினார்.

பிறகு வலதுபக்கம் ஒரு ராணுவவாகனம் எங்களை நோக்கி வர ஆரம்பித்தது. கடத்துபவர் ஒரு சத்தத்தை எழுப்பிவிட்டுத் திரும்பிச்செல்ல ஆரம்பித்தார். நாங்கள் அவரைப் பின் தொடர்ந்து மீண்டும் நாங்கள் சென்றுகொண்டிருந்த பாதைக்கு வந்தோம்.

'என் வீட்டிற்குச் சென்று ஒரு கோப்பைத் தேநீர் அருந்துவோம், பிறகு கடப்பதற்கான நேரம் வரும்வரை காத்திருப்போம்,' என்றார் கடத்துபவர்.

அவருடைய வீட்டிற்குச் சென்றோம், மீண்டும் அந்த சேறு படர்ந்த குறுகிய சந்துகள், அழுகிய நாற்றமும் விலங்குகளின் சாணநாற்றமும் எங்களைச் சூழ்ந்தன. பெடூயின் இனத்தவர்களின் சிமெண்ட் வீடு அவர்களின் கூடாரம் போலவே அமைக்கப்பட்டிருக்கும்; அதே நிறங்கள், அதே எளிமையோடு ஓரிடத்தில் நிலைக்காத தன்மையோடு இருக்கும். இன்னமும் எந்தப் பெண்ணையும் பார்க்க முடியவில்லை, ஆண்கள் மற்றும் குழந்தைகளே இருந்தனர், ஆனால் யாரும் சோம்பித் திரியவில்லை.

மீண்டும் வெளியில் வந்து, எல்லையைக் கடக்க சிறிது தூரமே இருந்தபோது, மற்றொரு குழு எங்களோடு எல்லையைக் கடக்க இணைந்துகொண்டது. இருபது பேர் அடங்கிய அந்தக்குழுவில் நான் மட்டுமே பெண். மூன்று கடத்துபவர்கள் எங்களோடு இருந்தனர், எங்களோடு இணைந்த ஆண்களில், நான் இஸ்தான்புல்லில் இருந்து அந்தாக்யா வரும்போது விமானநிலையத்தில் பார்த்த யெமேனியும் சவூதியைச் சேர்ந்தவரும் இருந்தனர். அவர்கள் சாகசத்துக்குத் தயாராக இருப்பது தெரிந்தது. நான் நகர்ந்து அவர்களிடம் சென்றேன், ஜாக்கிரதையான தூரத்தில் இருந்துகொண்டேன், அவர்கள் என்ன பேசிக்கொள்கிறார்கள் என்பதை இம்முறையாவது தெரிந்துகொள்ள முடியும். சிலவினாடிகள், அவர்களிடம் 'என் நாட்டிற்கு எதற்காக வந்திருக்கிறீர்கள்?' என்று கேட்டு பேச்சைத் துவக்கலாமா என்று யோசித்தேன், ஆனால் அமைதியாக இருந்துவிட்டேன். கடந்த இரண்டு வருடங்கள் எனக்கு அமைதியாக இருக்கக் கற்றுத் தந்திருக்கிறது. அமைதி என்பது நம்மைச் சுற்றியுள்ளவற்றைப் புரிந்துகொள்ளவும் அவதானிக்கவும் எதிர்வினையாற்றுவதற்குமான வாய்ப்பினைத்

தருகிறது. அது தன்னை விளக்குவதற்கான வாய்ப்பைத் தருகிறது; அது இருபொருள்தன்மையோடு இல்லாதபோதும் ஒரு அர்த்தம் உருவாவதற்கான வெளியை உருவாக்கித் தருகிறது.

அந்த யெமேனியும், சவூதியரும் சுமைகள் அதிகம் இல்லாமல் இருந்தனர், தங்களது இறப்புக்குத் தேவையான எல்லாப் பொருட்களோடும் - அவர்கள் அதை நோக்கித்தான் சென்று கொண்டிருக்கின்றனர். நாங்கள் புறப்பட்டதிலிருந்து அவர்களைப் பிடித்துவிட முயற்சி செய்துகொண்டிருக்கிறேன்.

'சகோதரா, நீ உன்னோடு ஒரு பெண்ணை அழைத்து வருகிறாய் என்பதைச் சொல்லவில்லையே,' எங்கள் பக்கம் பார்த்துக்கொண்டு எரிச்சலாகக் கூறினார் கடத்துபவர்களில் ஒருவர். 'இங்கே வாருங்கள்,' என்றார் என்னைப் பார்த்துக்கொண்டே. 'இந்தப்பக்கம் நடக்கக் கொஞ்சம் சுலபமாக இருக்கும்.'

சிறிய கோதுமை வயலை நோக்கிச் சென்று கொண்டிருந்தோம், அருகில் வளர்ந்திருந்த ஆலிவ் மரங்களின் இலைகள் அங்குமிங்குமாக இறைந்திருந்தன, அதை மிதித்தபடி நடந்தோம். எங்களுடைய பழைய கடத்துபவர்களில் ஒருவர் என்னைப் பதட்டத்தோடு பார்த்தபடி வந்தார். நான் என் தலையையும் முகத்தையும் கருப்புத்திரையாலும் கருத்த கண்கண்ணாடியாலும் மூடியிருந்தேன். என் நடைவேகத்தை அதிகரித்து குழுவோடு இணைய முயன்றேன், அவர்களை நெருங்கியதும் அவர்கள் எல்லோரையும் தாண்டி நடந்தேன். நான் களைப்படைந்து கொண்டிருக்கிறேன் என்று எனக்குத் தெரிந்தது, ஆனால் என்னால் மற்றவர்கள் வேகம் குறைகிறதென்று என்னைக் குறை சொல்வதை நான் விரும்பவில்லை. அவர்களைத் தாண்டியதும் இன்னும் வேகமாக நடந்தேன், எங்கள் கடத்துபவர்களில் ஒருவர் என்னைக் காத்திருக்கும்படி சொல்ல வேண்டியதாயிற்று. நான் எங்கிருந்தேனோ அங்கேயே மற்றவர்கள் வந்துசேரும்வரை காத்திருந்தேன். அவர்கள் வந்துசேர்ந்ததும் அவர்களோடு நடந்துகொண்டே அவரைப் பார்த்தேன். என் கண்ணாடியைக் கழற்றிவிட்டு அவரையே உறுத்துப் பார்த்தேன், என்னால் தொடர்ந்து வேகமாக நடக்க முடிகிறது என்பதால், குழுவில் ஒரு பெண் இருப்பது செயல்பாட்டின் வேகத்தைக் குறைத்துச் சிக்கலை உண்டாக்கும் என்று அவர் முதலில் நினைத்தாலும் இப்போது அதற்காகக் குறைப்பட்டுக் கொள்ளவில்லை.

இயல்பாகவே, ஒவ்வொருமுறை நான் சிரியா செல்லும்போதும், பெரும்பாலான ஆண்கள் நான் பெண் என்று குறிப்பிட மறக்கவில்லை, மேலும் இது பெண்களுக்கான இடமில்லை

என்றனர். இப்போது என்னைச் சுற்றியுள்ள போராளிகள் தடித்த, உயரமான உருவமும் உறுதியான தெளிவுடைய கண்களும் தாடியும் கொண்டவர்கள். ஒருபோதும் பெண்களைத் திரும்பிப் பார்ப்பதோ அல்லது அவர்களோடு ஒரு வார்த்தை பேசுவதோ செய்ய மாட்டார்கள். இருப்பினும், வீரம் மற்றும் ஆண்மைத்தனம் என்று மற்றவர்கள் குறிப்பிடுவது எனக்கு வாழ்வு மற்றும் மரணம் மீதான அக்கறையின்மை என்றே தோன்றுகிறது. அவர்கள் தங்களுக்கு உறுதியளிக்கப்பட்ட நிரந்தர சொர்க்கத்தின் வாயிலைத் தேடுகிறார்கள். அவர்களைக் கண்டு ஊக்கமடைவதற்குப் பதிலாக அவர்களைக் கண்டு பரிதாபப்படத்தான் என்னால் முடிகிறது.

துப்பாக்கி வெடிக்கும் ஓசை கேட்டதும் சிறிதுநேரம் நின்றோம். எல்லைக்காவல் படையினர் வானத்தை நோக்கிச் சுடுகிறார்கள்; அவர்கள் பயத்தை உண்டாக்குவதற்காக அப்படிச் செய்கிறார்கள் என்று எங்கள் எல்லோருக்கும் தெரியும். எங்களுடன் இருந்த கடத்துபவர்களில் ஒருவர் அப்போதுதான் துருக்கிய ஆயுதப்படையினரிடம் பேரம்பேசி முடித்திருந்தார் - நிச்சயமாகப் பேரம் படிந்து விட்டது, ஆயுதப்படைக் காவலர்கள் தங்கள் வழியில் பார்த்தவுடன் கண்டுகொள்ளக்கூடிய, அடிப்படைவாதிகளின் தோற்றத்தில் இருக்கும் போராளிகள் யாரையேனும் பார்த்திருக்கலாம். காவலர்கள் விரும்பினால் கடுமையாக நடந்துகொள்ள முடியும், அது பொதுவாக வலுவாகத் தாக்குவது வரை செல்லலாம், ஆனால் துப்பாக்கியைப் பிரயோகிப்பதுவரை ஒருபோதும் செல்லாது. அதுதான் கடத்துபவர்களுக்கும் கடத்தப்படுபவர்களுக்கும் உத்தரவாதம்.

எங்களுக்கு முன்னால் ஒரு செங்குத்தான மேடு. நாங்கள் அதைச்சமாளிக்க பிரிந்து பல பாதைகளில் ஆலிவ் மரங்கள் எங்களை மறைத்துக் கொள்ளும் வகையில் ஏறினோம். அந்த வெளிநாட்டுப்போராளிகள் இப்போது எங்களைவிட அதிகமான தொலைவில் இருந்தார்கள், நாங்கள் ஒரு கடத்துபவரோடு சேர்த்து மூன்றுபேர் மட்டுமே இருந்தோம். ஏறுவது மிகவும் கடினமாக இருந்ததால் நான் மற்றவர்களின் வழியில் குறுக்கிட விரும்பாமல் சற்றுத் தள்ளி ஏறினேன். முட்டியை மடக்கி முதுகை வளைத்து முன்னால் குனிந்து தரையைத் தொட்டு நான்கு கால்களால் ஏறிக்கொண்டிருந்தேன். இதோ இங்கே, ஒரு விலங்கைவிட சற்றுதான் மேலாக இருக்கிறோம் என்று நினைத்துக்கொண்டேன். நம் இனத்தைத் தற்காத்துக்கொள்ள மற்ற உயிரினங்களைப்போல நாமும் உயிர்வாழ்வதற்கான உள்ளுணர்வைச் சார்ந்து இருக்கமுடிந்தால் நன்றாக இருக்கும்.

எனது லெபானிய நண்பரான ஃபிதா இடானி, நான் சீக்கிரம் களைப்படையாமல் இருக்கும் பொருட்டு என் வேகத்தைக் குறைக்கச் சொன்னார்.

'கேளுங்கள்,' என்றேன் நடுங்கும் குரலில், 'நான் வேகமாக ஏறாவிட்டால் பின்னால் சரிந்து பள்ளத்துக்குள் வீழ்வேன்' என்று நான் சொன்னதைக்கேட்டு அவர் சிரித்தார்.

பிறகு மேசரா அருகில் வந்து என் முதுகுப்பையை வாங்கிக்கொண்டார், பிறகு உச்சியை நோக்கி ஓடினோம். என் பின்னால் யாரோ கத்துவதைக் கேட்டும் நான் திரும்பிப் பார்க்கவில்லை. என் இதயம் துடிப்பது எனக்குக்கேட்டது. காற்று என் நுரையீரலுக்குள் நுழைந்து கசையாலடித்தது. தரைமுழுக்க சேறு, மலையின் மண் சிவப்பு நிறத்தில் வளமான மண். நாங்கள் உச்சியை எதிர்பார்த்தோம் ஆனால் அங்கு இருந்த காட்சியோ வேறு: மலை அதன் உச்சிப்பகுதியில் அகன்ற மலைவிளிம்பாக மாறி அங்கிருந்து ஒரு வளைவான பாதை சரிவாக மரங்களுக்கிடையே இறங்கியது. அங்கே ஒரு கார் எங்களுக்காகக் காத்திருப்பது தெரிந்தது, ஆனால் அப்போது துருக்கிய ஆயுதப்படைக் காவலர்களின் குழுவொன்று ஆலிவ் மரங்களுக்கிடையிலிருந்து தோன்றி எங்களை நோக்கி வந்தது. காவலர்களின் ரோந்து வாகனம் அப்பகுதியைச் சுற்றிக் கொண்டிருந்து. திடீரென எங்கிருந்து வேண்டுமானாலும் தோன்றும். காவலர்கள் எங்கள் உடமைகளைச் சோதனையிட்டுவிட்டு கடத்துபவர்களில் ஒருவரிடம் ஏதோ பேசினர்.

அவர்களின் சோதனை முடிந்தது, நாங்கள் எல்லையைக் கடந்துவிட்டோம். அப்பகுதி சரியாக வரையறுக்கப்படவில்லை: அடியில் தவழ்ந்து செல்லும்படியான கம்பிவேலியோ அல்லது தவிர்க்கப்பட வேண்டிய முட்கம்பிகளோ இல்லை. ஆயுதம் தாங்கிய காவலர்கள் மட்டுமே இது நாடுகளுக்கு இடையேயான எல்லை என்பதற்கு அத்தாட்சி. சிரிய-துருக்கிய எல்லையில் ஆட்கள் கடக்கும் இடங்கள் இப்படித்தான் இருக்கின்றன என்பதைப் பிறகு கண்டுகொண்டேன், அவை பணம் சம்பாதிப்பதற்கான வழிமுறைகள், குறிப்பாக எல்லைக்குள் கடந்துசெல்ல விரும்பும் ஜிஹாதிப் போராளிகளின் எண்ணிக்கை கணிசமாக உயர்ந்துள்ளது.

இந்த இடத்தில் அக்குழு பிரிந்து அவரவர் வழியில் சென்றது. போராளிகள் மறைந்து போயினர் - அவர்களுக்காக மற்றொரு குழு காத்துக்கொண்டிருந்தது. எங்கள் உடனிருந்தவர் அவர்கள் ஒரு தாக்குதலுக்குச் செல்வதாகக் குறிப்பிட்டார், அவர்களில் துனீசியாவைச் சேர்ந்த பிரெஞ்சுக்காரர் ஒருவர் இருப்பதாகக்

குறிப்பிட்டார், மேலும் அநேகமாக அவர்கள் அலெப்போ நோக்கித்தான் செல்கிறார்கள் என்றார். தன்னுடைய பெயரை வெளிக்காட்ட விரும்பாத என்னுடைய வழிகாட்டி அவர்கள் ஜபாத் அல்-நுஸ்ராவில் (நுஸ்ரா படை முன்னணி) சேர்ந்துகொள்ளச் செல்கிறார்கள் என்றார், இது நீண்ட தாடி கொண்ட இளைஞர்களால் உருவாக்கப்பட்ட ஒரு புதிய அமைப்பு. வெகுசமீபம் வரை இப்படியொரு குழு இருப்பது வெளியே தெரியாது; இதற்குமுன்பு இவர்கள் மறைமுகமாகச் செயல்படும் ஒரு குழுவாக இருந்தனர், இவர்களின் இருப்பு கிராமங்களில் ஏற்றுக்கொள்ளப்படவில்லை.

'இவர்கள் இப்போது முன்பைவிட வலிமை உடையவர்களாக, பலவிடங்களிலும் பரவியிருப்பதை நீங்கள் கவனித்திருப்பீர்கள்,' என்றார் ஃபிதா. 'இவற்றின் அடுத்த கட்டம் மோசமானது, ஏனெனில் இவை இன்னமும் செல்வாக்குப் பெற்று வலிமையும் வன்முறையும் நிறைந்த கும்பலாகும். சீக்கிரமே சவுக்கடிகள் மற்றும் தலைதுண்டிப்புகள் உள்ள காணொளிகளைப் பார்க்கப்போகிறோம்.'

எல்லைக்கிராமங்களில் மீண்டும் துப்பாக்கிச்சத்தம் ஒலித்தது, சலாஃபிகள் மரங்களுக்கிடையே காணாமல் போயினர். சிரியர்களின் போர்வாழ்வு, புராதனமான தைல ஓவியத்தில் உருவாகும் வெடிப்புபோல, பலதிசைகளிலும் கிளைவிட்டுப் பரவியுள்ள திரிகளை உருவாக்கியுள்ளது. துப்பாக்கிச்சத்தம் கேட்டதுமே வேட்டைக்காரர்களிடமிருந்து வெருண்டு தப்பியோடும் விலங்குக் கூட்டம்போலச் சிதறினோம்.

எங்களுக்குப் பின்னால் மலைகள், முன்புறம் ஆலிவ் தோப்புகளும் சமவெளிகளும். எங்கு பார்த்தாலும் வறட்சியின் சுவடுகள்; சாலையின் ஓரத்தில் நடப்பட்டிருந்த ஆலிவ் மரங்கள் கூட இலையுதிர்ந்து காணப்பட்டன. வளைவான சாலைகளில் செல்லும்போது மருங்கில் இருந்த வீடுகள் மறைந்தன. மொத்த நிலக்காட்சியிலும் உயிர் இருப்பின் சுவடுகள் அரிதாகவே இருந்தது; சில கார்கள் எங்களைக் கடந்து சென்றன, அவ்வப்போது தூரத்தில் சில கிராமங்கள் கண்ணுக்குத் தெரியும்.

பின்னிஷ் நகரம் வெறுமையாக இருந்தது. சென்றமுறை வந்தபோது இருந்த பேரணிக் கூட்டங்கள் இல்லை. அப்போதிருந்து, இந்நகரம் அல்-அஸாட் படையினரின் மிக்-ரக விமானங்கள் மூலம் குண்டுவீச்சுக்கு ஆளாகிக் கொண்டிருக்கிறது என்பதால் மக்கள் இந்நகரைக் கைவிடத்தொடங்கியிருந்தனர். எஞ்சியிருப்பவர்கள் வெகு சொற்பம். புதிதாக உருவாகியுள்ள

நுஸ்ரா முன்னணி இந்நகரைக் கையிலெடுத்துள்ளது, பலரும் அப்படையில் இணையத் தொடங்கியுள்ளனர். நகரச் சொத்துக்களை இப்போது அவ்வியக்கம்தான் கையாள்கிறது, ஆனால், அதேசமயம் அது மக்களின் தனிப்பட்ட வாழ்விலும் நுழைகிறது. காற்சட்டை அணிவது மதத்திற்கு விரோதமானது என்று அறிவித்துள்ளது, ஆண்களும் கூட அணியக்கூடாது, அதற்குப் பதிலாக 'ஆப்கன் வகை' உடையைப் பரிந்துரைக்கிறது. ராணுவ உட்கட்டமைப்பும் மாறிவிட்டது. இப்போது வெகுசில சோதனைச்சாவடிகள் மட்டுமே இருந்தன.

'கடவுளே, உங்களைத் தவிர எங்களுக்கு வேறென்ன மிச்சமிருக்கிறது?' என்று மேசரா உரத்துச் சொன்னார், தஃப்தனாஸ் விமான நிலையத்தைக் கடந்து சென்றுகொண்டிருந்தோம். 'கடவுளே, எத்தனை உயிர்கள் போய்விட்டன... எத்தனை உயிர்கள் போய்விட்டன... இதோ இங்கேதான் அம்ஜத் ஹுசேன் கொல்லப்பட்டார்.'

எனக்கு அம்ஜத்தைத் தெரியும், சராகெப்பிலுள்ள படையொன்றின் தலைவர். இருபத்தைந்து வயது இளைஞர். மரியாதை தெரிந்த மனிதர், பேசும்போதுகூட உங்கள் கண்களைப் பார்த்துப் பேசமாட்டார்; புரட்சியில் ஏற்பட்ட திருப்பம் குறித்து, எப்படிப்பட்ட சீரழிவில் அது இறங்கியிருக்கிறது என்பது குறித்து சீற்றத்தோடு இருந்தார். அவர் ஒரு பழமைவாத இஸ்லாமியர், ஆனால் அவர் மதக்கட்டுப்பாடற்ற ஒரு அரசையே விரும்பினார். தஃப்தனாஸ் விமானநிலையத்தில் நடந்த சண்டையில் இறந்தார். இதற்கு முன்பு நான் சந்தித்திருந்த பல இளைஞர்கள் இறந்துவிட்டனர். மீண்டும் சராகெப்புக்குச் செல்லும் வழியில் கிராமங்களைத் தாண்டிச்செல்லும்போது அவர்கள் ஒவ்வொருவரையும் நினைத்துப் பார்த்தோம். அவரைக்காய் விளைந்த வயல்களையும் பசும் சமவெளிகள் மீது கற்களால் அமைந்த கிராமங்களையும் தாண்டிச்சென்றோம். சாலை, சேறு நிறைந்தும் வெடிகுண்டு, எறிகணைகளால் பள்ளமாக்கப்பட்டும் இருந்ததால் வாகனத்தை ஓட்டுவதே சவாலான ஒன்றாக இருந்தது.

'போனமுறை நீங்கள் இங்கே வந்துசென்றபிறகு, அரசு இத்லிப்பை முடக்கிவிட்டது,' என்றார் மேசரா, 'இப்போது அது மற்ற கிராமப்புறங்களிலிருந்து துண்டிக்கப்பட்டுவிட்டது. நாம் பேசிக்கொண்டிருக்கும் இவ்வேளையில் படைத்துருப்புகள் போரில் ஈடுபட்டுள்ளன. புரட்சியில் இப்போது புரட்சியாளர்களை விட திருடர்கள் அதிகரித்துவிட்டார்கள். ஒரு குடும்பம் இன்னொரு குடும்பத்தை எதிர்க்கிறது. கூலிப்படையினருக்கு எதிராக

கூலிப்படையினர் சண்டையிடுகின்றனர். கடவுளே, உங்களைத் தவிர எங்களுக்கு யார்தான் இருக்கிறார்கள்?'

சிறிய மயக்க வைக்கும் அத்தேவதை இல்லாமல் வீடு வெறுமையாக இருந்தது, அவளது உடனிருப்புக்கு நான் பழகிவிட்டேன். ஆலாவும் அவளது உடன்பிறந்தோரும் இப்போது சராகெப்பைவிட்டுச் சென்று எல்லைக்கருகில் அந்தாக்யாவில் இருக்கின்றனர், மேசரா மட்டும் அவ்வப்போது தனது சொந்த ஊருக்கு வந்துபோகிறார். எறிகணைகளின் தாக்குதல், வகைதொகையற்ற இறப்புகள் ஆகியவை அவர் தனது குடும்பத்தை துருக்கிக்கு அனுப்பும்படி செய்துவிட்டன. எனவே இந்தக் காலகட்டத்தில் அந்த வீட்டில்தான் நான் மேசராவின் சகோதரி ஆயூஷ், என்னை விருந்தோம்பும் அபு இப்ராஹிம் மற்றும் அவரது அழகான துணைவியார் நௌரா மற்றும் வயதான பெண்மணிகள் ஆகியோருடன் தங்கியிருக்கப் போகிறேன். நெருங்கிய உறவினர்களான, இரண்டு சகோதரிகளும் அவர்களது குழந்தைகளும் தொடர்ந்து வந்துபோகின்றனர்; இப்போதும் அவ்வீடு சுற்றத்தார்கள் மற்றும் வீடிழந்த உறவினர்களால் நிரம்பியிருக்கிறது. சிலரது வீடுகளை எதிரிகள் உள்ளே நுழைந்து நாசம் செய்துவிட்டனர், சிலருடையவை எறிகணைகள் விழும் பகுதியிலிருக்கின்றன அல்லது வரையறுக்கப்பட்டுள்ள பகுதியில் இருக்கின்றன, வரையறுக்கப்பட்ட இப்பகுதிதான் இரண்டு படைப்பிரிவினருக்கும் இடைத்தாங்கு பகுதியாக இருக்கும். சில வீடுகள் ஸ்னைப்பர்களின் நேரடிப்பார்வையில் இருக்கின்றன, சில அதிருப்தியாளர்களின் இடமாகிவிட்டன. நிறையப்பேர் தங்கள் வீடுகளில் இவ்வாறு உறவினர்கள், நண்பர்கள் மற்றும் தெரிந்தவர்களைத் தங்கவைத்துக் கொண்டுள்ளனர். ஆயூஷும் தனது வீடு அமைந்துள்ள அடுக்ககத்தின் நிலவறைப்பகுதியில் ஒரு வீடிழந்த குடும்பத்தைத் தங்கவைத்துள்ளார், அங்கேயுள்ள அவரது வீடு எரியூட்டப்பட்டுவிட்டது.

அடுத்தநாள், நானும் ஆயூஷும் அவரது வாகனத்தில் எரியூட்டப்பட்ட அவரது வீட்டின் அடித்தளத்தில் உள்ள குடும்பத்தையும் சராகெப்பின் பல்வேறு பகுதிகளிலுள்ள எறிகணைகளால் சேதமுற்ற வீடுகளையும் பார்க்கக் கிளம்பினோம். காவல்துறையைச் சேர்ந்த ஒருவர் போக்குவரத்தை ஒழுங்குபடுத்திக் கொண்டிருந்தார், ஆக, கடினமானதாக இருந்தாலும் அவர்கள் அதில் தடுமாறிக்கொண்டிருந்தாலும் நகரில் ஓர் ஒழுங்கைக் கொண்டுவருவதற்கான முயற்சிகள் நடக்கின்றன. பெரும்பாலான சாலைகள் இப்போது வித்தியாசமாக இருக்கின்றன, நிறையச் சாலைகள் முற்றிலுமாகச்

சேதமுற்றவை. பெரிய மாற்றம் என்பது எறிகணைகளால் சேதமடைந்த அல்லது முற்றிலுமாகத் தரைமட்டமாக்கப்பட்ட வீடுகளின் எண்ணிக்கை அதிகரித்திருப்பதுதான், இங்கே மக்கள் குறைவாகவே வசிக்கிறார்கள் என்பதுதான் உண்மை. நகரம் உயிரோட்டமற்று நடமாட்டமில்லாமல் காணப்படுகிறது. குண்டுவீச்சில் சேதமடைந்த வீடுகளைச் சரிசெய்வதற்காக கட்டுமானப் பணிகள் அநேக இடங்களில் நடக்கிறது. சுவர்களில் கிறுக்கல் ஓவியங்கள், முதல் முறையாக மஹ்மூத் தர்விஷின் கவிதை வரிகள் எழுதப்பட்டிருப்பதைப் பார்த்தேன். அதற்கடுத்து நுஸ்ரா முன்னணி மற்றும் அஹ்ரார் அல்-ஷாம் இயக்கங்களை உயர்த்தி எழுதப்பட்ட வாசகங்கள். இவ்விரு இயக்கங்களும் சுதந்திர ராணுவப்படையிலிருந்து பிரிந்தபின் ஒன்றுக்கொன்று உதவிக்கொள்கின்றன என்பதைவிட உடனொத்து இயங்கிக்கொண்டிருக்கின்றன என்று சொல்வதே சரியாக இருக்கும். தடித்த எழுத்துகளில் இருந்த ஒரு சுவர் வாசகம்: 'நுஸ்ரா முன்னணி மற்றும் அஹ்ரார் அல்-ஷாம்: எங்கள் துடிக்கும் இதயம்' என்றது.

இப்போதெல்லாம் காவல்துறையினரின் சம்பளம் ஆயுதந்தாங்கிய படையினர் மூலம் அளிக்கப்படுகிறது. காவல்துறையினர் போக்குவரத்து விதிமீறல்களுக்கான சீட்டை வழங்குகின்றனர், சாத்தியமுள்ள இடங்களில் தண்டத்தொகை வசூலிக்கவும் ஆயுதப்படை வழிசெய்திருக்கிறது. அஹ்ரார் அல்-ஷாம் சமுதாயக் கட்டமைப்பில் இன்னும் ஆழமாக இறங்கி சொந்தமாக ஒரு அடுமனையைத் திறந்திருக்கிறது, இது அவர்களுடைய பணத்தேவையை ஈடு செய்யவும் மக்களின் பொருட்தேவைகளைப் பூர்த்தி செய்யவும் என இரண்டு விதத்திலும் பயனுள்ளதாக அமைகிறது. இஸ்லாமிய மதச்சட்டங்களை அமுலாக்கும் ஷரியத் நீதிமன்றங்களில் உள்ள நீதிபதிகள் அலுவலர்கள் இடையே நுஸ்ரா முன்னணியே ஆதிக்கம் செலுத்துகிறது. பாதுகாப்புப் படையில், சுகூர் அல்-ஷாம் (கிழக்குக்கரைப் படையின் ராஜாளிகள்), தேரா அல்-ஜபல் (மலையின் கேடயம்), மற்றும் ஷுஹாதா சுரியா (சிரியத் தியாகிகள்) ஆகியவை உள்ளிட்ட பலபிரிவுகள் உள்ளன.

எறிகணைகள் இடைவிடாமல் வீசப்படுவதால் மொத்த நகரத்தையும் காண்பிக்க முடியாது, இச்சமயத்தில் வண்டியில் சுற்றுவது மிகவும் ஆபத்தானது என்றார். என்றாலும், குண்டுகளால் தகர்க்கப்பட்ட ஒவ்வொரு வீட்டின் முன்னாலும் நிறுத்தி அதன் கதையைச் சொன்னார். கதவற்ற வீடுகள், கூரையில்லா அல்லது சுவரில்லா வீடுகள், மலையாகக் குவித்து வைக்கப்பட்டிருக்கும் கற்கள்.

‘இங்கேதான் அபு மொஹம்மத் தன் குழந்தைகளோடு இறந்து போனார்,’ என்றார். இன்னொரு வீட்டைச் சுட்டிக்காட்டித் தொடர்ந்தார், ‘அதோ அது, அங்கேதான் எங்கள் உறவினர்கள் சிலர் வசித்தனர். அவர்களின் சிறுவயது மகன் இறந்துவிட்டான். அவ்வீடு குண்டுகள் மூலம் தகர்க்கப்பட்டது, மொத்தக் குடும்பமுமே கொல்லப்பட்டுவிட்டது.’

அந்த வீட்டின் முன்னால் வண்டியை நிறுத்தினோம், நான் சில புகைப்படங்கள் எடுத்துக்கொண்டதும் வாகனத்துக்குத் திரும்பினோம். சராகெப், என் நினைவில் உள்ளதைக் காட்டிலும் மோசமாக, எங்கு பார்த்தாலும் அழிவின் சுவடுகளோடு காட்சியளிக்கிறது.

ஆயூஷ் தனது நிலவறைப் பகுதியில் தங்க வைத்திருக்கும் வீடிழந்த குடும்பத்தைப் பார்க்க வந்தபோது அக்கம்பக்கத்தில் உள்ளவர்களிடமும் சிறிது பேசினோம், ஆனால் அப்போது ஒரு விமானம் தலைக்குமேல் கடந்து போனதால் உடனே ஓடி ஒளிய வேண்டியதாயிற்று. நிலவறை என்பது நல்ல விசாலமான ஓர் அறை, அறையின் மூலைகளில் மெத்தைகள் அடுக்கப்பட்டிருந்தன, குடும்பத்திலுள்ள ஆண்களுக்கு, பெண்களுக்கு, குழந்தைகளுக்கு என ஒவ்வொரு குழுவுக்கும் தனித்தனி மூலைகள். குடும்பத்தலைவி ஓர் அழகிய பெண், வசீகரமான வளைவுகள் கொண்ட உடல், சிவப்பும் பழுப்பும் கலந்த தலைமுடி. அவரைச்சுற்றி அவரது நான்கு பெண்கள், அவர்களில் இருவர் பல்கலைக்கழகத்தில் பயில்கின்றனர். மூத்த பெண்ணுக்குத் திருமணமாகி தனது மூன்று குழந்தைகளுடன் இருந்தார். மற்ற உறவினர்கள் அங்குமிங்குமாக அமர்ந்திருந்தனர். தங்களுடைய பெரும்பாலான உடமைகளை இழந்து விட்டிருந்தார்கள். ஒரு தரைவிரிப்பும் நான்கைந்து தேநீர்க்கோப்பைகளும் இரண்டு சிறிய பறவைகளோடு ஒரு கூண்டும் மட்டுமே அவர்களிடம் மிச்சமிருந்தன.

திடீரென அந்த அறையின் கூரை அதிர்ந்து மிகப்பெரும் சத்தமொன்று கேட்டது. பீதியில் உறைந்து போனோம். விமானம் பக்கத்து வீட்டின் மேல் குண்டு வீசிவிட்டது. அது சிலமீட்டர்களே தள்ளியிருந்த வீடு; சிறிது நேரத்திற்கு முன்புதான் அவ்வீட்டுப் பெண்மணியிடம் பேசிக்கொண்டிருந்தோம். நேற்று நடந்த குண்டுவீச்சில் சேதமுற்றவற்றை அகற்றி, தரையைத் தண்ணிர் ஊற்றிக் கழுவி, அதிர்வினால் நொறுங்கிய கண்ணாடித் துணுக்குகளைப் பொறுக்கியெடுத்துக் கொண்டிருந்தார், அந்த குண்டுவீச்சில்தான் அவர் தனது மகன்களில் ஒருவனை இழந்திருந்தார்.

இரண்டாவது குண்டு வீச்சுக்குப் பிறகும் நிலவறையிலேயே காத்திருந்தோம். குண்டு வீச்சுக்குக் காரணம் அருகிலிருந்த வீட்டின் பின்புறம் ஒரு பீரங்கி வண்டியை படைப்பிரிவுத் தலைவர் ஒருவர் நிறுத்தியிருந்ததுதான். ஆட்சியாளர்கள் இதைத்தான் செய்கிறார்கள்: புரட்சியாளர்கள் இருக்கும் பொதுமக்கள் வீடுகளை குண்டுவீசித் தாக்குவது, அவர்களுக்குக் கிடைக்கும் ஆதரவை வேரோடு அழிக்கும் முகமாக இதைச் செய்கிறார்கள். நான் அந்தக் குடும்பத்திலுள்ள தாயிடம் அவர்கள் எவ்வாறு அவர்களுடைய வீட்டிலிருந்து வெளியேறும்படி நிர்பந்திக்கப்பட்டார்கள் என்று கேட்டுக்கொண்டிருந்தபோது, குண்டுவெடிப்பின் அதிர்வினால் கூரையின் சுண்ணாம்பு உதிர்ந்து பனித்திவலைகள் போல என் தலையில் விழ நான் நடுங்கிக்கொண்டிருந்தேன். தன் கதையை அவர் வேகமாக விவரிக்கத் துவங்க இன்னொரு பெண்ணும் என்னோடு அதைக்கேட்டுக் கொண்டிருந்தார்.

‘புரட்சி ஆரம்பித்ததிலிருந்தே எங்கள் மீது விமானங்கள் குண்டுவீசத் தொடங்கிவிட்டன’ என்றார். ‘எங்கள் கிராமம் அமெனாஸ், அது செங்கல் தொழிற்சாலையை அடுத்துள்ளது, அத்தொழிற்சாலை பிறகு ராணுவத்திற்கும் கூலிப்படையினருக்குமான பெரிய தளமாக மாற்றப்பட்டது, அதன் பெயர் *ஷபிஹா*. அருகிருந்த நாஸனின் வீட்டின்மேல் அவர்கள் குண்டு வீசியபோது ஏகப்பட்ட கிராம மக்கள் கொல்லப்பட்டனர். அவருடைய ஆலிவ் தோட்டத்தின் மீது ஒரு குண்டு விழுந்து நிறைய தொழிலாளர்களையும், அவருடைய மனைவி மற்றும் மகன்களையும் கொன்றது. அச்சமயம், அவர் தண்ணீர் எடுக்க வெளியே சென்றிருந்தார், திரும்பி வந்தபோது தோட்டத்தில் இந்தப் படுகொலைகளையே கண்டார்.

‘*ஷபிஹா* இன்னொரு குடும்பத்தினரின் ஆலிவ் தோட்டத்திலும் அதிரடியாக நுழைந்தது, பிறகு அங்குள்ள அனைவரும் காணாமல் போயினர். பிறகு கிராமத்தினர் அக்குடும்பம் முழுவதும்: அம்மா, மகள்கள், சகோதரன், ஒரு சிறுவன், மருமகள் என அனைவரும் படுகொலை செய்யப்பட்டுக் கிடந்ததைக் கண்டனர். சிலசமயம் *ஷபிஹா*வினர் ஒரு குழுவாக வெளியே கிளம்புவார்கள். ஒருசமயம், அவர்களிடம் என் மகன் ஒருவன் மாட்டிக்கொண்டான், பிறகு, அவனை கண்கள் குடைந்தெடுக்கப்பட்டு கைவிரல்கள் அனைத்தும் வெட்டப்பட்ட நிலையில் கண்டெடுத்தோம், அப்போது அவன் உயிரோடிருந்தான். இன்னொரு மனிதனை இதேபோல் பிடித்துச்சென்று அவனை எரியும் கன்னான் அடுப்பின்மீது உட்காரவைத்தனர். அவன் பின்பகுதி முழுவதும் கருகி

வறுக்கப்பட்ட இறைச்சித்துண்டுபோல வெந்துபோனது. அவன் மனைவி அவனைவிட்டு ஓடிவிட்டாள்...

'நான் எங்கள் வீட்டைவிட்டு வர விரும்பவில்லை, ஆனால் ராணுவம் அருகிலுள்ள மஸ்துமா என்ற கிராமத்திற்குள் நுழைந்து சுதந்திர ராணுவத்தினர் யாரேனும் இருந்தால் உடனடியாக வெளியேறும்படி எச்சரித்தது, ஏனென்றால் ஷபிஹா வந்துகொண்டிருக்கிறது. அவர்கள் மஸ்துமாவுக்குள்ளே நுழைந்ததும் குடும்பம் குடும்பமாகப் படுகொலை செய்தனர். ஒரு தாய் தன் மகனுக்காக அழுதுகொண்டிருந்தாள், ஏனெனில் அவள் கண்முன்னாலேயே அவனை வெட்டிச்சாய்த்தனர், பிறகு அவளையும் கொன்றுவிட்டனர், அழுகிறாள் என்பதற்காக!

'வன்புணர்ச்சியிலிருந்து காப்பாற்றவேண்டும் என்பதற்காக நான் என் மகள்களை ஒளித்து வைத்திருந்தேன். பிறகு என் சகோதரர் ஒருவரின் வீட்டில் ஏவுகணை விழுந்தது, அவர் சிதறிப்போயிருப்பார் என்றே நினைத்தோம். ஆனால், அவர் இடிபாடுகளுக்கிடையே இருந்து வெளிவந்து கத்தினார்: "இந்த ஆன்மாவைக் கொடுத்தவன் எவனோ அவனே இதை எடுக்க வல்லவன்!" நான் எவ்வளவு மகிழ்ச்சியாகச் சிரித்தேன்!

'யாருக்கோ ஏழாயிரத்து ஐந்நூறு லிராக்கள் பணம் கொடுத்தோம், நாங்கள் அங்கிருந்து வெளியேற உதவுவதற்காக, இரவில் அங்கிருந்து வெளியேறினோம். மிக நீண்ட வரிசையில் மக்கள் வெளியேறிக் கொண்டிருந்தார்கள். வெறுங்கால்களில் உள்ளவர்கள், சிலர் அரை நிர்வாணமாக இருந்தனர், எறிகணைகள் விழுவது நிற்கவில்லை.

'அந்த இரவு நேரத்தில் புரட்சியாளர்கள் எங்களிடம் வந்து எங்களுக்கு சுஹூர் உணவளித்தனர், விடிவதற்கு முன்னால் உண்ணப்படும் உணவு அது. ஏனெனில் அது ரமலான் மாதம். வரும் வழியில் ஒரு பெண் பிரசவித்தார். எல்லோருமே வீடற்றிருந்தோம், என் கணவர் மற்றும் அவரது எட்டு சகோதர சகோதரிகள் - எல்லோரும் எங்கேயாவது போகவேண்டும். பிறகு எங்கள் வீடு முற்றிலுமாக அழிக்கப்பட்டுவிட்டது என்று தெரிந்துகொண்டோம். இனி எங்களிடம் எதுவும் மிச்சமில்லை.

இன்னுமொரு செவிடாக்கும் ஒலி, மற்றொரு வெடிகுண்டு. அந்தப்பெண் இடையில் நிறுத்தியிருந்தார், மீண்டும் என் மீது சுண்ணாம்புத்துகள்கள் துளித்துளியாக விழுந்தன. நிலவறை ஈரம் படர்ந்து விரிசல்களோடு இருந்தது, அந்த இடம் அதிரும்போது வெள்ளைநிற சுண்ணாம்புத் துகள்கள் எங்கள் தலையில் விழுந்தன. கூண்டுப்பறவைகள் படபடவென சிறகடித்தன.

‘அவைகளுக்கு அபாயத்தை உணரும் தன்மை உண்டு,’ என்று கூண்டைச்சுற்றி கைகளை அணைப்பாக வைத்தபடி மூத்த மகள்களில் ஒருத்தி சொன்னாள். பிறகு கூண்டைத்திறந்து இரண்டு பறவைகளையும் வெளியிலெடுத்து நெஞ்சோடு அணைத்துக் கொண்டாள். அருகில் விழுந்துகொண்டிருக்கும் குண்டுகளைப் பொருட்படுத்தாமல் அவள் அம்மாவுக்குப் பதிலாகப் பேச ஆரம்பித்தாள்.

‘நான் சொல்வதையெல்லாம் எழுதுவீர்களா?’ என்று கேட்டாள்.

‘சரி,’ என்று வாக்களித்தேன். ‘நிச்சயம் எழுதுவேன்.’

அவளொரு அழகான இளம்பெண், ஒல்லியான உடல், இருபது வயது இருக்கலாம், ஒளிரும் பச்சைக் கண்கள், ரோஜாநிற சிவந்த கன்னங்கள். எளிமையான, ஒரேநிறமுடைய தலையங்கி அணிந்திருந்தாள். விரல்கள் நளினமாகவும் மென்மையாகவும் இருந்தன. எழுந்து நின்றதும் அவள் உடன்பிறந்தவர்கள் அவளைச் சுற்றிக்கொண்டனர். பறவைகளை அணைத்தபடியே ஒரு கையை என் தலைக்குமேல் நீட்டினாள்.

‘கடவுள் ஆணையாக நான் சொல்ல விரும்புவதை இந்த உலகுக்குச் சொல்வீர்களா?’ என்று கேட்டாள்.

‘சத்தியமாக.’

‘உங்கள் மனதின் ஆழத்தில் நீங்கள் மிகவும் நெருக்கமாக அன்போடு வைத்துள்ள ஒன்றின் மீது சத்தியம் செய்யுங்கள்.’

நான் அமைதியாக சத்தியம் செய்தேன், அவள் உள்ளங்கை என் தலையைத் தொட்டதும் பாறையொன்று உடைந்து தலையில் விழுந்தது போல் உணர்ந்தேன்.

‘அமெனாஸ் கிராமம் குறித்து எழுதுங்கள்... நான் பிறந்த இடம் அது.’

வரைவதும் கவிதை எழுதுவதும் தனக்கு விருப்பமானது என்று சொல்லி, ஒரு குறிப்பேட்டை வெளியிலெடுத்துத் திறந்தாள். தான் எழுதி வைத்திருந்த நாட்குறிப்பை வாசிக்க ஆரம்பித்தாள். நான் குறிப்பெடுத்துக் கொண்டேன்.

‘இது ஜனவரி 5, 2013இல் நடந்தது. கடத்தப்பட்டிருந்த ஆறு பெண்கள், ஒரு இளைஞர் மற்றும் அவரது மனைவி ஆகியோரது இறப்பைக் கேள்வியுற்றோம். அதே நாளில் மற்றொரு குடும்பமும் கொல்லப்பட்டது - ஆலிவ் அறுவடைக்காக வெளியே சென்றவர்கள் - அந்தப்பெண்ணையும் அவளது இரண்டு மகன்களையும் கொன்றார்கள். எங்கள் கிராமத்திலிருந்த

அபு அமெரின் குடும்பத்தைக் கடத்திச்சென்று அவர்களைத் துன்புறுத்த ஆரம்பித்தனர்; பிறகு எல்லோரையும் ஒரே முறையில் கொன்றனர், துப்பாக்கியால் தலையில் சுட்டுக் கொல்வது. அமெரின் மனைவி ஒன்பது மாத கர்ப்பிணி. இவையெல்லாம் நடந்து கொண்டிருக்கும்போது அவள் பிரசவித்துவிட்டாள். எங்கள் வீட்டு ஆண்கள் அபு அமெரின் குடும்பத்தைத் தேடிச் சென்றபோது ஆலிவ் மரங்களுக்கிடையில் ஆங்காங்கே கிடந்த மற்ற உடல்களோடு அவளும் அவளது குழந்தையும் இறந்து கிடக்கக் கண்டனர்,' பாதாம் வடிவக் கண்களுடைய அப்பெண் கண்டிப்பான பார்வையுடன் என்னை உறுத்துப்பார்த்தாள். பிறகு மீண்டும் தனது குறிப்பேட்டைப் பார்த்தபடியிருந்தாள், நான் அவள் தொடர்வதற்காகக் காத்திருந்தேன்.

'இதைச் செய்தது ஷபிஹா தான், "சுதந்திர ராணுவம்" என்று எழுதப்பட்ட வாகனத்தில் வந்தனர். ஆனால், எங்களுக்குத் தெரியும் இவர்கள் அரசாங்கத்தின் குண்டர்களான ஷபிஹா என்று. அவர்கள் அங்கிருந்து கிளம்பும்முன் அந்நிலத்தை நாசப்படுத்தி மரங்களை வேரோடு சாய்த்தனர், பிறகு இறந்த உடல்களையும் அவர்களால் உண்டான மற்ற அழிவுகளையும் புகைப்படம் எடுத்துச் சென்றனர். பிறகு அப்படங்களை சுதந்திர ராணுவம் ஏற்படுத்திய அழிவுகளென இணையத்தில் வெளியிட்டனர்.' அவள் சற்றே நிறுத்தினாள். 'தொடர்ந்து சொல்லட்டுமா?' என்று ஆர்வமாக, வெட்கத்தோடு கேட்டாள்.

'ஆமாம். . . தாராளமாக,' என்றேன்.

மீண்டும் தொடரும்போது அவளது கண்கள் ஒளிர்ந்தன: 'ஜனவரி 12ஆம் தேதி, இரண்டு மணி முப்பத்தைந்து நிமிடம், நாங்கள் கபீன் என்ற கிராமத்தில் இருந்தோம், அங்கே எங்களின் உறவினர்கள் சிலர் வசிக்கிறார்கள். அமெனாஸை விட்டு வந்ததும் பலநாட்களாகத் தூக்கமின்றி அலைந்து கொண்டிருந்தோம். அங்கிருந்து கிளம்பிய இரவு, பத்துமணிச் செய்தியில் அவர்கள் எங்கள் கிராமத்தில் குண்டுவீசி புரட்சியை அழிக்கப்போவதாகச் சொன்னார்கள். பீரங்கிப்படை ஒன்று வீரர்களோடு தஃப்தனாஸ் போகும்வழியில் எங்களைக் கடக்கும், அது புரட்சியாளர்களின் பிடியிலிருந்த விமானதளம். அன்றைய இரவு பதினோரு மணிக்கெல்லாம் அங்கிருந்து கிளம்பிவிட்டோம். நாங்கள் அச்சத்திலிருந்தோம். எங்களுடைய சில பொருட்களை மூட்டையாகக் கட்டி, மூன்று சக்கரங்களுள்ள ஒரு வாகனத்தில் ஏற்றிக்கொண்டோம். நெடுநேரமாக நெடுஞ்சாலையில் பயணித்துக்கொண்டிருந்தோம், சார்மின் என்ற கிராமத்தைக் கடக்கும்போது வண்டியின் இஞ்சின்

பழுதடைந்தது, எனவே வண்டியைத் தள்ளியபடி நடக்க ஆரம்பித்தோம். நடுச்சாலையில் தவித்தபடி நடந்து அடுத்த கிராமத்தை அடைந்தோம். முதலில் கண்ணில் பட்ட ஒரு வீட்டைத் தட்டினோம், ஆனால் அவர்கள் திறக்காமல் எங்களை அங்கிருந்து போகச்சொன்னார்கள். அடுத்த வீடு, அவர்களும் திறக்கவில்லை. மூன்றாவது வீட்டில் எங்களை வரவேற்று அன்றைய இரவை அவர்களோடு கழிக்கலாம் என்றனர், ஆனால் என் அம்மா அதை மறுத்து தான் அசௌகரியமாக உணர்வதாகச் சொல்லிவிட்டார், என்னுடைய சகோதரன் எங்களை காஃப்ர் ஆமீமில் உள்ள அவரது நண்பர்கள் வீட்டுக்கு அழைத்துச்செல்ல முடியுமா என்று அப்பாவிடம் கேட்டார். அப்போது நள்ளிரவு ஒருமணியைத் தாண்டிவிட்டது, எங்கும் நாய்கள் குரைக்கும் சத்தம். நான் பீதியில் இருந்தேன். எங்கும் மையிருட்டு, எங்களைத் துரத்தும் நாய்களின் குரைப்பொலி! நள்ளிரவு இரண்டு மணிக்கு காஃப்ர் ஆமீமை வந்தடைந்து ஒவ்வொரு வீடாகச் சென்றோம்.'

அவள் சொல்வதை நிறுத்தவில்லை, எறிகணைகள் வீழும் சத்தத்தை கண்டுகொள்ளாமல் தொடர்ந்தாள், நானும் எழுதுவதை நிறுத்தவில்லை.

'ஒரு மாதத்திற்குப் பிறகு, பிப்ரவரி 13ஆம் தேதி, எங்கே போய்க்கொண்டிருக்கிறோம் என்று எங்களுக்கே தெரியவில்லை. ஒவ்வொரு இரவும் ஏதேனுமொரு புதிய இடத்தில் தூங்கினோம், எறிகணைகள் மற்றும் ஏவுகணைகளிலிருந்து தப்புவிக்கும் ஏதேனும் ஓர் இடத்தில். சுற்றுவட்டாரத்தில் உள்ள அனைத்து கிராமங்களும் எனக்கு புறங்கை போலப் பரிச்சயமானது.'

நிமிர்ந்து என்னைப் பார்த்தாள், ஒரு கையில் குறிப்பேடு இருந்தது, மறுகை பறவைகளை மார்போடு அணைத்தபடியிருந்தது: அவை இரண்டும் என்னைப் பார்த்தபடியிருந்தன.

'அப்புறம் என்ன ஆயிற்று?' என்று கேட்டேன்.

எங்களுக்கருகில் அவள் அம்மா 'கடவுளின் பெயரால்... கடவுளன்றி எங்களுக்கு வேறு சக்தியும் பலமும் இல்லை,' என்று முணுமுணுத்தபடி கோப்பைகளில் தேநீரை நிரப்பிக்கொண்டிருந்தார்.

'15 பிப்ரவரி,' அவள் உற்சாகமான குரலில் தொடர்ந்தாள், 'சரியாக மூன்று மணி பத்து நிமிடங்களுக்கு சராகெப்புக்கு வந்து சேர்ந்தோம். கடவுள் உங்களைப் பாதுகாக்கட்டும்,' என்றாள் திடீரென்று, ஆயூஷைப் பார்த்தபடி, 'நீங்கள் எங்களைப் பாதுகாத்தது போல் அவர் உங்களைப் பாதுகாக்கட்டும்!'

என்றாள். பிறகு, 'அன்றுதான் நான் பல்கலைத் தேர்வுக்கு அமரவேண்டிய நாள், ஆனால் சாலைகள் அடைபட்டிருந்தன, பாதுகாப்பானவையாக இல்லை. நான் இன்னும் இரண்டு நாட்கள் குறித்துதான் சொல்ல வேண்டியிருக்கிறது. அது வேண்டாம் என்று நீங்கள் நினைத்தாலும் பரவாயில்லை - நான் உங்கள் நேரத்தை வீணடிக்க விரும்பவில்லை.'

'இல்லை, நான் எதையும் தவறவிட விரும்பவில்லை,' துளைத்துக்கொண்டிருக்கும் அவள் பார்வையைச் சந்தித்தபடி கூறினேன், அவளது கண்களில் கண்ணீர் தளும்பி நின்றது. மீண்டும் குறிப்பேட்டைத் திறந்து வாசிக்க ஆரம்பித்தாள்.

'இன்று சராகெப்பில் எங்களுக்கு இரண்டாவது நாள். பிப்ரவரி 16ஆம் நாள். ஆயூஷ் வந்து எங்களுக்கு என்ன தேவை என்று குறித்துக்கொண்டார், பிறகு மற்றொரு மனிதர் வந்து எங்களுக்குப் போர்வைகளைத் தந்தார். அதைத் தரையில் விரித்துக்கொண்டோம். சுவரில் சுண்ணாம்பு உரிந்தபடியிருக்கும் இது ஓர் அறிமுகமில்லாத இடம். அப்பாவின் கண்களில் தெரியும் நொறுங்கியதான பார்வை, அவமானத்தின் பார்வை அது, அதேபோல் எங்களுக்கு உணவும் ரொட்டியும் தரும் ஒவ்வொருவரிடமும் மீண்டும் மீண்டும் அவர் காட்டுகிற நன்றி கலந்த வெளிப்பாடுகள், இவை என்னை மிகவும் கவலைகொள்ளச் செய்கின்றன. நாங்கள் வசதியாக வாழ்ந்தோம், தேவையான எல்லாமும் எங்களிடம் இருந்தது, இப்போதோ உதவியிலும் கருணையிலும் வாழ்ந்துகொண்டிருக்கிறோம். பிச்சைக்காரர்களாகி விட்டோம், இது அவமானமாக இருக்கிறது. இப்போது கணப்புக்காக ஒரு விறகடுப்பு இங்குண்டு. இந்த இடம் குளிராகவும் ஈரமாகவும் இருந்தாலும் அதற்கு இந்த விறகடுப்பு போதுமானதாக இருக்கிறது. சிலசமயம் எங்கள் வயிறுகள் பசியால் சத்தமிடுகின்றன, இருந்தாலும் நாங்கள் உணவுக்காகப் பிச்சையெடுப்பதில்லை. எங்கள் அமைதியைக் கடைபிடிப்பது என்று முடிவெடுத்திருக்கிறோம். ஓர் ஏவுகணை அருகிலுள்ள கல்லறைப்பகுதியில் விழுந்தது. என் இளைய சகோதரர்கள் வெளியே விளையாடிக் கொண்டிருந்தனர். விரைந்து சென்று அவர்களை அழைத்து வந்து ஒரு மூலையில் ஒடுங்கிக்கொண்டோம். அவர்களின் முகங்கள் உறைந்து, பீதியில் இறுகியிருந்தன.

'பிப்ரவரி 19. இன்று ஒரு சிட்டுக்குருவியை அதன் கூட்டில் பார்த்தேன், அதனுடன் அப்போதுதான் வெளிவந்த ஒரு குஞ்சு. இப்போது அதை ஒரு கூண்டுக்குள் வைத்து அறையின் நடுவில் வைத்திருக்கிறோம். அப்பறவை தன் சிறிய அலகுமூலம் இரையைக்

குஞ்சுக்கு ஊட்டிப் பராமரிக்கிறது. அருகில் குண்டு விழுந்தால் பறவைகள் பயத்தில் துடிக்கின்றன. தாய்ப்பறவை பறக்கும் முயற்சியில் தனது இறக்கைகளைக் கூண்டின் பக்கவாட்டில் அடித்துக் கொள்கிறது, பிறகு, தவ்வி தனது குஞ்சின் அருகே அமர்ந்து கொள்கிறது, எறிகணை விழுவது நிற்கும்வரை அவை அமைதியடைவதில்லை.

‘என் மூத்த சகோதரர்கள் இப்போது இல்லை, அவர்கள் மறைந்து விட்டார்கள். நான் இன்று பல்கலைக்கழகத்தில் இருந்திருக்க வேண்டும், ஆனால் இங்கே என் குடும்பத்தோடு சிக்கிக்கொண்டிருக்கிறேன். நான் பங்குபெறாத வகுப்புகளின் பாடங்களை எடுத்து வருமாறு என் தோழிக்கு தொலைபேசியில் தெரிவித்தேன். எங்களிடம் ஒரு மூன்றுசக்கர வாகனம் உண்டு, அப்பா அந்தப்பாடங்களைப் பெற்றுக்கொள்ள என்னை அதில் அழைத்துச் சென்றார், ஆனால் அந்த வாகனம் மீண்டும் எங்களைக் கைவிட்டுவிட்டது, நாங்கள் வெகு தாமதமாகச் சென்று சேர்ந்தோம், அதற்குள் என் தோழி அங்கிருந்து சென்றுவிட்டாள். படிகளில் அமர்ந்து வெகுநேரம் அழுதுகொண்டிருந்தேன். என்னுடைய ஒப்படைவுகளை எப்படியேனும் முடித்து அனுப்ப வேண்டும் என்று நினைத்தேன். ஆனால் அது இனிமேல் நடக்காது. மீண்டும் பாதுகாப்பிடத்திற்கு வந்து மாலை முழுதும் ஏதும் பேசாமல் அமர்ந்திருந்தேன்.’

வாசிப்பதை நிறுத்தினாள். அவளது குரல் கரகரப்பாக இருந்தது.

‘அது போதும்,’ என்று சொல்லி என் கைகளைப் பிடித்துக் கொண்டாள். ‘இப்போது நாங்கள் இறந்தால் கூட உலகத்திற்கு எங்கள் கதை தெரியவரும் இல்லையா?’

‘ஆமாம், நிச்சயமாகத் தெரியவரும்,’ என்று அவளைத் தேற்றவோ சமாதானப்படுத்தவோ முயலாமல் பதில் கூறினேன்.

அந்தப்பெண்ணையும் அவள் குடும்பத்தையும் அங்கேயே விட்டு ஆயூஷின் எரியூட்டப்பட்ட அடுக்குவீட்டின் இரண்டாம் தளத்திற்கு வந்தோம். சுவர்கள் தீய்ந்து கருமையேறி இருந்தன. ஒரு எறிகணை வீட்டின்மீது விழுந்து நெருப்புப் பிடித்துவிட்டது. அவர் சில பொருட்களைக் கையிலெடுத்து அவை என்னவாக இருந்தன என்று விளக்கிக் கொண்டிருந்தார். எனக்கு அவை உருத்தெரியாத வெவ்வேறு வடிவுடைய கருப்பான பொருட்கள் மட்டுமே, ஆனால் அவரால் சரியாக விளக்க முடிந்தது, ‘இது என் தவிசணையின் ஒரு பகுதி, இது தேநீர்க்கோப்பை, இது அலமாரியின் பக்கவாட்டுப் பகுதி...’ மூன்றாவதாக ஒரு

எறிகணை வீழும் சத்தம் கேட்டது, 'நாம் திரும்பிவிடலாம், இன்றைக்கு இது போதும்' என்றார்.

நிலவறை வழியாக வெளியே வந்தோம். ஒருவேளை நான் புதினமொன்றை எழுதினால் அதில் இந்தப்பெண் நிச்சயமாக கதாநாயகிகளில் ஒருவராக இருக்கவேண்டும் என்று எனக்கு நானே சொல்லிக்கொண்டேன். அதில் அவளது தழல் - நிறக்கூந்தலையும் அவள் இதயத்தில் வேகமாக அடித்துக்கொள்ளும் சிறகுகளையும் அவளது பார்வையையும் வருணிப்பேன். எவ்வாறு அவளுடைய இளைய சகோதரன் அல்லது சகோதரி அவள் மீது குவியலாக விழுந்து, அவளை அணைத்துக்கொள்ளவும் அவளது கவனத்தை, இந்த ஆர்வமிக்க அறிமுகமில்லா விருந்தாளியிடமிருந்து, தங்களது நாளை எறிகணைகளைக் காட்டிலும் அதிகமாக பாதித்துவிட்டவரிடமிருந்து, திசைதிருப்ப முயலும்போது, அவள் தன் கைகளை அவர்கள் மீது சுற்றி அவளது கம்பளியாடைக்குள் இருக்கும் பறவைகளோடு அவர்களையும் பொதித்துக் கொள்கிறாள் என்று விளக்குவேன்.

ஆனால் இது புதினமல்ல, உண்மையான வாழ்க்கை, அவள் தனது சகோதர சகோதரிகளை இறுக அணைத்துக்கொள்கிறாள், அவளது பார்வை அவர்களிடமிருந்து அகலுவதில்லை, காயம்பட்ட தனது குருவிகளைப் பாதுகாப்பதுபோலும் அவர்களைப் பாதுகாக்கிறாள்.

சராகெப்பின் ஊடக அலுவலகம் சந்தைக்கு நடுவே அமைந்துள்ளது, அஸாட் படையினருக்கு குண்டுவீசித் தகர்க்கவேண்டிய பகுதியாக கவனப்படுத்தப்பட்ட இடம். கூட்டம் மிகுந்த சந்தையின் ஆரவாரத்தைப் பார்த்தால் உங்களுக்கு அது புரியாமல் குழப்பத்தைத் தரும், ஆனால் சிதைந்த கட்டடங்கள் மற்றும் பெரிய பள்ளங்களுடன் உள்ள சாலைகள் எறிகணைகள் மற்றும் வெடிகுண்டுகளின் சுவடுகள் மூலம் அதைப் புரிந்து கொள்ளலாம். இங்கே ஏவுகணைகள் விழுந்து மனிதர்கள் இறக்கிறார்கள். ஒரு மணிநேரத்திற்குப் பிறகு மீண்டும் தங்கள் இயல்பு வாழ்க்கைக்குத் திரும்புகிறார்கள், தாங்கள் உயிர்வாழத் தேவையான உணவையும் பானங்களையும் வாங்கிச் சேகரிக்கிறார்கள். ஆனால், இறப்போடான இவ்வுறவும் இவை எந்த அளவுக்கு அன்றாட வாழ்வு முறையோடு பின்னிப் பிணைந்துவிட்டன என்பதும் என்னைப் பீதிக்குள்ளாக்குகிறது.

நான் அங்கே வேலை செய்பவர்களிடம் அவ்விடம் ஆபத்தானது என்பதால் அங்கிருந்து அலுவலகத்தை

மாற்றும்படி கூறினேன், எல்லாவற்றையும் விட முக்கியமானது உயிரோடிருப்பதுதான். ஊடக அலுவலகத்தில் பணிபுரிபவர்கள் செயல்பாட்டாளர்களாக மட்டுமின்றி, புகைப்படநிபுணர், போராளிகள் மற்றும் உதவிப் பணியாளர்கள் ஆகியோராகவும் இருக்கின்றனர்; அதுபோக பத்திரிக்கையாளர்கள் போய்வந்து கொண்டிருப்பார்கள். வெளிநாட்டுப் பத்திரிக்கையாளர்களின் வருகை மிகவும் அபூர்வமானதே, ஆனால் மற்ற அரபு நாட்டுப் பத்திரிக்கையாளர்களின் வருகை என்பது இன்னும் ஆரம்பிக்கவில்லை என்பதே உண்மை, அது இத்லிப் மாகாணத்தின் பூரண விடுதலைக்குப் பின்னரே தொடங்கும். இப்போதைக்கு இங்கே சிரியப் பத்திரிக்கையாளர்கள் மட்டுமே இருக்கின்றனர். அலுவலகக் கட்டடம் கந்தலாகிக் கிடக்கிறது, நான்கு மாதங்களுக்கு முன்புதான் ஒருபக்கச் சுவர் முற்றிலுமாக சேதப்படுத்தப்பட்டுவிட்டது.

ஆகஸ்ட் 2012இல் இப்பகுதியைச் சுற்றியுள்ள கிராமங்களுக்கிடையே நாங்கள் பயணம் செய்தபோது அவை முற்றிலுமாக விடுதலை பெற்றிருக்கவில்லை, எனவே ஆட்சியாளர்களின் ராணுவம் அமைத்திருந்த சாலைத் தடைகளைத் தவிர்க்கும் பொருட்டு சுற்றிக்கொண்டு பின்பக்கச் சாலைகள் மற்றும் சிறு தெருக்கள் வழியாகச் சென்றோம். அப்போது சராகெப் கூட முழுமையான விடுதலை அடைந்திருக்கவில்லை. இப்போது, பிப்ரவரி 2013இல் சுதந்திரமாக தரைப்பகுதியில் எங்களால் இயங்க முடிகிறது என்றாலும் வானம் இன்னமும் சிறைபிடிக்கப்பட்டுதான் இருக்கிறது. புரட்சியாளர்கள், தங்களிடம் விமானத்தைத் தாக்கும் ஏவுகணைகள் மட்டும் இருந்தால் வெற்றி அவர்களுடையது என்றனர்.

'புரட்சி என்பது சண்டையிடுவதற்கோ அல்லது போர் செய்வதற்கோ அல்ல,' என்று ஒரு செய்தித்தாளின் ஆசிரியர் என்னிடம் கூறினார். அவர் ஸேடௌனின் செய்தித்தாளான ஆலிவ்-இல் வேலை பார்ப்பவர், இது சராகெப் விடுதலை அடைந்தபின் ஆரம்பிக்கப்பட்டது. 'மனிதத்தைப் போற்றி வளர்க்கவே விரும்புகிறோம், ஆனால் அதற்கான வளங்கள் எங்களிடம் இல்லை.' தொடர்ச்சியான எறிகணைத் தாக்குதலால் எங்கும் போய்வருவதே சிரமமாகிவிட்டது. புரட்சியோடு சேர்த்து குடிமுறைச் சமூகத்துக்கான செயல்பாடுகளையும் ஆரம்பித்திருக்கிறோம், ஆனால், மிகக்கடுமையான சிரமங்களை எதிர்கொள்ள வேண்டியுள்ளது. இருப்பதிலேயே சவாலான விஷயங்கள் என்றால் அது நிதி ஆதாரமோ அல்லது எறிகணைகள் விழுவதோ அல்ல; இதெல்லாம் இல்லை, மிக ஆபத்தான விஷயம் என்னவென்றால் தக்ஃபிரிக்கள் என்று சொல்லப்படும்

இஸ்லாமிய அடிப்படைவாதிகள் அவர்களது ஆளுகையை அதிகரித்துக்கொண்டு வருவதும் மக்களது வாழ்க்கையைக் கட்டுப்படுத்துவதும் அவர்களது அன்றாடங்களில் குறுக்கிடுவதும்தான்.' குடிமுறைச் செயல்பாடுகள் என்று அவர் குறிப்பிடுவது, சுவரோவியங்களுக்கான பயிற்சி, கலாச்சார செய்தித்தாள்கள், குழந்தைகளுக்கான இதழ்கள், பயிற்சிப் பட்டறைகள், தனியார் முயற்சியில் சமூகப்பள்ளிகளை நடத்துவது மற்றும் கல்விசார்ந்த பாடப்பிரிவுகளை போதிப்பது ஆகியவற்றுக்கான சிறுநிறுவனங்களை அமைக்க தொடர்ச்சியாக முயல்வதுதான்.

அந்த ஆசிரியர் சோர்வுற்ற நிலையில் காணப்பட்டாலும், அவரைச்சுற்றியிருந்த இளைஞர்கள் வைராக்கியத்துடன் உழைத்துக் கொண்டிருந்தார்கள். படங்களைத் தரவிறக்கம் செய்வது, இறந்த நபர்கள் மற்றும் தியாகிகளின் எண்ணிக்கையை உறுதிப்படுத்துவது, மனிதநேய அமைப்புகளோடு தொலைபேசியில் தொடர்பிலிருந்து, மக்களின் நிலை என்ன, எப்படியான சூழ்நிலையில் அவர்கள் வாழ்ந்து கொண்டிருக்கிறார்கள் என்று அந்த அமைப்புகளுக்குத் தெரிவிப்பது ஆகிய பணிகளைச் செய்துகொண்டிருக்கிறார்கள். அரசு நடத்தும் தாக்குதல்களை உன்னிப்பாகக் கவனித்துப் பதிவு செய்து வருகிறார்கள்: எத்தனை ஏவுகணைகள் தாக்கின, அவை எந்த வகை, வடிவம் மற்றும் அதன் அளவு என்ன என்று எல்லாமும். பின்னாளில் போரின்போது, இவர்களில் சிலர் சராகெப்பின்மீது வீசப்பட்ட இரசாயன வெடிகுண்டுகள் குறித்த ஆவணத்தொகுதியொன்றைத் தயாரித்து, உலகெங்கிலுமுள்ள பல்வேறு அரசு நிறுவனங்களுக்கு அனுப்பி வைத்தனர். வருத்தமான விஷயம் என்னவென்றால், அவர்களது நம்பிக்கை மற்றும் நேர்மறைச் சிந்தனைகளைத் தகர்க்கும் விதமாக, அவர்கள் செய்த பணிகள் அத்தனையும் பயனற்றுப்போனது, உலகம் அவர்கள் தனியாகப் போராடிக்கொள்ளட்டும் என்று முடிவு செய்துவிட்டது.

அபு வாஹீத், நாற்பதுகளில் இருப்பவர், திருமணமானவர், இப்போது சுதந்திர ராணுவத்தில் படைத்தலைவராக இருக்கிறார், தன்னுடைய வாகனத்தில் என்னை அழைத்துச்செல்ல வந்திருந்தார்: அருகிலுள்ள சில கிராமங்களுக்குச் சென்று வீடிழந்து நிற்கும் சிலரை, மன்ஹால், மேசராவின் மைத்துனர், என்னுடைய முதல் பயணத்தின்போது எல்லைப் பகுதியிலுள்ள மருத்துவமனையைப் பார்க்கச் சென்றபோது உடன் வந்தவர் மற்றும் என் வழிகாட்டியான மொஹம்மத் உடன் சந்திப்பதாகத் திட்டம். ஏவுகணைகளின் சத்தம் வெகுதொலைவில் கேட்கிறது,

இன்று எங்கள் பங்குக்கான மரணம் ஒரு முழம் தள்ளி நிற்கும் என்ற நம்பிக்கையை அளிக்கிறது.

சந்தைப்பகுதியிலிருந்து வெளியேறியபோது, தெருவில் பெண்களே இல்லை என்பதைக் கவனித்தேன். ஒரேயொரு பெண் தன் கணவனோடு, கிஹிமார் வகை முகத்திரை அணிந்தபடி இருந்தார். முதல்முறையாக சராகெப்பில் கிஹிமார் வகை ஆடையைப் பார்க்கிறேன்; வழக்கமாகப் பெண்கள் தலைமுடியை மட்டும் மறைக்கும்படியான தலையங்கி மட்டுமே அணிகின்றனர்.

படைப்பிரிவின் தலைமையகத்தை என்னுடன் இருந்தவர்கள் தொடர்பு கொண்டு அங்கிருந்த ஒருவருடன் பேசினர். திட்டம், அவர்கள் கட்டமைத்திருக்கும் ஒரு இயந்திரத்துப்பாக்கியைச் சென்று பார்ப்பதாக மாறியது, ஒருவகைப் பீரங்கி அது. அபு வாஹீத் வண்டியை ஓட்டினார், ஏனெனில் அவர் ஓட்டி வந்திருந்த வண்டியை இன்னொரு இடத்திற்குச் சென்று அவர் ஒப்படைக்க வேண்டும்.

நகரத்தை விட்டு வெளியேறும் சாலைகள் வெறிச்சோடி இருந்தன, இருபுறமும் சைப்ரஸ் மரக்கன்றுகள், குழந்தைகள் காய்கறிகளும் எரிபொருளும் விற்றுக்கொண்டிருந்தனர். அவர்களிடம் 'கருப்பு டீசல்' அல்லது 'சிவப்பு டீசல்' என்று கிறுக்கப்பட்ட வெவ்வேறு விதமான பீப்பாய்கள் இருந்தன. விலைகள் வேறுபட்டாலும் இரண்டுமே சற்று தரம் குறைந்தவைதான், எரிக்கப்படும்போது கெடுதலான புகையை வெளியேற்றுபவை. கடைசியில் நாங்களும் அலெப்போ - டமாஸ்கஸ் நெடுஞ்சாலையில் ஒரு சிறுவர்கள் குழு டீசல் விற்கும் இடத்தில் நிறுத்தினோம்: பத்து சிறுவர்கள் ராணுவ அணிவகுப்பில் நிற்பது போல, *மஸூட்* எனப்படும் சுத்திகரிக்கப்படாத டீசல் மற்றும் பெட்ரோல் பீப்பாய்களின் பின்னால் வரிசையாக நின்றிருந்தனர். தொடர்ந்து வெடிகுண்டுத் தாக்குதல் இருப்பதால் பெரும்பாலான சிறுவர்கள் பள்ளிக்குச் செல்வதில்லை. ஆச்சரியமான ஒரு விஷயம் என்னவென்றால், இன்னமும் சிரிய அரசாங்கத்திடமிருந்து தொடர்ந்து சம்பளம் பெறும் ஆசிரியர்களும் உண்டு என்பதே.

சாலையின் ஓரத்தில் நின்றபடி, பெட்ரோல் விலையைப் பேரம் பேசிக்கொண்டிருந்தபோது, சூரியன் உதித்திருந்தாலும் காற்றில் இன்னமும் குளிர் மிச்சமிருப்பதை உணரமுடிந்தது. ஒரு கேன் பெட்ரோலின் விலை எவ்வளவு என்று கேட்டபோது ஒரு சிறுவன், 'இரண்டாயிரத்து எழுநூற்றி ஐம்பது லிராக்கள்' என்றான், ஒரு வருடம் முன்பு 270 லிராக்களாக இருந்தது.

'பிப்ரவரி மாதத்துச் சூரியன்...' என்றார் அபு வாஹீத் வானத்தைப் பார்த்தபடி. பிறகு என்னிடம் திரும்பி, 'மேடம், எங்கள் மக்களுக்கு நீதி வேண்டும். ஆனால் எங்கள் விவகாரத்தில் மற்றநாடுகள் தலையிடுவதை நாங்கள் விரும்பவில்லை. பஷாரை எதிர்கொள்ள எந்தக் குறுக்கீடும் இல்லாமல் எங்களைத் தனியாக விட்டுவிடுவதே சரியானது. மற்றவர்கள் தலையீடு பஷாருக்குச் சாதகமாகத்தான் வேலை செய்கிறது. இன்னமும் அந்தத் தொல்லையிலிருந்து நாங்கள் விடுபடவில்லை என்பது உங்களுக்குப் புரியும். நான் நன்றாக வாழ்ந்தவன், நானொரு கட்டுமான ஒப்பந்தக்காரன், சட்டம் படித்திருக்கிறேன். உண்மையில் நான் நாடகத்துறை பற்றிப் படிக்கவே விரும்பினேன். ஆனால் அது அவ்வளவு சரியாக அமையவில்லை, ஆனாலும் எனக்கு மேடை நாடகங்கள் தொலைக்காட்சி நாடகங்கள் ஆகியவற்றில் இன்னமும் விருப்பம் உண்டு. அநேகமாக நான் கொஞ்சம் கலை வெறியன் என்று நினைக்கிறேன்,' என்று சிரித்தார்.

கான் அல்-ஸபால் கிராமம் வழியாகச் சென்றோம், இங்கே ஒரு பெரிய கல்குவாரி உண்டு. இந்த இடத்தில் அரசு ராணுவம் அமைத்திருந்த சோதனைச்சாவடிக்கு புரட்சிப்படை வீரர்கள் விடுதலையளித்து விட்டனர். கான் அல்-ஸபால் கிராமத்தைச் சேர்ந்தவர்கள் அஸாட்டின் படைகள் அங்கிருந்து வெளியேற்றப்பட்டதும் மீண்டும் தங்கள் கிராமத்திற்கு வந்துவிட்டனர். இப்போது சுதந்திர ராணுவத்தின் சோதனைச்சாவடியாக இருந்த இடத்தில் நிறுத்தினோம். எங்கள் வாகனத்திற்குப் பின்னால் வேறு எந்த வாகனமும் இல்லை. மூடப்படாத ஒரு கனரக வாகனத்தின் பின்புறம் மூன்று வீரர்கள் கையில் இயந்திரத்துப்பாக்கிகளுடன் அமர்ந்திருந்தனர்.

ஜெராடா கிராமத்திற்கு வந்து சேர்ந்தபோது நான் வியப்பில், 'ஓ, மொத்தக் கிராமமும் கல்லால் ஆனதா!' என்றேன். மிகப்பெரிய ரோமானியக் கல்லறைமாடங்கள் இருந்தன, பல்லாயிரம் ஆண்டுகள் பழமைவாய்ந்தவை, அதன் தூண்களின் தலைப்பகுதி மகுடம் வைத்தாற்போல மிக நுணுக்கமாகச் செதுக்கப்பட்டு இருந்தன. ஜபல் ஸாவியா பகுதியைச் சுற்றியுள்ள பல்வேறு ரோமானிய எச்சங்களில் ஒன்று இது, நான் சுற்றிப்பார்த்துக் கொண்டிருந்தபோதே, எவ்வாறு ஜிஹாதிகள் இந்த எச்சங்களின் முக்கியத்துவம் அறியாமல் இருக்கிறார்கள் என்று நினைவுறுத்தப்பட்டேன்: சூறையாடுதல் அவர்களின் சித்தாந்தம். அவர்களைப் பொறுத்தவரை நாகரிகம் என்பது இஸ்லாமில்தான் தொடங்குகிறது.

ஜெராடா கிராமப்பகுதி மாராத் அல்-நுமான் மாகாணத்தைச் சேர்ந்தது, இவ்விடத்தின் பெயர் அரபியில் அபின் வகைச்செடிகளைக் குறிக்கும் சொல்லாலானது, ஷாக்கைக் நுமான், இவ்வகை சிவப்புச்செடிகள் ஆங்காங்கே ரோமானியக் கற்திரள்களுக்கிடையே எட்டிப்பார்ப்பதைக் காணமுடியும். இடிபாடுகளுக்கு அந்தப்புறம் கண்ணுக்கெட்டியவரை சிகப்புக் கம்பளம் விரிக்கப்பட்டிருந்தது, தூரத்தில் தெரிந்த ராவிஹா கிராமப்பகுதிவரை அது விரிந்திருந்தது. ரோமானியக் கல்லறைச் சிதைவுகளுக்கு இடையிடையே சிறு அரண்மனை போல கற்களாலான கட்டடங்கள் இருந்தன. பெரும்பாலான கற்கள் சூறையாடப்பட்டுவிட்டன என்று என்னுடன் வந்தவர்கள் தெரிவித்தனர்.

மற்றுமொரு ராணுவ சோதனைச்சாவடியைக் கடந்தபின், மூன்று குழந்தைகளுடன் இருந்த ஒரு பெண்ணைப் பார்த்தோம், இங்குள்ள மக்கள் செம்மறியாடு வளர்ப்பு மற்றும் ஆலிவ் மரங்களை வளர்ப்பதன் மூலம் தங்கள் வாழ்க்கையை நடத்துகிறார்கள் என்று அறிந்துகொண்டேன். எங்கும் செம்மண் பூமி அதில் சிதறிக்கிடக்கும் பெரிய பாறைகள். பிறகு அரிஹாவின் மறுபுறத்தை அடைந்தோம், இங்குதான் அமேனாஸ் என்ற இடத்தில், அரசுப்படை ஒரு செங்கல் தொழிற்சாலைமீது குண்டுவீசி அதைத் தூள்தூளாக்கியது. சர்ஜா கிராமத்தை அடைந்தபோது செம்மண் நிலம் மறைந்து, எங்கும் கற்கள் நிறைந்த நிலமாக இருந்தது. வெவ்வேறு படையணிகள் இங்கே சோதனைச்சாவடிகளை அமைத்திருந்தன, அதிகாரம் மற்றும் கட்டுப்பாட்டின் வெளிப்பாடு என்பது தெளிவாகத் தெரிந்தது. டீயர் சிம்பெலிலும் இதேதான் நிலைமை, இக்கிராமம் ‘சிரியத் தியாகிகள் படையணி’யின் தலைவர் ஜமால் மாரூஃப்போடு தொடர்புடையது. இங்கே ஒரு பீரங்கியையும் நுஸ்ரா முன்னணி மற்றும் அஹ்ரார் அல்-ஷாம் படையினரது உள்ளிட்ட பல்வேறு சோதனைச்சாவடிகளையும் பார்த்தோம்.

சுதந்திர ராணுவத்தின் அதிகாரி என்ற வகையில், அபு வாஹீத் வெளிநாட்டு முஜாஹிதீன்கள் இந்த அரசு வீழ்ந்தபின் தாயகம் திரும்புவார்கள் என்று நம்புகிறார். நான் அவரோடு உடன்படவில்லை. ‘காலம் பதில் சொல்லும்,’ என்று மட்டும் சொன்னார்.

‘ஆனால் அவர்களுக்கென்று தாயகம் ஏதுமில்லை,’ என்றேன். ‘அவர்களின் நம்பிக்கையே அவர்களது அடைக்கலம்.’

சோதனைச்சாவடிகளில் எந்தச் சிரமமும் இன்றிக் கடந்துசெல்ல அனுமதித்தனர், ஏனெனில் வீரர்களுக்கு அபு

வாஹீத்தைத் தெரிந்திருந்தது; நன்கறிந்த படைப்பிரிவைச் சேர்ந்தவர்கள் யாரேனும் உடனிருந்தால் மட்டுமே நீங்கள் இப்பகுதிகளில் பாதுகாப்பாகப் பயணிக்க முடியும். எங்களுக்கு முன்னே ஒரு கனரக வாகனம் அகதிகளுக்கான கூடாரங்களைச் சுமந்து சென்றது, சாலையின் இருபுறமும் முற்றிலுமாக இடிந்த வீடுகளின் வரிசை; இருந்தாலும் இடிபாடுகளில் இன்னமும் வாதுமை மரங்களும் ஆலிவ் மரங்களும் வளர்கின்றன.

ரபியாவுக்கு வந்து சேர்ந்தோம், இங்குள்ள ரோமானியக் கல்லறைக் கட்டடங்களின் பாதாள அறைகள் அகதிகளின் புகலிடமாகியுள்ளன. நான் அங்குள்ள ஒரு பெண்ணைச் சந்தித்து இவ்வாறு பாதாளத்தில் வாழ்வது குறித்துப் பேசவேண்டும் என்றதால் அங்கே வண்டியை நிறுத்தினோம். ரோமானியக் கட்டடப் பகுதியைச் சுற்றிலும் ஆலிவ் மரங்கள் சூழ்ந்துள்ளன, ஆனால் அவை வெட்டப்பட்டோ அல்லது எரிக்கப்பட்டோ காட்சியளித்தன. பெரும்பாலானவர்கள் வெட்டப்பட்ட மரங்களை விறகாகப் பயன்படுத்துகின்றனர். சில ஆலிவ் மரங்கள் எறிகணைகளால் எரியூட்டப்பட்டுள்ளன, இருந்தாலும் நிறைய மரங்கள் பாதாள அறையைச் சுற்றிலும் நிறைந்திருந்தன. அவற்றின் கீழ் முப்பது குடும்பங்கள் வரை தங்கியிருந்தன. ஆறு அல்லது ஏழு பாதாள அறைகள் அங்கிருந்தன, ஆழமான, இருட்டு நிறைந்த பள்ளங்கள், தேய்ந்து புழுதிபடிந்த படிகள் தரைக்கு அடியில் இருந்த பாதாள அறைகளுக்கு இட்டுச்செல்லும்.

பதினாறு வயது மதிக்கத்தக்க ஒரு பெண், ஹிஜாப் அணிந்தவர், தலை மற்றும் மார்பை மறைக்கும் தலையங்கி அணிந்து, அங்குள்ள பாதாள அறையொன்றின் படிகளில் அமர்ந்திருந்தாள். ஓர் எறிகணைத் தாக்குதலில் தனது இருகால்களையும் இழந்தவள். அவளது ஒரு கால் தொடைவரையிலும் மற்றொன்று முழங்கால் வரையிலும் துண்டிக்கப்பட்டிருந்தது. விழிகளில் அமைதியில்லை. தன் சகோதர சகோதரிகளுக்கு வரையச் சொல்லித் தந்துகொண்டிருப்பதாகவும் ஆனால், வரைவதற்கான பொருட்கள் தங்களிடம் அதிகமாக இல்லை என்றாள். தனக்கு இன்னமும் பல அறுவை சிகிச்சைகள் தேவைப்படுகிறது, ஏனெனில் காயங்களில் கிருமித் தொற்று ஏற்பட்டுள்ளது, தான் அநேகமாக ரத்த நச்சூட்டத்துக்கு ஆளாகி இறக்கக்கூடும் என்றாள். இருந்தாலும், அவளது தாயும் உடன்பிறந்தோரும் தங்கியிருந்த பள்ளத்துக்குள் நாங்கள் இறங்கிச் செல்லும்போது கவலையற்ற முகத்தோடு எங்களைப் பார்த்துக்கொண்டிருந்தாள். பிறகு, ஒருபுறமாகத் தனது தலையைச் சாய்த்தபடி மீண்டும் மணலில் கோடுகளை வரையச் சென்றாள்.

அந்தப் பாதாள அறைக்குள் அப்பெண்ணின் குடும்பத்தாரைச் சந்தித்தோம். அவளது அம்மா ஓம் முஸ்தஃபா, முதல் தாரத்தின் மூலம் ஐந்து குழந்தைகள் உடைய ஒருவருக்கு இரண்டாவது தாரம், அவர் எதிர்ப்புறத்தில் இருக்கும் அறையில் அவர்களோடு வசிக்கிறார். இவர்கள் காஃப்ரூமா என்ற கிராமத்திலிருந்து வந்தவர்கள். அந்த அறைக்குள் இயற்கை வெளிச்சம் ஏதும் இல்லை. பகலிலும் இரவிலும் வெளிச்சத்திற்காக ஒரு மருந்துப்புட்டியில் எண்ணெய் ஊற்றித் திரியை வைத்து விளக்காக்கி வைத்துள்ளனர். அது திருப்தி தரும் அளவு வெளிச்சம் தரவில்லை என்பதோடு எரிச்சலூட்டும் புகையைக் கிளப்பியது. குழந்தைகள் ஆவலோடு நாங்கள் கொண்டுவந்த மெழுகுவர்த்திக்காக எங்களைச் சூழ்ந்து கொண்டனர். மூன்றிலிருந்து பதினைந்து வயதுவரை உள்ள குழந்தைகள், நான் அவர்களோடு பேசினேன், இந்தப் பள்ளியில்லாத நாட்களில், முடிவற்ற விடுமுறையில் அவர்கள் என்ன செய்து கொண்டிருக்கிறார்கள் என்று கேட்டேன். அவர்களது அம்மா, தனது கணவர் இந்தக்குழந்தைகளுக்குக் கிடைக்கும் உதவிகளைத் திருட்டுத்தனமாக தனது மற்றொரு மனைவிக்குக் கொடுத்துவிடுவதாகச் சொன்னார். அவரது கையில் ஒரு குழந்தை இருந்தது, வயிற்றில் மற்றொன்று. இது அவரது ஒன்பதாவது பிரசவம்: அந்தப் பாதாளத்தில், மண் தரையிலும் மழைநீர் ஒழுகும் இடத்திலும் எட்டுக் குழந்தைகளோடு வசிக்கிறார். அவரும் குழந்தைகளும் ஒருநாளைக்கு ஒருவேளை உணவு உண்பதே கடினமாக இருக்கிறது. எல்லாக் குழந்தைகளும் வெறுங்காலோடும் மோசமாக உடையுடுத்தியும் இருந்தன. குழந்தைகள் அனைவரும் வெளிறிய முகத்தில் அழுக்கும் சளியும் பொருக்குத் தட்டிப் போய் இருந்தனர், நீலம் அல்லது நீலங்கலந்த கருப்பு நிறக் கண்கள், காய்ந்து வெடிப்புற்ற தோல், வெறுங்கால்களில் ரத்தமும் சீழும் வடிந்துகொண்டிருந்தது. அந்த நடுக்கும் குளிரில் அவர்களது வயிறுகள் சிறுமலையைப்போல் துருத்திக் கொண்டிருந்தன.

அவரது நடுமகள், அருகில் ஓர் எறிகணை விழுந்ததால் செவிடாகிப்போனார், இருந்தாலும் கால்கள் நீக்கப்படுவிட்ட தனது சகோதரியைக் கவனித்துக்கொள்கிறார். மூத்தவள் அந்தப்படிகளில் இறங்கி எங்களோடு சேர்ந்து கொள்ள வந்தபோது இந்தச் செவிட்டுப்பெண் அவளது கைகளை உறுதியாகப் பிடித்து உதவினார், அவ்வளவு இருளிலும் அவர்களது முகங்கள் அசரவைக்கும் அழகுடன் ஒளிர்வதை அப்போதுதான் கவனித்தேன். இத்தனை அழகும் இந்தக் கோரமான துயரத்தின் நடுவில்.

அங்கிருந்து கிளம்பும்போது அபு வாஹீத்திடம், அபு முஸ்தஃபா தன் மனைவிக்குக் கிடைக்கும் உதவிப்பணத்தைத் திருடுவது குறித்துக் கூறினேன். அவர் சிரித்தார். என்னால் சிரிக்க முடியவில்லை.

மற்ற குகை அறைகளிலும் நிலைமை அதேதான். எவ்வாறு விலங்குகள் தங்கள் அந்திமத்தை உணர்ந்ததும் தங்களது சவக்குழியைத் தானே தோண்டுமோ அதுபோல பெருந்தொகையிலான மக்கள் பூமியின் உந்தியிருட்டில் மறைந்தபடி இருக்கின்றனர். ஆனாலும் தரைத்தளத்தில் எல்லாம் சரியாக இருப்பதுபோலத் தோற்றமளித்தது. சில சிறுவர்கள் ஒரு குழியைத் தோண்டி, கால்களுக்கிடையே புழுதியில் அளைந்து கொண்டிருந்த மஞ்சள் நிறப்பந்தை அதற்குள்ளே தள்ளும் முயற்சியில் இருந்தனர். இது மட்டும்தான் அங்கே மனிதர்கள் தரைக்கடியில் கந்தலான உடைகளோடும் பசித்த வயிறோடும் அழுக்கான இடத்தில் தூங்கி அந்த துர்வாசனை அவர்கள் உடலிலும் தொற்றிக்கொள்ள வசிக்கிறார்கள் என்பதற்கான அடையாளம். என்னால் அங்கே நிற்க முடிந்ததே அதிசயம்தான். அது நரகத்துக்குக்கூட இணைவைக்க முடியாத காட்சி. இது நிச்சயம் வீடற்ற நாடோடிகள் வந்து தங்களது பாவத்தைக் கழுவும் இடமல்ல, அந்த சாத்தானாலேயே உருவாக்கப்பட்ட சபிக்கப்பட்ட இடம்.

அமைதியாக வாகனத்தில் ஏறிக்கொண்டோம். சற்றுத் தள்ளி வந்ததும், கரும் பனிப்பாறைப் பிளவுகளைப் பதித்ததுபோன்ற கல்லறைக் கட்டடங்கள். இங்கும் பல குடும்பங்கள் குகைகளுக்குள் வசிக்கின்றன. அதற்கு நேரெதிரில் தரைமட்டமாக்கப்பட்ட சில வீடுகள். எல்லாமும் நிர்மூலம். காலப்பயணம் செய்து கற்காலத்திற்கு வந்துவிட்டது போல உணர்ந்தோம்.

வானம் பிரகாசமான நீல நிறத்துடன் இருக்க, வெயில் இன்னமும் அதிகமாக சுட்டெரிக்கத் தொடங்கியது, நாங்கள் வான்வழித் தாக்குதலுக்கிடையில் ஹாஸ் கிராமப்பகுதி வழியாகச் சென்று கொண்டிருந்தோம். நுஸ்ரா முன்னணியின் படைப்பிரிவு முன்பு இங்கு இருந்தது, இப்போது வேறு இடத்திற்கு மாறிவிட்டது. ஹாஸ்சைத் தாண்டியதும் அல்-ஹமீதியா, இக்கிராமம் உயர்ந்து நிற்கும் சைப்ரஸ் மரங்களின் கூட்டத்தைக் காட்டிலும் சற்றே பெரியதாக இருந்தது.

'எத்தனை எத்தனையோ படைத்தலைவர்களும் அமைதிச் செயல்பாட்டாளர்களும் கொல்லப்பட்டுவிட்டார்கள் அல்லது கைது செய்யப்பட்டுவிட்டார்கள்,' என்றார் அபு வாஹீத். 'சிறந்த மனிதர்கள் இப்போது யாரும் இல்லை.'

ஒவ்வொருவரைப் பற்றியும் நெஞ்சைத்தொடும் புகழுரைகளைப் பேசினார். அவர்களுடைய பெயர், வயது மற்றும் அவர்களது அனுபவம் குறித்து நுணுக்கமான தகவல்களை அவர் சொல்லச்சொல்ல நான் திகைத்துப்போனேன். அவர்களின் இறப்பைப்பற்றி விவரித்தார், தூரத்தில் சைப்ரஸ் மரங்கள் வானளாவி அதன் பசுமையில் மேகங்கள் சிக்குண்டது போலிருந்தன. எனது பார்வை சாலையில் பதிந்திருக்க காதுகள் முழுதும் வானிலிருந்து பொழிந்து கொண்டிருக்கும் எறிகணைகளின் சத்தம்.

தக்லாவை அடைந்தோம், இதுவொரு வறுமையான விவசாயக் கிராமம், நிலக்காட்சி சற்றே மாறியிருந்தது. இக்கிராமத்தின் பெயர் அராமிய மொழியிலிருந்து வந்தது, புனிதர் தக்லாவைக் குறிப்பது. ஆலிவ் மரங்கள் செழித்துக்கிடக்கும் மலைகளும் பள்ளத்தாக்குகளும் இங்கே உண்டு. சுதந்திரத் தியாகிகள் படையணியின் தங்குமிடத்தில் வண்டியை நிறுத்தினோம், இது அபு வாஹீத்தின் படைப்பிரிவு. என்னால் காத்திருக்க முடியவில்லை. அவர்கள் உருவாக்கியிருக்கும் துப்பாக்கியைப் பார்க்கும் ஆர்வத்தில் தவித்துக் கொண்டிருந்தேன். அது அரசுப்படையின் பீரங்கியிலிருந்து எடுக்கப்பட்ட மிச்சங்களிலிருந்து பழமையான கருவிகள் கொண்டு உருவாக்கப்பட்டது. இப்போது ஆலிவ் மரங்களுக்கிடையில் அமர்ந்திருந்தது, அதன் கருத்தமுகவாய் வானம் நோக்கியிருக்க, மிகப்பெரிய சக்கரங்களின் மீது அமர்ந்திருந்தது. அந்தச் சக்கரங்களும் போர்க்களக் குப்பைகளிலிருந்து எடுக்கப்பட்டதுதான். அதனைச் சுற்றி நடந்தோம். அதன் வட்டமான கருப்புநிற வாய்க்குள் என் கையை நுழைத்தேன்: மரணத்தின் தோற்றுவாய்.

'ஈரானிலிருந்து அரசுப்படைகளுக்குக் கிடைக்கும் ஆயுதங்களோடு ஒப்பிடுகையில் இது ஒன்றுமே இல்லை,' என்றார் அபு வாஹீத். 'ஆனாலும் நாங்கள் போராடுவோம், வேறு வழியில்லை: ஒன்று சாகவேண்டும் இல்லையெனில் போராடவேண்டும். சுதந்திரத் தியாகிகள் படையில் இருக்கும் இளைஞர்கள் அனைவருமே கிராமப்பகுதிகளிலிருந்து தங்கள் சமூகத்தைப் பாதுகாக்க வேண்டுமென்று புறப்பட்டவர்கள்தாம். அவர்கள் சாதாரண மனிதர்கள்தான். மற்ற குழுக்கள் வித்தியாசமானவை என்பதை நீங்கள் கவனித்திருப்பீர்கள், அவர்களுக்கு நிதியும் ஆயுதவளங்களும் உண்டு. எங்கள் குறிக்கோள் நாட்டுக்காகப் போராடுவது, அஸாட்டுக்கு எதிரான போராட்டம் நாட்டுக்கானதுதான். மற்ற குழுக்கள் யாரென்றோ அவர்கள் எவ்வாறு இம்மண்ணுக்கு வந்து சேர்ந்தார்கள் என்றோ எங்களுக்குத் தெரியாது!'

புரட்சி ஆரம்பித்த சமயத்தில் ஒரு பீரங்கியைப் பார்த்தேனென்றால் பீதியில் என் கைகள் நடுங்கத் தொடங்கிவிடும்; இப்போதோ என் விரல்கள் ஒரு பீரங்கித்துப்பாக்கியின் வாய்ப்பகுதியைத் தொட்டுக்கொண்டிருக்கிறது. ஒருகணம், இந்த ஒரு துப்பாக்கியின் வரலாற்றை ஒரு நாவலாக எழுதினால் எப்படியிருக்கும் என்று தோன்றியது, இது மூலப்பொருளாக இருந்தது முதல் இப்போது தயாராகி நிற்கும் பொருளானது வரை. இதோ இங்கே ஆலிவ் மரங்களுக்கிடையே, தன்னுடைய வேலையைத் தொடங்குமுன் சிறு தேன்நிலவு போல இளைப்பாறிக்கொண்டிருக்கிறது. அவர்களுக்கு அது எந்தச் செலவும் வைக்கவில்லை; அது போர்க்களத்தில் அவர்கள் கைக்குக்கிடைத்த உடைந்த பொருட்களாலும் மற்றவர்கள் அவர்களுக்கு இலவசமாக அளித்த பொருட்களாலும் உருவாக்கப்பட்டது. அவர்களால் அதை விலை கொடுத்து வாங்கியிருக்க முடியாது. அவ்வளவு பணம் அவர்களிடம் கிடையாது.

'இது அதிகபட்சமாக பதினான்கு கிலோமீட்டர் வரை சென்று தாக்கக்கூடியது,' என்றார் அபு வாஹீத், 'இதற்கான இலக்கை நிர்ணயம் செய்ய கூகுளைத்தான் பயன்படுத்துகிறோம். இதன் ஒருசில பகுதிகளை இங்கேயே தயாரித்தோம், அதற்காகத் தனிப்பட்ட ஆயுதப்பட்டறை ஒன்றை அமைத்தோம், ஆனால் இதுபோன்ற விஷயத்துக்கான பொருட்கள் கிடைப்பது மிகவும் கடினம். என்னிடம் இருந்ததையெல்லாம் புரட்சிக்காகச் செலவிட்டுவிட்டேன். அரசின் மாநில நிதி பெறும் ஐம்பது மில்லியன் லிராக்கள் மதிப்புள்ள வியாபாரம் என்னிடம் இருந்தது - எல்லாவற்றையும் கொடுத்துவிட்டேன். அவர்கள் எங்கள் மீது வெடிகுண்டுகளை வீசுகின்றனர், எங்களைக் கொல்கின்றனர், எங்கள் குழந்தைகளைக் கொல்கின்றனர், எங்கள் மக்களை இடம்பெயரும்படி செய்கின்றனர், எனவே, நாங்கள் அவர்களைக் கொல்கிறோம். நாங்கள் செய்வதெல்லாம் எங்களைத் தற்காத்துக்கொள்வது மட்டுமே, நாங்கள் அவர்களைத் தாக்குவதில்லை. அவர்களுடைய உரையாடல்களை ஒட்டுக் கேட்கிறோம், அவர்கள் விமானங்களில் என்ன பேசுகிறார்கள் என்று எனக்குத் தெரியும்: அவர்கள் எங்கள் ஒவ்வொருவரையும் கொல்லவே விரும்புகிறார்கள்!'

'ஒரு கொலைக்கான இயந்திரம் மக்கள் வாழ்வதற்கு இன்றியமையாததாக இருப்பதைப் பார்க்க வெறுப்பாக இருக்கிறது. இது சரியில்லை,' என்றேன்.

அபு வாஹீத் அமைதியாக இருந்தார். மற்றவர்களும் ஒரு வார்த்தை பேசவில்லை. ஆனால் நான் எனக்குள்

சொல்லிக்கொண்டேன், 'நினைவில் கொள், எது வல்லமை கொண்டதோ அது சரியானதாகவும் இருக்கவேண்டியதில்லை.'

எங்கள் உரையாடலை அபு வாஹீத்தின் வீட்டில் தொடர்ந்தோம். அவரது மனைவி எங்களை அவரது குடும்பத்துடன், குழந்தைகள் மற்றும் வாஹீத்தின் அம்மா, விருந்துண்ண அழைத்திருந்தார். தண்ணீர் இல்லை, மின்சாரமும் துண்டிக்கப்பட்டிருந்தது, ஆனாலும் அவர்கள் எங்களை மிகச்சிறப்பாக உபசரித்தனர். சொல்லப்போனால் எல்லா இடத்திலும் எங்களை ஒரு விருந்தாளியாகவே நடத்தினர், விருந்தளிப்பவர்கள் எவ்வளவு முடியுமோ அவ்வளவு சிறப்பாகவே எங்களை உபசரித்தனர். எப்போதும், அவர்கள் அளிக்கும் உணவு அவர்களின் மொத்தக் கையிருப்பு என்று எனக்குத் தெரியும், இருந்தாலும் அவர்களிடம் எந்தவொரு தயக்கமும் இருக்காது; அது மேசைமேல் வைக்கப்பட்டுவிடும்.

எங்களை விருந்தோம்புபவர்களின் தாராளகுணத்தில் நனைந்தபடி அந்த அற்புதமான உணவைச் சுவைக்க நாங்கள் அமர்ந்தபோது, அபு வாஹீத் தொடர்ந்தார், 'அரசு வீழ்ந்ததும் நாங்கள் எங்கள் ஆயுதங்களைத் தூக்கி எறிவோம். நான் எப்போதும் என் வீட்டில் தூங்குவதில்லை. நான் ஒரு போராளி, முன்வரிசையில் நான் நிற்கவேண்டிய தேவை உள்ளது. ஆனால், இதெல்லாம் முடிந்ததும் மனிதர்களாக வாழவே நாங்கள் விரும்புகிறோம்; எங்கள் குழந்தைகளை நன்றாக வளர்க்கவும் அவர்களுக்குக் கல்வி அளிக்கவும் விரும்புகிறோம். ஒரு அரசாங்கமும் மாநிலமும் தங்கள் மக்கள் மீதே குண்டுவீசும் என்று உங்களால் கற்பனை செய்யவாவது முடியுமா? நான் உயிர் வாழும்வரை இதை என்னால் புரிந்துகொள்ளவே முடியாது!' அபு வாஹீத்தின் கோபம் அதிகரித்து விட்டது, அவர் வார்த்தைகளைக் கொட்டிக் கொண்டிருந்தார். அவர் சாப்பிடவும் இல்லை.

'மேற்கூரையில் உள்ள விரிசலைப் பாருங்கள். எறிகணையொன்று என் வீட்டிற்கு மிக அருகில் சில மீட்டர்கள் தள்ளி விழுந்தது. எங்கள் விதி உண்மையில் கடவுளின் கையில்தான் உள்ளது. நாங்கள் எங்குதான் போவது? குடிக்கத் தேவையான தண்ணீரைக்கூட விலை கொடுத்து வாங்க வேண்டியுள்ளதே! ஒரு மாதத்திற்கு என் குழந்தைகள் குடிக்கத்தேவையான தண்ணீரை வாங்க நான்காயிரம் லிராக்கள் செலவு செய்கிறேன் என்றால் உங்களால் நம்ப முடிகிறதா? என் தோட்டத்தில் இருக்கும் கிணற்றை அப்படியே விட்டு வந்தேன், இன்னமும் அது அங்கே மக்களின் பயன்பாட்டுக்காக உள்ளது... நாங்கள் வாழ்வையும் சாவையும் எங்களுக்குள் பங்கிட்டுக் கொள்கிறோம்.

'ஒரு விஷயத்தை நீங்கள் புரிந்துகொள்ள வேண்டும்,' என்று தொடர்ந்தார், 'ஒவ்வொரு பிரதேசமும் இப்போது அதற்கெனத் தனியாக ஒரு நிர்வாகத்தைக் கொண்டுள்ளது, ஒவ்வொரு கிராமமும் தன்னைத்தானே கவனித்துக் கொள்கிறது. எல்லாமும் தலைகீழாக மாறிவிட்டன, ஒவ்வொரு சமூகமும் அதனளவில் ஒரு அரசாங்கமாக மாறிப்போய்விட்டது.'

'இது சர்வாதிகாரத்தைத் தொடர்ந்து வரும் பேரழிவுதான்,' என்றேன்.

'ஒரு விநோதமான காலத்தில் பிரவேசித்திருக்கிறோம். போரின் கெடுதிகள் குறித்து இஸ்லாம் என்ன சொல்கிறது என்று நினைத்துப்பாருங்கள். இப்போது இஸ்லாமியர்கள் ஃபத்வாக்களை விதித்து கொள்ளையடிப்பதை நியாயப்படுத்தியிருக்கிறார்கள், இதன்மூலம் படைகளுக்கு, நீங்கள் விரும்பியதைச் செய்யுங்கள் என்று சொல்லிவிட்டார்கள். உதாரணமாக, கஃப்ரோமா என்ற கிராமத்தில் உள்ளவர்கள் சண்டையை அவர்களாகவே ஆரம்பித்தார்கள், கொள்ளையடிக்கும் பொருட்டு, புரட்சிக்காக அவர்கள் அதைத் தொடங்கவில்லை. ஒரு துப்பாக்கி மில்லியன் மதிப்புள்ளது, எனவே உங்களுக்கு அதிலொன்று கிடைத்து விட்டாலே நீங்கள் வெற்றி பெற்றவர் என்பது போலத்தான், அப்படியென்றால் போர் என்பது இதுபோன்று கொள்ளைப்பொருட்களுக்காக ஆரம்பிக்கப்படுவதுதானே! இன்னொரு விஷயம், எங்கள் கிராமத்தில் ஐயாயிரம் பேர் இருந்தார்கள், இப்போது இடம்பெயர்ந்தவர்களையும் சேர்த்து இருபத்தைந்தாயிரம் ஆகிவிட்டது. முன்புபோல ஒன்றுபட்ட சிரியா குறித்தெல்லாம் பேசமுடியாது; நிலைமை மாறிவிட்டது.'

அது காலைநேரம், சராகெப்பில் எறிகணைகள் விழுவது சற்றுக் குறைந்திருந்தது என்பதால் வீட்டிலிருந்த வயது முதிர்ந்த பெண்களோடு அமர்ந்து ஆலா மற்றும் அவளது உடன் பிறந்தோர் குறித்த நினைவுகளைப் பேசமுடிந்தது. வயது முதிர்ந்த அத்தை தனது சகோதரிக்கு அருகில் அமர்ந்திருந்தார், அவர்தான் குடும்பத்தின் தலைவி. பார்ப்பதற்கு மரணமே இல்லாதவர்களோ என்று தோன்றியது. அவர்களின் பார்வை என்னை ஊடுருவிப் பார்த்தது, என் பார்வை அவர்களை. எங்களுக்குள் ஒரு விதமான மறைமுக உடன்படிக்கை, ஆலாவுடன் கொண்டிருந்ததைப்போலவே ஒரு ஒத்திசைவான புரிதல் உண்டு. மொத்தக் குடும்பமுமே கதை சொல்வதில் மிகுந்த ஈடுபாட்டோடு இருப்பதாக எனக்குத் தோன்றியது. அன்று நான் மாராத் அல்-நுமான் செல்வதை அவர்கள் விரும்பவில்லை, நான் திரும்பி வந்ததும் அவர்களோடு அமர்ந்து அரட்டையில் ஈடுபடுவதாய் வாக்களித்தேன், ஆனால்

நிபந்தனை என்னவென்றால் அத்தை தனது இளமைக்காலமான 1940-கள் குறித்து, ராணுவம் ஆட்சியைக் கவிழ்ப்பதற்கு முன்பாக, சிரியர்கள் நவீனமான ஒரு மாநிலத்தை உருவாக்கிக் கொண்டிருந்தபோது, எப்படி இருந்ததென்று எனக்குச் சொல்லவேண்டும். இப்போதும் வரலாற்றில் அதேபோல ஒரு மாற்றத்தின் இடைக்காலத்தில் இருக்கிறோம் என்று எனக்குத் தோன்றியது, நாடு அதைப்போன்றே ஒரு மாறுதலின் தொடக்கத்தில் இருக்கிறது, இதன் முதல் இன்றியமையாத தன்மை வாழ்வின் அனைத்துப்பகுதிகளிலும் சீரழிவும் பின்னடைவும்தான். ஒன்றுமில்லாத நிலையிலிருந்து வாழ்வைக் கட்டியெழுப்பும் நிலைக்குச் சென்று கொண்டிருக்கிறோம்.

நகரத்தை விட்டுக் கிளம்புமுன், சந்தைப் பகுதியில் உள்ள தகவல் அலுவலகத்தில் சற்றுநேரம் வண்டியை நிறுத்தி, அங்குள்ள சமூக செயற்பாட்டாளர்களின் பதிப்பில் வெளியாகியிருக்கும் குழந்தைகளுக்கான இதழ் ஒன்றும் இரண்டு செய்தித்தாள்களையும் அல்-ஷாம் (கிழக்குக்கரை நாடுகள்) மற்றும் அல்-ஸதூன் (ஆலிவ்) பெற்றுக்கொண்டோம். இவற்றில், இன்னமும் எறிகணைகள் விழுந்து கொண்டிருந்தாலும், சுதந்திரம் அடைந்த மாநிலத்தில் செயற்பாட்டாளர்கள் கட்டமைக்கப்போகும் திட்டங்கள் குறித்து விளக்கப்பட்டுள்ளன: இப்புரட்சியை முழுமைப்படுத்துவதென்பது அவ்வளவு எளிமையான காரியம் அல்ல. மொஹம்மத், மன்ஹால் மற்றும் நான், மூவரும் நாங்கள் கடந்து செல்லும் கிராமங்களில் இந்தச் செய்தித்தாள்களை விநியோகிக்க வேண்டும். எங்களுடன் ஃபிதா இடானி இருந்தார்.- என்னுடன் எல்லையைக் கடந்து வந்த பத்திரிக்கையாளர் மற்றும் மாராத் அல்-நுமானைச் சேர்ந்த இரண்டு இளம் சமூக சேவகர்கள், அந்தநாளில் இவர்கள் இருவரும்தான் எங்களுக்கு வழிகாட்டி. அவர்கள் பஸ்மத் அமல் (நம்பிக்கையின் புன்னகை) என்ற அமைப்பைச் சேர்ந்தவர்கள், இதுவொரு மனிதாபிமான உதவி அமைப்பு, முதலுதவி மற்றும் சிகிச்சை மையம் ஒன்றை நிறுவியுள்ளனர் மேலும் பல மனிதாபிமான அடிப்படையிலான திட்டங்களை நிர்வகித்து வருகின்றனர். பொதுமக்கள் சேவைக்குத் திரும்பிய புரட்சியாளர்கள் இவர்கள்.

மாராத் அல்-நுமானுக்குப் போகவேண்டுமென்றால், பத்து கிலோமீட்டர் தூரத்திற்கு போர்முனையை ஒட்டியுள்ள பகுதியைத் தாண்டிச்செல்லவேண்டும். இது அரசுப்படைக்கும் மற்ற படைப்பிரிவினருக்கும் இடையே தாக்குதல்கள் நடந்து கொண்டிருக்கும் இடம். அஸாட்டின் விமானங்கள் தொடர்ந்து குண்டுகளைப் பொழிந்து கொண்டிருக்கும், மேலும் ஒரு கிலோமீட்டர் தொலைவில் ஸ்னைப்பர்களும் உண்டு. வானம்

தெளிவாக, வெயிலோடு இருந்தது, இதன் பொருள் விமானங்கள் கிராமங்களின் மீது குண்டுவீசக் கிளம்பியிருக்கும், ஆனால் கிராமவாசிகளுக்கு குண்டு வீசப்படும் வழக்கமான நேரங்களும் ஒருநாளில் குண்டு வீசுபவர்களுக்குச் சாதகமான நேரங்களும் என்னென்னவென்று தெரியும். குழந்தைகளுக்குக் கூட ஏவுகணைகள் மற்றும் எறிகணைகளின் வகைகள் தெரியும்; ஸ்னைப்பர்களின் செயல்வகைகளும் அவர்களுக்கு அத்துப்படி.

'நாம் பயணம் செய்யப்போகும் சாலை நெடுகிலும் நிறைய ஸ்னைப்பர்கள் உண்டு,' என்று மொஹம்மத் என்னை எச்சரித்தார். இரண்டு நாட்களுக்கு முன்புதான் அவர்களின் கண்முன்னாலேயே இதே பாதையில் ஒரு மனிதர் சுட்டுக்கொல்லப்பட்டார், ஆனால், அந்தப் பாதையில் செல்வதைத் தவிர எங்களுக்கு வேறு வழியெதுவும் கிடையாது. மரங்கள் பூக்கத் தொடங்கியிருந்தன, நிலம் முழுவதும் இளஞ்சிவப்பும் மஞ்சளுமாகப் பூக்கள் நிறைந்திருந்தன. எங்களுக்கு முன்னால் ஒரு சோதனைச்சாவடி, பயாரிக் அல்-ஷமால் (வடக்குப் படையணியின் பதாகைகள்) படைப்பிரிவினருக்குச் சொந்தமானது. அதைத் தாண்டிச் செல்லலாமா என்று மொஹம்மதும் மன்ஹாலும் கேட்டபோது, அங்கிருந்த ஆயுதமேந்திய காவலர்களின் பதில்: 'ஒருவேளை நான் நீங்களாக இருந்தால் நிச்சயமாகச் செல்லமாட்டேன் - உயிர்மீது சற்றேனும் மதிப்பிருந்தால்.' அவர் ஒரு பாறைமீது அமர்ந்திருந்தார், இயந்திரத் துப்பாக்கியை மடிமீது வைத்தபடி பொறுமையாக எங்களை உறுத்துப் பார்த்தார்.

வியக்கத்தக்க வேகத்தில் மன்ஹால் அந்தச்சாலையில் வாகனத்தைச் செலுத்தியபோது எங்கள் தலையைக் கவிழ்த்தபடி அமர்ந்திருந்தோம். துப்பாக்கிகள் வெடிக்கும் சத்தம் கேட்டபோதும், அதற்குப் பிறகு எல்லோரும் வெடிச்சிரிப்பு சிரித்தபடி, 'நாம் தாண்டி விட்டோம்! உயிருடன் வந்து விட்டோம்!' என்று கத்தியபோதும் நான் ஒரு அங்குலம் கூட அசையாமல் அமர்ந்திருந்தேன். இறுதியில், மெதுவாகத் தலையுயர்த்திப் பார்த்தபோதும் ஏதோவொரு துர்க்கனவில் மயங்கியிருந்தது போல உணர்ந்தேன். ஒருவேளை, இந்த அழிவுகளைப்பற்றி நான் தரும் சித்திரங்கள் ஒரே மாதிரியானவையாக இருக்கலாம், ஆனால் மாராத் அல்-நுமானில் நான் பார்த்தது உண்மையில் என்னை அதிரவைத்தது. சாலையில் எங்களுக்கு முன்னால், வெள்ளைநிற சரக்கு வகை வாகனமொன்று சென்று கொண்டிருந்தது, எறிகணைகளால் மோசமாகச் சேதமுற்றிருந்த அதன் பின்புறத்தில் ஒரு தாயும் அவரின் நான்கு மகள்களும் அமர்ந்திருந்தனர். மூத்தவளுக்குப் பத்து வயதிருக்கலாம். நான்குபேரும் முக்காடு அணிந்திருக்க

அம்மா தன்னுடல் முழுக்க கருப்புத்துணியால் மூடியிருந்தார்.

எங்கும், கட்டடங்கள் திருகப்பட்டு தரைநோக்கிப் படிந்திருந்தன. அவை வழக்கமான முறையில் சேதப்பட்டிருக்கவில்லை, அவற்றிலுள்ள கற்காரை மற்றும் முறுக்குக் கம்பிகள் உருகியிருந்ததை என் கண்களால் பார்த்தேன், அவை வளைந்தும் திருகியும் காட்சியளித்தன. ஒரு நான்கு மாடிக்கட்டடம் கைவிடப்பட்டுவிட்டது, ஏனென்றால் அதன் மேற்கூரை, திரைச்சீலை ஒன்று அவிழ்த்து விடப்பட்டது போல் சாலையின் நடைபாதையைத் தொட்டுக்கொண்டிருந்தது. அதன் கீழே ஏராளமான மனித உடல்கள் மறைந்திருந்தன. மாபெரும் இடிபாட்டுக் குவியல்கள் நகரத்தை நிறைத்திருக்க அதனிடையே கட்டடங்கள் வளைந்து ஒன்றையொன்று தொட்டுக் கொண்டிருந்தன, தரைநோக்கிக் குனிந்து தூங்கிகொண்டிருப்பது போலிருந்தன. மாராத் அல்-நுமான் முற்றிலுமாக அழிக்கப்பட்டுவிட்டது என உடன் வந்தவர்கள் கூறினர். அது போர்முனையில் அமைந்திருப்பதால் ஓயாத வெடிகுண்டுத் தாக்குதலுக்கு ஆளாகிறது: உண்மையில் தாக்குதல்கள் ஒருபோதும் நிற்பதேயில்லை.

அந்தநொடி எங்களுக்கு முன்னால் மற்றுமொரு எறிகணை விழுந்து வெடிக்கும் சத்தத்தைக் கேட்டேன். நாங்கள் உடனே ஒரு சிறிய சந்துக்குள் நுழைந்தோம். வெடிப்புகளால் சாலை குண்டும் குழியுமாக இருந்தது. வெடிக்கும்போது கடைகளின் முன்பகுதிக் கண்ணாடிகள் நடுங்கிச் சத்தமெழுப்பின, உலோகச் சில்லுகள் காற்றில் பறந்தன. அந்த இரைச்சலும் அதன் ஓசையும் பயங்கரமானது; மீண்டும் மீண்டும் ஒலித்துக்கொண்டே இருந்தது.

ஒரு பெண்ணும் அவரது மகளும் முன்னே நடந்து கொண்டிருந்தார்கள், அது எனக்கு விநோதமாகத் தோன்றியது ஏனென்றால் பெண்கள் வெளியில் நடமாடுவதையே நான் எப்போதாவதுதான் பார்க்கிறேன். அந்தச் சந்தைப்பகுதி சேதமுற்றிருந்தது. இளைஞர்கள் அங்குமிங்குமாக ஓடினர், பெண்கள் சிறு சந்துக்குள் புகுந்தனர். நாங்கள் பெரிய மசூதி என்றழைக்கப்படும் இடத்தை நெருங்கிக் கொண்டிருந்தோம், அது அந்நகரத்தின் புராதன நினைவுச்சின்னங்களில் ஒன்று - அல்லது அப்படியாக முன்பு இருந்தது எனலாம். அது தற்போது தரைமட்டமாக்கப்பட்டு இருந்தது. மசூதியின் ஸ்தூபி தாக்குதலுக்கு உள்ளாகி அதனடியில் காரை மற்றும் கண்ணாடிகள் குவியலாகக் கிடந்தன. அவ்விடம் முதலில் அழிக்கப்பட்டு பிறகு மீண்டும் அதே இடத்தில் குண்டு வீசப்பட்டுள்ளது என்று அறிந்தேன், ஏனெனில் அரசாங்கம்

குறிப்பாக மசூதிகளைத்தான் குறிவைக்கிறது.

பெரிய மசூதி என்றழைக்கப்பட்டது கிறித்துவுக்கு முன் கட்டப்பட்டது. பாகால் (புறச்சமய) வழிபாட்டுத்தலமாக இருந்து, பிறகு தேவாலயமாக்கப்பட்டு அதன் பின் கதீட்ரல் எனப்படும் பேராலயமாக்கப்பட்டது. அதில் இன்னமும் தூண்களின் மேற்பகுதியில் அழகான வேலைப்பாடுகளும் கிறித்துவ மற்றும் ஓரிறைக்கொள்கை மதத்தின் சின்னங்களும் இருந்தன. அங்கிருந்த இஸ்லாமிய நூலகமும் அழிக்கப்பட்டுவிட்டது: குரான் மற்றும் இதர புத்தகங்களின் பக்கங்கள் எரிந்து கந்தலாகி திசையெங்கும் சிதறிக்கிடந்தன.

வண்டியிலிருந்து இறங்கி மசூதியின் முற்றத்தில் நடந்தோம். எறிகணையால் சிதறுண்ட பிரார்த்தனை அரங்கம் நோக்கி நடந்து கொண்டிருக்கும்போது விமானத்தின் உறுமல் ஓசை கேட்டு அனைவரும் சிதறி பாதுகாப்பாக ஒளிந்துகொண்டோம்.

‘இங்கே வெடிகுண்டு ஒன்று விழுந்ததும், புராதனமான சந்தைப் பகுதியொன்றைக் கண்டுபிடித்தோம்,’ என்றார் நகரத்தைச் சேர்ந்த ஒருவர். ‘கீழே இறங்கிச்சென்று அதன் முகப்பைப் பார்த்தோம். அது கிறித்துவுக்கு முந்தைய காலத்தைச் சேர்ந்தது என்கிறார்கள். கதவுகளும் கடைகளின் மிச்சங்களும் இருக்கின்றன.’

முற்றிலுமாக ஒரு பேரழிவின் சித்திரம் அது: தொங்கிக்கொண்டிருக்கும் மின்சாரக் கம்பிகள் உடைந்த இரும்புத்தூண்களோடு பின்னிக்கிடந்தன, மரச்சில்லுகள் எங்கும் சிதறிக்கிடந்தன. காரைச்சுவர்கள் குவியலாகக் கிடந்தன, வெவ்வேறு அடுக்குகளின் ஒருபடித்தான தொகுதியாக, அடுமனையில் தயாரிக்கப்படும் தின்பண்டங்களின் அடுக்குகள் போல அவை தோற்றமளித்தன. ஒவ்வொரு படத்துக்கும் தலைப்பிட்டு, கணக்கற்ற புகைப்படங்களை எடுத்துக்கொண்டேன். ஒவ்வொரு எறிகணையின் தூரத்தையும் நான் அளவிட எடுத்துக்கொண்ட முயற்சிகளைப் பார்த்து, சற்றுக்காத்திருக்கும்படி ஆண்கள் என்னை வலியுறுத்தினர், ஏனெனில் போர்க்களத்தின் முகப்பில் உருவான சேதங்களைக் காண்பிக்க விரும்பினர்.

மீண்டும் சாலைக்கு வந்தோம், மசூதிக்கு முன்னால் சந்தையின் நுழைவாயிலுக்கு அருகே, ஒரு முதியவர் நின்று அருகில் வரும்படி கையை அசைத்தார். ‘பாருங்கள்! பாருங்கள்!’ என்று மசூதியின் மிச்சங்களைச் சுட்டியபடி சத்தமாகச் சொன்னார். ‘பஷாரின் சீர்திருத்தம் என்பது இதுதான்... நாங்கள் எதுவுமே செய்யவில்லை... சில உரிமைகளை மட்டுமே கேட்டோம்...

நாங்கள் உண்மையில் விரும்பியது அவ்வளவுதான், கடவுள்தான் இதற்கு சாட்சி... பாருங்கள்...' என்று அவர் அழ ஆரம்பித்தார். இளைஞர்களில் ஒருவர் அவரது கையைப்பிடித்து சிறிது தூரம் அவரோடு நடந்து சென்றார். சந்தைப் பகுதியில் வெடிகுண்டு வீசப்பட்டபோது அம்முதியவர் தனது மூன்று குழந்தைகளை இழந்துவிட்டார். இப்போது இங்கே நின்றபடி அழுது கொண்டிருக்கிறார்.

சந்தையின் சுவரில் பின்வருமாறு எழுதியிருந்தது, 'முற்றுகையிட்ட போதிலும் நாங்கள் இணக்கமற்றுதான் இருக்கிறோம்.'

நகரத்தைவிட்டுக் கிளம்புமுன் மாராத் அல்-நுமானின் அருங்காட்சியகத்தை சற்றுநேரம் பார்வையிட வாய்த்தது. இது முன்பு, மத்திய தரைக்கடல் பகுதியில் உள்ள முக்கியமான பல்பொருள் சேகரிப்புகளில் ஒன்றாக இருந்த இடம். முன்னாளில் கான் முராத் பாஷா எனப்பட்ட 16-ஆம் நூற்றாண்டு ஒட்டோமன் காலத்தைச் சேர்ந்த, பயணிகள் மற்றும் இஸ்தான்புல்லிலிருந்து டமாஸ்கஸ் செல்லும் புனிதயாத்திரீகர்கள் தங்கிச்செல்லும் சத்திரம் அல்லது விடுதியாக இருந்த இடத்தில்தான் இந்த அருங்காட்சியகம் இப்போது அமைந்துள்ளது. பிறகு 1978-இல் இது நகர அருங்காட்சியகமாக மாறியது, இதற்கு நான்கு கிளைகள், ஒவ்வொன்றும் குறிப்பிட்ட ஒரு தொல்பொருளாய்வு சார்ந்த அல்லது ஒரு குறிப்பிட்ட வரலாற்றுக் காலத்தைச் சார்ந்ததாக அமைக்கப்பட்டது. முன்பு படிப்பறையாக இருந்த இடத்தில் இருந்த கிடைப்பதற்கரிய புத்தகங்கள் மற்றும் 2400 சதுர அடி பரப்பளவில் அமைந்திருந்த கற்சுவரோவியங்களின் பாதுகாப்பகம் - என்ன ஆனது என்றே யாருக்கும் தெரியவில்லை. வியக்கத்தகுந்தபடி 1600 சதுர அடிப்பரப்பளவில் பார்வைக்கு வைக்கப்பட்டிருந்த சித்திரக்கற்கள், பின்னோக்கினால் அக்கேதியன் சகாப்தம்வரை செல்லும் பொருட்கள் ஒவ்வொன்றும் சிரியாவின் கலைப்பாரம்பரியத்தைப் பறைசாற்றுபவையாக அமைந்திருந்தன. நான் சென்றபோது, சுவரில் சில ஓவியங்களின் சிதிலங்கள் மட்டுமே எஞ்சியிருந்தன.

அருங்காட்சியகத்தின் வாயிலில், மண்ணின் மைந்தர் என்று கொண்டாடப்பட்ட கவிஞர் அபு அல்-ஆலா அல்-மார்ரியின் உருவச்சிலை தலை துண்டிக்கப்பட்ட நிலையில் இருக்கக் கண்டேன். இது நிச்சயமாக தக்ஃபிரி என்றழைக்கப்படும் படையினர்களில் ஒருவருடைய வேலைதான், இவர்கள் இஸ்லாமிய அடிப்படைவாதிகள், மற்றவர்களை சமயத்துரோகிகள் என்றழைப்பவர்கள். மற்றவர்களை சற்றுக்

காத்திருக்கச் சொல்லிவிட்டு தலையற்ற சிலையைப் படம் பிடித்துக்கொண்டேன். சற்று நேரத்திற்குப் பிறகு, அந்தச்சிலையின் மீது எறிகணை விழுந்து விட்டது என்றனர். ஆனால் தடயங்கள் வேறு மாதிரி இருந்தன.

'தலையைத் துண்டித்து விற்றுவிட்டார்கள்,' என்று யாரோ சொல்ல, மற்றவர் தலை வெடிகுண்டுச் சிதறல்களால் கடுமையாக பாதிக்கப்பட்டிருந்தது என்று கூறினார். இன்னொருவர் நுஸ்ரா முன்னணியைச் சேர்ந்தவர்கள்தான் அந்தச் சிலையின் தலையை வெட்டியெடுத்துவிட்டார்கள், ஏனென்றால் அந்தக் கவிஞர் ஒரு நாத்திகர், என்றார். இன்னொருவர் எரிச்சலுடன், 'குறைந்தபட்சம் அவர்கள் பஷாரைப் போல மனிதர்களின் தலையை வெட்டவில்லையே சிலையைத்தானே வெட்டினார்கள்,' என்று பதில் கூறினார்.

'இதற்கடுத்த நிலை மிகவும் வன்முறை மிகுந்ததாக இருக்கும்,' என்று எச்சரித்தார் ஃபிதா. 'ஜிஹாதிகள் அடுத்தபடியாக மக்களைப் பயமுறுத்த விரும்பி, தலையைக் கொய்வது, பிணங்களைச் சிதைப்பது என்று இறங்குவார்கள், ஏனென்றால் இது அவர்களது பிரச்சார உத்திகளில் ஒன்று.'

இத்லிப்பைச் சுற்றியுள்ள கிராமப்புறங்களைச் சுற்றிப்பார்த்தபோது நான் ஒரு விஷயத்தை உணர்ந்தேன், வெளியுலகத்துக்குச் சென்றுசேரும் கதைகள் குழப்பமானவை. உண்மை என்னவென்றால் ஜிஹாதி ராணுவக்குழுக்கள் சில பகுதிகளை தங்கள் கட்டுப்பாட்டில் வைத்துள்ளன, அவ்விடங்களில் பொதுமக்களிடமிருந்து வலுக்கட்டாயமாக நிர்வாகப் பதவிகளைப் பறித்துவருகிறது. சிக்கல் ஆரம்பிப்பது தக்ஃபிரி என்றகுழு வெளிநாட்டிலிருந்து இங்கே வந்தபின்னால்தான். நான் சென்ற இடமெல்லாம் மக்கள் எனக்கு நேரக்கூடிய ஆபத்துகள் குறித்து எச்சரித்தாலும் என்னைப் பாதுகாப்பதற்காகவும் தக்ஃபிரி-க்களிடமிருந்து என்னைத் தூரவைக்கவும் கைகோர்த்துக்கொண்டனர். ஆனால், இந்தக்குழுக்கள் ஏற்கெனவே பஷார் அரசாங்கத்திடமிருந்து விடுதலைபெற்ற பகுதிகளில் தங்களுடைய ஆக்கிரமிப்பை நடத்தி விட்டன. இது சீரற்ற அல்லது குழப்பமான நிலையிலெல்லாம் நடைபெறவில்லை; முறையாக, மிகக் கச்சிதமாகத் திட்டமிடப்பட்ட செயல், விடுதலை பெற்ற வடக்குப் பகுதி, வெளியிலிருந்து வரும் ஜிஹாதிகளில் உள்ள கொள்ளையடிப்பவர்களுக்குப் பிரித்துக் கொடுக்கப்பட்டது; இதன் அர்த்தம் சுதந்திர ராணுவப்படையைச் சேர்ந்தவர்கள் இதைக் கையைக்கட்டி வேடிக்கை பார்த்துக் கொண்டிருக்கிறார்கள் என்பதல்ல. பாதை மாறுவது என்பது

இருந்தாலும் பல குழுக்கள் புரட்சியின் ஆரம்பத்தில் இருந்த கொள்கைகளில் உறுதியாக நிற்கிறார்கள்.

அருங்காட்சியகத்தின் வாசலை மறைத்து டீசல் எண்ணெயின் பீப்பாய்கள் அடுக்கப்பட்டிருந்தன, அதற்குப் பக்கத்தில் கொட்டை எழுத்துகளில் மாராத் தியாகிகள் படை என்று எழுதப்பட்டிருந்தது. அருங்காட்சியகம் அப்படையணியின் தலைமையகத்திற்காகக் கையகப்படுத்தப்பட்டிருந்தது. நீண்ட வரிசையில் தூண்கள் அமைந்திருந்த முற்றத்தில் அரிய சேகரிப்புகளுக்கு அருகே டீசல் பீப்பாய்கள் அடுக்கி வைக்கப்பட்டிருந்தன. முயலொன்று அமைதியாக வளைவுகளின் கீழே அமர்ந்திருந்தது. இந்த விநோதமான காட்சியில் ஏதேனும் குறைகிறது என்றால் அது பித்துப்பிடித்தது போன்ற இந்தக் காட்சியின் தீவிரத்தை விளக்கும் வண்ணம் ஒரு இளைஞனின் உடல் ரத்தவெள்ளத்தில் தூபியின் கீழ் நசுக்கப்பட்டுச் சிதைந்து கிடப்பது மட்டும்தான். முயல் அசைவில்லாமல் இருந்தது. அமைதியாக அமர்ந்து நடைபாதையின் இடைவெளியில் முளைத்திருந்த புல்லை மென்றுகொண்டிருந்தது, யாரும் அதனருகில் செல்லவில்லை.

குழுவின் தளபதி சலாஹுதீன் என்பவர் எங்களுக்கு அவ்விடத்தைச் சுற்றிக் காண்பித்தார், போராளியான இவர், இறுக்கமான முகமும் தொலைவை வெறிக்கும் பார்வையும் கொண்டிருந்தாலும் நட்போடு பழகினார். அவர்கள், மண்பாண்டப் பொருட்களின் மிச்சங்களைச் சேகரித்துக் கொண்டிருப்பதாகவும் பீங்கான் பொருட்கள் மற்றும் கண்ணாடித் துண்டுகள் ஆகியவற்றை பக்கத்தில் உள்ள அறையில் பத்திரப்படுத்தி வருவதாகவும் தெரிவித்தார்.

எங்களுடன் வந்திருந்த இரு இளம்சேவகர்களும் இந்த உரையாடல் குறித்துச் சங்கடப்படுவதுபோல அமைதியானார்கள். ஆயுதப்போர் தொடங்கியதும், இவ்விளைஞர்களில் சிலர் நுஸ்ரா முன்னணி குறித்து அனுதாபத்தோடு இருந்தவர்கள்தான். நான் அவர்களோடு அதுபற்றி விவாதிக்க விரும்பவில்லை, ஆனால், இந்தப் படை 'முன்னணி' குறித்து எனக்கிருக்கும் சந்தேகத்திற்கிடமில்லாத விரோதப்போக்கையும் என்னால் மறுக்கமுடியவில்லை.

உடைந்த தூண்கள் மற்றும் தூண்களின் தலைப்பகுதிகள் பரவலாக தரையில் வைக்கப்பட்டிருந்தன, கி.பி. இரண்டாம் நூற்றாண்டைச்சேர்ந்த சுண்ணாம்புக் கற்சிலைகளும் அதனோடு வைக்கப்பட்டிருந்தன. இன்னமும் சுவரில் தொங்கிக்கொண்டிருந்த ஓரிரு ஓவியங்கள் அனைத்தும் தோட்டாக்களாலும்

வெடிகுண்டுச் சிதறல்களாலும் துளையிடப்பட்டிருந்தன. அஸாட்டின் படையினர் மாராத் அல்-நுமானுக்குள் நுழைந்ததும் அருங்காட்சியகத்தைச் சேதப்படுத்தி அங்கிருந்த புத்தகங்களைத் தீயிட்டு அழித்தனர், இதில் திகைக்கவைக்கும் அழகோடு செதுக்கப்பட்ட ரோமானியக் கல்சவப்பெட்டி மட்டும் தொடப்படாமல் தப்பித்துவிட்டது, அவற்றின் அளவு மற்றும் எடை காரணமாக கொள்ளையடிக்கப்படாமல் தப்பித்தன. படிப்பறை முற்றிலுமாக அழிக்கப்பட்டுவிட்டது: புத்தகங்கள் குண்டுவீச்சுக்கு முன்பே அழிக்கப்பட்டுவிட்டன, அவற்றில் மிஞ்சியவையும் தூசுக்குள் திணறிக்கொண்டிருந்தன. சில புத்தகங்களின் தலைப்பை தூசு தட்டி எடுத்துப் பார்த்தேன்: புதிர்களை விளக்குதல்-ஜம்காஷரி, கதிரியக்க வானியல்சார் பொருட்களின் உலகளாவிய சுற்றுப்பாதை-அப்துல் ரஹ்மான் அல்-அஹ்மத், அரேபிய தொல்பொருள் கழகத்தின் பல்வேறு பதிப்புகள்; ஈஸ்டர்ன் மெட்ரோபோலிஸ் பதிப்பகத்தின் சமுத்திரங்களின் கலைக்களஞ்சியம் மற்றும் பெருமையின் விளக்கவுரைகள், ராஸியின் 138ஆவது பதிப்பு. எத்தனையோ புத்தகங்கள், அத்தனையும் கந்தலாகிக் கிடந்தன.

'நாங்கள் போரில் மும்முரமாக இருக்கிறோம்,' என்றார் தளபதி. 'இதையெல்லாம் பாதுகாக்கவே முடியவில்லை.'

எறிகணை வெடிக்கும் சத்தம் கேட்டது. அது மிக அருகில் விழுந்துள்ளது.

நிறைய சிலைகள் அருங்காட்சியகத்தின் முற்றத்திலிருந்து காணாமல் போய்விட்டன, திருடப்பட்டுவிட்டன. கண்ணாடிப் பொருட்கள் இருந்த பகுதியில் அநேகமாக அனைத்துமே கொள்ளையடிக்கப்பட்டு விட்டன. கருங்கல் கல்லறைகளின் மூடி மட்டும் அதற்கான இடத்தில் இருந்தன. முன்பு, அவ்விடத்திற்குப் பெருமை சேர்க்கும் விதமாக ஓர் அறையின் மத்தியில், கி.மு. 2000-த்தைச் சேர்ந்த, மஸாகியா பகுதியில் கண்டெடுக்கப்பட்ட ஆசிர்வதிக்கப்பட்ட திராட்சைக்கொடியைச் சித்தரிக்கும் சித்திரக்கற்களின் தொகுதி இருந்தது.

முற்றத்தில் இருந்த ஒரு எலுமிச்சை மரத்தின் கீழ் அமர்ந்துகொண்டேன். என் தலை சுற்றியது; இந்தப் பேரழிவை, வரலாற்றை இரக்கமற்ற முறையில் அழித்த நாசவேலையை சீரணித்துக்கொள்ள எனக்குச் சிறிதுநேரம் தேவைப்பட்டது. எனக்கு முன்னால் ஒரு வாசகம் எழுதப்பட்டிருந்தது, 'அல்லாவைத் தவிர வேறு இறைவனில்லை. மாராத் தியாகிகள் படை.'

இன்னுமொரு எறிகணை விழுந்தது.

'அவர்கள் சீரற்ற முறையில் நகரத்தைத் தாக்கிக் கொண்டிருக்கிறார்கள்,' என்றார் தளபதி. சத்திரமாகச் செயல்பட்ட காலத்தில் குதிரைகள் கட்டி வைக்கப்பட்ட இடத்திற்கு எங்களை அழைத்துச்சென்றார். கைவினைப்பொருட்கள் ஒன்றுவிடாமல் கொள்ளையடிக்கப்பட்டு விட்டன. எங்களால் பார்க்க முடிந்ததெல்லாம் ரோமானியத் தூண்களின் உடைந்த தலைப்பகுதி ஆங்காங்கே சிதறிக்கிடப்பதும், ஒரேயொரு துண்டுமட்டும் இன்னமும் சுவரோடு ஒட்டியிருந்தது மட்டும்தான். தளபதி அருங்காட்சியகத்தின் நடுவில், முற்றத்தில் நிறுத்திவைக்கப்பட்டிருந்த கவச வாகனத்தை நோக்கி நடந்துசென்றார். அதிலிருந்து தீய்ந்த வாசனை வெளிப்பட்டது, பெட்ரோலும் எண்ணெயும் கசிந்து கொண்டிருந்தன.

'இதை வாடி டேயஃப் என்ற இடத்தைத் தாக்கச்சென்றபோது ஒரு ராணுவப் படையணியிடமிருந்து கொள்ளையுடமையாகப் பெற்றோம்,' என்றார் தளபதி. ஊக்கத்துடன் மேலும் தொடர்ந்தார், 'கேளுங்கள் சகோதரி, சுதந்திர ராணுவத்தைச் சேர்ந்த நாங்கள் போர்முனையில் இருந்தோம், திரும்பி வந்ததும் நுஸ்ரா முன்னணியினர் அல்-மார்ரி சிற்பத்தின் தலையை வெட்டிவிட்டார்கள் என்று சொன்னார்கள், ஏனென்று கேட்டால் சிலைகள் ஹராம் என்கிறார்கள். நீங்கள் எப்படியும் இதைப்பற்றிக் கேட்பீர்கள் என்று எனக்குத் தெரியும்.'

அருங்காட்சியகத்திற்கு வெளியே, நகரத்தின் சிறைச்சாலைக்குச் செல்லும் வழியில், சிதைவுற்ற ஒரு கட்டடத்திலிருந்து ஒரு பெண் மற்றும் குழந்தைகளின் எதிரொலி கேட்டது. எறிகணைகளால் பொடியாக்கப்பட்ட கற்காரைகளின் நடுவே, திருகிக்கிடக்கும் கம்பிகளுக்கு மத்தியில், இடிபாடுகளூடே, உடைந்து சிதறிக் கிடக்கும் பொருட்களுக்கு நடுவே, கிட்டத்தட்ட முழுவதுமாகச் சிதிலமடைந்த வீடுகளில், இன்னமும் நின்றுகொண்டிருக்கிற அறைகளில், மனிதர்கள் இந்த அழிவுகளுக்கிடையே வாழ்ந்துகொண்டுதான் இருக்கிறார்கள். ஒரு புத்தகத்தில் நான் இக்காட்சியைப் படித்தால் நிச்சயமாக நம்பமாட்டேன்.

சிலர் உடைந்து சிதறிய கண்ணாடித்துண்டுகளைப் பொறுக்கியெடுத்துக் கொண்டிருந்தார்கள். 'இங்கே நேற்று ஒரு எறிகணை வெடித்தது,' என்றனர். 'இன்று வேறுபக்கம் வீசிக்கொண்டிருக்கிறார்கள்.'

'நாம் அங்கேதான் போகப்போகிறோம்,' என்றார் தளபதி.

நான் மேலே நிமிர்ந்து பார்த்தபோது ஒரு சிறுவன் இரண்டாவது தளத்தின் ஓர் அறையில் சுவரோரமாக நின்றிருந்த அலமாரியொன்றிலிருந்து ஆடைகளை இழுத்துக்

கொண்டிருந்தான். அதிசயிக்கத்தக்க வகையில், பளிச்சிடும் வண்ணத்தில் இருந்த ஆடைகள் தூசு படியாமல் சுத்தமாக இருந்தன. துணி உலர்த்தும் கொடியில் வரிசையாக இணைக்கப்பட்டவை போல அவை வரிசையாக வெளியே வந்து விழுந்தன. அந்தச் சிறுவன் ஒரு சட்டையின் கையைத்தொட முயற்சி செய்துகொண்டிருக்கும்போது அவன் அம்மா வீட்டினுள் இருந்து சத்தமிட்டுக் கொண்டிருந்தார். அலமாரி அப்படியே தலைகுப்புறக் கவிழ்ந்தது, கூடவே அந்தச் சுவர் முழுதும் விழுந்தது. அந்தச்சிறுவன் அங்கிருந்து ஓடினான், நான் கத்தியபடி கண்களை மூடிக்கொண்டேன். நான் கத்தியது ஏறக்குறைய ஓலமிடுவது போல, இதனால் என் மூளை வெடித்துவிடாமல் பாதுகாக்க முடியும். நான் கண்ணைத் திறந்தபோது, அச்சிறுவனின் உடல் விழுந்துகிடக்கும் சுவரின் கீழே நசுங்கியிருக்கும் என்றுதான் எதிர்பார்த்தேன். ஆனால் அவன் என்னை உற்றுப்பார்த்தபடி அங்கே நின்றிருந்தான் - ஆச்சரியமும் ஏளனமும் கலந்த பார்வை! சுவர் விழும் சத்தத்தில் நான் கண்ணை மூடாமல் இருந்திருந்தால் அவன் தனது சிறகுகளை விரித்து அங்கிருந்து பறந்ததைப் பார்த்திருப்பேனாக இருக்கும் - அவன் எவ்வாறு அங்கிருந்து தப்பிப்பிழைத்தான் என்பதற்கு அதுதான் ஒரே விளக்கமாக இருக்க முடியும்.

தளபதி சலாஹிதீன், எங்களை அங்கிருந்த சிறைச்சாலைக்கும் நகராட்சி நிர்வாகக் கட்டடத்திற்கும் அழைத்துச் சென்றார். அங்கிருந்த பொது ஆவணங்களும் ஆவணக் காப்பறையும் மொத்தமாகத் தீக்கிரையாகியிருந்ததைக் காணமுடிந்தது. அலுவலகங்கள் கைவிடப்பட்டிருந்தன, அதன் மேற்கூரை குண்டுவெடிப்பில் சரிந்து கிடந்தது. தளபதி நடந்தது என்ன என்று விளக்க முற்பட்டார்: அவர்கள் நகராட்சிக் கட்டடத்தை அரசுப்படைகளிடமிருந்து விடுவித்தபின் சிறையை உடைத்து உள்ளே நுழைந்திருக்கிறார்கள், அதற்குள் அஸாட்டின் படையினரும் அலுவலர்களும் அங்கிருந்து தப்பிவிட்டார்கள். ஆனாலும் படையினர் சிலரைக் கைது செய்ய முடிந்திருக்கிறது. அதில் இரண்டுபேர் இவர்களின் படையில் சேர்ந்து விட்டார்கள், பன்னிரண்டு பேர் ஷரியா நீதிமன்றத்தால் மரணதண்டனை விதிக்கப்பெற்றார்கள், இருவருக்கு விடுதலை அளிக்கப்பட்டு அவர்களின் குடும்பத்திற்கு அனுப்பப்பட்டார்கள்.

'இரண்டு பேர் ரக்காவைச் சேர்ந்தவர்கள், ஒருவர் கடல்புறத்தைச் சேர்ந்தவர், மற்றவர் அல்-பாப் மற்றும் டேய்ர் எஸார் நகரத்தைச் சேர்ந்தவர்கள். ஆனால் பன்னிரண்டு ராணுவ வீரர்களைக் கொன்றோம்,' என்றார் சலாஹிதீன் தாங்கள் சட்டத்தின் மீது கொண்டிருக்கும் நம்பிக்கையை

விளக்கும் விதமாக.

'இது போரின்போது நடப்பதுதான்,' என்றேன்.

'இது போரல்ல,' என்றார்.

'இது உங்கள் மக்களுக்கும் பஷார் அல்-அஸாட்டுக்கும் நடக்கிற போர்தான்,' என்று நேரடியாகக் கூறினேன்.

'இது உங்களின் போர் இல்லையா?'

'ஆமாம், இது என்னுடையதும்தான், ஆனால் என்னுடைய வழியில். என்னிடம் எழுதுகோல் இருக்கிறது, நான் ஒரு எழுத்தாளர் மற்றும் பத்திரிக்கையாளர்.'

'நீங்கள் ஒரு துப்பாக்கியைப் பிடிக்க விரும்புகிறீர்களா?' என்று புன்னகையுடன் கேட்டார்.

'இல்லை, அதை எப்படிக் கையாள்வது என்று இவர்கள் சொல்லிக் கொடுத்திருந்தாலும் அதில் விருப்பமில்லை,' என்றேன். 'முதலில் என் பாதுகாப்பிற்காக ஒரு துப்பாக்கியை வைத்துக்கொள்ள நினைத்தேன். பிறகு அதுகுறித்து ஆழ்ந்தும் தீவிரமாகவும் யோசித்தபின், என் மனதை மாற்றிக்கொண்டேன். ஆயுதம் எதையும் வைத்திருக்கப்போவதில்லை என்ற முடிவுக்கு வந்தேன். இந்தப்பகுதிகளில் துப்பாக்கி இல்லாமல் சுற்றித்திரிவதென்பது ஆபத்தானதுதான், ஆனால், இவர்களோடு இருக்கையில் நான் பயப்பட ஏதுமில்லை: அவர்கள் எல்லா இடங்களுக்கும் என்னோடு வந்து என்னைப் பாதுகாக்க என்னவெல்லாம் செய்ய வேண்டுமோ, செய்கிறார்கள்.'

நாங்கள் நீளமான, ஈரம் படர்ந்த அசுத்தமான நிலவறை ஒன்றினுள் நுழைந்தோம். இந்தத் தளபதி ஒரு நேர்மையான மனிதர்; புரட்சிக்கு முன்பு கட்டுமானத் தொழிலில் இருந்தவர், ஒருநாளும் தான் ஆயுதம் ஏந்த வேண்டியிருக்கும் என்று கற்பனை கூடச் செய்ததில்லை, ஆனால் அவர் அதைச் செய்யவேண்டியதாயிற்று என்றார். இருந்தாலும் இவ்வளவு குழப்பங்களுக்கிடையிலும் சலாஹிதீன் சட்டத்தை நிலைநிறுத்த முயல்கிறார். அவர் என்னை உணர்ச்சிவயப்படாமல்தான் அணுகினார். ஆழ்ந்த சிந்தனையோடும் கவலையோடும் தென்பட்டார். அவர் தைரியமானவர் என்று என்னால் நிச்சயமாகச் சொல்லமுடியும்.

'சிறைச்சாலையை விடுவித்தபோது அது வெறுமையாக இருந்தது,' என்று வரிசையாக சிறையறைகள் அமைந்த, நீண்ட, இருண்ட தாழ்வாரத்தின் வழியாக எங்களை அழைத்துச் செல்லும்போது கூறினார். 'சிறைக்கைதிகளை அவர்களுடன்

அழைத்துச் சென்று விட்டனர்.'

சுவர்களின்மீது உயரத்தில் எழுத்துகள் பொறிக்கப்பட்டிருக்க, சிறிய அளவிலான சிறையறைகள் நடைபாதையின் இருபுறமும் அமைந்திருந்தன. 'காலமே, நீ எவ்வளவு நம்பிக்கைத் துரோகம் செய்திருக்கிறாய்' என்றது ஒரு வாசகம். மற்றொன்று 'அபு ரோடி எனும் ரோஜாவே - நீயே என் வாழ்வு, என் விதி, என் தேர்வு' என்றிருந்தது. குறிப்பிடும்படியாக அசுத்தமடைந்த அறையொன்றில் கவிதை வரியொன்று கீறப்பட்டிருந்தது: 'நீ வாழும் காலம் என்னைத் தவறான வழியில் செலுத்திவிடுமா, சிங்கமென நீயிருக்க ஓநாய்கள் என்னைத் தின்றுவிடுமா?' கைதிகளின் உடமைகள், காற்சட்டைகள், மேல்சட்டைகள், உள்ளாடைகள் எரிந்து தரை முழுதும் சிதறிக்கிடந்தன, கருகிய வாசம் எங்கும் பரவியிருந்தது. மேற்கூரையில் புகைக்கரி. வெகு சமீபத்தில்தான் இந்தச் சிறைச்சாலை எரிந்துவிட்டது என்பது போன்ற தோற்றம்.

'நாங்கள் இவ்விடத்தை விடுதலை பெறச்செய்ததும், அவர்கள் இங்கே குண்டுவீசினார்கள், சிறைச்சாலையையும் நகராட்சிக் கட்டடத்தையும் தீயிட்டுக் கொளுத்தினர்,' என்றார் தளபதி. அதிகம் புகைக்கரி படியாத ஓர் அறையைப்பார்த்ததும் நின்றேன். தரையில் கிடந்த துணிகள் கிழிபட்டிருந்தன, ஒரு விநாடி நேரத்திற்கு அவை சுத்தமாக இருப்பதுபோல ஒரு மயக்கம் எனக்கு; இந்த அறையில் இருந்தவரின் பொருட்கள் ஒப்புநோக்க சீராக அடுக்கப்பட்டிருந்தன, யாரோ அதைச்சிதைத்துக் கலைத்திருந்தார்கள்: காலணி, கிழிக்கப்பட்ட பாய், சில கரண்டிகள். கருப்புநிற கால்சராய் ஒன்றின் அருகில் சில காகிதங்கள், சில எரிந்தும் சில புகை படிந்தும். ஒன்றையெடுத்து அதன் தூசைத் துடைக்க முயன்றேன், அது சாம்பலாக என் கைகளிலிருந்து உதிர்ந்தது.

'அல்லா' எனும் சொல் சுவர்கள் அனைத்திலும் பொறிக்கப்பட்டிருந்தது, அதைப்போலவே எங்கு சென்றாலும் ரத்தம் தரையில் மெழுகைப்போலக் காய்ந்து கிடந்தது. எத்தனையோ காலடிகள் அவற்றை மிதித்துச் சென்றிருக்கும், என்னால் அதைக் காலணியிலிருந்து துடைத்தெடுக்க முடியாது. எனவே, கவனமாக அவற்றை மிதிக்காமல் நடந்தேன் - மூச்சை நிறுத்திவிடுமளவு கடும் நாற்றம், அழுகும் உடல்களின் நாற்றம் - ஆனால் உடைந்த கண்ணாடிகளைத் தவிர்க்க முடியவில்லை. தாழ்வாரத்தின் கடைசியில் எரிந்து கொண்டிருந்த விளக்கின் மங்கலான ஒளியில்தான் பார்க்கவேண்டியிருந்தது. நாங்கள் வெளியேவந்து சூரிய வெளிச்சத்தைப் பார்த்ததும் அது

கண்ணைக் குருடாக்கும் வகையில் இருந்தது. நான் தடுமாறி தடுக்கிக் கீழே விழுந்தேன், என் மூக்கு தரையில் காய்ந்த ரத்தத் தேக்கமொன்றில் மோதியது. ஒரு பிணத்தைத் தின்றது போன்ற உணர்வு எனக்குள் உருவானது, உடனே எழுந்துகொண்டேன், மற்றவர்கள் அப்படியான என் நிலையைப் பார்ப்பதை நான் விரும்பவில்லை, ஓடிச்சென்று அவர்களோடு சேர்ந்துகொண்டேன்.

'இவர்கள் உங்களை நகரத்தின் மறுபகுதியிலுள்ள போர்முனைக்கு அழைத்துச் செல்வார்கள்,' என்றார் தளபதி. 'கவனமாக இருங்கள்.'

போர்முனை நோக்கிக் கிளம்பினோம். ஓரிடத்தில், அறிவியல் புனைவுத் திரைப்படங்களில் வரும் காட்சிபோல, மாடிப்படிகளுக்கு அமைக்கப்படும் மிகப்பெரிய கைப்பிடி மட்டும் காற்றில் ஊசலாடிக் கொண்டிருந்தது. சிதைந்த ஒரு கட்டடத்தின் நான்காவது மாடியிலிருந்து கீழே விழும்போது காற்றில் முழு வட்டமடித்து இடிச்சத்தம்போல காதைச் செவிடாக்கும் பெரும் ஓசையுடன் கீழே கிடந்த இடிபாடுகளின் மீது விழுந்தது. அந்தக்கட்டடம் உருக்குலைந்து, விளிம்புகளில் கிழித்தெறியப்பட்டதுபோல, ஒரு பழுத்த பழத்தினைப்போல பிளவுற்று இருந்தது. இரண்டாவது தளத்திலுள்ள படுக்கையறையை உங்களால் பார்க்கமுடியும், மூன்றாவது தளத்தில் பானைகளும் பாத்திரங்களும் சமையலறை அலமாரியில் வரிசையாக அடுக்கி வைக்கப்பட்டுள்ளன, அதற்கடுத்துள்ள குளியலறையில், மணப்பெண் அணியும் சிவப்பு நிறத்தில் தூசு படிந்த உள்ளாடைகள் இன்னமும் காய்ந்துகொண்டிருக்கின்றன. முதல் தளம் திறந்து கிடக்க, ஒரு பெரிய படுக்கை தெரிகிறது, அதனருகில் குழந்தைகளுக்கான சிறிய மரக்கட்டில். கூடையொன்றில் குழந்தைகளின் பொம்மைகள், பைஜாமாக்கள், பின்னல் வேலைப்பாடுகளோடு கூடிய படுக்கை விரிப்பு, முன்பு தங்கநிறத்தில் இருந்திருக்கவேண்டும், இப்போது கருநிறத்தோடு காணப்பட்டது. மனிதவாழ்வு மற்றும் அதன் அந்தரங்க விபரங்கள் தலைகீழாக்கப்பட்டு உலகின் முன் வைக்கப்பட்டுவிட்டன. ஒரு வெடிகுண்டு அந்த வீட்டை உண்மையிலேயே இரண்டாகப் பிளந்திருந்தது. அதன் மறுபாதி இடுபாடுகளாகக் குவிந்து கிடந்தது.

எங்களோடு இருந்த ஒருவர், 'இது எறிகணைகளுக்கு மேல் எறிகணைகளாக தொடர்ச்சியான தாக்குதலுக்கு உள்ளாகும் இடம். கிழக்குப்பகுதி மாகாணத்தின் நகரங்கள் முற்றிலுமாகக் கைவிடப்பட்டுவிட்டன. சென்ற வருடத்தின்

இலையுதிர்காலத்தின்போது மாராத் அல்-நுமான் நகரத்தை விடுவிக்க நடத்தப்பட்ட புகழ்பெற்ற போருக்குப் பின் இங்கே மனித நடமாட்டமே இல்லாமல் போய்விட்டது. இதை விடுவித்த கணத்திலிருந்து ஒரு நொடி கூட எறிகணைத் தாக்குதல் நிற்கவில்லை. அவர்கள் எங்கள் மீது வானிலிருந்து வெடிகுண்டுகளை மழையாகப் பொழிந்து கொண்டிருந்தபோது இந்தப் பகுதியைக் காலி செய்து, மக்களை வெளியேற்றினோம்.'

மாராத் அல்-நுமானின் உண்மையான மக்கள் தொகை 1,20,000. ஆனால், இப்போதோ உயிர்வாழும் ஒரு ஆத்மாகூட இங்கில்லை. இங்கிருந்தவர்கள் இவ்விடத்தைவிட்டு நீங்கி எங்கேயோ அகதிகளாக வாழ்கின்றனர், அல்லது தங்குமிடம் இல்லாமல் அலைகின்றனர். சிலர் திரும்பி வந்திருக்கிறார்கள்தான். அவர்கள் தங்களது மரணம் சொந்தவீட்டில் அல்லது வீடின்றியும் பசியாலும் நிகழவேண்டுமென விரும்பி வந்தவர்கள்.

மற்றுமொரு வான்வெளித்தாக்குதல் ஆரம்பித்தது. கணைகளின் தாக்குதலிலிருந்து தப்பிக்க நாங்கள் அருகிலிருந்த தெருவுக்குள் சென்று ஒளிந்து கொண்டோம். எங்களைக் கடந்து சென்ற ஒரு பெண், விறகுகள் நிரம்பிய பையை இழுத்துச்சென்றார், அவரின் பின்னால் மூன்று குழந்தைகள் விறகுகளைச் சுமந்தபடி, அதன்பின் மூன்று பெண்கள் கருப்பு ஆடை அணிந்தபடி சென்றனர். மின்சாரம் துண்டிக்கப்பட்டுவிட்டது, தண்ணீர் விநியோகமும், எனவே மக்கள் கிணறுகளிலிருந்து நீர் இறைத்துத்தான் வாழ வேண்டியுள்ளது.

ஹம்ஸா பின் அப்துல் முத்தலீப் மசூதிக்கு வந்தோம், அது முற்றிலுமாக அழிந்து, அதன் அரைக்கோள ஸ்தூபி தரைமட்டமாக்கப் பட்டிருந்தது. இந்த மேட்டுநிலத்தில் எல்லாமும் ஒரு மிகுபுனைவின் காட்சி போலத் தோன்றின, அதைத்தாண்டி நீண்ட சமவெளி பரந்து விரிந்துள்ளது.

'இதுதான் போர்க்களத்தின் முகப்பு, எனவே நாம் கவனமாக இருக்கவேண்டும்,' என்றார் அலா, நாங்கள் கல் மற்றும் கற்காரைக் குவியல்களுக்கிடையே தத்தித்தவழ்ந்து, பாறைகள் நிறைந்த மலையில் ஏறுவதுபோல அந்தப் பெரியமசூதியின் விதானத்தை நோக்கிச் சென்றுகொண்டிருந்தோம். நேர்த்தியான செதுக்கல்களுடன், நுண்ணிய வேலைப்பாடுகள் நிறைந்த ஒரு பாத்திரம் போல, அது அழகாகக் காட்சியளித்தது. ஆனால் உடன் வந்த ஆண்கள் விதானம் வரை மேலே ஏற எங்களை அனுமதிக்கவில்லை, ஏனென்றால் மீண்டும் குண்டுவீச்சு ஆரம்பமானது. ஒரு ஏவுகணை விழுந்து வெடிக்காமல் இருக்கவே, அதைப் படைப்பிரிவுக்கு எடுத்துச்சென்று மறுபடி

உபயோகிக்கத் திட்டமிட்டனர்.

'சிலசமயங்களில் இவ்வாறு நடக்கும்,' அவர்களில் ஒருவர் எங்களுக்கு விளக்கினார். 'அவர்கள் எங்களைத் தாக்க அனுப்பும் ஏவுகணைகள் சமயத்தில் வெடிக்காது, நாங்கள் அதைக்கொண்டு மீண்டும் அவர்களைத் தாக்குவோம். நாம் இப்போது போர்க்கள முகப்பிலிருந்து எழுநூறு மீட்டர்கள் தள்ளியிருக்கிறோம்.'

முகப்புப் பகுதி சைப்ரஸ் மரங்களின் கூட்டத்தால் ஆனது. மசூதியின் இடிபாடுகளுக்கிடையே முழங்காலை மடித்து அமர்ந்து கொண்டோம். அதற்குமேல் முன்னேறிச் செல்லவேண்டாமென ஆண்கள் முடிவெடுத்தனர். வேகமாக கீழே இறங்கத் துவங்கினோம், அப்போது திடீரென்று ஒரு சிறுவனைக் கண்டோம். இங்கே என்ன செய்து கொண்டிருக்கிறான்? நான் சத்தமிட வேண்டுமா? இந்த ஆறுவயதுப் பையன் டீசல் விற்கிறான், தனது தள்ளுவண்டியில் வைத்திருக்கும் சிறிய பீப்பாய் ஒன்றிற்கு முட்டுக்கொடுக்க மூன்று பழைய டயர்களை இழுத்து வந்து கொண்டிருந்தான். நாங்கள் அவனைக் கடந்து சென்றோம். வண்டியில் ஏறும்வரை யாரும் ஒருவார்த்தை பேசவில்லை. மாராத் அல்-நுமான் நகரச் சதுக்கத்துக்கு வந்து சேர்ந்தோம், இங்கேதான் வலது பக்கத்தில் மாராத் தியாகிகள் படைப்பிரிவின் தலைமையகம் அமைக்கப்பட்டுள்ளது.

வெகுதூரம் தள்ளி வந்துவிட்டாலும் இன்னமும் ஏவுகணைகளின் சத்தத்தைக் கேட்க முடிந்தது. வண்டி முழுமையான அழிவுகளுக்கு ஊடே பயணிக்கும்போது நான் மிகுந்த மனக்கலக்கத்தில் இருந்தேன். வண்டி 'நம்பிக்கையின் புன்னகை' என்ற அமைப்பின் அலுவலக வாசலில் நின்றது.

'அவர்கள் சராகெப்பை வலுவாகத் தாக்க ஆரம்பித்துவிட்டார்கள்,' என்று மொஹம்மத் கோபத்தோடு கத்தினார். வாகனத்திலுள்ள ட்ரான்ஸ்ரிசீவரிலிருந்து அவருக்கு இந்தத் தகவல் கிடைத்தது. 'சீக்கிரமே தயாராகுங்கள்... நாம் மீண்டும் அங்கே செல்ல வேண்டிவரலாம்.' தனது சொந்த ஊருக்கு விசுவாசமாக இருப்பது என்ற விஷயத்தில் மொஹம்மதுவைப் போல ஒரு இளைஞனை நான் இதுவரை பார்க்கவில்லை. சராகெப்பை விட்டுச் செல்வது என்ற எண்ணம் கூட அவருக்கு இயலாத ஒன்று. தலையில் அடிபட்டதன் காரணமாக ஒரு கண்ணின் பார்வையை இழந்து நிற்கும் அவரை, அறுவை சிகிச்சை செய்துகொள்ளச் செல்லும்படி வற்புறுத்தினேன், ஆனால் அவரோ திட்டவட்டமாக முடியாது என்று மறுத்துவிட்டார். விஷயங்கள் முன்புபோலச் சுலபமாக இல்லையென்றும், புரட்சியானது தனது பாதையிலிருந்து விலகிச் சென்றுவிட்டது, ஆனால் இந்தச்சூழ்நிலையில் அவரால்

மக்களை விதிப்படி நடக்கட்டுமெனக் கைவிட்டுச் செல்ல முடியாது என்றார். அதற்கான சிகிச்சை வெளிநாட்டில்தான் சாத்தியம், ஆனால் அவர் செல்ல மறுத்துவிட்டதால், இப்போது அவருக்கு ஒருகண் பார்வைதான்.

கட்டடத்தில் மோதிவிடும்படி சென்ற வாகனம் நிற்பதற்குள்ளாகவே அதிலிருந்து குதித்து இறங்கினார். அங்கே வேலை செய்தவர்கள் அனைவரும் அதே ஊரைச் சேர்ந்தவர்கள்: ஆண்கள், பெண்கள், குழந்தைகள் என அனைவரும். பெரிய பாதுகாப்பறை ஒன்றிலிருந்து மருத்துவர் ஒருவர் மருந்துகளை விநியோகித்துக் கொண்டிருந்தார், அவருக்கு உதவியாக ஒரு பெண், அவரைச்சுற்றி நின்றிருந்த இளைஞர்கள் எங்களைக் கண்டதும் விரைந்து எங்களைச் சந்திக்க வந்தனர். மிக அன்பான வரவேற்போடு எங்களை உபசரித்தனர்.

ஒரு இளைஞர் ரொட்டிகள் அடங்கிய மூட்டையோடு வந்தார், அது அலுவலகத்தில் சேமித்து வைக்கப்பட்டது, ஏனென்றால் எறிகணைகளின் தீவிரத்தால் வீட்டைவிட்டு வெளிவர முடியாத மக்களிடையே விநியோகிப்பதற்காக அது அலுவலகத்தில் சேமிக்கப்படும். இந்த ரொட்டி நம்பிக்கையின் புன்னகை அமைப்பைச் சேர்ந்தவர்களின் மிகக் கடுமையான சூழ்நிலைகளைத் தாண்டி அளிக்கப்படுகிறது, ஆனால் வெடிகுண்டுத் தாக்குதல்களுக்கு மத்தியில் வாழ்பவர்களுக்கு அவர்கள் செய்யும் பலவிதமான உதவிகளில் ஒன்றுதான் இது.

'ரொட்டிக்கு மிகுந்த தட்டுப்பாடு நிலவுகிறதுதான்,' என்று பணியில் இருந்த மருத்துவர் உறுதிப்படுத்தினார். 'மக்கள் பசியால் வாடுகிறார்கள் ஆனால் ரொட்டி கிடைப்பதில்லை. எரிபொருளும் இல்லை, மின்சாரம் அடிக்கடி தடைபடுகிறது. தண்ணீரும் அப்படியே. இதுவரை உயிர்தப்பி வந்தவர்களின் நிலைமை எப்படி இருக்கும் என்று யோசித்துப் பாருங்கள்! கடந்த இரு வாரங்களாக மாராத் அல்-நுமானை விட்டுச்சென்ற அகதிகள் மீண்டும் திரும்பிக்கொண்டிருக்கிறார்கள். வெளியேறிய லட்சத்து இருபதினாயிரம் பேரில், இடம்பெயர்ந்த பத்துப் பதினைந்தாயிரம் பேர் இதுவரை திரும்பி வந்துவிட்டனர். அவர்களில் பெரும்பாலானோர், குழந்தைகள் உட்பட காயம்பட்டவர்கள். மயக்கமருந்து இருக்கிறது, மூன்று அறுவை சிகிச்சை அறைகளுடன் கூடிய கள மருத்துவமனையொன்றும் வைத்திருக்கிறோம்.' இந்த அறுவை சிகிச்சை அறைகள் எளிமையானவை, தோட்டாக்கள் மற்றும் உலோகச்சிதறல்களை நீக்கவும் காயங்களைத் தைக்கவும் உதவும் வகையில் மிகக்குறைவான கருவிகள் கொண்டவை.

பல ஆண்கள் இங்கேயே படுத்துறங்கிக் கொண்டிருந்தனர்; அவர்கள் ஒரு மீட்புக்குழு ஒன்றை அமைத்துள்ளனர், அது வெடிகுண்டு வெடித்த இடங்களையும் அதில் இறந்தவர்களின் எண்ணிக்கையையும் பதிவுசெய்து வருகிறது. நகரத்திலுள்ள பெரும்பாலான வீடுகள் கிட்டத்தட்ட முற்றிலுமாக அழிந்துவிட்ட நிலையில் மிஞ்சியிருப்பவை என்று காட்ட மிகக்குறைவானவையே உள்ளன. ஆயிரம் வீடுகளுக்கும் மேலாக முற்றிலுமாக அழிந்துவிட்டன.

களமுகப்பில் அல்-ஹமீதியா பகுதியில் காயம்பட்டவர்களுக்கான மீட்புப்பகுதி அமைத்திருக்கும் இடத்திலிருந்து இரண்டு இளைஞர்கள் வந்தனர். 'அல்-அஸாட்டின் விமானங்கள் ஓரேநாளில் இருபத்தெட்டு வெடிகுண்டுகளை வீசின,' என்றார், என்னிடம் இரண்டாவது கோப்பைத் தேநீரைத் தந்தபடி அவர்களில் ஒருவர். 'சிறிது நேரம் அப்படி இருந்தது, பின் அவர்களின் விமானங்களில் இரண்டை வீழ்த்தியபின் அதன் தீவிரம் குறைந்துவிட்டது.' ஆண்கள் சிரித்தனர். எங்களைச் சுற்றி நின்றபடி, என்னை கவனமாகப் பார்த்து தங்களுக்குள் கிசுகிசுத்துக் கொண்டனர். ஆனாலும் அவர்கள் நம்பிக்கையோடும் இறுக்கமற்ற மனநிலையிலும் தென்பட்டனர், எங்களோடு பேசவும் தங்களது கதைகளைப் பகிர்ந்து கொள்ளவும் ஆர்வமாக இருந்தனர். நான் அந்த ஆண்களிடம் அப்பகுதியில் பெண்களுக்கான சூழல் எவ்வாறு உள்ளது என்று கேட்டு அங்குள்ள பெண்கள் சிலரைச் சந்திக்க முடியுமா என்று கேட்டேன். அவர்களிடம் நான் ஈடுபட்டுள்ள பணி குறித்து விளக்கி, பெண்களுக்கான அமைப்புகளை உருவாக்கித் தருவது பற்றிக் கூறினேன். தியாகிகளின் மனைவியருக்கு உதவி செய்ய தாங்கள் ஆயத்தமாக இருப்பதாக அவர்கள் தெரிவித்தனர். ஒருமணி நேரத்திற்கும் மேலாக நாங்கள் உரையாடிக்கொண்டிருந்தோம், இது மொஹம்மதின் பொறுமையைச் சோதிப்பதாக இருந்தது, உடனே சராகெப் செல்லவேண்டுமென நினைத்திருந்தார், எனவே பதட்டத்தோடு குறுக்கும் நெடுக்குமாக நடந்துகொண்டிருந்தார்.

'அவர்கள் ஸ்கட் வகை ஏவுகணைகளைக் கொண்டு நம்மைத் தாக்குகின்றனர்,' என்றார் அப்போதுதான் எங்களோடு இணைந்த ஒருவர். 'இதில் ஆச்சரியப்பட ஏதுமில்லை. நாங்கள் தரைப்பகுதியில் வெற்றி பெற்றுவிட்டோம் என்பதால் கோழைகள் தொலைவிலிருந்து தாக்குகிறார்கள்.'

'மாராத் போர்முனைப் பகுதி, அரசுப்படையோடு நேரடியாக மோதும் பகுதி,' என்றார் தனது இருபதுகளில் இருந்த ஒரு இளைஞர். 'நாங்கள் எங்களின் நிலத்தை விட்டு நகரமாட்டோம்,

எங்கள் உயிர் போனாலும் சரி. எங்களிடம் மட்டும் விமான-எதிர்ப்புத் துப்பாக்கிகள் இருந்தால் அல்-அஸாட்டின் படைகள் எப்போதோ வீழ்ந்திருக்கும்.' இந்த வாக்கியத்தை அநேகமாக அனைத்து உள்ளூர்வாசிகளும் - கிளர்ச்சியாளர்கள், செயல்பாட்டாளர்கள், பெண்கள் மற்றும் குழந்தைகள் என அனைவருமே மறுபடி மறுபடி சொல்லக்கேட்டேன். எல்லோருமே வேறுபாடின்றி அதையே கூறினர். நிலப்பகுதியைத் தாங்கள் மீட்டுவிட்டோமென அவர்களுக்குத் தெரிந்திருந்தது, ஆனால் அதன் பிறகுதான் விமானப்படைகள் தரைப்பகுதியை தரைமட்டமாக்கத் தொடங்கின.

நாங்கள் பேசிக்கொண்டிருந்தபோது எங்களைச் சுற்றிலும் துப்பாக்கி மற்றும் எறிகணைகள் வெடிக்கும் ஓசை கேட்டுக்கொண்டே இருந்தது. சில குழந்தைகள் எங்களை அடுத்துள்ள அறைக்கு அழைத்துச் சென்றன, பார்வைக்குக் கணினி அறைபோல இருந்தது. கதவுக்கு எதிரே ஒரு மேசையில் ரொட்டிகள் மலைபோல் குவிக்கப்பட்டிருந்தன. இந்த அறைக்குள் மக்கள் வருவதும் போவதுமாக இருந்தனர். நாங்கள் ஒரு இருபது பேருக்கும் மேலாகத் தரையில் வட்டமாக அமர்ந்துகொண்டோம்.

இன்னொரு இளைஞர் உள்ளே வந்தார், விறைப்பாக நின்று என்னைப் பார்த்து அறிவித்தார், 'நுஸ்ரா முன்னணிதான் போரிடும் குழுக்களிலேயே சிறந்தது.' சிலர் அதை ஒப்புக்கொள்ளாமல் முனகினாலும் அவரை முழுமையாகப் பேச அனுமதித்தனர். 'ஆரம்பத்தில் வெளிநாட்டினர் அதிகமாக இருந்தாலும், பிறகு அதிகமான அளவுக்கு சிரியர்கள் இணைந்து கொண்டனர், மேலும் அவர்களிடம் ஆயுதங்களும் உள்ளன.'

'சமீபமாக இணைந்து கொண்ட செச்சன்யர்கள் எப்படி என்று சொல்லவில்லையே!,' என்று இணைந்தார் இன்னொருவர். 'அவர்கள் தங்களோடு என்ன கொண்டுவந்தார்கள்?'

'அவர்கள் இஸ்லாத்தில் எங்களுடைய சகோதரர்கள் ஆவர்,' என்றார் இன்னொருவர். 'அவர்கள் நாத்திகர்களுக்கு எதிராகப் போரிடுகின்றனர்.' நான் அவர்களை கவனமாகக் கேட்டாலும் பேச்சை மீண்டும் பெண்கள் மற்றும் குழந்தைகள் குறித்துத் திருப்பினேன், கல்வி குறித்து, இப்படியே சூழ்நிலை இன்னும் பலவருடங்களுக்கு நீடித்தால் என்ன செய்யப்போகிறோம் என்று பேசினேன்.

'நான் அஹ்ரார் அல்-ஷாமை ஆதரிக்கிறேன்,' என்று குறுக்கிட்டார் ஒருவர். 'ஏனென்றால் அவர்கள் மற்ற படையணிகள் போலக் கொள்ளையடிப்பதில்லை.'

'ஆமாமாம், ஏனென்றால் அவர்கள் போதுமான அளவு ஏற்கெனவே கொள்ளையடித்து விட்டார்கள்,' சுருக்கென்று மற்றொருவர் கூறினார். 'அல்லாவின் பார்வையில் எதுவும் தப்பாது.'

மொஹம்மத் கதவருகில் நின்றபடி குரலை உயர்த்திப் பேசினார். 'நாம் உடனே சராகெப்புக்குக் கிளம்ப வேண்டியுள்ளது.' என்னைக் கெஞ்சும் பார்வையோடு பார்த்தபடி கூறினார்.

மாராத் அல்-நுமானை விட்டு நாங்கள் புறப்பட்டதும் எறிகணை விழுவது அதிகமானது.

'வானமும் நமக்குத் துரோகம் செய்கிறது!' என்று உச்சபட்சக் குரலில் கத்தினேன்.

திரும்பி வரும்போது, நான் நௌரா மற்றும் அயூஷின் குடும்பத்தினர், முதியவர்கள் பற்றியே நினைத்துக் கொண்டிருந்தேன், எனக்காகக் காத்திருக்கும் அவர்கள் உடனிருப்பதன் மகிழ்வான தருணங்களை நினைத்துக் கொண்டேன். அவர்கள் என்னைக் குறித்துக் கவலைப்பட்டுக் கொண்டிருப்பார்கள்.

'இது நல்ல செய்தியல்ல,' என்றார் மொஹம்மத். 'நாம் எறிகணைத் தாக்குதல் நடந்து கொண்டிருக்கும் பகுதிக்குச் செல்லவேண்டும், அங்கே நிறைய மக்கள் இடிபாடுகளுக்குள் சிக்கிக் கொண்டுள்ளனர்.'

மொஹம்மத் பித்துப்பிடித்த வேகத்தில் வண்டியை ஓட்டிக்கொண்டிருந்தார். அவர் எவ்வளவு பதட்டமாக இருக்கிறார் என்பதை அறிந்து நாங்கள் அமைதியாக இருந்தோம். வழிநெடுகவும் அவர் தனக்குத் தானே முணுமுணுத்தபடி வர நாங்கள் அவருக்கு ஒத்துழைக்கும் விதமாக அமைதியாக இருந்தோம். சராகெப் வந்ததும், ஆலிவ் மரங்கள் வெடிகுண்டுகளால் தகர்க்கப்பட்டிருந்தன, ஒரு மரம் வேரோடு பிடுங்கப்பட்டு ஒரு வீட்டின் சுவர்மீது விழுந்திருக்கக் கண்டோம். சாலையை அடைத்தபடி சிதறிப்போன ஒரு ட்ராக்டரின் பாகங்கள் கிடந்தன. வேறொரு சாலைக்குத் திரும்பினோம். அந்தக் காட்சி கொடூரமானதாக இருந்தது. வண்டியை விட்டிறங்கி குண்டு வெடித்த இடம் நோக்கி ஓடினோம்.

'அதோ அங்கே சவக்குழி தோண்டிக் கொண்டிருக்கிறார்கள்,' என்று ஒருவர் கத்தினார். 'சூரியன் மறைவதற்குள் பிணத்தைப் புதைக்க உதவலாம்.'

பல குண்டுகள் வீசப்பட்டதனால் ஒரு மூன்று மாடிக்கட்டடம் கீழே விழுந்துவிட்டது. ஒரு பெண் பிழைத்துகொண்டாள், அவளுடைய சகோதரனும் அம்மாவும் இறந்துவிட்டனர், இப்போது அவளுடைய நான்கு வயதுத் தங்கையைத் தேட ஆரம்பித்தோம். பல இளைஞர்கள் சிரமப்பட்டு கட்டட இடிபாடுகளில் ஏறிக்கொண்டிருந்தனர், வெடிகுண்டுகள் அந்த இடத்தை ஒரு இடிபாடுகளின் குவியலென மாற்றியிருந்தது, ஒரு புல்டோசர் வரவழைக்கப்பட்டு கீழே விழுந்திருந்த மேற்கூரை அகற்றப்பட்டது.

அந்தப்பெண்ணின் அப்பா நடைபாதையில் அமர்ந்திருந்தார். தூசு படிந்த முகத்தோடு நேரே வெறிக்கப் பார்த்துக்கொண்டிருந்தார், அவரது கையில் சிகரெட் மட்டும் இல்லாவிட்டால் நீங்கள் அவரை ஒரு சிலையென நினைத்து விடுவீர்கள். அவரது முகம் வெள்ளையாக இருந்தது, அவரது தலையும் ஆடைகளும் தூசியப்பிக் கிடந்தன. குண்டு விழுந்து அவரது வீடு குப்பைமேடாகி விழும்போது அவர் வெளியே இருந்திருக்கிறார். தனது மனைவி மற்றும் மகனுடைய உடலை வெளியே இழுத்துப் போட்டிருந்தார், இன்னமும் அவரது நான்கு வயது மகள் கண்டுபிடிக்கப்படவேண்டும்.

அவளைத் தேட நானும் உதவி செய்தேன், அங்கே இருந்தவர்களில் நான் மட்டும்தான் பெண் என்பதைக் குறிப்பிட வேண்டியதில்லை. இரண்டு நாட்கள் முன்பு அக்கம்பக்கத்தில் இருந்த சில பெண்களால் நான் எச்சரிக்கப்பட்டிருந்தேன், எறிகணைகள் விழும் சமயத்திலும் இறந்தவர்களைத் தேடும்போதும் மற்ற ஆண்களோடு சேர்ந்து நான் இருக்கக்கூடாதென எச்சரிக்கப்பட்டிருந்தேன், ஏனென்றால் இது என்மீது தேவையில்லாத கவனத்தைக் கொண்டுவரும்.

மிருதுவான ஒரு கையை கொத்து முடியோடு இடிபாடுகளுக்கிடையில் உணர்ந்தபோது, நான் கிறீச்சிட்டேன். ஆண்கள் என்னைக் கவனித்தனர், ஒரு இளைஞன் என்னை நெருங்கி வந்தான், இருபது வயதுக்கு மேல் இருக்கமாட்டான், நெற்றியில் ‘அல்லாவைத் தவிர வேறு இறைவனில்லை’ என்று எழுதியிருந்த கருப்புத் துணிப்பட்டையை அணிந்திருந்தான். தன் நண்பர்களை நோக்கிக் கத்தினான், ‘இந்தப் பெண்ணை முதலில் இங்கிருந்து அனுப்புங்கள் - ஆண்களுக்கு நடுவே இவளுக்கு இடமில்லை. எல்லாம்வல்ல இறைவன் எங்களை மன்னிப்பாராக.’ அவன் சிரிய நாட்டவனில்லை என்பதைக் கவனிக்கவில்லை என்றால் ஒருவேளை அவன் சொல்வதைக் கேட்டிருப்பேன், ஆனால் இப்போது அவனை இணக்கமற்ற பார்வையோடு வெறித்துக் கொண்டிருந்தேன். அவன் உச்சரிப்பு

வெளிநாட்டவர்களுடையது. நான் எங்கே இருந்தேனோ அங்கிருந்து அசையவில்லை. நான் மீண்டும் அவனை உறுத்துப் பார்த்தேன்; அவன் வெளிநாட்டிலிருந்து வரவழைக்கப்பட்ட ஐஎஸ்ஐஎஸ் அமைப்பைச் சேர்ந்தவர்களில் ஒருவன். அவனே இங்கிருக்கும்போது நான் ஏன் செல்லவேண்டும்? அந்தக் கணம், என்னைக் கவனித்துக் கொள்பவர்களின் வண்டி அங்கே வந்து நின்றது. அவர்களில் ஒருவர் வண்டியிலிருந்து குதித்திறங்கி வேகமாக வந்து ஏறுங்கள் என்று என்னை நோக்கிச் சைகை செய்தார்.

'அவர்கள் இன்னமும் அந்தப்பெண்ணை வெளியில் எடுக்கவில்லை,' என்று வண்டியில் ஏறியபடி சொன்னேன். 'அவர்கள் தொடர்ந்து இடிபாடுகளை அகற்றுவார்கள்,' என்று கூறியபடி மொஹம்மத் இடிபாடுகளுக்கிடையிலிருந்து வந்தார், அவரது கையில் ப்ளாஸ்டிக்கினாலான வாத்து பொம்மை இருந்தது. அவரது குரல் கரகரத்திருந்தது; உதடுகள் அசைந்தவண்ணம் இருந்தன ஆனால் என்னவென்று கேட்கவில்லை. அவர் கையில் பொம்மையை வைத்திருக்கும்போது அந்த விநோதமான ஒலியைக் கேட்டோம். அவர் அதை அழுத்தியதும் அது வாத்தைப்போலச் சத்தமிட்டது.

'இது என் இதயத்தை எரிக்கிறது, நாங்கள் இங்கே அவளைத் தேடிக் கொண்டிருக்கிறோம், கிடைத்ததெல்லாம் இந்த வாத்து மட்டுமே - இது அவளுடையது.' அவர் அங்கிருந்து சிறிதுநேரம் தனியாகச் சென்றுவிட்டார்.

சராகெப்பின் மீதான தாக்குதல் நிற்கவே இல்லை. அரசைப் பொறுத்தவரை அது ராணுவப் போர்த்திறம் வாய்ந்த நகரம் என்பதால், அதைச் சீரற்ற நிலையிலேயே வைத்திருக்க விரும்புகின்றனர். சராகெப் மக்கள் தங்களுடைய வீரத்தியாகிகளை நாளை சூரிய உதயமானதும் அடக்கம் செய்வர்: அதற்குமேல் என்றால் உடல்களைக் குளிர்பதனம் செய்ய மின்சாரம் இல்லை என்பதால் அவை அழுக ஆரம்பித்துவிடும். இதற்கு முன்பு தியாகிகளின் கல்லறை இருக்குமிடம் அழகிய தோட்டமாக இருந்தது, அது மீண்டும் எதிர்காலத்தில் அழகிய தோட்டமாக மாறும், ஏனெனில் ஒவ்வொரு கல்லறையிலும் ஒரு ரோஜாச்செடி நடப்படுகிறது.

கல்லறையில் புதைக்கப்பட்டிருக்கும் ஒவ்வொருவரும் சராகெப்பில் வாழ்ந்தவர்கள், அவர்களுள் அம்ஜத் ஹுசைனும் அடக்கம், இப்போராளியை நான் முதன்முறை இங்கு வந்தபோது சந்தித்திருக்கிறேன், இவர் பிறகு தஃப்தனாஸ் விமானநிலையச் சண்டையின்போது கொல்லப்பட்டார். அவரின் இளமை

ததும்பும் முகத்தின் சித்திரத்தை எப்போதும் என் நினைவில் வைத்திருக்க விரும்புகிறேன். புரட்சி ஆரம்பித்தபோது நாங்கள் எத்தனையோ மணி நேரங்கள் பேசியபடி இருந்திருக்கிறோம். சிரியமக்கள் தங்கள் புரட்சிக்காகச் செய்த அனைத்துச் செயல்களின் ஒற்றைத் தொகுப்பாக, அவர்களின் கண்ணியம் மற்றும் சுதந்திரத்திற்கான போரின் சாட்சியமாக அவர் இருந்தார், ஆனால் மர்மமான ஏதோவொரு காரணத்தினால் நான் அவரை முதல்முறை சந்தித்தபோது அவர் இறக்கத் தயாராகிவிட்டார் என்பதை உணர்ந்தேன். தனித்தன்மையான வீரமும் வெள்ளை உள்ளமும் கொண்டவர். அவருடைய பயமற்ற தன்மை என்னை கவலைகொள்ளச் செய்தது. இப்போது அவரின் கல்லறை என்முன்னே இருக்கிறது.

'ஹலோ, அம்ஜத்,' என்று மெதுவாக மண்ணில் நடந்தபடி கூறினேன். அவரது குரலைத் தெளிவாக என் தலைக்குள் கேட்கமுடிந்தது, அவரைப்போலவே உயிரைத்துறந்த எண்ணற்ற இளைஞர்களின் குரலும்.

என் இடதுபுறத்தில் இரண்டுபேர் புதிய சவக்குழிகளைத் தோண்டிக் கொண்டிருந்தனர், அக்குழிகளுக்கு அருகில் ஒரு செடியின் நாற்று வேர்ப்பகுதி ஈரமாக இருப்பதற்காக ஈரத்துணியில் சுற்றிவைக்கப்பட்டிருந்தது. ஆனால் வானம் இரக்கத்தோடு இல்லை, அது அவர்களை நிம்மதியாக உறங்கவிடப்போவதில்லை. கல்லறையிலிருந்து வெகுதொலைவில் வெடிச்சத்தம் கேட்டது, வேலையாட்கள் வேலையைத் தொடர்ந்து கொண்டிருந்தனர். இடுகாடு நகரத்திலிருந்து வெகுதொலைவில் உள்ளது, புரட்சி ஆரம்பித்தபின் தியாகிகளுக்கெனத் தனியாக ஒரு இடுகாடு உருவாக்கப்பட்டது. இந்தப் புரட்சி சிரியர்கள் பிணங்களைப் புதைக்கும் விதத்தை மாற்றிவிட்டது. எல்லோரும் அவர்களின் வீட்டுத் தாழ்வாரத்திலேயே பிணங்களைப் புதைக்கின்றனர், பூங்காக்கள் கூட இடுகாடாகிவிட்டது. மரங்களுக்கிடையே சிறிய கல்லறைச் சின்னத்தோடு புதைத்து விடுகின்றனர். சில இடங்களில் நீண்ட சவக்குழிகளை வெட்டி டஜன் கணக்கில் போராளிகளைப் புதைக்கின்றனர். சிலசமயங்களில், சில குடும்பங்கள் தம் வீட்டின் பின்னாலுள்ள துண்டு நிலத்தை இடுகாடாக்கித் தம் குழந்தைகளைப் புதைப்பதுண்டு. வீடுகள் குண்டு வீசி அழிக்கப்படும்போது மிகஅருகிலேயே உள்ள ஒரு காலியிடத்தைத் தேர்ந்தெடுத்துப் புதைக்கின்றனர்.

கல்லறைப்பகுதிகள் மக்களுக்கிடையே வாழ ஆரம்பித்துவிட்டன, கடைகள் தெருக்கள் எப்படி வீடுகளின் ஊடே அமைகின்றனவோ அப்படி தினசரி வாழ்க்கையின்

ஒரு பகுதியாகி விட்டன. படுகொலைக்குப் பின் படுகொலை, மண்ணானது சிரியர்களின் உடல்களால் நிறைக்கப்பட்டுவிட்டது.

‘இந்தக் கல்லறைத்தோட்டம் ஒழுங்காகவும் நேர்த்தியாகவும் அமைக்கப்பட்டது,’ குறிப்பிட்டு இன்னாரிடம் என்று இல்லாமல் சத்தமாகக் கூறினேன். பள்ளத்துக்குள்ளிருந்து மண்ணை வெளியே எறிந்து கொண்டிருந்தவர், ‘எல்லாம் இளைஞர்களால் நிறைக்கப்பட்டிருக்கிறது,’ என்றார். நான் பதில் பேசவில்லை. கல்லறைகளுக்கிடையே நடந்தோம், ஃபிதா இடானி புகைப்படத்துக்கு மேல் புகைப்படமாக எடுத்துத் தள்ளிக் கொண்டிருந்தார்; பிறகு அவர் எடுத்த புகைப்படத்தில் எங்களுக்குப் பின்னால் சூரியன் மறைந்து கொண்டிருப்பதைப் பார்த்தேன். மிகப்பெரிய சூரியன் கல்லறைக் கற்களுக்குப் பின்னால் மறைந்து கொண்டிருக்க என்னுடைய, மொஹம்மத் மற்றும் மற்றவர்களுடைய நிழலுருவங்கள் கல்லறை அடையாளங்களுக்கிடையில் இருந்தன. கருப்பு வரைவுறுவாக நகரம் மறைந்து விட்டிருந்தது, நாங்கள் மிகவும் களைப்படைந்திருந்ததால் தடுமாறியபடி விழுந்துவிடுவது போல நடந்து கொண்டிருந்தோம். உடல் என்பது சோர்வின் மிகச்சரியான அளவீட்டுக்கருவி.

ஆனால் ஒளி, காற்று மற்றும் மண் ஆகியவற்றுக்கு நாம் ஒரு பொருட்டல்ல: அவற்றைப் பொறுத்தவரையில் நாம் ஏற்கெனவே இறந்து அழுகிக் கொண்டிருப்பவர்கள்தாம். மரணம் என்பது இங்கே நேரடியான ஒன்று, நெருக்கமான மற்றும் அணுக்கமான ஒன்று, நாம் சுவாசிக்கும் மூச்சைக்காட்டிலும் நெருக்கமாக உலவும் ஒன்று. சராகெப்பில் வீட்டு நிர்வாகத் திட்டம் ஒன்றில் பணியாற்றியபோது ஒரு பெண் தனது கணவரைப்பற்றி அவர் இறப்புக்கு முன் எவ்வாறு இருந்தார் என என் காதோடு கிசுகிசுத்தது நினைவுக்கு வந்தது. அவர்களுக்கு இரண்டு குழந்தைகள், அவர்களின் உறவுநிலை என்பது முற்றிலுமாக மாறிவிட்டிருந்தது. ‘எத்தனை மரணங்கள்... அது தன்னோடு அத்தனை அன்பையும் சேர்த்தே கொண்டுவருகிறது.’

‘இந்தக் கல்லறைப்பகுதியில்தான் நாம் நிம்மதியாக மூச்சுவிட முடியும்,’ அங்கிருந்தவர்களில் ஒருவர் சொல்லக்கேட்டேன், அவர் ஒரு குழிக்குள் நின்றபடி பூமியை அள்ளி வீசிக் கொண்டிருந்தார். ‘நாங்கள் இப்பகுதியை விரிவுபடுத்தி இதன் சுவர் வரை சென்று முட்டி நிற்கிறோம், எங்கள் இளைஞர்கள் மண்ணுக்கடியில் நிம்மதியாக உறங்கட்டும் என்பதற்காக!’ நான் அவரை வியப்போடு பார்த்துக் கொண்டிருந்த தருணத்தில் மொஹம்மதுவும் இன்னும் சில இளைஞர்களும் நிதானமாக கல்லறையிடத்தைத் தங்கள் வீடுபோல சுற்றிவந்து கொண்டிருந்தனர்.

'இந்த மண், இந்தப்புழுதி முழுவதும் எங்கள் குழந்தைகளின் சதையால் ஆனது,' என்றார் ஒருவர், அவர் அதைச்சொல்லி முடிப்பதற்குள் எறிகணை விழப்போகும் முன் உண்டாகும் உறுமல் ஒலி கேட்டது. நாங்கள் ஓடினோம். ஒரு சிறிய தெருவுக்குள் நுழைந்ததுமே அது பக்கத்திலிருந்த வீட்டைத் தாக்கி வெடித்தது. இரவு கவிந்துகொண்டிருந்த அவ்வேளையில் வானம் முழுக்கத் தூசுப்படலம் நிறைந்தது.

இடிபாடுகளுக்கிடையில் இருந்து உடல்கள் மீட்கப்பட்டுக் கொண்டிருந்த அந்தக் கணங்களில், மற்றவர்கள் இன்னமும் அழிவை உண்டாக்கிக் கொண்டிருந்தனர், இன்னமும் நிறைய மனிதர்கள் உடலாகிக் கொண்டிருந்தனர். இந்த முடிவற்ற படுகொலை எனும் சுழற்சியை எங்கிருந்து ஆரம்பித்து எப்படிப் புரிந்து கொள்ள?

மக்கள் வெடிகுண்டுத் தாக்குதலில் இருந்து தற்காத்துக்கொள்ள தங்களால் என்னவெல்லாம் முடியுமோ அதெல்லாம் செய்துள்ளனர். அஹ்ரார் அல்-ஷாம் படைப்பிரிவைச் சேர்ந்தவர்கள் பள்ளியொன்றைத் தலைமையிடமாக மாற்றி அமைத்துள்ளனர், குறிவைக்கப்படுவது அந்த இடம்தான் என்பது தெளிவாகத் தெரிகிறது. வெடிகுண்டுத் தாக்குதல் நடந்த மற்றுமொரு இடத்தில் நாங்கள் குழுமியபோது, இரண்டு போராளிகளுக்கு இடையே நடந்த உரையாடலைக் கவனித்து, மாராத் அல்-நுமானுக்குக் கிழக்கே அமைந்துள்ள வாடி டேயஃப் எனப்படும் டேயஃப் பள்ளத்தாக்கில் நடந்து கொண்டிருக்கும் போரின் நிலை என்ன என்று புரிந்துகொள்ள முயன்றேன்.

இடிபாடுகளுக்கிடையே தேடியபடி 'வாடி டேயஃபில் நடந்து கொண்டிருக்கும் போர் எப்போதோ முடிந்திருக்கவேண்டியது,' என்றார் அவர்களில் இளையவர். 'போரை நடத்துவதற்குப் பண உதவிபெறும் அமைப்புகள்தாம் அதிலிருந்து இன்னமும் லாபம் பெறுவதற்காகப் போரை நீட்டித்துக் கொண்டிருக்கின்றன.' உடனிருந்த மூத்தவர் அதை மறுத்து, சுதந்திர ராணுவத்தின் தலைவரான மாஹெர் அல்-நெய்மிக்கும் சிரியத் தியாகிகள் படைப்பிரிவினருக்கும் அபு அல்-துஹூர் விமானதளத்தில் உருவான மோதல் குறித்து விளக்க ஆரம்பித்தார். இளையவர் இப்போது தரையில் காரித்துப்பி விட்டு இகழ்ச்சியாகப் பேச ஆரம்பித்தார். 'இதற்காகத்தான் வீட்டை விட்டு வெளியேறிப் புரட்சியை ஆரம்பித்தோமா? ஏழைகள் மீது ஆதிக்கம் செலுத்தவா? சிறிது பணத்துக்காக மக்களைக்

கொல்வதற்காகவா? இப்போது அதற்கான விலையை யார் கொடுத்துக் கொண்டிருக்கிறார்கள்? அதே ஏழை மக்கள்!' அதன்பிறகு அவர் கோபமாக இடிபாடுகளின் குவியல் மேல் ஏறிச்சென்றுவிட்டார்.

மீண்டும் எல்லாம் அமைதியானது, அருகிலிருந்த வீட்டிலிருந்து வந்து கொண்டிருந்த அலறலைத் தவிர.

நானும் உடனிருந்தவர்களும் தாக்குதலுக்கு இலக்காகியிருந்த நகர மத்தியிலிருந்து கிளம்பிச் சென்றோம். நகரத்தை விட்டு வெளியே எவ்வளவு தொலைவு செல்ல முடியுமோ அவ்வளவு தொலைவு பயணித்து, வழக்கம்போல சில நண்பர்களிருந்த ஒரு வீட்டுக்குச் சென்றோம். உள்ளே அனைவரும் மெழுகுவர்த்தி வெளிச்சத்தில் அமர்ந்திருந்தனர், நாங்கள் உள்ளே நுழைந்து முகமன் கூறியதுமே இரவுணவுக்கான தயாரிப்புகள் தொடங்கிவிட்டன. நான் அன்று சில உள்ளூர்ப் பெண்களைச் சந்திக்க முடியுமென நினைத்திருந்தேன், குறிப்பாக ஒரு விதவை, அவர் கம்பளிப் பொருட்களுக்கான பட்டறையொன்றை உருவாக்க விருப்பம் கொண்டிருந்தார். ஆனால் இனி அது சாத்தியமில்லை என்று தோன்றியது. ஏற்கெனவே நேரமாகியிருந்த நிலையில், நாங்கள் திடீரென நுழைந்த அந்த வீட்டில் இரவுணவை முடித்தபின்பே செல்ல வேண்டுமென வற்புறுத்தினர். நான் தங்கியிருந்த வீட்டிலிருக்கும் நௌரா, இந்த வீட்டின் தொலைபேசிக்கு அழைத்தார். எனக்கு வியப்பாக இருந்தது: நான் எங்கே இருக்கிறேன் என்று அவருக்கு எப்படித் தெரியும்? என்னைப் பற்றிக் கவலைகொண்டிருந்ததாகத் தெரிவித்தார்.

'மற்றவர்களைவிட நானொன்றும் அவ்வளவு முக்கியமானவள் இல்லை,' என்றேன்.

'இல்லை, சமர்! ஆண்டவன் சாட்சியாக நீ மதிப்பு மிக்கவள்! மேலும் நீ எங்கள் பாதுகாப்பிலிருக்கிறாய்.' அவரது வார்த்தைகள் அன்றிரவு எனக்கு அளிக்கப்பட்டிருந்த உணவின் விள்ளலை புரைக்கேறச் செய்துவிட்டது. அவ்வளவு பெருந்தன்மை காட்டப்பட்டதும், அவ்வுணவு என் தொண்டைக்குள் ஒரு கத்தியைப்போல சிரமத்தோடு இறங்கியது.

ஒவ்வொருநாளும் காலையில் நௌராவுடன் பேசிக் கொண்டிருந்திராவிட்டால், ஒன்றோடொன்று ஒத்துப்போகும் கண்ணாடியின் பிம்பம் போல மறுபடி மறுபடி நிகழும் இச்சம்பவங்களைப் பதிவு செய்திருக்க மாட்டேன்.

டமாஸ்கஸ்ஸைச் சேர்ந்த நௌரா, சராகெப்பிலுள்ள என் சிறிய குடும்பத்தின் இதயம் போன்றவள், அக்குடும்பத்தைச்

சூழ்ந்துள்ள மகிழ்ச்சிக்கு, அன்பின் வெம்மைக்கு இது மட்டுமே காரணம் என்று என்னால் ஏதோவொன்றைச் சுட்ட முடியாவிட்டாலும் அதுதான் என்னை ஒவ்வொருமுறையும் அங்கே வரவைக்கிறது. ஆரம்பத்தில் ஃப்ரான்ஸ்சை விட்டு வந்து வடசிரியாவில் தங்கிக்கொள்ளலாம் என்றும், சராகெப் மற்றும் காஃப்ரான்பெல் ஆகிய இடங்களில் வீடு பார்க்கலாம் என்றும் தூண்டப்பட்டேன், ஆனால் நிலைமை நாளுக்குநாள் மோசமாகிக் கொண்டிருந்தது. என் நடமாட்டமே என்னை உபசரித்துக் கொண்டிருந்தவர்களுக்கு - போராளிகளுக்கும் எனக்குத் தெரிந்த எல்லாக் குடும்பங்களுக்கும் - சுமையாகிக் கொண்டிருக்கிறது என்று உணர்ந்தேன், அவர்கள் என் பாதுகாப்பு குறித்து கவலைப்பட்டனர், தங்கள் நிலைமையை மீறி என்னைப் பாதுகாத்தனர். எங்குமே அன்பான வரவேற்பு இருந்தது, ஆனால் திணறடிக்கும் அளவிலான விருந்தோம்பலில் நாட்கள் செல்லச்செல்ல கடமையுணர்வின் சுவை தெரிய ஆரம்பித்தது.

தினமும் காலையில் நானும் நௌராவும் நிலவறைப்படிகளில் அமர்ந்து பேசிக்கொண்டே அந்தத் தற்காலிக மனநிம்மதியை அனுபவித்தபடி காப்பி அருந்துவோம், பேச்சு எனக்குப் பிடித்த உணவுவகைகள் குறித்துத் திரும்பும். நௌராவின் கணவர், மேசராவின் மூத்த சகோதரருமான அபு இப்ராஹிம் பல்கேரியாவில் பயின்ற ஒரு பொறியாளர், தற்போது நில மேலாண்மை மற்றும் விவசாயத்தில் தன்னை ஈடுபடுத்திக் கொண்டிருக்கிறார். தலைநகரத்தில் இருந்தபோது தனது சகோதரியைச் சந்திக்க அவர் வருகையில் நௌரா அவர்மீது காதல் கொண்டார். தனது இளைய சகோதரர்களைப் போலவே இவரும் அமைதிப் பேரணியில் கலந்துகொண்டு புரட்சியின் ஆரம்பக் கட்டத்தில் சிறையில் அடைக்கப்பட்டு பின் விடுதலை செய்யப்பட்டார். இருந்தாலும் புரட்சியில் மற்றவர்களுக்கு வேண்டிய உதவியைச் செய்வதிலும் உள்ளூரில் உள்ள குடும்பங்களுக்குத் தேவையான உதவிகளைச் செய்வதிலும் சளைத்தாரில்லை, நௌராவும் அப்படியே.

டமாஸ்கஸ்காரர்கள் சொல்வது போல் அவள் 'பரிபூரணமான' நௌரா; எப்போதும் சரியான விஷயங்களையே செய்தாள், அதில் அவளது தனித்துவம் மிளிரும். எறிகணைகள் வீழும் சமயத்தில்கூட தங்கநிற விளிம்புகள் கொண்ட கோப்பைகளில் காப்பியும் சில இனிப்பு வகைகளும் கண்ணாடிக் கோப்பைகளில் தண்ணீரும் நிரப்பி தட்டில் வைத்து எடுத்து வருவாள். ஆண்களோடு நான் செல்லும் என்னுடைய சிறு பயணங்களின்போதெல்லாம் வாயிற்படியில் நின்றபடி வானத்தைப் பார்த்து, 'இறைவனே,

அவளைக் காப்பாற்றுங்கள், அவளது இதயத்தையும் மனத்தையும் காப்பாற்றுங்கள், இறைவனே அவர்களைப் பாதுகாப்பாக திரும்பச் செய்யுங்கள்,' என்று பிரார்த்திப்பாள். நான் எப்போதுமே அவளது பிரார்த்தனைகளுக்காகக் காத்திருப்பேன்.

ஆனால் நௌராவுக்கு எறிகணைகள் என்றால் பயம், ஒருபோதும் அவளுக்கு அது பழகவேயில்லை. எப்போதெல்லாம் அந்த சத்தத்தைக் கேட்கிறாளோ அப்போதெல்லாம் உடல் நடுங்க நிற்பாள் உடனடியாகப் பீதியடைவாள். அவளது பதட்டமே என்னை அமைதியாக இருக்கச்சொல்லும், பின்பு அந்த அமைதி என்னில் ஒரு பகுதியாகவே மாறியது.

அந்தக் குறிப்பிட்ட நாளின் காலையில் நௌரா என்னோடு வாசல்வரை வரவில்லை, ஏனென்றால் எறிகணைத் தாக்குதல் நடந்து கொண்டிருந்தது. மற்றுமொரு பரபரப்பான நாளுக்குப் பிறகு நாங்கள் இப்போது காஃப்ரான்பெல்லுக்குச் செல்கிறோம், இங்கிருந்து நாற்பது நிமிடப் பயணதூரத்தில் அமைந்துள்ளது, அங்கே ரஸான் என்னும் சமூக சேவகியொருவரைச் சந்திக்கப்போகிறோம், இவர் சுதந்திரம் அடைந்த பகுதிகளில் சேவை புரிகிறார். ரஸான் சிறிய உருவம் கொண்ட முப்பதுகளில் இருக்கும் பெண், இரண்டு முறை அஸாட்டின் சிறைச்சாலையில் இருந்தவர். இந்நாட்களில் மருத்துவச்சேவையிலும் நிகழ்வுகளை ஆவணப்படுத்துதலிலும் இருக்கிறார். மக்களை ஒருங்கிணைப்பதில் தேர்ந்தவர், அவரிடம் நான் பள்ளிகள் அமைக்கும் திட்டம் குறித்துப் பேசவிரும்பினேன்.

நகரத்துக்குள் நுழையும்போது இரவாகிவிட்டது, ரஸான் மற்றும் சில நண்பர்கள் எங்களுக்காக ஊடக அலுவலகத்தில் காத்திருந்தனர். அங்கே உருவாக்கப்படும் சுவரொட்டிகளை, பட்டிகைகளை உலகமே பார்க்கிறது, மேலும் இந்த மையத்தின் கதவுகள் சிரியாவுக்கு வெளியே உள்ள நாடுகளுக்குத் தொடர்புகொள்ள விரும்புபவர்களுக்காக எந்நேரமும் திறந்துள்ளன. இருப்பினும் அப்போது தொலைபேசி இணைப்புகள் துண்டிக்கப்பட்டு இணையம் வேலை செய்யவில்லை, இருந்தாலும் கைபேசி மூலமாகவே அரிய பல விஷயங்களைச் செய்துள்ளனர், வெளியுலகத்தோடு இங்கு நடப்பதைப் பரிமாறிக்கொள்ள அது போதுமானதாக இருக்கிறது.

அந்த அலுவலகமே சற்று தனித்துவிடப்பட்ட, ஒன்றுமற்ற வீட்டில்தான் இயங்குகிறது, அங்கேதான் போராளிகளும் சேவகர்களும் பெரிய கூடத்தில் மஸூட் எண்ணெயில் எரியும் கணப்படுப்பின் அருகே குழுமிக் கிடக்கின்றனர். நாற்காலிகள் அறையின் மூலையில் வைக்கப்பட்டுள்ளன, அவற்றுக்கு எதிரே ஒரு கணினி. தரை முழுக்க அலங்கோலமாகக் கிடக்க,

கதவுக்கருகே இருந்த ஒரு உடைந்த நாற்காலியில் அஹ்மத் ஜலால் எனப்படும் உள்ளூர் ஓவியர் ஒருவரின் ஓவியங்கள் குவியலாக வைக்கப்பட்டிருந்தன. மற்ற இரண்டு அறைகளில் ப்ளாஸ்டிக் தரைவிரிப்புகள் மற்றும் உட்காருவதற்குச் சில திண்டுகளைத் தவிர வேறேதுமில்லை. இத்லிப் மாகாணத்தின் சிறு நகரங்களில் நான் சென்று பார்த்த செய்திப்பிரிவு அலுவலகங்களின் நிலை இதுதான்: அலங்காரமற்றவை மற்றும் சிக்கனமானவை, உள்ளிருக்கும் பொருட்களிலும் சரி நடவடிக்கைகளிலும் சரி.

தரையில் சம்மணமிட்டு கணப்பின் அருகே அமர்ந்து, அதன்மூலம் தேநீர் தயாரிக்க முயற்சி செய்துகொண்டிருக்கும் இந்த சந்தர்ப்பத்தில் அங்கிருந்தவர்கள், எனது வழிகாட்டிகளான மொஹம்மத் மற்றும் மன்ஹால், படைத்தளபதி அபு வாஹீத், பத்திரிக்கையாளர் நண்பர் ஃபிதா, முக்கியமான சமூக சேவகரான ரயீத் ஃபாரெஸ், ரஸான், ஹம்மூத் மற்றும் ஹாலித் அல்-ஈஸா - இவர்கள் இருவரும் அதன்பிறகு நன்கு பரிச்சயமானார்கள் - மற்றும் நான். இதைத்தவிர மூன்று சேவகர்கள் மடியில் கணினியை வைத்துக்கொண்டு சுற்றி என்ன நடக்கிறது என்று கவனிக்காமல் அதில் மூழ்கியிருந்தார்கள்; ஒருமணி நேரம் வரையில் அங்கிருந்தபின் கிளம்பிச் சென்றார்கள்.

நான் கவனத்தோடு இருக்க முயற்சி செய்தேன்; நான் ஒரு தொழிற்புரட்சி குறித்த திரைப்படத்தினுள் இருப்பதாக அல்லது வரலாற்றுப் புதினமொன்றில் இருப்பதாகக் கற்பனை செய்துகொள்வது எளிதாக இருந்தது, ஏனென்றால் முதற்பார்வைக்கு அக்காட்சி, புரட்சி குறித்து நாம் வரலாற்றுப் புத்தகங்களில் படிக்கும் தேய்வழக்காகிவிட்ட மிகையான ஒரு காட்சியை ஒத்திருந்தது. வெளியுலகம் இங்கு என்ன நடக்கிறது என்பதைப் பார்க்க விரும்புவதில்லை என்று மனக்கசப்பு ஏற்பட்டது. அவர்களைப் பொறுத்தவரை நாங்கள் காட்டுமிராண்டிக்கூட்டம், அவர்களால் எங்களை அறிவார்ந்தது என்று சொல்லப்படும் வாழ்வுக்குள் கொண்டுவர முடியவில்லை: எல்லாவற்றையும் மதத்தீவிரவாதம் என்ற ஒன்றுக்குள் அடைக்க விரும்புகின்றனர். இதன் பொருள் அரசாங்கமும் உலகமக்களும் இந்த விபரீதமான காட்டுமிராண்டித்தனமான விளையாட்டு, இரண்டு பகைக்குழுக்களிடையே தொடர்ந்து நடக்கட்டும் என்று சமாதானப்பட்டுக் கொள்கிற நிலைவரலாம்.

இரண்டு விதமான உலகங்களுக்கிடையே வாழ்கிறேன் என்று புரிந்துகொள்கிறேன்: ஒன்று நான் சிரியாவுக்குள் நுழையும்போது. இரண்டு அங்கிருந்து வெளியேறும்போது. உலகநாடுகள் பலவற்றிலும் விரிவுரையாற்றி, உண்மையில் சிரியாவில் என்ன நடக்கிறது என்று மற்றவர்களுக்கு சொல்லும்

விதமாகவும் அதேசமயம் மற்றவர்கள் எங்களை எப்படிப் பார்க்கிறார்கள் என்பது குறித்தும் அறிய முயல்கிறேன். சிரியாவுக்குத் திரும்பும் வாய்ப்பு மட்டுமே என்னை இந்த ஒன்றுமற்ற பயனற்ற படுகுழியில் இருந்து மீட்க முடியும். நான் இங்கே வந்து புரட்சியாளர்களுடனும் பொதுமக்களுடனும் வாழவேண்டும், எங்களுக்கு இழைக்கப்பட்ட பெரிய அநீதி குறித்து அதன் விளைவுகள் குறித்து மனச்சோர்வும் ஆத்திரமும் கொள்ளத்தான் வேண்டும்.

ஊடகத்துறையில் இருந்தவர்கள் எங்களோடு பேச ஆர்வமாகவே இருந்தனர். ரயீத் ஃபாரெஸ், எவ்வாறு ராணுவப்படை விலகியதும் பெருங்குழப்பம் உருவானது என்று விளக்கினார். எவ்வாறு படைப் பிரிவுகளும் போர்த்தளவாடங்களும் தாராளமாகக் கிடைத்து, நுஸ்ரா முன்னணி ஒரு ஒழுங்குபடுத்தப்பட்ட அமைப்பாக, கையிருப்பில் பணமும் ஆயுதங்களும் உள்ளதாக மாறியது என விளக்கினார். அவர்களுக்குப் பணமும் ஆயுதங்களும் கொடுப்பது யார்? உண்மையில் நமக்குத் தெரியாது. சராகெப்பில் உள்ள நிலை என்ன என்று தெரியவில்லை என ரயீத் மன்ஹாலைப் பார்த்தபடி சொன்னார். அஹ்ரார் அல்-ஷாம் அமைப்பு பணம் கிடைத்து வலுவானதும் பொதுமக்களின் வாழ்க்கையில் தலையிட ஆரம்பித்துவிட்டது. நுஸ்ரா முன்னணி எனது அடுத்த வருகை வரை தனிநபர்களின் வாழ்க்கையில் குறுக்கீடு செய்யுமளவு கடுமையாக இல்லை.

ரயீத்துக்கு வாட்டசாட்டமான உடல், அகன்ற தோள்கள். ஆரம்பத்தில் அவர் மருத்துவம் படிக்கச்சென்று பின்பு அதைக்கைவிட்டு வேலைபார்க்க லெபனான் சென்றார். பின் 2005-இல் சிரியாவுக்குத் திரும்பி சொத்துக்களை வாங்கி விற்கும் நிறுவனம் தொடங்க எண்ணினார், ஆனால், இப்போது புரட்சிக்காகத் தன் இதயத்தையும் ஆன்மாவையும் முழுவதுமாகக் கொடுத்துவிட்டார். புரட்சி உருவாகி வரும்போது முக்கியமான பிரச்சாரகராக இருந்தவர், இவர் பின்னிருந்து உருவாக்கிய நையாண்டியாகத் தாக்கும் சுவரொட்டிகள், பட்டிகைகள் மற்றும் காணொளிகள் உலகெங்கும் புரட்சியின் உருவமாகப் பார்க்கப்பட்டு மீளுருவாக்கம் செய்யப்படுகின்றன. நான் அவரிடம் இஸ்லாமிய நாடு அமைப்பது குறித்துக் கேட்டேன், அரசின் வன்முறைக்கு மாற்றாக ஒரு இஸ்லாமிய கலிஃபாவை அமைக்க விரும்பும் மக்கள் இருக்கிறார்கள் என்று ஒப்புக்கொண்டார்; மக்கள், நுஸ்ரா முன்னணியினர் மற்றும் அவர்களின் பக்திமார்க்கத்தில் பாதுகாப்பை உணர்கிறார்கள், மரணம் ஒன்றே அவர்களுக்கு மிஞ்சியிருக்கும் தேர்வு எனும்போது,

முன்னணியினர் சொல்வது போல இறப்புக்குப் பின்னான வாழ்விலேனும் ஆசிர்வதிக்கப்பட்டவர்களாக இருப்போம் என நினைக்கிறார்கள். மக்கள் கூட்டம் சூஃபியிசத்திலிருந்து சலாஃபிய மனநிலைக்கு மாறிவிட்டது. நான் மற்றும் என்னைப் போன்றோருக்கு சூஃபியிசம் என்பது மிதமான இஸ்லாத். சலாஃபிக்கொள்கை என்பது போர்க்குணம் மற்றும் தீவிரவாதம், மதம் என்ற ஒன்றை சமூக நிறுவனம் என்பதிலிருந்து அரசியலாக மாற்றும் ஒன்று. சலாஃபிகள் தங்களது கொள்கைகளை அடுத்த தலைமுறையிலும் தொடர தங்களது குழந்தைகள் மற்றும் இளைய சமுதாயத்தை நம்பியிருக்கிறார்கள்.

'ஆனால் இது ஆபத்தானதும் கூட!' என்றேன். மற்றவர்கள் என் கருத்தை ஒப்புக்கொண்டார்கள். இம்மனநிலை மாற்றம் பொதுவாழ்க்கைக்கு எதிரான மறுப்பிற்கு இட்டுச்செல்லக்கூடியது, நன்கு அறியப்பட்ட இயக்கங்கள் மதத் தீவிரவாதமாக பரிணமிக்கும்போதும் மதமானது சட்ட அமைப்பு மற்றும் நிர்வாகத்தைத் தன்பிடியில் கொண்டுவரும்போதும் இது நடக்கும். அதன்பிறகு மதச்சார்பற்ற அரசு என்பது சாத்தியமில்லாத ஒன்றுதான்.

'நாங்கள்தான் புரட்சியைத் தொடங்கினோம் ஆனால் அது இப்போது அவர்கள் கைக்கு மாறிக்கொண்டிருக்கிறது,' என்றார் ஓவியர் அஹ்மத். நாங்கள் தேநீரைச் சுவைத்துக் கொண்டிருந்தபோது, எறிகணைகளின் விதவிதமான ஒலியைக் கவனிக்க முயன்று கொண்டிருந்தேன்.

'இம்மனநிலை மாற்றம் மதம் மற்றும் இஸ்லாம் குறித்த முழுமுற்றுமான அறியாமைதான்,' என்று என்னைப்பார்த்துக் கூறினார் ரயீத். 'தீவிரவாதத்தின் அடிப்படையே அறியாமைதான்.'

ஆனால், மன்ஹால் இவை மட்டுமே காரணம் என்று ஒப்புக்கொள்ளவில்லை. சிரியச் சமூகம் எவ்வாறு உருவாக்கப்பட்டது, அதன் குடும்பம் மற்றும் பழங்குடிகளின் இணைவு ஆகியவையும் காரணமென வாதிட்டார். பின்னிஷில் நடந்தவற்றைச் சுட்டிக்காட்டினார், அங்கே இரண்டு குடும்பங்களுக்கு இடையே ஏற்பட்ட மோதல்தான் நுஸ்ரா முன்னணி நகரத்தைக் கைப்பற்றக்காரணம். தஃப்தனாஸ் அழிக்கப்பட்டபோதுபின்னிஷ் குடும்பங்களும், ஹயிஷ் நகரத்தவரும் அதை வேடிக்கை மட்டுமே பார்த்துக்கொண்டிருந்தனர். எனவே சேதம் அதிகமானது.

'குடிமுறைச் சமூகத்துக்காகவோ அல்லது குடியுரிமைக் கலாச்சாரத்துக்காகவோ ஒன்றிணைந்து செயல்படும் கலாச்சாரம் என்பதே இங்கு இல்லை,' என்றேன் நான். 'அதனால்தான்

இருவேறு அணிகள் அல்லது குழுக்களுக்கிடையே பிராந்திய மோதல்களும் பகைமையும் உருவாகின்றன. இதுதான் சர்வாதிகாரத்தின் நேரடி விளைவு. இந்நிலை நீடித்தால் அது சமூகத்தின் சிதைவில்தான் சென்று முடியும்.'

ரயீத் நேர்மறையாளர் அல்ல, அதேசமயம் எதிர்மறையாளரு மல்ல. 'நாம் ஆரம்பித்ததைத் தொடர்ந்து செய்வது மட்டுமே இப்போது முடியும்,' என்று மட்டும் பதிலளித்தார்.

'புரட்சியில் பொதுமக்களின் பார்வை முற்றிலுமாகப் புறக்கணிக்கப்பட்டுவிட்டது,' என்று மன்ஹால் மேலுமொரு கருத்தைச் சேர்த்தார்.

ரயீத் என் பக்கம் திரும்பி வருத்தத்தோடு தலையசைத்து உரத்துப் பேசினார், 'ஆமாம், நாங்கள் தவறு செய்திருக்கிறோம், ஆனால் தவறு செய்யாமல் இருப்பது எப்படிச் சாத்தியம்? மிகப்பெரிய பணியைச் செய்யவேண்டியிருக்கிறது, மக்களுக்கும் அகதிகளுக்கும் உதவவேண்டும், எங்கள் கண்ணெதிரே எமது வீடுகள் அழிக்கப்படுகின்றன.'

நாங்கள் பேசிக்கொண்டிருக்கும்போது ரஸான் மற்றும் மற்ற நண்பர்கள் இரவுணவைத் தயார் செய்தனர். இத்லிப் மாகாண கிராமப்பகுதிகளில் உள்ள இல்லங்களில் கிடைக்கும் விருந்தோம்பலுக்கும் பெருந்தன்மைக்கும் அளவே இல்லை. தரையில் வைக்கப்பட்ட உணவை வட்டமாக அமர்ந்து உண்ணத் தொடங்கினோம். ரொட்டியைத் தேநீரில் தோய்த்து விழுங்கியபடி எப்போதுமே முடிவுறாத உரையாடல் நடந்து கொண்டே இருந்தது.

ரயீத் சற்று சிடுசிடுவென இருந்தாலும் கூட அவர் தனது கருத்தை வெளியிடும்போது அனைவரும் கவனமாகக் கேட்டனர். அவர் தொடர்ந்தார், 'நிவாரணப்பணிகளைத் தொடர்வதற்கு மிகுந்த சிரமப்படுகிறோம். மக்களிடையே நம்பிக்கையின்மை வளர்ந்து விட்டிருக்கிறது, யாருக்கும் யார் மீதும் நம்பிக்கையில்லை, நிவாரணப்பணிகளை மேற்கொள்பவர்கள் மீதும் கூட. பசி அதன் தாக்கத்தைக் காண்பிக்கிறது. இந்தப் புரட்சியில் இன்னமும் வெளிப்படைத்தன்மை அதிகரிக்கவேண்டும், இதனால் இங்கே என்ன நடக்கிறதென மக்களுக்கு தெளிவாகத் தெரியவேண்டும். ஒரு வானொலி நிலையம் வேண்டும், அதன்மூலமாக காஃப்ரான்பெல்லில் உள்ள மக்களைத் தொடர்புகொள்ள முடியும், நாட்டுப்பற்றை விதைக்க முடியும். தேசியச்சபை மற்றும் கூட்டணிக்கட்சியை இதற்காக உதவும்படி கேட்கத்தான் செய்கிறோம்! குறிப்பாக நுஸ்ரா முன்னணியினர், அலெப்போ மற்றும் டெய்ர் எஸ்ஸாரில் செய்வதுபோல இங்கேயும் ரொட்டி

மற்றும் மஸூட் விநியோகத்தில் தலையிட ஆரம்பித்த பிறகு என்று சொல்லலாம்.' சிரிய தேசியக் கூட்டணி, நாட்டுக்கு வெளியே அமைந்துள்ளது, அஸாட் அரசுக்கு அரசியல் ரீதியில் எதிர்க்கட்சியாகச் செயல்படுகிறது, மேலும் உலகின் பல்வேறு நாடுகளால் அங்கீகரிக்கப்பட்டுள்ளது.

நெரிசலான அந்த அறையில் எனக்கு மூச்சடைக்கத் துவங்கியது, என் தோழர்கள் உணவை ஓரிடத்திலிருந்து மற்றொரு இடத்திற்குக் கொடுப்பதும் சிரிப்பதுமாக இருந்தனர், வானத்திலிருந்து விழுந்து கொண்டிருக்கும் அழிவையும் மரணத்தையும் எவ்வாறு சமாளிப்பதென உரையாடல் தொடர்ந்தது. எனினும், அபு அல்-மஜித் உள்ளே நுழைந்ததும் மனநிலை மாறியது, எல்லோரும் ஆசுவாசமாக உணர்ந்தனர்.

அபு அல்-மஜித், நல்ல குணமுடையவர், ஐம்பதுகளின் நடுவில் இருப்பவர், அவர் அரசியல் செயல்பாட்டாளரோ அல்லது ஊடக வல்லுநரோ அல்ல. அஸாட்டின் படையில் லெஃப்டினென்ட் கர்னலாக இருந்து பின் அதைக்கைவிட்டவர், இப்போது ஃபுர்ஸான் அல்-ஹக் (நீதியின் மாவீரர்கள்) படையணியின் தலைவர், இப்படையணி சுதந்திர ராணுவத்தோடு கூட்டணி அமைத்துள்ளது. கூடவே தன்னுடைய மடிக்கணினியை எடுத்து வந்திருந்தார், முகத்தில் நிரந்தரமாக ஒரு புன்னகை. அவருடைய மெல்லிய அம்சங்களை கவனமாகப் பரிசீலித்தேன், எந்த விதத்திலேனும் ஒரு ராணுவத்தலைவராகத் தெரிகிறாரா என, ஆனால் அப்படியான ஒருவரின் அருகிலே கூட வரமாட்டார். வரும் நாட்களிலும் மாதங்களிலும் ஒரு படையணியின் தலைவராக இருந்துகொண்டு அதிகளவு நையாண்டித்தனத் தோடும் இருப்பது எப்படியானது என்று அவர்மூலம் தெரிந்து கொண்டேன்.

நொண்டியபடி வந்து எங்களோடு அமர்ந்து, தனது மடிக்கணினியைத் திறந்தார். பிறகுதான் அவர் சென்ற போரின்போது காலில் காயம்பட்டார் என்று தெரிந்து கொண்டேன், அண்மையில்தான் துருக்கியிலிருந்து அதற்காக சிகிச்சை செய்துகொண்டு திரும்பியிருக்கிறார். 'சலாம், நண்பர்களே,' என்றார். 'இங்கே உள்ள இணைய வசதியைப் பயன்படுத்தி உலகத்தில் என்ன நடக்கிறதென்று தெரிந்துகொள்ள வந்தேன்.'

'பேரணி எதற்கும் சென்றிருந்தீர்களோ?' என்றார் ரயீத் உடனே.

அபு அல்-மஜித் வாய்விட்டுச் சிரித்தார். 'நானொரு சிப்பாய்; அமைதிப் பேரணியில் எனக்கென்ன வேலை?

இதைத்தானே ஃபேஸ்புக்கில் எழுதிக் கொண்டிருக்கிறீர்கள்?' அபு அல்-மஜித்துக்கு ஃபேஸ்புக் புதிய அறிமுகம், எனவே அதை விளையாட்டாகத்தான் கூறினார். சில இளம் செயல்பாட்டாளர்கள் அதில் இணைந்திருக்கிறார்கள்தான். எங்களைப் பார்த்துப் புன்னகைத்தார். 'உங்கள் விருந்தினர்கள் யார்?' ரயீத் எங்களின் முன்பாதிப் பெயரையும் எங்கள் தொழிலையும் சொல்லி அறிமுகம் செய்துவைத்தார்.

ஒருவர் அவர் காதருகே குனிந்து ஏதோ கிசுகிசுத்தார், உடனே அபு அல்-மஜித் என்னைப் பார்த்தார். 'நாம் எல்லோருமே ஒரு நாட்டின் மக்கள். ஆண்டவன் உங்களுக்கு நல்ல மனிதர் களையும் நீண்ட ஆயுளையும் அருளுவாராக. நல்வரவு சகோதரி,' என்றார்.

அபு அல்-மஜித், பொருளாதார ஆதரவு தரக்கூடிய எந்தவொரு குழுவோடும் இணையவில்லை என்று அறிந்தேன்; அவர் எந்தவொரு மதத் தீவிரவாதம் கொண்டுள்ள படையணியோடும் இல்லை. மேலும் அவருக்கு வளைகுடாப் பெரும் வியாபாரிகளிடமிருந்து தலைநகர் வழியாக வரும் பணத்திலும் விருப்பமில்லை. தன்னுடைய படை பாறைபோல உறுதியானது என்றார்.

'எங்களிடம் ஆயிரத்துத் தொள்ளாயிரம் படைவீரர்கள் உள்ளனர், ஆனால் இருநூற்று இருபது பேர் மட்டுமே வேலை செய்கிறார்கள், சண்டையிடுகிறார்கள். மற்றவர்கள் வீட்டிலிருக்கிறார்கள். எங்களிடம் ஆயுதங்களில்லை, உள்ளிருந்தோ அல்லது வெளியிலிருந்தோ ஆதரவும் இல்லை. சில அடிப்படை உதவிகள் காஃப்ரான்பெல்லில் உள்ள குடும்பங்களிடமிருந்து கிடைக்கின்றன. அதுதான் எங்களை செயல்படுத்திக் கொண்டிருக்கிறது. ஓநாயும் இறப்பதில்லை, ஆடும் இறப்பதில்லை!' தான் இன்னமும் உயிருடன் இருப்பதற்காக உண்மையில் மகிழ்ச்சியோடிருந்தார்.

என்னை நெருக்கமாகப் பார்த்தார். பிறகு, 'ஒரு போரைப் பார்க்க விருப்பமா? நாம் பேசிக்கொண்டிருக்கும் இவ்வேளையில் களத்தில் ஒன்று ஆரம்பித்திருக்கிறது,' என்றார்.

'நிச்சயமாகப் போகலாம்,' என்றேன், ஆனால் என் தோழர்கள் பலமாக ஆட்சேபம் தெரிவித்தனர்.

அபு அல்-மஜித் பலமாகச் சிரித்தார். 'என் உயிரையும் என் வீரர்கள் உயிரையும் கொடுத்தேனும் இவரைக் காப்பேன் என்று உங்களுக்குத் தெரியாதா?'

'ஆமாம், நீங்கள் காப்பாற்றுவீர்கள்,' என்று ஒருவர் கூறினார், 'ஆனால் களத்தில் ஒரு ஏவுகணை உங்களைச் சிதறடித்துவிடும்.

அதன்பிறகு வானிலிருக்கும் கடவுள்தான் உங்களைக் காப்பாற்ற வேண்டும்.' இப்போது எல்லோருமே சிரித்தோம்.

'நாம் இங்கேயே கூட எறிகணையால் கொல்லப்படலாம்,' என்று குறிப்பிட்டார் அபு அல்-மஜித்.

நான் அவரது வாழ்க்கையைக் குறித்துச் சொல்லும்படி கேட்டேன், அப்போதுதான் அதை அவரது வாக்குமூலமாகவே பதிந்துகொள்ள முடியும். அவர் தனது மடிக்கணினியை மூடிவைத்தார்.

'நீங்கள் என்னைப் பற்றி எழுதப்போகிறீர்களா?' என்று அமைதியாகக் கேட்டார்.

'ஆமாம், உங்களைப் பற்றிச் சொல்லுங்கள்,' என்று தூண்டினேன். ஒரு சங்கடமான புன்னகையோடு தலையசைத்தார். மற்றவர்கள் அவரவர் வேலைக்குத் திரும்பினர், அபு அல்-மஜித் கால்களை நீட்டி சுவரோடு சாய்ந்து அமர்ந்து கொண்டார்.

'நான் சிரிய ராணுவத்தில் லெப்டினன்ட் கர்னலாக, டேய்ர் எஸார் விமான தளத்தில் விமானத் தொழில்நுட்பப் பிரிவில் இருந்தேன், ஆனால் புரட்சி ஆரம்பித்த முதல் மாதத்திலேயே புரட்சியின் பக்கம் சேர்ந்துவிட்டேன். ஜூன் 2011 ஆரம்பத்தில் விமானதளத்தைக் கைப்பற்றும் திட்டமொன்றைத் தீட்டினோம், ஆனால் அஸாட்டின் குழுவினருக்கு இந்த விஷயம் தெரியவந்ததும் என்னைச் சிறையிலடைத்தனர். சதித்திட்டம் தீட்டியவர்களில் நானும் ஒருவன் என்று அவர்களால் நிரூபிக்க முடியாவிட்டாலும் அல்-மாஸ்ஸா சிறையில் ஒரு வருடம் இருந்தேன். என்னுடன் இருந்த சில அதிகாரிகளுக்கு ஏழு வருடங்கள் வரை கிடைத்தது.

'சிறையில் இருந்தபோது என்னைக் கொடுமைப்படுத்தினர், ஆனால் நான் ஒப்புக்கொள்ளவே இல்லை. நான்கு நாட்களுக்கு "பேய் உத்தி" என்று சொல்லப்படுவதை என்மீது பிரயோகப்படுத்தினர், அதில் உங்களுடைய கைகள் விலங்கிடப்பட்டு உங்கள் மணிக்கட்டு பலத்தில் தொங்க விடப்படுவீர்கள். என்மீது மின்சாரத்தைச் செலுத்தினார்கள்' என்று சொல்லிச் சிரித்தார். அவர் தொடர்ந்து பேசும்போது அவருடைய மென்மையான அம்சங்கள் அவரை ஒரு எழுத்தாளராக அல்லது கலைஞனாகவே காட்டியது, 'நான் மட்டும் ஒப்புக்கொண்டிருந்தால் அவர்கள் என்னை விடுதலை செய்திருக்கவே மாட்டார்கள். வெளியே வந்ததும் நேராகத் தலைமையகத்துக்குச் சென்றேன், மீண்டும் என்னைப் பதவியில் ஏற்றுக்கொண்டனர். முகாபராத் எனப்படும் ரகசியப் புலனாய்வுத் துறைக்கு என்ன வேண்டும் என்று எனக்குத்

தெரியும். கடத்தப்பட்டு ஜோர்டானில் வைக்கப்பட்டிருந்த ஒரு விமானத்தை சிரியாவுக்குக் கொண்டுவரவேண்டும். கடமை தவறி அந்த விமானத்தைத் தன்னோடு எடுத்துச்சென்றுவிட்ட அந்த விமானியோடு நான் பேசி அவரைத் திரும்ப வரவழைப்பேன் என்று அவர்கள் நம்பும் வகையில் நடந்துகொண்டேன்.

'அதற்குப் பதிலாக, நானும் ஒரு அதிகாரிகள் குழுவுமாகச் சேர்ந்து திட்டமிட்டு டேய்ர் எஸாரை விடுவிக்க ஆரம்பித்தோம். பிறகு, மூன்று படகுகளில் யூப்ரடீசைக் கடந்து ஆயுதங்களைக் கொண்டு சேர்த்தோம். ஜூலையில் காஃப்ரான்பெல்லுக்கு வந்து ராணுவ சோதனைச்சாவடிகளை விடுவிக்க ஆரம்பித்தோம். எங்கள் நகரங்களை விடுவித்தது வெளிநாட்டிலிருந்து வந்த தீவிரவாதிகள் என்றா நினைக்கிறீர்கள்? இல்லை. நாங்கள் விடுவித்தோம், அதன்பிறகுதான் அவர்கள் எங்களிடம் வந்து சேர்ந்தார்கள். நாங்கள் அவற்றை எங்களின் மற்றும் எங்கள் குழந்தைகளின் குருதியால் விடுவித்தோம். ஹாய்ஷ்ஷில் உதவி வேண்டுமெனக் கேட்டபோது அங்கே சென்று உதவினோம், அதன்பிறகுதான் அரசுப்படை, போர் விமானங்கள் மூலம் அங்கே குண்டு வீசியது.'

ஒரு போராளி உள்ளே வந்து உட்கார மறுத்துவிட்டு, அபு அல்-மஜித்திடம் போர்முனைக்குச் செல்லும் சில போராளிகளுக்கு அவர் வந்து விடைகொடுக்க வேண்டும் என்று கேட்டுக்கொண்டார்.

'இந்தப் பெண்மணிக்கு ராணுவத்திலிருந்து வெளியேறியவர்கள் பற்றிச் சொல்' என்று அபு அல்-மஜித் அவரிடம் கூறியதும் அவர் ஆச்சரியமாகப் பார்த்தார். பிறகு தொடர்ந்து, 'இந்தச் சகோதரி ஒரு அலாவித்' என்றார்.

'ஏன் அதைக் குறிப்பிடுகிறீர்கள்?' என்று கோபத்தோடு கேட்டேன். அவர் என்னைப் பற்றிய இந்த விஷயத்தை வெளிப்படுத்தியதில் அதிர்ச்சியடைந்தேன், அவர் என்னை ஆபத்தில் சிக்கவைத்து விட்டார். மதரீதியாக என்னை அடையாளப்படுத்துவது எனக்குப் பழக்கமில்லாத ஒன்று என்பது மட்டுமல்லாமல் சமயவாதக் குழுக்களிடையே பதட்டத்தை உருவாக்காமல் இருக்க அதை அவர் ரகசியமாக வைப்பார் என்று எதிர்பார்த்தேன்.

ஆனால் அவர் உற்சாகமாக, 'ஏனென்றால் நாமெல்லாம் ஒன்றுதான் என்று இளைஞர்கள் தெரிந்து கொள்ளட்டும்,' என்றார். ஆனாலும் எனக்குச் சமாதானமாகவில்லை, கோபத்துடன் இருந்தேன்.

பக்கத்தில் இருந்த யாரோ ஒருவர் பரிகாசம் செய்தபடி தலையை ஆட்டினார். 'நாமெல்லாம் ஒன்றல்ல, மேலும் அவளின் இருப்பு இங்கே எதையும் மாற்றப்போவதில்லை!'

அந்தப்போராளி பேச ஆரம்பித்தார்: 'அரசமைப்பை விட்டு வெளியேறியவர்களில் அனைத்து இனத்தைச் சேர்ந்தவர்களும் என்னோடு இருக்கிறார்கள்: ட்ரூஸ், கிறிஸ்துவர்கள் மற்றும் அலாவித்துகள். அவர்களில் சிலர் இன்னமும் எங்களோடு சேர்ந்து போரிடுகிறார்கள், ஆனால் அதில் சிக்கல் உள்ளது. அதாவது சிலர் அவர்களைக் கண்டு பயப்படுகிறார்கள்.'

'நுஸ்ரா முன்னணி இஸ்லாமிய அரசை நிறுவ நினைக்கிறது' என்று அபு அல்-மஜித் குறுக்கிட்டார். 'ஆனால் சிரியாவில் அது சாத்தியமில்லை. அது மிகவும் கடினம். இது சிரியர்களின் புரட்சி.' பேசிக்கொண்டிருக்கும்போதே என் பெயரை அழைத்துவிட்டு எழுந்து நின்றார். 'நாங்கள் தனியாக இருக்கிறோம்,' என்று தொடர்ந்தார். 'இந்த உலகம் எங்களைக் கைவிட்டுவிட்டது, ஹிஸ்புல்லாஹ் அஸாட்டுடன் சேர்ந்து கொண்டு எங்களுக்கு எதிராகப் போரிடுகிறது. என்ன நடக்கப்போகிறது என்பதைத் தெரிந்து கொள்ள வழியே இல்லை.'

அந்தப்போராளி கதவைத் திறந்தார், குளிர்ந்த காற்று உள்ளே நுழைந்தது.

'எங்கே போகிறீர்கள்?' என்று கேட்டேன்.

அவ்விளைஞர் கதவின் பின்னால் பாதி மறைந்துவிட்டார், பிறகு மறுபடி வந்து, 'நாங்கள் இப்போது பதினோரு வீரர்களும் ஒரு பீரங்கி வண்டியும் உள்ள சோதனைச்சாவடி ஒன்றை விடுவிக்கச் சென்று கொண்டிருக்கிறோம்' என்றார்.

அபு அல்-மஜித் அவரோடு கிளம்ப ஆயத்தமானார், கைகுலுக்காமல் தனது நெஞ்சின்மீது கைவைத்து என்னிடமிருந்து விடைபெற்றார். 'உயிரோடிருந்தால் மீண்டும் சந்திப்போம், இறைவனின் விருப்பம்.'

மற்றவர்கள் அவருக்கு விடைகொடுக்கும்போது நான் எழுந்து நின்றுகொண்டேன். 'பத்திரமாகப் போய்வாருங்கள். கடவுள் உங்களைக் காக்கட்டும்,' என்றனர்.

'அபு அல்-மஜித் எங்களின் மிகச்சிறந்த அதிகாரிகளில் ஒருவர்,' என்றார் ரயீத் அவர் சென்றபிறகு. 'எல்லோரும் இவரைப்போல் இல்லை. சிலர் ராணுவத்திலிருந்து வரும்போது ஊழலையும் எடுத்து வருவார்கள். மொத்தத்தில், காஃப்ரான்பெல்லில் நான்கு படைகள், முப்பது படைப்பிரிவுகள் மற்றும் பத்து உயரதிகாரிகள் உண்டு. அனைத்துப் படைப்பிரிவும் ராணுவத்திலிருந்து வந்தவர்களைக்

கொண்டதல்ல, பொதுமக்களை உள்ளடக்கியவையும் உண்டு. ராணுவத்திலிருந்து வந்தவர்கள் ஒழுங்குடையவர்கள், ஆனால் எல்லோரும் நேர்மையானவர்கள் என்று சொல்ல முடியாது - கவனியுங்கள், பொதுமக்களும் அப்படித்தான். சில ராணுவ வீரர்கள் அஸாட் படையில் செய்ததைப் போலவே ஊழலைப் பரப்ப முயற்சிப்பார்கள், மக்களை ஒடுக்க நினைப்பதும் உண்டு. ஆனால் நாங்கள் அவற்றை அனுமதிப்பதில்லை. குறைந்தபட்சமாக இப்போதுவரை இல்லை. எங்களுடைய பாதுகாப்புப் பிரிவில் இருப்பவர்கள் சிலரும் அரச பாதுகாப்பு அமைப்புகளில் இருந்து விலகியவர்கள்தான், வரும்போது மக்களைக் கட்டுப்படுத்தும் மற்றும் கொடுமைப்படுத்தும் பழைய முறைகளையும் உடனெடுத்து வருவார்கள். ஆனால் இப்போது புரட்சிகரமான ராணுவ சபை ஒன்றை அமைத்துள்ளோம். எங்களை ஒழுங்கமைத்துக்கொள்ள முயற்சி செய்து வருகிறோம், ஆனால் மக்களுக்கு இதனாலெல்லாம் மகிழ்ச்சியில்லை, ஏனென்றால் அவர்கள் இப்போது யாரையும் நம்புவதில்லை, எங்கள் மீது நம்பிக்கையிழக்க ஆரம்பித்துவிட்டார்கள்.'

ரயீத் தன் பேச்சை நிறுத்தினார், அப்போது அஹமத், தான் விடைபெற்றுக் கொள்வதாகவும் தனது வருங்கால மனைவியைச் சந்திக்கச் செல்ல வேண்டியிருப்பதாகவும் கூறினார். இது உடனடியாக கூச்சலையும் கிண்டலையும் கிளப்பிவிட்டது, நானும் ரஸானும் அது அடங்கும்வரை பள்ளிகள் அமைக்கும் திட்டம் குறித்து பேசக் காத்திருந்தோம். அந்தக்கணம், எங்களிடம் உள்ளவற்றை வைத்து, எல்லா சவால்களையும் எதிர்கொண்டு இப்புரட்சியை முழுமைப்படுத்த முடியும் என்ற நம்பிக்கை எனக்கு இருந்தது.

சிரியாவில் என் கடைசி நாள், இளவேனில் கொண்ட பிப்ரவரி. வண்டியின் கண்ணாடி வழியாக பரந்து விரிந்த பச்சைநிலம் மேடாகி முழுவதுமாக ஆலிவ் கன்றுகளால் நிறைந்திருப்பதைப் பார்க்கிறேன், எப்போதும் நான் கிளம்பவேண்டிய தருணம் வந்ததுமே என் மனம் அமைதியற்றுப் போய்விடுகிறது, என்னை நாடுகடத்தியபோது ஏற்பட்ட உணர்வினால் நிறைக்கப்படுகிறேன். இம்முறை வேறொரு அதிகாரப்பூர்வமற்ற கடக்கும் பகுதி வழியாக நான் பயணப்படவேண்டும். மொஹம்மத் மற்றும் அப்துல்லா என்ற இன்னொரு இளைஞர் ஆகியோர் என்னோடு வாகனத்தில் காத்திருக்கின்றனர். நான் அப்துல்லாவை முதல்முறையாக

சிலமாதங்களுக்கு முன்பு ரேஹன்லியின் மருத்துவமனையில் சந்தித்திருக்கிறேன், என்னுடைய மூன்றாவது வருகையின்போது அவரை இன்னும் நன்றாகத் தெரிந்துகொள்வேன்.

துருக்கிய வீரர்கள் குழுவொன்று ரோந்துப்பணியில் உள்ளது. மறுபக்கம் கொத்துக்கொத்தாக எல்லைப்பகுதியை நெருங்கிக்கொண்டிருக்கும் சிரியர்களை அலட்சியப்பார்வை பார்த்தபடி முன்னும் பின்னுமாக நடந்துகொண்டிருந்தனர். சில சிரியர்கள் மரத்தின் கீழ் அமர்ந்தபடி வேலியைத்தாண்டிப் பார்த்துக் கொண்டிருந்தனர். சிலர் துருக்கிய வீரர்களுக்கு எதிரில் நின்றிருந்தனர், ஒருவேளை துருக்கியர்களைப் பகடி செய்தால் எப்படியிருக்குமோ அதுபோல முன்னும் பின்னுமாகச் சிலர் நடந்து கொண்டிருந்தனர். எல்லாவிதமான, வகையான கார்களும் இந்த வாயிலின் இரண்டுபுறமும் உள்ள சாலைகளில் நிறுத்தப்பட்டிருந்தன. மொத்தக் குடும்பமாகப் பலர் சொற்பமான சுமைகளுடன் காத்திருந்தனர். அவ்வப்போது வேலியின் இருபுறமிருந்தும் ஆலிவ் மரங்களுக்கிடையிலிருந்து துப்பாக்கி வெடிக்கும் சத்தம் கேட்கும்.

அப்துல்லா, ஒருபோரின்போது நிரந்தரமாக முடமாக்கப்பட்டவர், சிரித்துக்கொண்டே இருந்தார். அவருக்குத் தன் வருங்கால மனைவி குறித்த கவலை இருந்தது, அவளைச் சீக்கிரமே விதவையாக்க தான் விரும்பவில்லை' என்றார். 'நான் மரணத்தோடு வாழ்கிறவன்,' என்றார். 'என் காலில் அடிபட்டுள்ளது என்றாலும் நான் போராளி. பஷார் அல்-அஸாட்டுக்கு எதிராகப் போரிடுவதை நான் நிறுத்த விரும்பவில்லை, ஆனால் அதேசமயம் அவளையும் பலிகடாவாக்க விரும்பவில்லை.'

தங்கள் பொருட்களைப்பற்றிக் கூவியபடி குழந்தைகள் வண்டிகளுக்கிடையே ஓடிக்கொண்டிருந்தனர். ஐந்திலிருந்து பதினைந்து வயது வரையிலிருந்தவர்களிடம் கிடைக்காத பொருளே இல்லை என்பது போலிருந்தது: லைட்டர்கள், ரொட்டி, குளிர்கண்ணாடிகள், பழச்சாறு, குளிர்பானங்கள், காப்பி மற்றும் தேநீர். மக்கள் காலையிலேயே இங்கு வந்து காத்திருக்கின்றனர், இரவானதும் அவர்கள் மறுபக்கத்துக்குக் கடத்தப்படுவார்கள். சிலரிடம் கடத்திச்செல்பவர்களுக்குத் தருமளவு பணம் இருக்காது, அவர்கள் இரவுவரை காத்திருந்து தாங்களாகவே வேலிக்கடியில் ஊர்ந்து செல்வார்கள். ஆனால், இது ஆட்கடத்துபவர்களை எரிச்சல்படுத்தும் செயல், அவர்கள் வருமானத்தை இழக்க அவர்கள் விரும்புவதில்லை, எனவே இந்தக் காசில்லாத அகதிகளைப் புகார் செய்து மாட்டிவிடுவார்கள்.

ஒருமுறை, ஒரு முதியவரையும் அவரது மகனையும் ஆட்கடத்துபவர்கள் திருப்பியனுப்பி விட்டனர். அந்த முதியவருக்குத் திரும்பிச்செல்வதற்கென எதுவுமே இல்லை, எனவே இரு நாடுகளைப் பிரிக்கும் எல்லை இடைவெளியிலேயே பல இரவுகள் கிடந்தார், நடுக்கும் குளிரினால் உடல்நிலை மிக மோசமானது. தன்னுடைய வீட்டை அழித்த எறிகணைத் தாக்குதலிலிருந்து தப்பித்து, கடைசியில் துருக்கிய மருத்துவமனைக்குள் சென்று சேர்ந்தார் - அப்படித்தான் அவரால் துருக்கிக்குள் நுழைய முடிந்தது.

எனக்கு இந்தக் கடைசி இரண்டு நாட்கள் ஓய்வில்லாமல் இருந்தன: ஜபால் ஸாவியாவில் பல்வேறு பெண்களின் வீடுகளுக்குச் செய்த பயணங்கள் மற்றும் தொடர்ந்து எறிகணைகளிலிருந்து தப்பித்து ஓடிக்கொண்டிருந்தது ஆகியவற்றால் நான் களைப்படையவில்லை, கடந்த இருபத்து நான்கு மணிநேரத்தில் நடந்த சம்பவங்களால்தான், அப்போது அபு வாஹீத்துடன் அய்ன் லாரெளஸ் என்ற கிராமத்தில் ஒரு போராளிக் குழுவைச் சந்தித்தேன். எங்களை வரவேற்றவர்கள் படைப்பிரிவின் தலைவர் மான், உறவுமுறையில் அவரது சகோதரரான மொஸ்தஃபா, இவர் ஒரு வழக்கறிஞர் மற்றும் சேவகர், கிராமத்திலேயே தங்கி நிவாரணப்பணிகள் மற்றும் வளர்ச்சிப் பணிகள், ஊடகத் துறை வேலைகளை மேற்கொள்கிறார். முற்றத்தால் பிரிக்கப்பட்ட இரண்டு அறைகள் உடைய ஒரு வீட்டில் சந்தித்தோம், ஒரு அறை ஆண்களுக்காகவும் மற்றொன்று பெண்களுக்காகவும் ஒதுக்கப்பட்டிருந்தது. நாங்கள் அங்கே இருந்தபோதே சுற்றியுள்ள கிராமப்பகுதிகள் தாக்குதலுக்கு ஆளாகியிருந்தன, ஆனால் அருகிலுள்ள பேலான் என்ற பகுதிதான் குறிவைக்கப்படுகிறது என்று தோன்றியதால் நாங்கள் அதுகுறித்து அதிகம் கவலைப்படவில்லை.

மான் மற்றும் மொஸ்தஃபாவை சந்தித்தபோது, நான் ஈடுபட்டிருந்த பெண்களுக்கான திட்டங்களின் ஒரு குறிப்பிட்ட அம்சம் குறித்து முடிவெடுக்க விரும்பினேன். சிரியாவுக்கு இரண்டாம் முறையாக வந்தபோது, இத்லிப்பின் கிராமப்புறங்களில் உள்ள பெண்களுக்கான திட்டங்களை வரையறுக்கத் தொடங்கிவிட்டேன் - உண்மையில் இப்பகுதி உள்நுழையக் கடினமானது. இது அங்கிருக்கும் பெண்களின் குறிப்பிட்ட நிலை குறித்த விஷயமல்ல, பொதுவாகவே சிரியா முழுதும் கிராமப்புறங்களில் கடந்த சில பத்து வருடங்களாக ஏற்பட்டு வரும் மிக மோசமான சரிவு நிலை குறித்தானது, இது பொருளாதாரம் என்ற அளவில் மட்டுமின்றி சமூகம் மற்றும் கலாச்சார ரீதியாகவும் நிகழ்ந்துள்ளது. இந்தப்போரில்

முதலில் விலை கொடுக்கவேண்டியிருந்தது பெண்கள்தான், மேலும், பெண்களுக்கு மிகவும் ஆபத்தானதாக மாறிவருவது என்னவெனில், வெளியிலிருந்து ஊடுருவும் மதத்தீவிரவாதம் கொண்டவர்கள் - சிரியச் சமூகத்துக்கு அந்நியமானவர்கள் - முற்றிலும் வேறுமாதிரியான ஒரு வாழ்க்கைமுறையை இங்கே திணிக்கப்பார்க்கும் அவர்களது செயல்தான்.

குறிப்பாக மொஸ்தஃபாவோடு இதைப்பற்றி விவாதித்தேன், பொதுமக்களுக்கான நிலையான மையங்களை எவ்வாறு உருவாக்குவது, குறிப்பாகப் பெண்கள் மற்றும் குழந்தைகளை உள்ளடக்கி, தீவிரமயமாதலை கல்வி மற்றும் பொருளாதார பலம் கொண்டு எவ்வாறு எதிர்ப்பது என்று விவாதித்தேன். ஒவ்வொரு பெண்களுக்கான மையமும் தன்னைத்தானே கவனித்துக்கொள்ளும் அமைப்பாக இருக்கும்.

'சுதந்திரமடைந்த பகுதிகளில் அரசுப்படைகள் வெடிகுண்டுத் தாக்குதலை நிறுத்தாதவரையிலும் இது சாத்தியமில்லை,' என்றார். பலமுறை கேட்டுவிட்ட அதே உணர்ச்சிபூர்வமான வார்த்தைகள்: 'அஸாட்டை நிலத்திலிருந்து விரட்டிவிட்டோம் ஆனால் அவர்கள் வான்வழியாக மீண்டும் திரும்பி வந்துவிட்டனர்.'

அவருடைய படைத்தளபதியான சகோதரர் மான், தன்னுடன் பத்து படைவீரர்களை அழைத்து வந்திருந்தார். அதில் இருவர் சுவைதா பகுதியைச் சேர்ந்தவர்கள், அது தென்மேற்கிலுள்ள ட்ரூஸ் இனத்தவர்கள் வாழும் ஜோர்டானிய எல்லையை ஒட்டியபகுதி. போராளிகள் தங்கள் படைக்குழுவில் ட்ரூஸ் மற்றும் அலாவித்துகள் பதவிகளில் இருப்பது குறித்துப் பெருமையடித்துக் கொண்டனர். அவர்களில் ஒரு ட்ரூஸ் வீரர், தான் யாரையும் கொல்ல விரும்பவில்லை என்றும் ஆனால், தான் ஒரு அதிகாரியாக இருந்து அதிலிருந்து விலகி வந்துவிட்டதாகவும் குறிப்பிட்டார். இப்போது உண்மையின் பக்கம் மட்டுமே நிற்க முடியுமென்றார். ஆனால் இப்படிக் கலவையான மனிதர்கள் நான் சந்தித்த அனைத்துப் படைப்பிரிவுகளிலும் இல்லை; சில படைப்பிரிவுகள் மட்டுமே தங்களுக்குள் மதச் சிறுபான்மையினரை அனுமதிக்கின்றனர்.

மொஸ்தஃபாவின் மனைவி உணவு பரிமாறினார், ஆனால் உட்காரவில்லை. உணவு வேளையின்போது நான் முற்றத்தைத் தாண்டி இருந்த பெண்களுக்கான அறையில் சிறிதுநேரம் இருந்து உண்டுவிட்டு, பிறகு ஆண்களுக்கான அறைக்கு வரவேண்டியதாயிற்று. இங்குள்ள வழக்கம் ஆணும் பெண்ணும் ஒன்றாக அமர்ந்து உணவருந்துவதை

அனுமதிப்பதில்லை. சமையலில் அவருக்கு உதவும்போது அவர் சட்டம் பயின்றுகொண்டிருந்ததையும் முரண்பாடுகள் வர ஆரம்பித்ததும் அதைக் கைவிட்டதையும் தெரிந்து கொண்டேன். இருவரும் சேர்ந்து கிராமத்தில் உள்ள பெண்களைச் சந்திப்பதாக ஒப்புக்கொண்டோம்.

இரண்டு சிறிய அறைகளும் இருவேறு சிறியவீடுகள் போல இருந்த அவ்வீட்டின் வெளியிலுள்ள மேட்டுநிலப்பகுதிக்குச் சென்று பார்த்தபோது மரங்கள் பூக்கத் தொடங்கியிருந்தன. வானம் தெளிவாக இருந்தது, தொலைவில் குண்டுவெடிக்கும் சத்தம் கேட்டாலும் தொடுவானத்தில் புகையேதும் இல்லை. உள்ளிருந்த போராளிகள் படைப்பிரிவுகளிடையே உள்ள பிளவுகள் பற்றிப் பேசிக்கொண்டிருக்க, மேட்டுநிலத்தின் மறுபுறம் ஒரு பெண் தன் குழந்தையை கனமான போர்வையில் பொதித்து நீலநிறத் தொட்டில் ஒன்றில் வைத்து ஆட்டிக்கொண்டிருந்தார். மேட்டு நிலத்தைத் தாண்டினால் ஆலிவ் மரங்களால் துளைக்கப்பட்ட பெரிய மலையொன்று இருந்தது. மேட்டு நிலத்தில் நான் நின்றிருந்த இடத்துக்கு இன்னும் கீழே ஆலிவ் மரங்களுக்கிடையே அங்கும் இங்குமாகச் சில கல்வீடுகள், அவை இன்னும் தாக்குதலுக்கு ஆளாகவில்லை. உள்ளிருந்த போராளிகளின் குரல் வலுத்தது.

மொஸ்தஃபா எனக்குத் தேநீர் தருவதற்காக வெளியில் வந்தார், 'நம் நாடுதான் எவ்வளவு அழகானது, கவலை வேண்டாம், நாம் இதை மீண்டும் உருவாக்குவோம்,' என்று சொல்லிவிட்டு என்னை மீண்டும் என் சிந்தனை வயத்திலேயே விட்டுவிட்டுச் சென்றார்.

அவர் வார்த்தைகளைக் கேட்டு நான் மௌனமானேன். நான் எப்போதாவதுதான் மௌனமாவேன் என்றாலும் அது சில நாட்களுக்குக்கூட ஒருவரிடமும் பேசாமல் நீளக்கூடியது. இப்போது, என்னால் என் நாவை அசைக்க முடியவில்லை.

அதற்குப் பதிலாக எனக்குப் பின்னாலிருந்த அறையிலுள்ள ஆண்கள் பேசிக்கொள்வதைக் கவனிக்க ஆரம்பித்தேன், அவர்களின் குரலொலி சுவர் மற்றும் ஜன்னல்கள் வழி கசிந்து கொண்டிருந்தது. அவர்களின் உரையாடலில் வெகுநேரமாக நுஸ்ரா முன்னணியின் ஊடகங்களான அல்-மனாரா அல்-பைதா (வெள்ளை ஸ்தூபி) குறித்து இருந்தது, அத்தொலைக்காட்சி 'முன்னணி' செயல்படுத்தும் தற்கொலைத் தாக்குதல்கள் மற்றும் கொலைக்களியாட்டங்கள் குறித்தும் ஒளிபரப்புகிறது.

'இந்த மிகப்பெரிய பொருளாதார வலைப்பின்னலும் முஜாஹிதீன்களின் வருகையும் விபத்துப்போல நிகழ்ந்த ஒன்று

என்று நினைக்கவேண்டாம். இதுமாதிரியான விஷயங்கள் விபத்துப்போல நிகழாது! அதேபோல நம் வறுமைக்கும் ஆயுதங்கள் இல்லாத நிலைக்கும் தற்செயலோ அல்லது எதேச்சையோ காரணமல்ல,' என்று மான் குறிப்பிட்டார். முடிக்கும் விதமாக, 'ஆனால் இதனால் நாங்கள் நம்பிக்கையிழக்கப் போவதில்லை,' என்றார்.

அவர்களின் குரல் தணிந்ததும் அவர்களின் உரையாடல் என்னைப்பற்றியது என்று உணர்ந்தேன், சிறிது நேரத்தில் மான் சத்தமிட்டார், 'செல்வி. சமர் உங்களுக்கு ஏதேனும் வேண்டுமா?'

நான் பதிலளிக்க வார்த்தைகளைத் தேடி, 'இல்லை, நன்றி' என்றேன்.

மீண்டும் ஆண்களின் அறைக்குச் சென்றபோது, வெடிகுண்டுத் தாக்குதலுக்குள்ளாகி மின்சாரம் மற்றும் தண்ணீர் விநியோகம் பாதிக்கப்பட்ட கிராமங்களுக்கு அவற்றைத் தருவது குறித்தும் எரிபொருளை அங்கே கொண்டுசெல்வதற்கான வாகன வசதிகள் குறித்தும் பேச்சு நகர்ந்திருந்தது. மற்றொரு போராளி, பெரும்பாலான பள்ளிக்கூடங்கள் அகதிகளைத் தங்கவைக்கும் முகாமாக மாற்றப்பட்ட வேளையில் பல பள்ளிகள் ராணுவத் தளமாக மாற்றப்பட்டதைக் குறித்துப் பேசினார். அபு வாஹீத் இதற்கு வேறொரு தீர்வினைக் காணவேண்டும் என்று வலியுறுத்தினார். நாங்கள் அங்கே அமர்ந்திருக்கும்போது மேலும் பல போராளிகள் மொஸ்தஃபாவின் வீட்டிற்கு வந்தனர், சிலர் அங்கிருந்து புறப்பட்டனர், ஏனென்றால் அங்கே எல்லோருக்கும் இடமில்லை. அவர்கள் தேசியச் சபை குறித்துப் பேச ஆரம்பித்தனர், கூட்டணி மற்றும் அரசியல் ரீதியிலான எதிரணி குறித்து, எவ்வாறு ஓட்டுகள் வாங்கப்படுகின்றன, பொருளாதாரத்தைக் கையில் வைத்திருப்பவர்களின் நலனுக்காகவே அனைத்தும் செயல்படுவது என்பது குறித்துப் பேசினர்.

நான் ஒரு மூலையில் அமர்ந்தபடி கேட்டுக்கொண்டிருந்தேன். இந்தப் போரளிகளின் வயது பதினேழிலிருந்து ஐம்பது வரை, சிலர் பல்கலைக்கழகப் படிப்பை முடித்தவர்கள் சிலருக்கு எழுதிப் படிப்பதே சிரமம். எல்லோருமே தங்களிடமிருந்த எல்லாவற்றையும் உதறிவிட்டு, புரட்சிக்கான போரிலும் பொதுப்பணியிலும் தங்கள் கவனத்தைச் செலுத்துகின்றனர். சுதந்திரம் பெற்ற பகுதிகளை எதிர்காலச் சீரழிவிலிருந்து பாதுகாக்கிறார்கள். ஜர்ஜனாஸிலிருந்து வந்த ஒரு போராளி அங்குள்ள சூழலை விளக்கினார், அது ஜபல் ஸாவியாவைவிட - நான் ரோமானிய எச்சங்களைப்

பார்வையிட்ட இடம் - எவ்விதத்திலும் மேம்பட்டதாக இல்லை, அதேசமயம் பிராந்தியங்களுக்கிடையே வேற்றுமைகள் வளர ஆரம்பித்துள்ளன, இதேநிலை தொடர்ந்தால் எதிர்காலத்தில் இந்த வேறுபாடுகளின் நிலைமை இன்னும் மோசமாகும்.

'கணக்குக்காட்டத் தேவையில்லாத பொருளாதார உதவிகள் ஊழலை வளர்க்கின்றன,' என்றேன் நான். எல்லோரும் அதை ஒப்புக்கொண்டனர், ஆனாலும் பொருளாதார உதவிகள் நம்பிக்கையின் பேரிலேயே நடப்பதைக் குறிப்பிட்டனர். பொதுவாக இப்படியான விரும்பத்தகாத தகவல்களைப் புறக்கணிப்பதே வழக்கமாக உள்ளது.

'அதுதான் புரட்சியின் தன்மை,' என்றேன்.

'ஆனால் இதில் ஆபத்தான விஷயம் என்னவென்றால் போர்ப்படைகளுக்கும் மக்களுக்குமிடையேயான நம்பிக்கை அற்றுப்போனதே,' என்று மான் குறிப்பிட்டார். 'எந்த மட்டத்திலும் நம்பிக்கை என்பதே இல்லை.'

நான் மறுபடியும் புகைப்பதற்காக வெளியில் எழுந்து சென்றேன். உள்ளே நடந்துகொண்டிருந்த உரையாடல் சூடுபிடித்தது. துப்பாக்கி ஏந்திய மூன்றுபேர் மேட்டுநிலத்தின் கீழ்க்கரையில் நடந்து சென்றனர். இரண்டு விமானங்கள் வானத்தில் ஒப்பீட்டளவில் அருகாமையில் வந்து கடந்துசென்றன, ஆனாலும் எல்லாம் இயல்பாகவே தோன்றியது.

எனக்குப் பின்னால் ஒரு முதியவர் வந்து நின்றார். 'நேற்று மிக் ரக விமானத்தில் வந்து அவர்கள் எங்கள் வீட்டின் மீது குண்டுவீசினர்,' என்றார். பிறகு, 'நீ யாருடைய மகளம்மா?' என்று கேட்டார்.

'நான் இந்தப் பகுதியைச் சேர்ந்தவளல்ல அய்யா,' என்றேன். மறுபடியும், 'நான் இந்தப் பகுதியைச் சேர்ந்தவளல்ல,' என்றேன்.

முதியவர் சரிவில் இறங்கி ஆயுதம் தாங்கியவர்களை நோக்கிச்சென்று விமானங்கள் குண்டு வீசப்போகின்றனவா என்று கேட்டார்.

'இல்லை, நான் அவர்களது தகவல் பரிமாற்றங்களை ஒட்டுக்கேட்டேன், அவர்கள் அலெப்போவுக்குச் செல்கின்றனர்' என்றார் அவர்களில் ஒருவர்.

பேலான் கிராமத்திலிருந்து மிகப்பெரிய வெடிச்சத்தமொன்று கேட்டது. அன்று மாலை அந்தக் குண்டுவெடிப்பில் பதிமூன்றுபேர் கொல்லப்பட்டதாகத் தெரிந்துகொண்டோம்.

அந்த முதியவர் காறித்துப்பினார், பின் முகஞ்சுளித்து அந்த மூன்று போராளிகளிடமும், 'குண்டு வீசமாட்டார்கள் என்று

சொன்னீர்கள்... சரிதான், குண்டு வீச மாட்டார்கள்... ஹும், இதுதான் உங்கள் கணிப்போ?' முணுமுணுத்துக்கொண்டே தரையை எத்தினார். 'எங்கள் வீடு போய்விட்டது, என் குழந்தைகளின் அம்மா போய்விட்டாள், குழந்தைகளும் இப்போது இல்லை, எல்லாம் போய்விட்டது, கடவுளே,' கைகளை வான்நோக்கி உயர்த்திக் கத்தினார், 'கடவுளே!' பிறகு தள்ளாமையுடன் அடிவாரம் நோக்கி நடந்து செல்ல ஆரம்பித்தார்.

குண்டு வெடிக்கும்போதெல்லாம் விநோதமாக ஒரு இலகுவான உணர்வை எப்போதும் நான் உணர்வதுண்டு. மனத்தில் ஒரு வெறுமை உணர்ச்சி அந்த முதியவர் நடந்து செல்வதைப் பின்புறமிருந்து பார்த்துக் கொண்டிருக்கும்போது நிலைத்தது.

மொஹம்மதுவும் நானும் எல்லைக்கருகில் சென்றபோது அந்த முதியவரை நினைத்துப் பார்த்தேன், அப்துல்லா வண்டியில் அமர்ந்திருந்தார். அந்த முதியவரைப்போலவே பலர், கடந்து செல்ல ஒரு வாய்ப்பு கிடைத்துவிடாதா என எனக்கு முன்னே காத்திருந்தனர். நடந்து கொண்டிருக்கும்போது, ஏவுகணைகளுக்கு முன்பாக ஏவப்படும் வெப்ப பலூன்கள் எனப்படுபவை எவ்வாறு இருந்தன என யோசித்தேன். அவை ஏவப்படும்போது மிக அதிகமான வெப்பநிலையில் எரியும், மிக அதிகமான ஒளியும் கதிர்வீச்சும் இருக்கும். ஏவுகணைகளை மறித்து அழித்துவிடாமலிருக்க இவை உதவும். ஆனால் நான் அவை குறித்தோ அல்லது ஏவுகணைகள் மற்றும் எறிகணைகளின் வகைகள் குறித்தோ அதிகம் தெரிந்து கொள்ளவில்லை.

சில குழந்தைகள், கணுக்கால் வரை நீண்டிருந்த என் கருப்புநிற மேலாடையின் நுனியைப் பிடித்தபடி, ஏதாவது வாங்கிக் கொள்ளுமாறு வற்புறுத்தினர். அவர்களில் ஒரு குழந்தை எனக்குப் பின்னால் இருந்த பெண்மணியை இதேபோலத் தொடர்ந்து அவளது கவனத்தை ஈர்க்க முயற்சி செய்து கொண்டிருந்தான். பார்வைக்கு சிறு திருடன் போல இருந்தான், இவ்வாறு தனித்து விடப்பட்டதற்காகக் கோபம் கொண்டவன்போலத் தெரிந்தான். நான் இவர்களிடமிருந்து என் முகத்தைத் திருப்பிக் கொண்டேன், ஏனென்றால் சில பொருட்களை வாங்குவதென்பது மேலும் பல குழந்தைகளை எங்களை நோக்கி ஈர்த்துவிடும். இதைப்போன்ற சிறுவர்கள், குண்டுவெடிப்பு எப்போதுமே நிற்காத, கைவிடப்பட்ட கிராமங்களின் தெருக்கள் முழுதும்

புற்களைப்போல முளைத்துவிட்டார்கள். சாலையோரங்களில் பெட்ரோல் மற்றும் மஸூட் விற்பது மட்டுமல்லாமல், இடிந்த வீடுகளுக்குள்ளாகத் திரிவார்கள், விற்பதற்கு ஏதேனும் கிடைக்குமா என்று தேடுவார்கள், படைப்பிரிவின் அருகிலேயே திரிந்துகொண்டும் இருப்பார்கள், ஒருவேளை அவர்களுக்கும் சண்டையிட வாய்ப்புக் கிடைக்கலாம். ஆலிவ் மரங்களுக்கடியில் தூங்குவார்கள். திடீரென்று கைவிடப்பட்டவர்களாக ஆகிவிட்டது போல அல்லது அவர்கள் எப்போதுமே யாருடைய பிள்ளையாகவுமே இல்லாதது போல, எங்கு பார்த்தாலும் இவர்களே நிரம்பி வழிகிறார்கள். அவர்கள் தற்செயலின் பிள்ளைகள், ஒரு தற்செயலான வாய்ப்பு தங்களின் வழியில் கிடைத்துவிடும், அது தங்களை வேர்கொள்ளச் செய்து இதைவிட சிறந்த வேறு வகையான வாழ்க்கைக்கு வரவேற்கும் என்ற நம்பிக்கை.

நானும் மொஹம்மதுவும் வரிசைகளைத் தாண்டி பல்வேறு நாட்டவர்கள் ரகசியமாகக் கடந்து செல்லும் ஒரு இடத்திற்கு வந்தோம், அடுத்த பக்கத்தில் இருக்கும் துருக்கிய வீரர்கள் எங்களிடமிருந்து அதிகத் தொலைவில் இல்லை. சமீபத்தில்தான், துருக்கிய எல்லைக்கருகில் வெடிகுண்டுத் தாக்குதல் அதிகரித்திருப்பதால், எல்லைப்பகுதியில் அடைக்கலம் தேடி வரும் சிரியர்களால் தங்களது கண்காணிப்பை அதிகரித்திருப்பதாக அறிவித்திருந்தார்கள். என்னைக் கடத்திச்செல்லப்போகும் பெடூயின் இனத்தவர் அடுத்த பக்கத்திலிருந்த மேட்டு நிலத்தின் உச்சியிலிருந்து எனக்காகக் காத்திருந்தபடி இத்துருக்கிய வீரர்களைக் கண்காணித்துக் கொண்டிருப்பார்.

‘நாம் ஏன் ஆலிவ் மரங்களுக்கிடையே ஒளிந்து கொண்டு செல்லக்கூடாது? பயணம் அதிகநேரம் எடுக்குமோ?’ என்று மொஹம்மதுவைக் கேட்டேன்.

அவர் மறுபடியும், துருக்கிய வீரர்கள் வான் நோக்கி மட்டுமே சுடுவார்கள் என்று எனக்கு உறுதியளித்தார். ‘எனக்குத் தெரியும், ஆனால் அவர்கள் இத்தனை போராளிகளை சிரியாவிற்குள் அனுமதிப்பது விந்தையானது,’ என்றேன்.

சற்றுத் தொலைவில் கடத்தல்காரர் சரிவில் இறங்கி எங்களை நோக்கி வந்து கொண்டிருந்தார், அவரது பார்வை ஆலிவ் மரங்களுக்கிடையே இருந்தது. ஓர் அசைவில் என்னை எல்லையைக் கடக்கும்படி சைகை காட்டினார். நான் பீதியடைந்தேன். வெளியேறுமிடத்தை நெருங்கியதும் என் உடல் நடுங்கத் தொடங்கியது. மொஹம்மத் அந்த தூரத்திற்கு அப்பால் என்னோடு வரமுடியாது. வானம் இன்னமும் நீல

நிறத்தோடு இருக்க சூரியனின் தாக்கம் இருந்தது, அதேவேளை நடுக்கும் குளிர் என்னை சுறுசுறுப்பாக வைத்திருந்தது.

சிறிய முதுகுப்பையைச் சுமந்து கொண்டிருந்தேன். சில ஆடைகளையே கொண்டுவந்திருந்தேன் என்றாலும் நௌரா என் பையை பரிசுப் பொருட்களால் கனமேறச் செய்துவிட்டார் - அவர் எனக்காகப் பின்னியிருந்த கம்பளியாடை மற்றும் என் மகளுக்காக சிறிய மணிகள் வைத்த பணப்பை ஒன்று. குடும்பத்தில் இருந்த மற்ற பெண்மணிகளும் தங்களால் என்ன கொடுக்க முடியுமோ அவற்றால் என் பையை நிறைத்து விட்டார்கள். எனவே, பையை முதுகில் மாட்டிக்கொள்ளும் முன்பு வரும் வழியில் என் ஆடைகளை வீசிவிட்டு அவர்கள் அளித்த பரிசுகளை வைத்துக்கொண்டேன்.

மொஹம்மதுவை விட்டு இன்னமும் தள்ளிச்சென்றேன். நான் இல்லாதபோது அவர் இறந்துவிடுவாரோ என்ற கவலை எனக்கு, நான் ஆண்களிடம் விடைபெற்றுக் கொள்ளும்போதெல்லாம் இந்தக்கவலை வரும். அவர் அங்கேயே நின்றுவிட கடத்துபவர் என்னை நெருங்கி நாம் உடனே கடந்து செல்லவேண்டும் என்று சைகை செய்தார். கரும்பைபோல ஒல்லியான உடல், தங்கப்பல் ஒன்று, முன்னால் நடந்துகொண்டே வேகமாகப் பேசினார், நான் அவர் பின்னால் ஓடவேண்டியிருந்தது. ஒரு துருக்கிய வீரர் சத்தமிட்டதும் நான் உறைந்து நின்றேன். கடத்துபவர் நின்று தலையைக்குனிந்து கொண்டு என்னையும் அதேபோலச் செய்யும்படி சைகை செய்தார். அங்கிருந்த மலையைச்சுற்றி என்னை அழைத்துச்சென்றார், அங்கே நிறையபேர் கள்ளத்தனமாக எல்லையைக் கடப்பதைப் பார்த்தேன். அவர்கள் பெரும்பாலும் ஏழைகள், இளவயதுக்காரர்கள், ஆண்கள். அவர்களுக்கிடையே ஒரு பெண் முழுவதுமாகக் கருப்புத் துணியில் மறைத்தபடி இருந்தார். கடத்துபவர் தொடர்ந்து நடக்கும்படி சைகை செய்தார், மேட்டு நிலத்தில் அவரைத்தொடர்ந்து எவ்வளவு வேகமாக ஏறமுடியுமோ ஏறினேன். தடுமாறி விழுந்தேன்.

'தயவு செய்து எனக்காக இந்தப்பையை வைத்துக்கொள்ளுங்களேன்,' என்றேன். அவர் எரிச்சலடைவது தெரிந்தது, இருந்த இடத்திலிருந்து நகரவே இல்லை.

'உங்களுக்கு வேண்டிய பணத்தைத் தருகிறேன்,' என்றேன். கீழே உள்ள எல்லைப்பகுதியை நோக்கி அவர் பார்வை சென்றது, நான் அவர் பார்வையைத் தொடர்ந்தேன். கீழே மொஹம்மதுவும் அப்துல்லாவும் நின்றுகொண்டு மேலே எங்களைப் பார்த்தபடி இருந்தார்கள். அவ்வளவு தூரத்திலிருந்து பார்க்க அவர்கள் இரண்டு புன்னை மரம்போலத் தெரிந்தார்கள்.

அவர்களுக்கு மட்டும் இந்த ஆள் எவ்வளவு கடுமையாக நடந்து கொண்டான் என்று தெரிந்தால் அடித்து உதைப்பார்கள், அது நிச்சயம். கடத்துபவர் தன்னுடைய அதிர்ஷ்டத்தைச் சபித்தபடி விருப்பமின்றித் திரும்பிவந்து என் பையைப் பெற்றுக்கொண்டார். மீண்டும் நடக்கத் தெம்பில்லாமல் இருந்தேன், மக்கள் கூட்டம் முன்னேறிச் சென்றுவிட நான் மட்டும் தனியாக இருப்பதைப் பார்த்ததும் வேகம் வந்தது. மீண்டும் வேகமாக நடந்தேன். கணுக்காலில் துன்புறுத்துகிற வலி உருவானது. சுளுக்கிக் கொண்டுவிட்டேன். மலைவிளிம்பிற்கு நொண்டியபடி நடந்தேன், அடுத்த பக்கத்திற்குச் செல்லும் முன் அங்கே நின்று திரும்பி கையசைத்தேன்.

இது துருக்கி; சிரியா எங்களுக்குப் பின்னால் இருந்தது. நான் மீண்டும் திரும்பி உரத்து உறுதியளித்தேன், 'சீக்கிரமே திரும்பி வருவேன்.'

மூன்றாம் பயணம்

ஜூலை-ஆகஸ்ட் 2013

நான் மீண்டும் திரும்பிக் கொண்டிருந்தேன்.

அந்தாக்யா விமானநிலையத்திற்கு விமானம் ஏறக் காத்திருந்தபோது, ஏராளமான போராளிகளைப் பார்த்து வியப்புற்றேன், அநேகமாக அவர்களும் சிரியாவிற்குத்தான் செல்கிறார்கள். இப்போதுதான் முதல்முறையாக அவர்கள் அரசாங்க ராணுவவீரர்களான ஷபிஹாவைப் போல் தோற்றமளிக்க ஆரம்பித்துவிட்டார்கள் என்று கவனிக்கிறேன். என்னுள்ளே இருந்த அழுத்தம், நான் ஆச்சரியப்படும் விதமாக, அந்தாக்யா விமானநிலைய வரவேற்பு வாயிலில் மேசரா மற்றும் அவரது இருமகள்களான ஆலா மற்றும் ரூஹாவைப் பார்த்ததும் மறைந்தது. அவர்கள் என் கதையின் பகுதியாக இருக்கக்கூடும் - ஜின்களும் ஆவிகளும் நிறைந்த கதையல்ல அது, ஆனால் மந்திரிக்கப்பட்ட கண்ணாடிக் கோளத்தினுள் நீங்கள் இருப்பதாக நம்பும் ஒரு அடைக்கலம் தரக்கூடிய மாய உலகம் பற்றிய கதை அது. இந்த ஒரு வருடத்தில் இரண்டு பெண்களுமே சற்று இளைத்து, வளர்ந்து விட்டார்கள், ஆனாலும் ஆலா என்னை எப்போதும்போல கட்டிக்கொண்டு முத்தமழை பொழிந்துவிட்டாள். இப்போது அவளுக்கு எட்டு வயது. அவளது கூந்தல் சுருள்சுருளாக அலைபாய்ந்து கொண்டிருந்தது, கைவிரல் நகங்களில் வரிசையாகப் பல்வேறு நிறங்களில் சாயம் பூசியிருந்தாள்.

விமானநிலையத்திலிருந்து ஐம்பது நிமிட தூரத்தில் ரேஹன்லியில் அமைந்திருந்த அவர்களது புதிய வீட்டில், அவர்கள் துருக்கிக்கு கடந்து வந்து சேர்ந்த கதையை ஆலா விவரித்துக் கூறினாள். அவர்கள் அதிகாலையில் கிளம்பினார்கள், சில

ஆடைகள் மட்டுமே கொண்டுவந்தார்கள். ஆட்கடத்துபவர்களில் ஒருவர் அவளுடைய இளைய சகோதரனைத் தூக்கிக்கொள்ள, எல்லையை ஒட்டியிருந்த சேறு நிறைந்த சோளவயலைக் கடந்து வந்தார்கள். அவள் எந்த அளவுக்குப் பயந்து அலறி அப்பாவைக் கட்டிக்கொண்டாள் என்று விவரித்தாள். அவளது அலறல் சத்தம் அங்கிருந்த பாதுகாவலர்களுக்கு இவர்களின் இருப்பிடத்தைக் காட்டிக் கொடுத்தது, எனவே அவர்கள் இருநாடுகளின் எல்லையைப் பிரிக்கும் நீர்க்கால்வாய் ஒன்றிற்குள் பதுங்கிக் கொள்ளும்படி கட்டாயப்படுத்தப்பட்டார்கள். அவர்கள் முழுவதுமாக சேற்றிலும் சகதியிலும் நனைந்து வெளிவரும்போது ஒரு களிமண் பொம்மையைப் போல் இருந்தார்கள்.

இதைச் சொல்லிக் கொண்டிருக்கும்போது ஆலா, சிரித்தபடி உள்ளங்கையால் என் கன்னத்தை அழுத்திக்கொண்டிருந்தாள். நாங்கள் ஒரே விதியால் நண்பர்களானவர்கள். இப்போது ஒரு வருடமாக ஒருவரையொருவர் அறிந்திருக்கிறோம், இந்த நாட்களில் இருவரும் ஒன்றாக வளர்ந்திருக்கிறோம், மேலும் அந்த ஆகஸ்ட் 2012-இல் இருந்து, ஏவுகணைகளுக்குப் பயந்து வீட்டின் மாடிப்படிகளுக்குக் கீழ் ஒளியும்போது அல்லது மற்ற பெண்கள் மற்றும் குழந்தைகளுடன் நெருக்கியடித்துக்கொண்டு நிலவறைக்குள் ஒளியும்போது, நாங்கள் நெருக்கமான நண்பர்களாவோம் என்று எனக்குத் தெரியும். அவளுக்காக பரிசுப்பொருட்களைக் கொண்டு வந்திருந்தேன், அவளுக்காக ஒரு ஆச்சரியம் காத்திருக்கிறது என்பதாகக் கண்ணைச்சிமிட்டிக் காண்பித்தேன். அவள் சிரித்தபடி அங்கிருந்து தப்பிவந்த கதையைத் தொடர்ந்தாள்.

'அப்புறம் நாங்கள் ஓடினோம். அது வேதனையானது. அந்த ஓட்டம், சேறு மற்றும் துப்பாக்கி வெடிச்சத்தம், கடத்துபவரின் வேகம் வேகம் என்ற துரிதப்படுத்துதல்!'

அந்தநாள் இரவாகும்வரை, ஆலாவும் அவள் குடும்பமும் சேறு நிறைந்த நீர்ப்பாசனக் கால்வாயின் கரையில் ஒளிந்திருந்தார்கள் பிறகு, சத்தம்போடாமல் இருளில் நடந்தார்கள். அவர்களால் விளக்கு எதையும் உபயோகிக்க முடியாது ஏனென்றால் அது அவர்களை நோக்கி மற்றவர்களின் கவனத்தை ஈர்த்து விடும். இதற்கு மாறாக, போராளிகள் பகல் வெளிச்சத்தில் எல்லையைக் கடப்பார்கள். ஆலாவும் அவள் குடும்பமும் கடந்து செல்ல நிறைய பாதைகள் அங்கு இருந்தாலும் குறிப்பிட்ட அந்த நாளில் பாதுகாப்பு பலமாக இருந்ததால் அது ஆபத்து நிறைந்ததாக இருந்தது. கடைசியில், ஹஷீஷ் கடத்துபவர்கள் சிலர் முன்னால் செல்வதற்காக இவர்கள் காத்திருக்க வேண்டியதாயிற்று. இதில் இரண்டு பெண்களும் அடக்கம், தங்கள் ஆடைகளுக்குக்

கீழே ஹஷீஷை ஒளித்துவைத்திருந்தனர். இரவுநேரத்தில் முள்வேலிக்கருகில் உள்ள சோளவயலில் ஆலாவும் அவளது குடும்பமும் ஒளிந்திருந்தபோது, முன்னே சென்ற பெண்ணைக் காவலர்கள் கைது செய்து, அந்த இடம் முழுமையும் சோதனையிட ஆரம்பித்தனர். நான் அந்தக் காட்சியைக் கற்பனை செய்து அந்நேரத்தில் அமைதியாக இருக்கவேண்டுமே ஆனால், கால்வாய்க்கருகில் சலசலக்கும் நாணற்கோதுகளுக்கிடையே இருக்கும்போது இருமல் வரவில்லையா என்று கேட்டேன். அதற்கு ஆலா, மூச்சு நின்றுவிடுமோ என்று தோன்றும்படி இறுக்கமாகத் தனது மூச்சை அடக்கிக்கொண்டதாகக் கூறினாள், இரண்டு கைகளையும் ஒன்று சேர்த்து வாயை மூடிக்கொண்டதன் மூலம் தான் ஒலியெழுப்பாமல் இருந்ததாகக் கூறினாள்.

அவளது பன்னிரண்டு வயதுச் சகோதரி ரூஹா தொடர்ந்தாள். 'பலமணிநேரக் காத்திருப்புக்குப் பிறகு அட்மாவிலிருந்து இந்த ஆட்கள் வந்தனர். அவர்கள்தான் பாசன நீர்வரத்தின் குறுக்காக எங்களைச் சுமந்து சென்றனர் - அது அவ்வளவு எளிதல்ல. அவர்களின் கால்கள் மெதுவாக மண்ணில் புதைவதைப் பார்த்து நான் நடுங்கினேன். எங்களை மறுகரைக்குச் சேர்க்க ஐந்து கடத்தல்காரர்கள் உதவினர். நீரோடை ஆழமானது மற்றும் ஆபத்தானது, கத்தவேண்டுமென்ற எங்களின் உந்துதலை நாங்கள் மிகவும் சிரமப்பட்டு அடக்கிக்கொண்டோம். பிறகு, சேறு நிறைந்த கால்வாயின் கரை ஓரமாகவே எங்களை நடத்திச் சென்றனர், மையிருட்டில் நாங்கள் உள்ளே விழுந்து மூழ்கிவிடாமல் பார்த்துக்கொண்டனர். சிறிய முதுகுப்பைகளை சுமந்திருந்தோம், எங்களுக்குப் பின்னால் அம்மா வெகுவாகப் பின்தங்கியிருந்தார்; மிகவும் களைப்புற்று நிதானமாக அடியெடுத்து நடந்தார். பிறகு நாங்கள் தடுமாறித் தண்ணீரிலும் சேற்றிலுமாக விழுந்து எழுந்தோம். ஆனால் சாலை அற்புதமாக இருந்தது,' என்றாள் ரூஹா சிரித்துக்கொண்டே. 'ஆமாம், அருமையாக இருந்தது. ஒரு பீரங்கி வண்டி பலமுறை அச்சாலையைக் கடந்து அதைச் சமன் செய்திருந்தது. நாங்கள் உண்மையிலேயே மகிழ்ச்சியடைந்தோம்: இந்தப் பீரங்கி வண்டி எங்களுக்காகவே சாலையைச் சமன் செய்திருக்கிறது, எனவே எங்களால் சிரியாவை விட்டுத் தப்பித்து அடுத்த பக்கம் செல்ல முடிந்தது.'

ரூஹா தனது தந்தையைக்குறித்து கவனத்தோடு இருக்கிறாள் ஏனென்றால் அவர் தங்கையின்மீது சத்தமிட்டுத் தங்களைக் காட்டிக்கொடுத்துவிட்டதற்காகக் கோபமாக இருந்தார், ஆனால் பிறகு, வீட்டிற்கு வந்து சேர்ந்தவுடன் அவளது உடன்பிறந்தவர்களான மஹ்மூதும் தாலாவும் தாங்கள் பயங்கொள்ளவே இல்லை எனக் கூறுகின்றனர்.

ஆனால் ஆலா என் காதுகளில் கிசுகிசுத்தாள், 'உங்களுக்குத் தெரியுமா, எனக்கு இன்னமும் பயமாகத்தான் இருக்கிறது, இது சத்தியம்.'

ஆலாவின் நிறம் மஞ்சள் படர்ந்து அவளது கண்களில் முன்பிருந்த துளைக்கும் அறிவுக்கூர்மை இப்போது காணாமல் போய், பதிலாக ஒரு சோகம் குடிகொண்டுள்ளது. ரூஹா தன் வயதைக்காட்டிலும் முதிர்ந்து காணப்பட்டாள். அவர்களது அம்மா மனால், மௌனமாக இருந்தார், அவரது குரல் மிகவும் மெலிந்து மெதுவாகவே கேட்கிறது, அவர் இளைத்துப்போய், அமைதியானவராக மாறிவிட்டார், சராகெப்பிலிருக்கும் அவரது வீட்டைவிட்டு வரவேண்டியதாகி விட்டதால் நிரந்தரமாக ஒரு சோகம் அவரது கண்களில் இருக்கிறது.

இந்தக் குடும்பத்தின் நிலை மற்ற அகதிகளோடு ஒப்பிடுகையில் சற்றுப் பரவாயில்லை: வீட்டைவிட்டு வந்த பெரும்பாலான சிரியர்களைப்போல கூடாரத்தில் வாழும்படியோ அல்லது திறந்தவெளியில் வாழும்படியோ அவர்கள் நிர்பந்திக்கப்படவில்லை. அவர்களால் அந்தாக்யாவில் ஒரு வீட்டை வாடகைக்கு எடுத்துக்கொள்ளவும் பிள்ளைகளைப் பள்ளிக்கு அனுப்பவும் முடிந்திருக்கிறது. இருந்தாலும் அவர்கள் நிறைய சவால்களைச் சந்திக்க வேண்டியிருக்கிறதுதான்: புதியதொரு மொழியைக் கற்றுக்கொள்ளவேண்டும் என்பதைத் தவிர, முன்பிருந்ததைக் காட்டிலும் மிகவும் ஏழ்மையான நிலைக்கு வந்துவிட்டனர், மேலும் போதுமான அளவு பணத்தை ஈட்ட, மேசரா முன்பைவிட மிகக்கடினமாக உழைக்க வேண்டியுள்ளது. இப்போது அவர்களும் நாடுகடத்தப்பட்டவர்களாகி விட்டனர்.

ரேஹன்லியில் அவர்கள் குடும்பத்தோடு சிறிது நேரம் செலவிட்டேன். நான் அங்கிருந்து கிளம்பி எல்லைக்கருகில் செல்ல வேண்டியுள்ளது, அங்கே சில இளைஞர்கள் என்னைச் சந்திக்க சராகெப்பிலிருந்து வந்துள்ளனர். அப்துல்லா, சென்றமுறை என்னோடு எல்லைவரை வந்தவர், அவரது சகோதரர் அலி இருவரும் காத்திருக்கின்றனர். அப்துல்லாவுக்கு காலில் அடிபட்டு முடமாகிவிட்டார், அவரது தம்பிக்கு கண்ணில் தோட்டா பாய்ந்துவிட்டது. என் பழைய தோழர்களைச் சந்திப்பதென்பது என் குடும்பத்தைச் சந்திப்பது போல உற்சாகத்தைத் தருகிறது. ஒவ்வொருமுறை அவர்களிடம் இருந்து விடைபெறும்போதும் மீண்டும் அவர்களைச் சந்திக்கப்போவதில்லை என்று தோன்றும். நான் திரும்பிச் சென்றும்கூட நான் அவர்களோடே என்

வாழ்க்கை முழுதும் வாழ்ந்துகொண்டிருப்பது போல் தோன்றும்.

நாங்கள் ஒன்றாக எல்லையைக் கடக்கப் போகிறோம்: அப்துல்லா, மேசரா, அலி - இந்த இளைஞரை நான் இதற்குமுன் சந்தித்ததில்லை - மற்றும் நான். இருந்தாலும் இம்முறை விதிவிலக்காக, நாங்கள் அட்மாவில் எல்லையைக் கடக்கலாம் என்று அவர்கள் முடிவு செய்திருக்கிறார்கள், அது குண்டுவீச்சில் தங்களது அடையாள அட்டை மற்றும் மற்ற ஆவணங்களை இழந்துவிட்ட பெரும்பாலான சிரியர்கள் எல்லையைக் கடக்கும் இடம். நான் இந்த வழியாக வந்ததில்லை, ஏனென்றால், இந்த வழியில் பாதுகாப்பாக நான் கடந்து செல்லுமளவு நண்பர்களுக்குத் தொடர்புகள் அமையவில்லை. ஆனால் இப்போது அமைந்தது, இதோ இங்கிருக்கிறோம். அட்மாவை ஒட்டியுள்ள எல்லைப்பகுதி மேடை உபகரணங்களைத் தனித்தனியாகப் பிரித்துப்போட்டதுபோல் இருந்தது, இந்தப்பகுதியைக் கடந்துசெல்ல, உள்ளே நுழைய முயற்சிக்கும் சிரியர்களைத் தடுக்கும் பொருட்டு துருக்கியர்கள் அமைத்துள்ள சோதனைச்சாவடி முகாமைத் தாண்டவேண்டும். மூச்சடைக்க வைக்கும் புழுக்கத்தில் முதல் சோதனைச்சாவடியை நெருங்கினோம், அது இரண்டு சிறு அறைகள் மட்டுமே கொண்டது, முழுக்க எல்லை அதிகாரிகள் நிறைந்திருந்தனர். என் பயணத் தோழர்கள் அவர்களுடைய சகோதரி ஒருவரின் பெயரை உபயோகித்து சோதனையைக் கடப்பதென முடிவு செய்திருந்தனர், அடையாளமற்று இருப்பதே எனக்குப் பாதுகாப்பு.

அது ஜூலை மாதத்தின் மத்தியில் ஒருநாள். தெளிவான வானத்தில் ஒரு வெண்மேகம் கூட இல்லை. சூரியன் கடுமையாக இருந்தது, புழுதியும் அவ்வாறே, நான் அணிந்திருந்த முகத்திரையுடன் கூடிய கனமான மேலங்கியும் பெரிய குளிர்கண்ணாடியும் என் முகத்தின் பெரும்பகுதியை மறைத்திருந்தன, எனக்கே என்னை அடையாளம் தெரியவில்லை. இருப்பினும் இந்த ஆடை நான் பாதுகாப்பாகக் கடந்து செல்வதற்குத் மிகத்தேவையானது. மலைகளில் ஏறவேண்டியதில்லை, காவலர்கள் பொழியும் துப்பாக்கித் தோட்டாக்களுக்கிடையே குதித்து ஓடவேண்டியதில்லை, அல்லது முட்கம்பிகளுக்குக் கீழே ஊர்ந்துபோக வேண்டியதில்லை எனும்போது கொளுத்தும் இந்த வெயில்கூட ஒருவகையில் நல்லதுதான்.

தடைவேலிக்கு அருகில் வந்தவுடன், மறுபக்கத்திலிருந்து வரும் பெண்கள் மற்றும் குழந்தைகளின் நீண்ட வரிசை தென்பட்டது - மக்கள் நாட்டுக்கு உள்ளேயும் வெளியிலுமாக நிரம்பி வழிகின்றனர்,

சிலர் அட்மாவுக்கு, சிலர் துருக்கிக்கு, சிலர் வேறு இடங்களுக்கு. ஒரு பெண் அவளுக்கு அதிகம்போனால் இருபது வயதிருக்கலாம், வயிறு பெருத்திருந்தது, கையில் ஒரு குழந்தையை வைத்திருந்தாள், மறுகையால் இன்னொரு சிறுவனின் கையைப் பிடித்துக் கொண்டிருந்தாள். அந்தச்சிறுவன் பெரிய குளிர்கண்ணாடியை அணிந்திருந்தான், வழுக்கைத்தலை, அவன் தலை முழுவதுமாக எரிந்து போயிருந்தது. அவன் தோலும் அதேபோல எரிந்து, சிவந்து புடைத்துக்கொண்டிருக்கும் தழும்புகளோடு குடல்போல இருந்தது. அவன் முகம் ப்ளாஸ்டிக்கினால் ஆன முகமூடி கசங்கியும் கிழிந்தும் இருப்பதுபோல காட்சியளித்தது. தோள்பட்டையையும் கழுத்தையும் இணைக்கும் பகுதியில் சிறிய நரம்பு போன்ற தழும்புகள். எட்டு வயதுக்கு மிகாமல்தான் இருப்பான் என்றாலும் பதப்படுத்தப்பட்ட எகிப்தியப் பிணம் போல் இருந்தான், அவன் அம்மா கையைப்பிடித்து இழுத்ததும் மெதுவாக அவள் பின்னால் சென்றான்.

பல பெண்கள் அவளைத் தாண்டிச் சென்றனர், ஒரு இளைஞன், கையும் காலும் துண்டிக்கப்பட்டவன் அங்கு வந்தான். அவன் குதிக்கும் விதம் எனக்கு முயலை ஞாபகப்படுத்தியது. அவனுக்குப் பின்னாலிருந்து அதேபோலக் குதித்துக்கொண்டு இன்னும் இரண்டு இளைஞர்கள் வந்தனர். புழுக்கமான காற்றிடமிருந்து தற்காலிகமாகத் தப்பிக்க, மக்கள் கூட்டம் முண்டியடித்துக் கொண்டிருந்த ஒரு நிழலான நடைபாதையை நோக்கி அவர்கள் போட்டி போட்டுக்கொண்டு நொண்டியபடி முன்னேறினர். இது மாதிரியான நேரங்கள் பொறுக்க முடியாததே - மதிய நேரத்துச் சூட்டின் தீவிரம், அடர்நீல வானம் - மக்கள் கூட்டம் கடந்து செல்ல ஏதுவானதல்ல: விழும் வெடிகுண்டுகள், மக்களை உள்ளேயும் வெளியேயும் அனுப்புவது மூலம் லாபம் பார்க்கும் மனிதர்கள், ஆட்கடத்துபவர்கள், போரைவிரும்பும் அரேபிய மற்றும் வெளிநாட்டு இளம் போராளிகளின் கூட்டம்.

அடுத்து எந்த இடத்தில் காலை வைப்பது என்றே தெரியவில்லை, அந்த அளவுக்கு நெரிசல். ஒவ்வொருவரும் இயந்திர மனிதர்களாகி மூளை தேவைக்கதிகமாகவே வேலை செய்கிறது. ஒரு நெரிசலிலிருந்து இன்னொன்றுக்குத் தாவும் யோசனையே மகிழ்ச்சியைத் தரப்போதுமானது. இரண்டு பக்கத்திலுமுள்ள நீண்ட வெளியில்கூட மரங்கள் மஞ்சள் நிறத்திலிருந்தன. நான் கடந்து செல்லும் எல்லாவற்றையும் குழந்தையைப்போல வியப்புடன் பார்த்துச் சென்றேன்.

இரண்டாவது சோதனைச்சாவடியிலிருந்த துருக்கிய அதிகாரியிடம் எங்கள் பெயரைப் பதிவு செய்தவுடன் வெளியே வந்து எங்களுக்காகக் காத்திருந்த வண்டியில் ஏறிக்கொண்டோம்.

நான் முன்னே அமர்ந்துகொள்ள இளைஞர்கள் பின்னிருக்கையில் நெருக்கியடித்து அமர்ந்து கொண்டனர். நான் வசதியாய் இருக்கவேண்டுமென வலியுறுத்தினர், அல்லது நான் சொன்ன கருத்தை வைத்து அப்படிப் பேசினார்களா தெரியவில்லை, நமக்கென்று இருப்பதெல்லாம் ஒருவருக்கொருவர் மட்டுமே, நாம் ஒருவரையொருவர் பாதுகாத்துக் கொள்ளவேண்டியது அவசியம், நாம் அடையவேண்டிய இலட்சியங்களை நினைவில் கொள்ளவேண்டும்: சுதந்திரம் மற்றும் கௌரவம். அவர்கள் கண்களுக்கு நானொரு கருத்து வடிவமாக இருக்கிறேன் என்று தோன்றியது, நான் நிச்சயமாக அவர்களை அப்படித்தான் பார்த்தேன். என்னைப் பொறுத்தவரை அவர்கள் சுதந்திரமான, நியாயமான மற்றும் மக்களாட்சி கொண்ட சிரியாவின் வடிவம். ஆனால் புரட்சியின் ஆரம்பத்திலிருந்து இதுவரை நடந்துள்ள ஆழமான மாற்றங்களைக் கவனித்தோமானால் இந்தக் கொள்கைகள் எல்லாம் காற்றைப் பிடிப்பதுபோல என்று தோன்றுகிறது. இருப்பினும், அந்த நொடியில், அவர்கள் அனைவரும் கொளுத்தும் வெம்மையில் பின்னிருக்கையில் நெருக்கி அமர்ந்துகொண்டு என்னை சௌகரியமாக வைக்க அவர்களால் முடிந்ததை எல்லாம் செய்வதை நினைத்தவுடன் எனக்குத் தொண்டையை அடைத்தது. எனக்குப் பிடித்த வாசகமான, ‘வாழ்க்கை சிறியது எனவே கவலைகளுக்கு நேரமில்லை’ என்பதை நினைத்துக்கொண்டு அந்தக் கைகால்களை இழந்த இளைஞர்களுக்குக் கையசைத்து விடைகொடுத்தேன்.

அப்துல்லா, மேசரா, மொஹம்மத், அலி மற்றும் மற்ற அனைவரும் விநோதமான ஒரு முரண்பட்ட உறவினால் பிணைக்கப்பட்டிருக்கிறார்கள். அவர்கள் எல்லாவற்றையும் துச்சமாக நினைத்தார்கள், தங்களைக்கூட, எனக்கு இந்தப் பழக்கம் அவர்களிடமிருந்து தொற்றியதுதான்: மரணத்தின் மீது கடுமையான, நையாண்டித்தனம் நிறைந்த ஒரு ஏளனம். இது குழப்பமான அதேசமயம் தைரியமான ஒரு உறவாகத் தோன்றலாம் ஆனால் இது ஒன்றுதான் அவர்கள் தங்களின் எதிர்ப்பாற்றலைக் காத்துக்கொள்ளும் வழி. அவர்கள் மரணத்தை வலுவாக உதைத்துத் தள்ளுகிறார்கள்.

வண்டியில் செல்லும்போது, தோழர்கள் கருப்புத் தலைப்பாகை அணிந்த ஐஎஸ்ஐஎஸ் ஆட்களைக் குறித்தும் இஸ்லாமியத் தீவிரவாதப் படைப்பிரிவு குறித்தும் விமர்சித்தபடி வந்தனர். நாகரீக உடையணிவதில் கவனம் செலுத்தும் என்ஜிஓ பிரதி நிதிகள் குறித்தும் எல்லையை ஒட்டிய பகுதிகளில் பயிற்சிப் பட்டறைகள் நடத்துவது பெருகி வருவது குறித்தும் கிண்டல் செய்தனர். சமீபமாக, கணக்கில்லாத வகையில் நிபுணர்கள்,

பயிற்றுனர்கள் மற்றும் பத்திரிக்கையாளர்கள் சுற்றிச்சுற்றி வந்து நிகழ்வுகளைப் பதிவு செய்கின்றனர்.

'ஆனால், கொல்லப்பட்டு, குண்டுவீசப்பட்டு அல்லது பசியால் இறந்துபோகும் மக்கள் குறித்து என்ன செய்வது?' என்று கேட்டார் அலி.

அட்மாவில் உள்ள அகதிகள் முகாமுக்குள் நுழைந்தோம். தோழர்கள் கூறியபடி, அங்கே இருக்கும் அநேகம்பேர் ஹாமாவிலிருந்து வந்தவர்கள். கண்கூசும் வெயிலில் நின்றுகொண்டு, பொருட்களைச் சுமந்தபடி நடந்துகொண்டிருக்கும் இடம்பெயர்ந்த மனிதர்களின் திரள்களுக்கு ஊடாக வாகனம் சென்று கொண்டிருந்தது. கூடாரங்களுக்கிடையே ஓடிக்கொண்டிருந்த ஈக்களும் பூச்சிகளும் மொய்க்கும் சாக்கடையிலிருந்து சகிக்க முடியாத துர்நாற்றம் வெளிப்பட்டது. உணவுகள், செருப்புத் தைப்பவர்கள், எரிவாயு உருளையை அல்லது மண்ணெண்ணெய் விளக்குகளை நிரப்பித் தருபவர்கள் என சாலையின் இரண்டு புறமும் இடம்பெயரக்கூடிய சந்தையாக கடைகள் இருந்தன. அந்தக் கடைகள் அனைத்துமே சில கற்கள் கீழே இழுக்கும்படியாக வைத்து அமைக்கப்பட்ட கூடாரங்கள்தான். பெரிய ஜெனரேட்டர் ஒன்று முகாமில் இருந்தாலும் அது போதாது என்பதால் இரவில் மின்சாரம் இருப்பதில்லை. பெரிய தண்ணீர்த் தொட்டி இருந்தது, ஆனால் அச்சேவை வழங்கப்படவில்லை. இருப்பினும் திறந்த வெளியில் அமைக்கப்பட்டிருந்த கூடாரங்கள் உள்ளே சுத்தமாக இருந்தன. சில அகதிகள் தங்கள் கூடாரத்தைச் சுற்றிலும் செடிகள் கூட வளர்க்கத் துவங்கியிருந்தனர், ஆனாலும் இடையிடையே வளர்ந்திருந்த ஆலிவ் மரங்கள்தான் கூடாரங்களை இயற்கையிலிருந்து பாதுகாத்தன.

முகாமுக்குள்ளே அலைந்தோம்: நான் கண்டதெல்லாம் கொடும் வறுமை, மெலிந்த உடல்கள், நைந்து கிழிந்த உதவாத ஆடைகள். கொளுத்தும் வெயிலில் வெறுங்கால்களில் சில குழந்தைகள் விளையாடிக் கொண்டிருந்தனர். அனைத்துப் பெண்களும் முகத்திரை அணிந்திருந்தனர்; சிலர் கிமார் வகை ஆடை அணிந்திருந்தனர், அது முகத்தோடு தலையையும் சேர்த்து மூடும். அங்கிருந்த ஒரு பெண்ணிடம் பேச்சுக்கொடுத்து இளம்பெண்கள் முதியவர்களுக்குத் திருமணம் செய்துவைக்கப்படுவது உண்மையா என்று விசாரித்தேன், அது எப்போதுமே நடக்கிற ஒன்றுதான் என்று உறுதிப்படுத்தினார். போரினால் ஆதரவற்ற நிலைக்குத் தள்ளப்பட்டு, பெரும்பாலான குடும்பங்கள் தங்கள் பெண்களைத் திருமணம் செய்துகொடுத்து விடுவதை வழக்கமாக வைத்துள்ளனர் - சிலர் பதினான்கு

அல்லது பதினைந்து வயதுடையவர்கள் - வறுமை மற்றும் பசியைச் சமாளிக்கவே இதைச் செய்கின்றனர்.

ஒரு குறிப்பிட்ட பெண், போராளி ஒருவர் குறிப்பிட்ட ஒருபெண், அவரை சந்திக்க முடியுமா என்று அவரிடம் கேட்டேன். அந்தப்பெண் திருமணம் ஆகி ஒரே மாதத்தில் விவாகரத்து செய்யப்பட்டார், பிறகு மீண்டும் ஜோர்டான் நாட்டைச் சேர்ந்த, அவளைவிட நாற்பது வயது மூத்தவர் ஒருவரை மணந்து மறுபடியும் மூன்றே மாதத்தில் விவாகரத்து செய்யப்பட்டார். அவளைச் சந்திக்க உதவும்படி கேட்டுக்கொண்டிருந்தபோது இந்தப்பெண்ணின் கணவர் என்னை கூடாரத்திலிருந்து வெளியேறும்படி சொல்லிவிட்டார்.

மீண்டும் பயணத்தைத் தொடரும் முன்பு எங்களோடு சராகெப் வரப்போகும் சிலருக்காகக் காத்திருக்க வேண்டியதாயிற்று. அவர்கள் வருவது தாமதமானது, ஏனென்றால் அந்த நகரம் எறிகணைத் தாக்குதலுக்கு ஆளாகி நால்வர் இறந்துவிட்டனர், தாக்குதல் நிற்கும்வரை அவர்கள் பயணிக்க முடியவில்லை. அவர்கள் வரும்வரை, முகாமிலிருந்த ஒரு மிகப்பெரிய ஆலிவ் மரத்தின் கீழ் அமர்ந்திருந்தோம், ஒரு ஹெலிகாப்டர் எங்களைக் கடந்து சென்றது. தொலைவில் சென்றதும் நான்கு பீப்பாய் வெடிகுண்டுகளைத் தள்ளிவிட்டுச் சென்றது. பீப்பாய் வெடிகுண்டுகள் என்பவை பொதுவாக தண்ணீர் பீப்பாய், அல்லது குப்பைத் தொட்டி அல்லது *மஸூட்* எண்ணெய்ப் பீப்பாய்களுக்குள்ளே டைனமைட், வெடிமருந்துகளை நிறைத்து அதனுள் இரும்புக் கம்பிகளையும் வைப்பதாகும், கண்மண் தெரியாத அளவில் இறப்பும் சேதமும் உண்டாக்கவல்லது. வெடிச்சத்தம் கேட்டது. என் மனம் முழுக்க கைகால்களை இழந்து நொண்டிக்கொண்டிருந்த அந்த இளைஞனின் பிம்பமே நிறைந்திருந்தது. நான் அவனைப் பார்க்கும்போது, அவன் பெண்களை நம்பிக்கையற்ற பார்வை பார்த்துக் கொண்டிருந்தான், வீணடிக்கப்பட்ட அவனது ஆண்மை என்னையும் வேதனைப்படுத்தியது. அப்துல்லாவின் குரல் என்னை மயக்கத்திலிருந்து மீட்டது, அவர் அப்போது நடந்த வெடிகுண்டுத் தாக்குதலைக் கிண்டல் செய்ய ஆரம்பித்தார்.

‘ஒவ்வொரு வீட்டுக்கும் ஒரு வெடிகுண்டு நிச்சயமாக உள்ளது என்று உறுதியளிக்கலாம், ஆனால் நாங்கள் இன்னும் காத்திருக்கிறோம்,’ என்றார். நாங்கள் சிரித்தபடி ஒரு சிகரெட்டைப் பற்றவைத்ததும் தொடர்ந்தார், ‘எங்களின் இறக்கும் முறைக்காகக் காத்திருக்கும் ‘மிக்’ ரக விமானத்துக்கும் ஒரு சிகரெட் உண்டு. பீப்பாய் வெடிகுண்டுகள் பரவாயில்லைதான் - ஆனால் அவர்களுக்கு இன்னமும் வலுவான ஒன்று தேவைப்படும்!’ இளித்தபடியே தொடர்ந்தார்.

‘எங்கள் நண்பர்களைப் புதைக்கும்போது அடையாளமே தெரிவதில்லை, அவர்களின் முகங்கள் அதிகமாகச் சிதைந்து போகின்றன. சிலர் ‘மிக்’ ரக வான் தாக்குதலில் தப்பித்தார்கள், ஆனால் இரண்டு நாள் கழித்து ஒரு வெடிகுண்டு அவர்களை இரண்டாகக் கிழித்துப்போட்டது. ஆனால், இவ்விரண்டில் எது நல்ல சாவாக இருக்கும்?’

அவர் சிரிப்பதை நிறுத்தினார், முகத்தின் தசைகள் ஒரு நொடி இறுகின.

‘ஒருமுறை ‘மிக்’ ரக விமானமொன்று அல்-சேனாவில் குண்டு வீசியது, முப்பது பேர் கொல்லப்பட்டார்கள். அப்போது நான் அங்கேதான் இருந்தேன் ஆனால் சாகவில்லை. ஒவ்வொரு முறையும் தப்பிவிடுகிறேன். இந்தக் காத்திருப்பு நம்மை எங்கே கொண்டுசெல்லுமென்று பார்க்கலாம்!’ என்று சொல்லி, பலமாக நகைத்தார்.

எங்களுக்குப் பின்னால் ஐஎஸ்ஐஎஸ்சின் ராணுவத்தளம் இருந்தது - மிகவும் பரந்துபட்டது - பல்வேறு பிரிவுகள் கொண்ட அடுக்கு மாடிக்கட்டடங்கள், ஆலிவ் மரங்களுக்கிடையே அமைந்தவை, பலமான பாதுகாப்பு உடையவை. அதன் அருகில் செல்லக்கூடத் தடை விதிக்கப்பட்டிருந்தது, எனவே மற்ற படைப்பிரிவினருக்குக் கூட உள்ளே என்ன இருக்கிறதென்பது தெரியாது. கனமான காக்கிநிறத் துணியால் சுற்றப்பட்ட SUV எனப்படும் உயர்ரக வாகனங்கள் மற்றும் கனரக வாகனங்கள் உள்ளே போவதும் வருவதுமாக இருக்கும். இந்நாட்களில் அந்த அமைப்பு இங்கிருப்பது வெளிப்படையாகத் தெரிய ஆரம்பித்துவிட்டது; பலமாதங்களுக்கு முன்பே வடக்கில் அவர்கள் தென்பட ஆரம்பித்துவிட்டார்கள். சராகெப் போகும் வழியில் ஒருமுறை மட்டுமே சோதனைச்சாவடி ஒன்றில் நிறுத்தப்பட்டோம். அது ஐஎஸ்ஐஎஸ் அமைப்பினருடையது, அங்கே ஐந்து கருத்த நிறமுடைய மௌரித்தேனிய மற்றும் ஈராக்கியப் போராளிகள் தலையில் கருப்புத் தலைப்பாகை அணிந்தபடி இருந்தனர். அவர்கள் வாகனத்தைச் சோதனையிட்டபோது மற்றவர்கள் அவர்கள் சார்ந்திருந்த படைப்பிரிவின் பெயரைக் குறிப்பிட்டதும் சற்றுத் தயங்கி பின் செல்ல அனுமதித்தனர். எவ்வாறு இந்த அந்நியர்கள் எங்கள் நிலத்தை ஆக்கிரமித்தார்கள்? எங்கள் நாட்டில் இருந்துகொண்டு எங்களையே நிறுத்தி எங்கள் அடையாளத்தைத் தெரிவிக்கும்படி கேட்கும் அவர்களை நினைத்தவுடனே சீற்றமடைந்தேன்.

‘கா’ அகதிகள் முகாமைக் கடந்து சென்றோம், இது அட்மா - அக்ரபாத் சாலையில் அமைந்துள்ளது. சமீபமாக நிறைய அகதிகள் முகாம் எல்லைமுழுதும் உருவாகியுள்ளன.

கடத்தல்களுக்குக் குதிரைகளைப் பயன்படுத்துவது அதிகரித்து விட்டதெனத் தெரிந்துகொண்டேன், மேலும் பாப் அல்-ஹவா எல்லை கடப்புப்பகுதி இப்போது அஹ்ரார் அல்-ஷாம் படைப்பிரிவினரால் இயக்கப்படுகிறது. அங்கிருக்கும் முகாம் வழியாகச் சென்றோம், வெயிலின் கீழே அமர்ந்திருந்த குழந்தைகள்தான் அவ்விடத்தின் தனிச்சிறப்பு, குறிப்பாக பாப் அல்-ஹவா சந்தையையே அவர்கள்தான் நடத்துவதாகத் தோன்றும். இங்கே ஃபரூக் படைப்பிரிவினர்தான் பொறுப்பிலிருந்தனர். அவர்கள் சுதந்திர ராணுவத்தோடு கூட்டணியில் இருந்தாலும் அவர்கள் அஹ்ரார் அல்-ஷாமோடு எந்தத் தொடர்பும் வைத்துக்கொள்ளவில்லை.

மாராத் மஸ்ரினில் அரைக் கிலோமீட்டர் தொலைவு வரை கடைகள் வைக்கப்பட்டுள்ளன. குப்பைகள் மலையெனக் குவிந்திருக்கும் அப்பகுதியில்தான் ராணுவ வாகனங்கள், புதிய ஜீப்புகள், மிகப்பெரிய லேண்ட் ரோவர் வாகனங்கள் உள்ளன, அவை அனைத்தும் ஐஎஸ்ஐஎஸ் அமைப்பினருடையவை. வாகனங்களில் இலக்கத்தகடுகளே இருக்காது. இந்தப்புரட்சி உண்மையில் மிகப்பெரிய இலாபம் தரக்கூடிய கறுப்புச்சந்தை ஒன்றை உருவாக்கிவிட்டது, குறிப்பிடத்தகுந்த எண்ணிக்கையில் தொழில்முனைவோர்கள் இலாபத்தை அறுவடை செய்ய வந்துவிட்டனர். அவர்களுக்கு, தொடர்ந்து போர் நடப்பதில்தான் ஆர்வம்.

அட்மா முகாமில் உள்ளது போலவே இங்கும் சாலையின் இரண்டு புறங்களிலும் பாரஃபின் மற்றும் மஸூட் எண்ணெய் பீப்பாய்களில், ப்ளாஸ்டிக் குவளைகளில் விற்கப்படுகிறது. வித்தியாசம் என்னவென்றால் இங்குள்ள பீப்பாய்கள் அளவில் பெரியவை, குழந்தைகளால் விற்பனை செய்யப்படுகின்றன, அங்கே பெரியவர்கள்தான் விற்பனையில் ஈடுபட்டிருந்தார்கள். மற்றுமொரு ஐஎஸ்ஐஎஸ் சோதனைச்சாவடியில் நிறுத்தப்பட்டபோது தோழர்கள் ஒருவரையொருவர் எச்சரித்துக் கொண்டனர், ஏனெனில் அது ரமலான் மாதம். வண்டிக்குள்ளிருந்து யாரிடமும் சிகரெட் வாசனை வரக்கூடாது, நோன்பு வைக்கவில்லை என்று அவர்கள் கைது செய்தார்களெனில் என்ன செய்வார்கள் என்று சொல்லத் தேவையில்லை. சாட்டையடி பெறலாம் அல்லது கொலைகூட செய்யப்படலாம். ஐஎஸ்ஐஎஸ் சோதனைச்சாவடிகளில் நிறுத்தியபோது தோழர்கள் நான் அவர்களில் ஒருவரது சகோதரி என்றும் என் சகோதரருக்கு மருத்துவ சிகிச்சையின்போது உதவ அழைத்துச் செல்லப்படுகிறேன் என்றும் கூறினர். நான் அவர்களைப் பார்க்கவே இல்லை, ஆனால் ஒவ்வொரு

முறையும் அவர்களின் சோதனைச்சாவடியைக் கடக்கும்போது அடக்கப்பட்ட கோபத்தின் எழுச்சியை என் நெஞ்சுக்குள் உணர்ந்தேன், அது திடீர் இருமலைத் தோற்றுவித்தது.

சராகெப்பை நெருங்கும்போது எங்களுக்குப் பின்னால் ஒரு ஆம்புலன்ஸ் வந்து நின்றது. அதில் காயம்பட்டு ஆபத்தான நிலையில் இருப்பவர்கள் இருந்தனர். அதிலிருந்த மருத்துவ உதவியாளர்கள் சராகெப் குண்டுவீச்சுக்கு ஆளாகிக்கொண்டிருக்கிறதென்று தெரிவித்தனர், எனவே அங்கு செல்லவேண்டாமென அறிவுறுத்திச் சென்றனர்.

நின்றபடி நாங்கள் பேசிக்கொண்டிருந்தபோது அங்குள்ள நிலக்காட்சியைக் கவனித்தேன். வலப்புறம் தொடுவானம் வரை சூரியகாந்திப்பூக்களின் வயல், ஒவ்வொரு பூவும் அதன் எடையால் சாய்ந்திருந்தது. சூரியன் மறைந்துகொண்டிருந்தது. முன்னால் புழுதிக்காற்று உயர்ந்து கொண்டிருக்க, தூரத்தில் ஆம்புலன்சின் ஒலியும் அடிபட்டவர்களின் ஓலமும் கேட்டது. சாலையின் அடுத்த பக்கத்திலிருந்த கோதுமை வயலிலிருந்து திடீரென ஒரு ட்ராக்டரின் ஒலி கேட்டது. அதில் அமர்ந்து தனது வயலில் வேலைசெய்து கொண்டிருந்த அம்மனிதன் இந்த வெடிச்சத்தத்தைக் கேளாதவனாக இருந்தான். வைக்கோல்களைத் திரட்டி சாலையின் ஓரத்தில் அவன் தீவைப்பதைப் பார்த்துக்கொண்டிருந்தோம்.

'நாங்கள் நகரத்திலுள்ள ஒரு குண்டுவெடிப்பு நிகழ்ந்த இடத்துக்குப் போகிறோம், நீங்கள் எங்களுடன் வருகிறீர்களா அல்லது வீட்டுக்குச் செல்கிறீர்களா?' என்னோடு இருந்த தோழர் ஒருவர் கேட்டார்.

'நான் உங்களோடு வருகிறேன்,' என்றேன். நாங்கள் சராகெப்பில் எங்களுக்காகக் காத்துக்கொண்டிருந்த, தீச்சுவாலைகளும் புழுதியும் சூழ்ந்த இடத்தை நோக்கிச் சென்றோம்.

நகரத்தின் வழியாகச் சென்றபோது கவனித்தேன், நான் சென்றமுறை பார்த்ததைவிட இம்முறை சேதம் அதிகமாகவும் பரவலாகவும் இருப்பது வெளிப்படையாகத் தெரிந்தது. ஆனாலும் ஒரு தெருவுக்கும் மறு தெருவுக்கும் இடையில் வித்தியாசம் இருந்தது. தாக்குதலுக்குக் குறிவைக்கப்பட்ட இடங்களில் உயிர்ச்சுவடே இல்லை; அந்தத் தெருக்கள் முற்றிலுமாகக் கைவிடப்பட்டிருந்தன, கட்டடங்கள் முற்றிலுமாக அழிந்து காணப்பட்டன. அருகிலுள்ள தெருக்களில், எங்கே தாக்குதல் குறைவாக இருக்கிறதோ, அங்கே சில ஆண்களையும் குழந்தைகளையும் பார்க்க முடிந்தது, ஆனால் அதிகமாக இல்லை. சந்தைப்பகுதியின் நடுவே அவ்வளவு வெடிச்சத்தத்திற்கிடையிலும்

சில பொருட்களை விற்கும் கடைகள் திறக்கப்பட்டிருந்தன. பேரழிவுக்கு இடையிலும் வாழ்க்கை நடந்துகொண்டுதான் இருக்கிறது.

மறுநாள் வீட்டின் வெளியே இருந்த முற்றத்திற்கு நௌராவின் எச்சரிக்கையைப் பொருட்படுத்தாமல் சென்றேன். அவர்கள் என்மீதுள்ள அன்பினால் அவ்வாறு பூட்டிய கதவுக்குள் இருக்கும்படி சொல்கின்றனர் என்று தோன்றியது ஏதாவதென்றால் அப்படியே உள்ளிருந்தே ஓடி ஒளிந்து கொள்ளலாம்.

'வெடிகுண்டின் உலோகச் சிதறல்கள் முற்றத்தில் நிற்கும்போது தாக்கக்கூடும்,' என்று நௌரா உள்ளிருந்தபடி எச்சரித்தார்.

கதவை யாரோ தட்டினார்கள், இடம்பெயர்ந்த பெண் ஒருவர், அவருக்கு நௌராவின் குடும்பத்தினர் உதவி செய்கிறார்கள், நேராக முற்றம் நோக்கி வந்தார். நௌரா அன்னியர்கள் யாரேனும் வீட்டுக்குள் நுழைந்தால் பதட்டமாகி நான் எங்கே இருக்கிறேன் என்று விசாரிப்பார் அல்லது என்னை வந்து பார்ப்பார். என்னைக் குறித்துப் புரளிகள் உருவாவதை அவர் விரும்பவில்லை. என்னைப் பாதுகாக்க நினைத்தார். ஒரு காப்பிக்கோப்பையுடன் விரைந்து வந்து எங்களுக்கிடையில் நின்றுகொண்டார். அவரது கணவர் அபு இப்ராஹிம் மாடியில் வயதானவர்களோடு இருந்தார், செய்தித் தொடர்புகளை ரேடியோவில் கேட்டுக்கொண்டிருந்தார். அவர்கள் பயன்படுத்திய இரு-வழி ரேடியோ அல்லது வாக்கிடாக்கி எனப்படுவது எண்பது கிலோமீட்டர் சுற்றளவில் செயல்படக்கூடியது. குடும்பங்கள் அதை, போராளிகளிடமிருந்து, படைப்பிரிவினரிடமிருந்து, விமானத்தின் இருப்பிடத்தைத் தெரிந்துகொள்ளப் பயன்படுத்தினர், அதோடு ஒருவருக்கொருவர் தொடர்பு கொள்ளவும் பயன்படும். இருந்தாலும் அது சுலபமாகக் கிடைக்கக் கூடியதல்ல, வெகு சிலரே அதை உபயோகித்தனர். அபு இப்ராஹிம், சற்று நேரத்திற்கு முன்பு சராமின் என்ற பகுதி தாக்குதலுக்கு உள்ளானதாகத் தெரிவித்தார். விமானங்கள் இலக்கில்லாமல் குண்டுவீசவில்லை என்று புரிந்தது, மாகாணத்தின் வடக்குப் பகுதியை அழிப்பதற்கான திட்டம் இது, விமானம் மூலமாக மட்டுமல்ல, தீவிரவாதிகளின் படைப்பிரிவு மூலமாகவும்தான். மொத்த சமூகமே அழிக்கப்பட்டு பிறகு மீண்டும் வேறுவகையில் மாற்றியமைக்கப்பட்டுக் கொண்டிருப்பது புரிந்தது.

நான் வெளியே போவதென முடிவாக இருந்தேன், காஃப்ரான்பெல் செல்வதற்கு முன்பாக நான் சந்திக்க வேண்டிய

பெண்களைச் சந்தித்து சிறு வியாபார முயற்சிகள் குறித்துப்பேச வேண்டும். சென்றமுறை வந்தபோது ஆயூஷ் என்னை வெளியே அழைத்துச் சென்றார், ஆனால் இப்போது மேசரா தனது சகோதரியோடு தனியாக வெளியில் செல்வதை அனுமதிக்க மறுத்துவிட்டார், ஆயுதம் தாங்கிய வண்டியோட்டியோடு செல்ல வேண்டும். அவர் கூறியபடி: 'இங்கே போராளிகளை விட கூலிப்படையினர்தான் அதிகமாக இருக்கிறார்கள். அவர்களுக்கு உங்களைக் கடத்துவதென்பது மிக எளிதான காரியம்.' வேறு இனத்தைச் சேர்ந்தவள் என்பதால் முஜாஹிதீன்களுக்கும் கூலிப்படையினருக்கும் நானே முதல் குறி என்பதைத் தெரிந்து வைத்திருந்தார். என்னைப்போன்ற பெண்கள் தனியாக வெளியில் செல்ல முடியாத ஆபத்தான சூழ்நிலைக்குப் புரட்சியோ அதன் போராளிகளோ காரணமல்ல.

திடீரென வானும் நிலமும் அதிர்ந்தன, அடுத்துள்ள குடியிருப்பின் மூலையிலிருந்து புழுதிப்படலம் உயர்ந்தது. ஒரு ஏவுகணை அங்கே விழுந்திருக்கிறது. நான் ஆணியடித்தது போல் அங்கேயே நின்றேன், நௌரா உள்ளே வரும்படி கத்தியதும்தான் வசியம் செய்யப்பட்டது போல அவரோடு உள்ளே நுழைந்தேன். அடுத்த நொடி விமானம் எதுவும் கடக்கவில்லை ரேடியோவில் எதுவும் அறிவிக்கப்படவில்லை என்றதும்தான் அது பீரங்கித் தாக்குதலாக இருக்கும் என்ற முடிவுக்கு வந்தோம்.

வெளியே, சூரியன் உச்சியில் இருந்தது. தாக்குதல் நின்றபின்னரும் குழந்தைகள் வானத்தைப் பார்த்துக் கொண்டிருந்தனர். தங்களது சிறிய தோட்டத்தில் நௌரா வைத்திருந்த பெரணிச்செடியின் இலைகளில் தூசும் ஜன்னல் கண்ணாடியின் துகள்களும் இருந்தன. நான் அந்த மென்மையான இலைகளைத் துடைத்து சிறிது தண்ணீர் ஊற்றினேன், அது புழுதி மற்றும் புகையின் வாடையை வெளியிட்டது. இந்தப் பைத்தியக்காரத்தனமான கொலைகளுக்கு மத்தியில் வாழ்வதற்கு எங்கள் இதயம் கல்லால் ஆனதாகத்தான் இருக்கவேண்டும்.

அபு இப்ராஹிம் வந்தார்.

'ஏன் இம்முறை அது வழக்கமான எறிகணையைப் போல ஒலியெழுப்பவில்லை?' என்று கேட்டேன்.

'இறைவன் மட்டுமே நம் பாதுகாவலர். இறைவன் மட்டுமே நம் பாதுகாவலர்,' என்று பதிலளித்தார். பிறகு, இப்போது நான் வெளியே செல்லலாம் ஏனென்றால் வானத்தில் விமானங்களின் அறிகுறி தென்படவில்லை என்றார்.

'ஏவுகணைகளைப் பொறுத்தமட்டில், என்ன வருகிறதென்று கடவுளுக்கு மட்டுமே தெரியும்,' என்று வானத்தைக் காட்டினார்.

நௌராவும் அவரது தோழியும் அவர்களது அன்றாடச் செயல்களுக்குத் திரும்பினர், உணவு சமைப்பது பற்றிப்பேசினர், வெடிகுண்டு வெடித்தது சில நிமிடங்களுக்குப் பின் பேசப்படவில்லை. பேச்சு மறுபடியும் சந்தையில் கிடைக்கும் காய்கறி மற்றும் இறைச்சி வகைகள் குறித்து, ரொட்டி அன்று விநியோகிக்கப்படுமா அல்லது மறுநாளா, ஜெனரேட்டருக்கு மஸூட் எப்போது வாங்க முடியும் என்பது குறித்துப் பேசினர். அரிதாகக் கிடைக்கும் தண்ணீரை எப்படிச் சிக்கனமாகச் செலவு செய்து துணி துவைப்பது, இன்னும் எவ்வளவு நாட்களுக்குத்தான் இந்த நிலையைப் பொறுத்துக்கொள்ள முடியும், ஏனென்றால் விளைபொருட்களின் பருவம் முடிவுக்கு வந்தபின் அவற்றை மின்சாரம் இல்லாத காரணத்தால் வெகுநாட்களுக்கு சேமித்து வைக்க முடிவதில்லை என்பது குறித்துப் பேசினர். மேலும் மாடியில் இருக்கும் முதியவர்களை அற்புதமான முறையில் கவனித்துக்கொள்ளும் ஆயூஷ் இல்லாமல் அவர்கள் என்ன ஆவார்கள் என்று கவலைப்பட்டனர்.

மொஹம்மத் முன்வாசல் கதவருகே எனக்காகக் காத்திருந்தார், நான் சந்திக்க வேண்டிய பெண்களைச் சந்திக்கலாம். நாங்கள் அப்பெண்களை தோழி மான்டெஹாவின் இல்லத்தில் சந்திக்கவிருக்கிறோம், இவர்தான் எனக்கு இந்தத் திட்டத்தைச் செயலாக்க பேருதவி செய்து கொண்டிருக்கிறார். அவர் கடினமாக உழைப்பவர்; எப்போதுமே ஏதாவது வேலையாகத்தான் இருப்பார். அவரது அப்பா புரட்சிக்கு முன்பாக அறக்கட்டளை ஒன்றை நடத்திவந்தார். மான்டெஹா திருமணம் செய்து கொள்ளவில்லை,தன் வாழ்க்கையை மக்களுக்குச் சேவை செய்வதிலேயே கழிக்கிறார்.

நகரத்தின் மையத்தில் அமைந்துள்ள, மான்டெஹாவும் அவரது சகோதரி டாயேவும் தங்கியிருக்கும் வீட்டிற்குச் செல்லும் வழியில், நிறைய மக்கள் குழுக்களாக, தாக்குதலிலிருந்து தப்பிக்க வேண்டி, சராகெப்பைச் சுற்றியுள்ள கிராமப்பகுதிகளுக்கு வெளியேறிக் கொண்டிருந்தனர். பல்வேறு ஏவுகணைகள் கட்டுமானம் இல்லாத பகுதிகளில் விழுந்திருக்கின்றன என்றாலும் அங்கே மரணம் என்பதன் சாத்தியம் சற்றுக் குறைவாகவே உள்ளது. நகர மத்திதான் குறிவைக்கப்படும் இடம், மான்டெஹாவின் வீட்டிற்கு வந்து சேர்ந்தபோது நாங்கள் எதிர்பார்த்தபடியே இரண்டு ஏவுகணைகள் அவர் வீட்டின் அருகிலேயே விழுந்திருந்தன. அவற்றில் ஒன்று அவரது படுக்கையறையின் கூரையைப் பிய்த்தெறிந்திருந்தது. இருப்பினும் அவரது வீடு முழுக்கப் பெண்கள், பதினைந்து பேர்வரை இருந்தனர்: பாதிப்பேர் தியாகிகளின் மனைவியர், அவர்களில் ஒருவர் பல் மருத்துவர்,

இன்னொருவர் மருந்தாளுநர். எல்லாப்பெண்களுமே இளம் வயதினர், இருபத்தெட்டு வயதுக்கு அதிகமானோர் யாருமில்லை, என்றாலும் ஒவ்வொருவருக்கும் நான்கிலிருந்து ஐந்து குழந்தைகள். நாங்கள் சந்திக்க விரும்பியவர்களில் ஒருவர் விதவை, அவரது கணவர் காயம்பட்டவர்களைக் காப்பாற்றச் சென்றவர் குண்டுவெடிப்பில் இறந்துவிட, ஏழு குழந்தைகளுடன் இவர் தனியாக இருக்கிறார். பெரும்பாலான பெண்கள் வீட்டிற்குள்ளேயே இருப்பவர்கள், அவர்களில் பெரும்பாலானோர் விதவைகளே. எங்கள் திட்டம் வீட்டிலேயே தயாரிக்கப்படும் கைவினைப் பொருட்கள் மற்றும் உணவுப்பொருட்களில் கவனம் செலுத்துவது. இதற்கு இங்கே உள்ள பழக்கவழக்கங்களும் ஒரு காரணம், அது மட்டுமல்லாமல் தற்போதுள்ள சிக்கலான சூழ்நிலை, பேரழிவு மற்றும் ஆட்கடத்தல்களும் இன்னொரு காரணம்.

நானும் மான்டெஹாவுமாகச் சேர்ந்து ஒவ்வொரு பெண்ணுக்கும் தனிப்பட்ட முறையில் வியாபார யோசனைகளை உருவாக்கினோம். அவர்களது தொழில்கள் குறிப்பாக, பின்னுதல், தையல் மற்றும் சில்லறை வணிகம் சார்ந்தது, உணவு மற்றும் இனிப்புகள் தயாரிக்கும் சிறிய பட்டறை ஒன்று, நாங்கள் அதை பலசரக்குக்கடை என்றே சொன்னோம், அதுவும் எங்கள் திட்டத்தில் ஒன்று. அதில் ஏழுபெண்கள் தங்கள் மகள்களோடு இணைந்து வேலை செய்தனர். இதன் மூலம் அவர்கள் தங்களுக்குள் சுயமாக உதவிக்கொள்ள முடியும். அவர்கள் எந்த அளவுக்கு அதில் ஈடுபாட்டோடு இருந்தனர், தங்கள் வியாபாரத்தை எப்படியெல்லாம் வளர்க்கலாம் என்று அவர்கள் திட்டமிட்டது எனக்கு மகிழ்ச்சியாக இருந்தது.

இதற்கிடையே மொஹம்மத் அந்த வீட்டுத் தொலைபேசிக்கு அழைத்து நகரமத்தியில் இருப்பதால் மான்டெஹாவின் வீடு தாக்குதல் இலக்கில் இருப்பதாகவும் சந்திப்புகளை இன்னொரு நாள் வைத்துக்கொள்ளலாம் என்று எச்சரித்தார். ஆனால் எனக்குத் தெரியும், இன்று விட்டால் இன்னொரு நாள் எங்கள் வேலையை முடிப்பதென்பது இயலாது, ஏனென்றால் தாக்குதல் என்பது நிரந்தரமானது. 'நான்வந்த வேலையை முடித்துவிட்டு உங்களுக்கு அழைக்கிறேன்,' என்று பதிலளித்தேன். மொஹம்மதுவும் கடினமான உழைப்பாளிதான், ஆனால் உள்ளுக்குள் அவரது கவலையும் சீற்றமும் அவரை நிரந்தரமானதொரு பதட்டத்தில் ஆழ்த்திவிட்டன.

ஒவ்வொரு பெண்களிடமும் தனித்தனியாகப் பேசினேன். பெரும்பாலானோரின் முக்கிய வருமானம் அல் இஷான்

அறக்கட்டளை மூலமாக வந்துகொண்டிருந்தது. அது அஹ்ரார் அல்-ஷாம் படையணி நடத்தும் அறக்கட்டளை, தியாகிகளின் மனைவியருக்கு மாதச்சம்பளம் வழங்குகின்றனர். அடுமனையைத் தவிரவும் அஹ்ரார் அல்-ஷாம் அறக்கட்டளை, மருத்துவமனை, பள்ளிகள் ஆகியவற்றையும் நடத்தி வருகிறது. அதன் உறுப்பினர்கள் அனைவரும் சிறப்பான முறையில் ஒருங்கிணைக்கப்பட்ட சமூகமாக உள்ளனர், ஏனெனில் அவர்களில் பெரும்பாலானோர் உள்ளூர் நகரம் மற்றும் கிராமப்பகுதிகளைச் சேர்ந்த சிரியர்கள்.

அவர்கள் ராணுவப்படையினர் மட்டுமல்ல, இத்லிப் மாகாணத்தின் கிராமப்புறச் சமூகத்தினுள் ஊடுருவி இருக்கும் மதம் சார்ந்த பிரச்சார அமைப்பும் கூட. சென்றமுறை ஆயூஷ் உடன் இந்நகர்ப்புறங்களைச் சுற்றிவந்ததில் ஒரு விஷயம் தெளிவானது, அஹ்ரார் அல்-ஷாமுக்குக் கீழே உள்ள, பல்வேறு இஸ்லாமிய ராணுவப்படைகளுடன் தொடர்புள்ள ஷரியா அமைப்பு நீதித்துறையைத் தீர்மானிக்கும் ஒரு அமைப்பாக உருவெடுத்துள்ளது. மேலும் அஹ்ரார் அல்-ஷாம் பெண்கள் முகத்திரை அணியவேண்டும் என்று வற்புறுத்த ஆரம்பித்துள்ளது, அவர்கள் ஒரு இஸ்லாமியச் சமூகத்தை உருவாக்க முனைகின்றனர், அதில் வெளிநாட்டினர் ஆலோசகர்களாக, மந்திரிகளாக இருப்பர். ஒரு பெண்மணி தனது குழந்தைகளுக்கு முறையான கல்வி கிடைப்பதில்லை என்று குற்றம் சாட்டினார், சவூதி முஜாஹித் ஒருவர் வந்து குழந்தைகளுக்கு குரானை மனனம் செய்யமட்டும் சொல்லித் தருகிறார் என்றார்.

ஆனால், மொத்தத்தில் எல்லாப்பெண்களும் அஹ்ரார் அல்-ஷாம் நடத்தும் அல் இஷான் அறக்கட்டளை இல்லாவிட்டால் பிழைப்பது கடினம் என்று ஒப்புக்கொண்டனர், அதனால்தான் தங்கள் வருமானத்தைப் பாதுகாக்க அவர்கள் என்ன சொன்னாலும் அதன்படி நடக்கத் தயாராக இருக்கின்றனர். அவர்களில் ஒரு பெண்மணியின் கணவர் அஹ்ரார் அல்-ஷாமில் போராளியாக இருந்தவர், அவருக்கு இப்போது மாதம் இரண்டாயிரம் டாலர்கள் உதவித்தொகை கிடைக்கிறது. ரக்கா நகரத்தை ஐஎஸ்ஐஎஸ் அமைப்பிடம் விட்டுச்செல்லும் முன், அஹ்ரார் அல்-ஷாம் ஒரு வங்கியைக் கொள்ளையடித்தது, ஏனென்றால் இந்நாட்களில் விசுவாசம் என்பது பொருளாதாரச் சார்பினால் மட்டுமே உருவாகிறது.

ஐஎஸ்ஐஎஸ் போராளிகளுக்கு சிரியர்களிடையே வரவேற்பில்லை, சமீபம் வரை உள்ளூர்ச் சமூகத்தோடு தங்களைப் பிணைத்துக்கொள்ள அவர்களால் இயலவில்லை.

குறைந்தபட்சமாக இத்லிப்பை ஒட்டியுள்ள கிராமப்புறங்களில்கூட முடியவில்லை.

உள்ளூர் மசூதி குறித்துப் பெண்களிடம் கேட்டபோது, அங்கிருக்கும் ஓதுபவர் ஜோர்டானியர், நுஸ்ரா முன்னணியின் அபு கொடாமாவோடு வந்தவர் என்றனர். அந்நேரம் ஐஎஸ்ஐஎஸ் மற்றும் நுஸ்ரா முன்னணி எல்லைப்பகுதிகளில் தங்கள் செல்வாக்கை விரிவுபடுத்துவதில் முனைந்திருந்தன. பின்னாட்களில் அவர்கள் சராகெப்பைக் கைப்பற்றி, அதனால் அவர்களுக்கும் அஹ்ரார் அல்-ஷாம் மற்றும் நுஸ்ரா முன்னணிக்கிடையே போர் மூண்டு, கடைசியில் அவர்கள் சராகெப்பை சில காலத்திற்கு அஹ்ரார் அல்-ஷாமிடம் கையளித்துப் பின்வாங்கினர்.

ஐஎஸ்ஐஎஸ் மற்றும் நுஸ்ரா முன்னணியினரின் உறவு ஆரம்பத்தில் சீராக இருந்தாலும் - இது ஐஎஸ்ஐஎஸ்சின் தந்திரம், தொடக்கத்தில் இதை எல்லா இஸ்லாமிய அமைப்புகளுடனும் நடத்தியது - சிறிது காலத்திலேயே ஐஎஸ்ஐஎஸ் நுஸ்ரா முன்னணியின் செயல்பாடுகள் மீது அதிருப்தியுற்று அதன் மீது போர் தொடுக்குமளவு ஆனது. முக்கியமான கருத்து வேறுபாடு என்னவென்றால், ஐஎஸ்ஐஎஸ், மதத் தீவிரவாதம் கொண்டது, இஸ்லாமிய *ஷரியா* சட்டங்களான கொல்லுதல், வெட்டுதல் மற்றும் தக்ஃபிர் எனப்படும் அடுத்த மதத்தினரின் நம்பிக்கைகளைத் துன்மார்க்கம் என அறிவித்தல் ஆகியவற்றை அடக்குமுறையின் மூலம் பரப்ப முனைந்தது. மேலும் அவர்கள் எல்லையற்ற பரந்ததொரு இஸ்லாமிய நாட்டை உருவாக்க விரும்புகின்றனர், அவர்கள் நுஸ்ரா முன்னணியினரைக்காட்டிலும் எண்ணிக்கையில், ஆயுத பலத்தில், பொருளாதாரத்தில், ஊடக வெளிச்சத்தில் உயர்ந்தவர்கள். ஒப்பிடுகையில் நுஸ்ரா அமைப்பினர் *ஷரியா* சட்டத்தில் உள்ள அளவு தீவிரத்தன்மை உள்ளவர்களல்ல. இருப்பினும் கொள்கையளவில் இரு குழுக்களுக்கும் பெரிய அளவில் வேறுபாடு இல்லை: இருவருமே எந்த அரசாங்க அமைப்பும் இஸ்லாமியச் சட்டத்தின்படி இயங்கவேண்டும் என்பதில் ஒத்துப்போகின்றனர். மேலும், இன்னும் அதிகமான தெளிவு பிறப்பது எதிலென்றால், இருவரும் பெண்கள் விஷயத்தில் தீவிரமான பார்வை உடையவர்களாக இருக்கின்றனர்.

சில மணிநேரங்களுக்கு உள்ளாகவே பெண்களோடு மான்டெஹாவின் வீட்டில் முடிக்கவேண்டிய என் வேலைகளை முடித்துவிட்டேன், பிறகு கிளம்பும் முன் சுருக்கமாக அவற்றை விளக்கிச் சொல்லவும் நேரம் இருந்தது. வேலை எப்படி

நடக்கிறது என்று சில பெண்களின் வீட்டுக்கு தொடர்ந்து சென்று பார்க்கவும் விரும்பினேன். ஏவுகணைகளின் ஒலி மிக அருகில் கேட்க ஆரம்பித்தது, வாசலில் என் இரட்சக தேவதையான மொஹம்மத் என்னை அழைத்துப்போக நின்றிருந்தார். வாசலில் இருந்த சிறுகடைக்குப் பக்கத்தில் ஒரு குழந்தை உருக்குலைந்த முகத்துடன் நின்று கொண்டிருந்தது. டஜன் கணக்கில் குழந்தைகள் அதற்குப்பின்னால் விரியும் கண்களுடன் வெளியிலிருந்து வந்தவரைப் பார்க்க ஆர்வத்துடன் நின்றிருந்தன: அது நான்தான். அந்தக்கடை கண்பார்வையற்ற ஒரு பெண்மணியால் நடத்தப்படுகிறது, சில தரங்குறைந்த சாக்லேட்டுகள், நொறுக்குகள் மற்றும் சில பலூன்களைத் தவிர அது காலியாகத்தான் இருந்தது. நான் பார்வையைத் தாழ்த்தியதும் கடைக்கு இடது பக்கத்தில் நாற்காலியில் அமர்ந்திருந்த ஒரு பெண்குழந்தையின் முகம் என் கண்ணில் பட்டது. ஏழு வயதிருக்கலாம், அதற்குக் கைகளும் கால்களும் இல்லை. நான் அங்கேயே நின்று அவளை அபத்தமாக வெறித்துப் பார்த்துக்கொண்டிருந்தேன். என் தலை வலிக்க ஆரம்பித்தது, மயங்கிவிடுவேன் என்று தோன்றியது, அதேசமயம் வானம் கிடுகிடுக்கத் தொடங்கியது, குழந்தைகள் அங்கிருந்து ஓடினர், மொஹம்மத் என்னை வண்டிக்குள் ஏறும்படி கத்தினார்.

தலையில் ஒரு பிளவு உருவாகி அதனுள்ளிருந்து எறும்புகள் வெளிப்பட்டு என் முதுகெலும்பு நோக்கி ஊர்வதாக ஒரு மயக்கம். இங்குள்ள மக்கள் மரணத்துக்கு அருகிலேயே வாழ்கின்றனர். இது உருவகமல்ல, உண்மை. அவர்கள் பெரிய பிரச்சனைகள் குறித்தெல்லாம் கவலைப்படுவதில்லை, அவர்களுக்கு ராணுவநிலையைப் புரிந்து கொள்வதிலோ அல்லது அரசியல் நிலைப்பாட்டிலோ விருப்பமில்லை; அவர்களுக்கு யோசிக்க வெளியேதும் இல்லை. அவர்களால் முடிந்ததெல்லம் உயிர்வாழப் போராடுவது மட்டுமே. அவர்கள் கவனத்தில் இருப்பதெல்லாம் இன்று ரொட்டி செய்யக் கொஞ்சம் மாவு கிடைக்குமா என்பதுதான். காப்பி என்பது அதிசயமாகக் கிடைக்கும் உயர்ந்த பொருள்; டீயோ சர்க்கரையோ கிடைக்குமா? காலையில் முகம் கழுவச் சிறிது தண்ணீர் கிடைக்குமா? ஒருவேளை உணவு இருக்கும் அத்தனை வயிற்றையும் நிறைக்கப் போதுமானதா? அவர்களில் யாரேனும் முழுமையான வாழ்நாளுக்கு இருந்து இயற்கையான மரணத்தை அடைவார்களா?

இது ரமலான் மாதம், அவர்களுக்குத் தேவை எல்லாம் வீட்டில் உள்ள யாருடைய தலையாவது உருளும் முன்பு அல்லது இன்னொரு தகப்பன், எறிகணை அல்லது பீப்பாய் வெடிகுண்டுகளால் சிதைந்த தன்னுடைய குழந்தையின் உடலை

இடிபாடுகளுக்கு இடையிலிருந்து உருவும்முன் நோன்பு திறக்க முடியும் என்று நம்பிக்கொண்டிருக்கின்றனர். கவனிக்கத்தகுந்த ஒரு விஷயம் என்னவென்றால் இந்த இரண்டரை வருடத் தொடர் தாக்குதலில் அவர்கள் வானத்தோடு ஒரு விநோதப் பிணைப்புக் கொண்டுவிட்டனர். அதைத் தொடர்ந்து கண்காணிக்கப் பழகியுள்ளனர். யாருமே வானத்தை அண்ணாந்து பார்க்காமல் வெளியில் கால் வைப்பதில்லை, அல்லது வீட்டின் மொட்டைமாடிக்குச் சென்று அடுத்த ஏவுகணைத் தாக்குதல் வானத்தில் ஆழத்தில் எங்கிருந்து துவங்குகிறது என்று கவனிக்கத் தவறுவதில்லை.

இந்நிகழ்வுகளிலிருந்து ஏன் ஒரு அர்த்தத்தைத் தேட முயல்கிறேன் என்று புரியவில்லை. இந்த ரத்தக்கடலில் ஒரு பயனின்மையை உணர ஆரம்பித்துவிட்டேன். இதிலிருந்து அர்த்தமற்றதற்குத் தப்பிச்செல்லும் முன் இதில் மூழ்கி எழுந்துதான் செல்லவேண்டுமா? நான் மீண்டும் மீண்டும் இங்கே வந்து அதற்கெதிரான என்னுடைய போரில் மரணத்தைத் தழுவவேண்டுமா?

மீண்டும் வீட்டுக்கு வந்தோம். நௌரா எங்களுக்காகக் காத்திருந்தார். கவலையிலிருந்து விடுபட்டு என்னை முத்தங்களோடு வாழ்த்தினார். ‘கடவுளுக்கு நன்றி, நீங்கள் பாதுகாப்பாக இருக்கிறீர்கள்.’ அபு இப்ராஹிம் மீண்டும் ரேடியோவுக்கு அருகில் அமர்ந்து கொண்டார்.

‘விமானங்கள் சென்றுவிட்டன. அவை தஃப்தனாஸ் இருக்கும் திசை நோக்கிச் செல்கின்றன’ என்றார்.

எல்லோரும் ஒருமுறை பெருமூச்சு விட்டோம். தேவையற்ற கேள்விகள் என் தொண்டையை நிறைத்தன.

‘நாம் பாதுகாப்பாக இருக்கும் நேரத்தில் மற்றவர்கள் இறப்பார்கள்,’ என்றேன்.

மொஹம்மத் எங்களை விட்டுவிட்டு குண்டுவீச்சு நடந்த இடத்துக்குச் சென்று பார்த்துவரக் கிளம்பினார். மாலைநேர வேலைகளுக்காக நாங்கள் தயாராகிக் கொண்டிருந்தபோது தூரத்து உறவினர்கள் சிலர் அறைகளிலிருந்து வெளிவந்து இரண்டு முதியபெண்களையும் சூழ்ந்து கொண்டனர். நாள் முடிவில் நோன்பை முடிக்க என்று நிறைவானதொரு உணவுப்பட்டியல் தயாரானது. யார் சமைப்பது? யார் கருகிப்போன அவள் தோட்டத்துக்குச் சென்று பார்ப்பது? நானும் நௌராவும் அவரது பின்னல் வேலைகளுக்கான பொருட்களை, அவர் தைத்திருந்த சில ஆடைகளை, எடுத்து ஒழுங்காக அடுக்கிவைத்தோம்.

நான் அவர் தையல் வேலைகளைப் பார்த்து அவர் மற்ற பெண்களுக்கு தையல் வேலை குறித்த வகுப்பெடுக்கலாம் என்று பரிந்துரைத்தேன், அப்போது ரேடியோவிலிருந்து ஒரு குரல் கரகரத்தது.

'சராகெப் மக்களுக்கு, சராகெப் போராளிகளுக்கு... ஒரு விமானம் பீப்பாய்களோடு சராகெப் மற்றும் தஃப்தனாஸ் நோக்கி வந்துகொண்டிருக்கிறது.'

தடைபட்டு ஒலித்த அக்குரலைக் கேட்டதும் நாங்கள் உறைந்துபோனோம். பீப்பாய் என்றதும் எல்லோரும் கல்லாய் சமைந்துவிட்டனர். பீப்பாய் வெடிகுண்டுகள் உருவாக்கும் இடிபாடுகளிலிருந்து தப்பி வெளிவரும் வாய்ப்பு மிகமிகக் குறைவானது என்பதால்தான் நகரக்கூட முடியாமல் நின்றுவிட்டோம். தொடர்ந்து ரேடியோவின் கரகரப்பு ஒலி அதிகரிக்க நௌரா கிறீச்சிட்டுக் கத்தினார், நான் என் கைகளால் நெற்றியை அழுத்திப் பிடித்துக் கொண்டேன். ஓவனில் உருளைக்கிழங்கு இருந்தது, ஓடிச்சென்று எரிவாயுவை அணைத்துவிட்டு வந்தேன், இல்லையென்றால் அது வெடித்து எல்லோரும் எரிந்து சாகவேண்டும். இரண்டு முதியவர்களும் எங்களை பீதியோடு பார்த்தனர்.

ரேடியோவில் போராளியின் குரல் இப்போது தெளிவாகக் கேட்டது: 'என்னால் இப்போது அதைப் பார்க்க முடிகிறது. ஆறு கிலோமீட்டர் உயரத்தில் பறக்கிறது என்பதால் நாம் அதைச் சுட்டுவீழ்த்த முடியாது.'

சராகெப்பைத் தாக்கும் முயற்சியிலுள்ள விமானத்தின் முயற்சியைத் தடுக்கப் போராளிகள் சுடும் இயந்திரத்துப்பாக்கிகளின் ஒலி கேட்டது. ரேடியோவின் கரகரப்பு ஒலி இப்போது அதிகமானது. அது 'மிக்' ரக விமானமா அல்லது ஹெலிகாப்டரா என்று கணிப்பது கடினமாக இருந்தது, அது குண்டு வீசியபின்புதான் தெரியும். மிகப்பெரிய வெடிச்சத்தம் ஒன்று கேட்டது, ரேடியோ ஆரவாரித்தது, 'அல்லாஹு அக்பர், இறைவன் மிகப்பெரியன்! அந்தப்பீப்பாய் ஆகாயத்திலேயே வெடித்துவிட்டது. அல்லாஹு அக்பர்.'

இந்த மயிரிழைத் தப்பித்தலுக்கு நிச்சயமாக ஒரு கொண்டாட்டம் தேவை. நாங்கள் சீக்கிரமே எங்கள் வேலைகளுக்குத் திரும்பினோம். ஆண்கள் வெளியே செல்ல பெண்கள் சமையலுக்குத் திரும்பினர். நான் ஆயூஷுடன் முற்றத்திற்குச் சென்று வானத்தை ஆராய்ந்தேன்.

இது இன்னுமொரு மறக்க முடியாத நாள்: 20 ஜூலை 2013. அர்த்தமற்றதன் வெறுமைக்குள் கால்வைத்த கணத்தை என்னால் எப்படி மறக்க முடியும்?

சராகெப்பின் ஊடக அலுவலகத்தில் இருந்தோம், அது இரண்டு பிரிவுகளாகப் பிரிக்கப்பட்டிருந்தது. ஒரு அறையில் மின்சாரக் கருவிகள் மற்றும் மின்னேற்றம் செய்யும் கருவிகள் இருந்தன. மற்றொன்றில் இணையம் மற்றும் தொலைத் தொடர்பு சாதனங்கள். இந்த இரண்டாவது அறையில்தான் நான் இருந்தேன், இங்குதான் போராளிகள் அதிகமாக வரமாட்டார்கள். மேலும், அங்கு வரும் பத்திரிக்கையாளர்கள் மற்றும் ஊடகத்துறையினர் அங்குள்ள இணையம் மற்றும் தொலைத்தொடர்பு வசதியைப் பயன்படுத்துவதற்காகவும் விருந்தினர் அறையாகவும் அது உள்ளது. பல்வேறு நகரங்கள் மற்றும் கிராமங்களில் போராளிகளால் இம்மாதிரியான ஊடக நிலையங்கள் அமைக்கப்பட்டுள்ளன, அதன்மூலமாகத்தான் அங்குள்ள செய்திகளை வெளியுலகிற்கு அவர்கள் எடுத்துச் செல்கின்றனர்.

நான் சில மின்னஞ்சல்களை அனுப்பிவிட்டு பெண்களுக்கான பணித்திட்டங்களுக்காக சில குறிப்புகள் எடுத்துக் கொண்டிருந்தேன். என்னைச்சுற்றி பெண்களைப்பற்றிய குறிப்புகள் அவர்களின் தனிப்பட்ட விபரங்கள் அடங்கிய தாள்கள் சிதறிக்கிடந்தன. திடீரென எல்லாமும் கடினமானவையாகத் தோன்றின. என் சக்தி முழுவதும் தொலைந்துவிட்டதுபோல உணர்ந்தேன், அங்கிருந்து வெளியேறி கழிவறைக்குச் சென்று என் முகத்தைக் கழுவ நினைத்தேன், ஆனால் மிதப்பது போல் உணர்ந்தேன். அஸாட் படையினரின் தாக்குதல் கடுமையாக இருந்தது. அவர்கள் எங்களை மிருகங்கள் போலத் தொடர்ந்து ஓடவைத்துக் கொண்டிருந்தனர், ஜிஹாதிக்குழுக்களின் பரவல் உண்டாக்கும் பேரழிவு குறித்துச் சொல்லவே வேண்டாம், அவர்கள் இப்போது மக்களின் தனிப்பட்ட வாழ்க்கையில் இடையூறு செய்ய ஆரம்பித்துவிட்டனர்.

அன்று நிறைய ஆண்கள் தொலைத்தொடர்பு அறைக்குள் வருவதும் போவதுமாக இருந்தனர், அந்தச் சூழ்நிலை ஒருபெண் இருந்த காரணத்தால் சற்று வித்தியாசமாக இருந்தது. அன்று நான் முதலில் சந்திக்கவேண்டியிருந்த பெண்ணின் வீட்டுக்குச் செல்லவேண்டிய நேரம் வரை அங்கேயே இருக்கப்போகிறேன் என்று கூறியிருந்தேன். அந்த அறை ஒரு தேன்கூடு போல ரீங்கரிக்கும் அசைவுகளால் நிரம்பியிருந்தது. அந்த ஆண்கள் அனைவரும் இளைஞர்கள், எல்லோரும் முப்பது வயதுக்கு

உட்பட்டவர்கள். அவர்களில் ஒருவர் ஸைதூன் மற்றும் ஸைதூனா என்ற சிறுவர் பத்திரிக்கையின் ஆசிரியர். அது வடக்கு சிரியாவில் விநியோகிக்கப்பட்டு வந்தது. இன்னொருவர் சராகெப் செய்திகளுக்கான பிரத்தியேக இணையதளத்தின் புகைப்படக்காரர். மற்றொருவர் காணொளிகளைத் தயாரித்து செய்தி நிறுவனங்களுக்கு அனுப்புபவர். சில போராளிகளும் உள்ளே வருவார்கள், சராகெப் தியாகிகள் படைப்பிரிவினர்களில் சிலர், அவர்களின் தலைமையகம் அங்கிருந்து இருநூறு மீட்டர் தொலைவில் அமைந்திருந்தது. அது ரமலான் மாதமாகையால் யாரும் சூரியன் மறைந்து பிரார்த்தனைக்கான அழைப்பு வரும்வரை உண்ண மாட்டோம்.

திடீரென்று பலமான ஓசையுடன் ஒரு வெடிப்பு, தொடர்ந்து கண்ணாடிச் சிதறல்கள் பொழியும் ஓசை. எல்லோரும் அறையைவிட்டு ஓடினோம். கொத்துக்குண்டு ஒன்று பக்கத்து அறையின் சுவரைத் தாக்கிவிட்டது. ஜன்னல் இருந்த இடத்தில் பெரிய துளை இருந்தது, அதன்வழி வானமும் நிலமும் பிரகாசித்துக் கொண்டிருந்தன. எல்லோரும் வெளியேற வேண்டுமென ஆண்கள் சத்தமிட, யாரோ ஒருவர் விமானம் இன்னும் மேலேதான் சுற்றிக்கொண்டிருக்கிறது என்றும் நம்மைத் தாக்கியது கொத்து மற்றும் பீப்பாய் குண்டு என்றும் எச்சரித்தார். என்ன நடக்கிறதென என்னால் புரிந்துகொள்ள முடியவில்லை, எங்களால் நிலவறைக்கும் போகமுடியவில்லை. கொத்துக் குண்டிலிருந்து பிரிந்த சிறு குண்டுகள் ஆங்காங்கே வெடித்துக் கொண்டிருந்தன. எங்களோடு போலந்து நாட்டின் பத்திரிக்கையாளர் மார்சின் சுடெர், இங்கிலாந்துப் பத்திரிக்கையாளர் மற்றும் இரண்டு சிரியப் பத்திரிக்கையாளர்கள் இருந்தனர். மார்சின் உடனடியாக வெளியில் சென்று வானத்தைப் படம்பிடிக்க ஆரம்பித்தார்.

'நானும் உங்களோடு வருகிறேன்!' என்று கத்தியபடி தாள்களைச் சேகரித்துப் பையில் திணித்துக்கொண்டு ஓடினேன்.

மன்ஹால், மொஹம்மத் மற்றும் மார்சினுடன் வண்டியில் ஏறினேன். வண்டியை ஓட்டிச் செல்லும்போது சில தெருக்களைத் தவிர்த்துவிட்டுச் சென்றோம் ஏனென்றால் அங்கே கொத்துக்குண்டின் பாகங்கள் கிடக்கலாம், தவறுதலாக அவற்றை நாங்கள் வெடிக்கவைத்து விடக்கூடும். அலுவலகத்தின் அருகில் விழுந்த ஏவுகணை அதன் அருகில் இருந்த நிலத்தை மொத்தமாகப் பொசுக்கியிருந்தது. வீடுகள் அடுத்தடுத்து விழுந்த மூன்று பீப்பாய் வெடிகுண்டுகளால் சிதைந்திருந்தன, ஆங்காங்கே இளைஞர்கள் காயம்பட்டவர்களுக்கு உதவக்

குழுமியிருந்தனர். முன்பு இங்கே இருந்த கட்டடங்களுக்கு இப்போது எந்தத் தடயமும் இல்லை. வெறும் குப்பைகள், புழுதி நிறத்திலிருந்த உடல்கள் இடிபாடுகளுக்கிடையிலிருந்து உருவப்பட்டுக் கொண்டிருந்தன. எல்லாமும் ஒரே நிறத்துக்கு வந்துவிட்டிருந்தது. நான் அவற்றைப் புகைப்படமெடுக்க ஆரம்பித்தேன்.

'மருத்துவமனைக்குச் செல்லுங்கள், உங்கள் உதவி தேவைப்படும்,' என்று ஒரு இளைஞர் கத்தினார்.

கிளம்பியதுமே ஒரு கொத்துக்குண்டு சாலையின் அடுத்த பக்கத்தில் தீப்பிழம்பாக வெடித்தது. குண்டுவெடித்த இடத்திலிருந்து விலகிச்செல்ல முயன்றோம், அதற்குள் மொஹம்மதுவின் ரேடியோ மருத்துவமனை கொத்து வெடிகுண்டால் தாக்கப்பட்டு விட்டதென்றும் அதனருகிலிருந்த கட்டடம் ஏவுகணைத் தாக்குதலுக்கு உள்ளாகிவிட்டதென்றும் அறிவித்தது. மருத்துவமனை நோக்கிக் கிளம்பினோம். சாலையில் இருந்தவர்கள் வேறுவழியின்றி அங்கிருந்து கிளம்பியவர்கள் மட்டுமே; பல குடும்பங்கள் சராகெப்பை விட்டுக் கிளம்பிக்கொண்டிருந்தன. தலைக்குமேலே இன்னமும் விமானத்தின் ஓசை கேட்டது.

'எனக்கென்னமோ நாம் மாட்டிக்கொண்ட எலிகள் போலவும் அந்தப் பஷார் அல்-அஸாட் தனது மகிழ்ச்சிக்காக நம்மைக் கொல்கிறான் என்றும் தோன்றுகிறது,' என்று உடனிருந்தவர்களிடம் கூறினேன். அவர்கள் பதிலேதும் சொல்லவில்லை என்றாலும் எங்கள் நகரம் மீது அரசின் விமானம் மற்றும் ஏவுகணைகள் நடத்திய தாக்குதலின் நெருக்கமான உருவகம் இதுதான் என்று தோன்றியது. மருத்துவமனை சராகெப்பின் எல்லையில் இருப்பதாலும் அது நெடுஞ்சாலையை ஒட்டி அமைந்திருப்பதாலும் எப்போதும் தாக்குதலுக்கு உள்ளாகிறது.

மருத்துவமனையில் புழுதி படிந்த முகங்களோடு சிலர் இருந்தனர், அவர்களில் ஒருவர் ரத்தம் தோய்ந்த நாற்காலியில் நினைவிழந்து கிடந்தார். மக்கள் ஒருவர்மேல் ஒருவர் இடித்தபடி உள்ளே வருவதும் வெளியே போவதுமாக இருந்தனர், எல்லோரும் அதிர்ச்சியிலும் பீதியுற்ற நிலையிலும் இருந்தனர். மருத்துவர் என் தோழர்களின் நண்பர், வெளியில் வந்து அருகிலிருந்த ஒரு அறைக்கு எங்களை அழைத்துச் சென்றார். அவர் சராகெப்பைச் சேர்ந்தவர், முப்பது வயது, மிகுந்த கோபத்திலிருந்தார்.

'மற்ற மருத்துவர்கள் எல்லாம் ஓடிவிட்டனர், இன்னும் நோயாளிகள் வெளியில் காத்திருக்கின்றனர். நான் என்ன

செய்வது? போதுமான அளவு மருந்துகளும் இல்லை. மக்கள் இறந்து கொண்டிருக்கின்றனர். குடும்பத்தினர் கோபப்படுகின்றனர். நான் என்னதான் செய்ய முடியும்?'

ஒருவர் கதவை ஓங்கியடித்து மருத்துவரை தன்னோடு வரும்படி கத்தினார். ஒரு இளைஞர் காயம்பட்டிருக்கிறார், அவரை ஒரு வார்டில் படுக்கவைத்துள்ளனர். ஆனால் மருந்துப் பற்றாக்குறையாக உள்ளது, கருவிகள், மின்சாரம், தண்ணீர் - அடிப்படையில் எல்லாமே பற்றாக்குறைதான். அந்த இளைஞன் அலறிக்கொண்டிருந்தான். நான் பக்கத்திலிருந்த இன்னொரு அறைக்குள் சென்றேன். இரண்டு படுக்கைகள், அதில் இரண்டு பெண்களின் பிணங்கள் வைக்கப்பட்டிருந்தன. நான் அதனருகில் சென்றேன்.

'அவர்கள் பீப்பாய் வெடித்து இறந்தவர்கள்,' என்று ஒரு ஆண் தாதி தெரிவித்தார்.

'நான் அவர்களைப் பார்க்கலாமா?' என்று கேட்டேன்.

ஆச்சரியமாக என்னைப் பார்த்து, 'நிச்சயமாகப் பார்க்கலாம்.' என்றார்.

நான் இன்னும் அருகில் சென்று முதல் உடலின் முகத்தை மூடியிருந்த துணியை விலக்கினேன். அநேகமாக அவள் முப்பதுகளின் கடைசியில் இருந்தவள். முகத்தில் ரத்தம் படிந்திருக்கவில்லை என்றால் தூங்குவதுபோல் இருக்கும். நான் முகத்தை மூடிவிட்டு ஜன்னல் வழியே வெறித்துப் பார்த்துக்கொண்டிருந்தேன், பிறகு இரண்டாவது பிணத்தினருகில் கட்டிலில் அமர்ந்துகொண்டேன். வானத்தில் விமானம் மீண்டும் ரீங்காரமிட்டது.

'நீங்கள் இங்கே என்ன செய்கிறீர்கள்?' இன்னொரு இளைஞன் என்னைப்பார்த்துக் கத்தினான். நான் இரண்டு பிணங்களுக்கிடையே அமர்ந்திருக்கிறேன் என்பதும் அவற்றில் ஒன்றைத் தொட்டுக்கொண்டிருக்கிறேன் என்பதும் அப்போதுதான் உறைத்தது. அமைதியாக எழுந்து நின்றேன். நான் நானாக இல்லை. பற்றின்மை எனும் நீர்க்குமிழிக்குள் சூழப்பட்டிருப்பதால்தான் என்னால் உறுதியாக இருக்க முடிந்தது. என் குழுவின் மற்றவர்களோடு சேர்ந்து கொண்டேன், அந்த அறையில் காயம்பட்டவர்களும் இறந்தவர்களும் இருந்தனர்.

மருத்துவர் இன்னமும் கடுங்கோபத்தில் இருந்தார். 'இவர்களுக்கு என்ன கொடுப்பது? கொடுக்க எதுவுமே இல்லையே! எல்லோரையும் இங்கே சாகவிட வேண்டியதுதான்.

கடவுளே! கடவுளே!' என்று சொல்லிக்கொண்டே இருந்தார்.

மருத்துவமனையின் நுழைவாயிலில் ஒரு மனிதர் தன் மகனின் உடலைக் கையில் ஏந்தியபடி விம்மிக்கொண்டிருந்தார். 'எல்லாப் புகழும் இறைவனுக்கே, அல்ஹம்துலில்லாஹ். எல்லாப் புகழும் இறைவனுக்கே, கடவுளே, கடவுளே!.' மக்கள் வெளியே திரண்டு வேகத்தோடு கிளர்ந்து கூச்சலிட்டுக் கொண்டிருந்தனர். பக்கத்துக் கட்டடம் தீப்பிடித்து எரிந்து கொண்டிருந்தது.

வெளிவாயிலில் நிறுத்தப்பட்டிருந்த ஒரு வேன் அருகே சென்றேன். பின்புறத்தில் மூன்று உடல்கள் வைக்கப்பட்டிருந்தன: தாய் மற்றும் அவளின் இரு குழந்தைகள், நைந்துபோன ஒரு போர்வையில் அவ்வுடல்கள் சுற்றப்பட்டிருந்தன. எப்போதும் முதலில் இறப்பது ஏழைகள்தான். அந்தப்பெண்ணின் கால் வெளித் தெரிந்தது, போர்வைக்குள்ளிருந்து நீட்டிக்கொண்டிருந்த அக்கால்கள் காய்ந்துபோய் வெடிப்புகளோடு இருந்தன. சிறுவனின் பழுப்புநிறத் தலைமுடியில் ஆங்காங்கே பெரிய அளவில் ரத்தம் காய்ந்து கிடந்தது. பிறகு, ஒரு பீப்பாய் வெடிகுண்டு அவர்கள் மீது விழுந்து இறந்தார்கள் என்று தெரிந்துகொண்டேன், அவர்கள் வீடு நகரமத்தியில் இல்லை, வெடிகுண்டும் வானிலேயே வெடித்துவிட்டது. இருந்தாலும் உலோகச்சிதறல் தாக்கி இறந்தனர். வேன் முழுவதும் ரத்தமாக இருந்தது.

அருகிலிருந்த நடைபாதையில் ஒருவர் அமர்ந்து மருத்துவமனையை வெறித்துப் பார்த்துக் கொண்டிருந்தார். அவர் வெறுமைக்குள்தான் வெறித்துக்கொண்டிருந்தார். இது தொடர்ச்சியாக காணக்கிடைப்பதுதான்: மனிதர்கள் பயங்கரமான படுகொலை நடந்த இடத்தில் அமர்ந்தபடி அல்லது தங்கள் குடும்பத்தினரின் பிணங்களுக்கு அருகில் அமர்ந்தபடி வெறுமையாய்ப் பார்த்துக் கொண்டிருப்பர்.

நான் வேன் அருகே சென்றேன். 'கடவுள் இவர்களுக்குக் கருணை காட்டட்டும்,'என்றேன்.

அந்த மனிதர் என்னைத் திரும்பிப் பார்த்தார்.

தன் மௌனத்திற்குத் திரும்புமுன் 'கடவுளின் சமாதானம் உங்களோடு இருப்பதாக,' என்றார். நான் அங்கிருந்து நகர்ந்தவுடன் சில இளைஞர்கள் வந்து மூன்று உடல்களையும் மருத்துவமனைக்குள் எடுத்துச் சென்றனர். தூக்கப்பட்டவுடன் சிறுமியின் பின்னலும் அதன்பிறகு முகமும் தெரிந்தன. நான்கு வயதுக்கு அதிகமிராது. ப்ளாஸ்டிக் செருப்பு அணிந்திருந்தாள்,

ஆனால் ஒரு காலில் பாதம் இருப்பதற்கான தடயமே இல்லை, ரத்தநாளங்களும் அதிக அளவு ரத்தமும்தான் இருந்தன. நான் அந்த இளைஞர்களுக்கு அருகே சென்று போர்வையை இழுத்து அக்குழந்தையின் கால்களை மூடி, முனையைச் செருக முயற்சி செய்தேன். என் விரல்கள் ரத்தத்தில் நனைந்தன.

'விழுந்தது ஆறாவது பீப்பாய்,' இன்னொரு மனிதர் அந்தப்பெரும் சத்தத்தை மீறிக்கத்தினார், எங்களுக்கு எதிரே புழுதி மேகமென உயர்ந்தது. அதே ஹெலிகாப்டர் நகர மத்தியில் ஏழாவது பீப்பாயைத் தள்ளிவிட்டது, பிறகு மீண்டும் சுழன்று வந்து இன்னொன்றைத் தள்ளிவிட்டது. உயரும் புழுதியில் எதுவுமே கண்ணுக்குத் தெரியவில்லை.

நான், 'இது நரகம்!' என்று கத்திக்கொண்டே வட்டவடிவில் நடக்க ஆரம்பித்தேன். கண்ணுக்குத் தெரிந்ததெல்லாம் புழுதி மட்டுமே. வெடிச்சத்தம் இடிபோல என் காதை அடைத்தது.

'உங்களை மீண்டும் வீட்டுக்கு அழைத்துச் செல்கிறோம்,' என்று மொஹம்மத் கோபமாகக் கூறினார். 'இங்கே இருப்பது மிகவும் ஆபத்தானது.'

'ஆனால் வீட்டிலும் குண்டுவிழுவதற்கான சாத்தியம் இருக்கிறதே!' என்று வட்டத்தில் நடப்பதை நிறுத்திவிட்டுக் கூறினேன்.

வாகனத்தில் ஏறச்செல்லும்போது மருத்துவர் எங்கள் பின்னாலிருந்து அழைத்தார். 'மிக்' ரக விமானங்களும் ரசாயன வெடிகுண்டுகளும் இருந்த காலத்தை நினைத்துப் பாருங்கள். பீப்பாய்களோடு ஒப்பிடுகையில் அவை குறைந்தபட்சக் கருணை உடையவை, இது எல்லாவற்றையும் அழிக்கிறது. அவற்றிலிருந்து தப்பிக்கவே முடியாது' என்றார்.

'இங்கிருந்து செங்கல் சூளைக்கு மக்கள் நேரடியாகச் செல்ல ஒரு பாதையை உருவாக்க நினைக்கிறார்கள்,' என்றார் எங்களோடு வந்த போராளி ஒருவர். இவ்வளவு நேரமும் அவர் ஒருவார்த்தை பேசவில்லை, நெருக்கியடித்து பின் இருக்கையில் மற்ற இளைஞர்களோடு அமர்ந்தபடி வந்தார். 'குண்டு வீச்சு கடுமையாக உள்ளது, ஒருவாரமாக நிற்கவே இல்லை. நீங்கள் இங்கே இறங்கிக் கொள்ளுங்கள், மேடம்!'

நான் பதிலுக்கு ஒரு வார்த்தைகூடப் பேசவில்லை. நான் இப்போது ஒரு உரையாடலில் இறங்கத் தயாராக இல்லை. வண்டி அபு இப்ராஹிமின் வீட்டு வாசலில் நின்றதும் என் சீற்றம் உச்சத்திலிருந்தது.

‘நீங்கள் எப்போது திரும்பி வருவீர்கள்?’ என்று அவர்களைக் கேட்டேன்.

‘நாங்கள் இறப்புகளுக்கு என்ன செய்யலாம் என்று பார்க்கவேண்டும். நீங்கள் உடனிருந்தால் இன்னும் பதட்டமாகிறோம். அபு இப்ராஹிமின் ரேடியோ மூலம் உங்களோடு தொடர்பிலிருப்போம்.’

நாளுக்குநாள் ஒரு விஷயம் தெளிவாகிக் கொண்டிருந்தது, நான் கனவு கண்டதுபோல் இங்கே வந்து வாழ்வதென்பது சாத்தியமே இல்லை. நான் நாடுகடத்தப்பட்டு ஃப்ரான்சில் வாழ்ந்தாலும் நான் இன்னும் ஃப்ரெஞ்ச் கற்றுக்கொள்ளவில்லை, ஏனென்றால் நான் நாடுதிரும்பி வடக்குப் பகுதியில் வாழ விரும்பினேன். இதுவரை பாரிஸ் என்பது எனக்கு கடந்து செல்லும் ஒரு இடமாகவே இருக்கிறது.

அன்று மாலை ஆயூஷ், முதியவர்கள் மற்றும் நௌராவோடு வீட்டில் இருந்தேன். அவர்கள் முன்பு இருந்த அதே இடத்தில் அமர்ந்திருக்க நௌரா பீதியில் இருந்தார். அவர்கள் நிலவறைக்குச் செல்லவில்லை - அதில் ஏதும் அர்த்தம் இருப்பதாகத் தெரியவில்லை. முதிய பெண்கள் வழக்கம்போல அமைதியாக இருக்க நௌரா நின்றபடி பிரார்த்தித்துக் கொண்டிருந்தார், நானும் ஆயூஷும் ஒருவரையொருவர் பார்த்தபடி அமர்ந்திருந்தோம். நான் உள்ளே சென்று ஒரு கோப்பை காப்பி தயாரித்தேன், அப்போதுதான் மேசரா வேகமாக உள்ளே நுழைந்தார்.

‘சீக்கிரம்! புறப்படுங்கள்! நாம் சராகெப்பை விட்டுக் கிளம்பவேண்டும்!’ என்று எங்களைப் பார்த்துக் கத்தினார்.

நானும் மற்ற பெண்களும் அபு இப்ராஹிம், அல்-மாஷ்ரஃபியாவில் உருவாக்கிய பாதுகாப்பறைக்கு அனுப்பப்பட்டோம், இது வடகிழக்கில் ஒருமணிநேர வாகனப் பயணத்தில் அமைந்துள்ள கிராமம். நான் இங்கு வந்த காரணமே இங்கு நடப்பவற்றின் சாட்சியாக இருப்பதற்குத்தான், அதை தொலைதூரத்தில் உள்ள மகூதியிலிருந்து செய்யமுடியாது என்பதால் கோபத்தில் இருந்தேன். இது மாதிரியான நிகழ்வுகள் மீண்டும்மீண்டும் நடந்தபடி இருந்தன, ஒவ்வொருமுறையும் அச்சுஅசலாக முன்பு நிகழ்ந்தது போலவே: நம் உதவியற்ற தன்மையுடன் மரணத்தை எதிர்கொள்வது. இது மாதிரியான சந்தர்ப்பங்களில் எல்லா பாதுகாப்புகளும் எப்படியானது எனில் அமைதியாக மரணத்திற்குத் தயாராய் காத்திருந்துவிட்டு, அதன்பிறகு செய்திகளை கேட்டுத் தெரிந்துகொள்வதுதான்.

ஒரு ஆயுதமற்ற குடிமகன் எறிகணைகள், ஏவுகணைகள், பீப்பாய் வெடிகுண்டுகள் முன்பு என்ன செய்யமுடியும்? அவர்கள் தங்களைப் பாதுகாத்துக்கொள்ள வழியே இல்லை. போராளியின் ஆயுதங்கள் பயனற்றது, இறப்பதெல்லாம் பெரும்பாலும் பொதுமக்களே.

தற்காலிக இடப்பெயர்வுக்குச் செல்லும் வழியில், குடும்பங்கள் சராகெப்பை விட்டு வெளியேறிக்கொண்டிருப்பதைப் பார்த்தேன். ரேடியோவில் ஒரு போராளி வீட்டின்மீது விழுந்த கொத்து வெடிகுண்டை வெடிக்கும் முன் செயலிழக்கச் செய்துவிட்டார் என்ற செய்தி வந்தது. ஆனால் எங்களின் வலதுபுறத்தில் நிறைய வீடுகள் பீப்பாய் வெடிகுண்டுகளால் தரைமட்டமாகியிருந்தன.

நெடுஞ்சாலை, அது எறிகணைத் தாக்குதலுக்கு அடிக்கடி இலக்காகும் பகுதி என்பதால் குண்டும் குழியுமாக இருந்தது, நாங்கள் அவற்றைச்சுற்றிப் போகவேண்டும், எங்களுக்கு முன்னால் ஒரு கார் விற்பனையாளரின் இடம் பாழடைந்து கிடந்தது.

ரேடியோவில் ஒரு குரல் சத்தமிட்டது, 'மருத்துவர்கள் எங்கே? அறுவைச் சிகிச்சை நிபுணர்கள் வேண்டும். இங்கே ஆபத்தான நிலையில் நிறையப்பேர் இருக்கிறார்கள்.' பிறகு மற்றுமொரு குரல், 'சராகெப் மக்களே, சராகெப் மக்களே, கவனம். ஒரு விமானம் நெருங்கிக் கொண்டிருக்கிறது.'

வாகனத்தின் கண்ணாடி வழியாக வெளியே பார்த்தேன், மக்கள் தங்களுக்குச் சொந்தமான சில பொருட்களைச் சுமந்துகொண்டு, அங்குமிங்குமாக அலைந்தபடி இருந்தனர், விரக்தியில் அவர்களின் தலைகள் தாழ்ந்திருந்தன. மூன்று வெவ்வேறு குடும்பங்களைக் கடந்து சென்றோம். நாங்கள் கடந்து செல்லும்போது எங்களைப் பார்த்தபடி இருந்தனர், ஆயுதம்தாங்கிய ஒருவர் எங்கள் வாகனத்தை மறித்து நிறுத்தினார். நாங்கள் எங்கே போகிறோம் என்று கேட்டுக்கொண்டு மேற்கொண்டு செல்ல அனுமதித்தார்.

'துப்பாக்கிக்காரர்கள் முதல்முறையாக நேற்று ஒரு பெண்ணைக் கடத்தியுள்ளார்கள்,' என்றார் அபு இப்ராஹிம். 'பொதுவாகப் பெண்களைக் கடத்துவதில்லை. அதிலும் இவள் உள்ளூர் கிராமத்தைச் சேர்ந்தவள், ஆனாலும் அவளைக் கடத்தியிருக்கிறார்கள். அவளது கணவன் சாலையில் கொலைசெய்யப்பட்டுக் கிடந்தான். அவன் காரையும் மனைவியையும் கடத்தியிருக்கிறார்கள்! நாம் கவனமாக

இருக்கவேண்டும். இவர்கள் கூலிப்படையினர் மற்றும் திருடர்கள்.'

இடிந்த கூரையுடன் இருந்த ஒரு கட்டடத்தின் முன்பு சிறிதுநேரம் நின்றோம், ஒரு பளுதூக்கும் வாகனம் கூரையை மேலே தூக்க முயற்சி செய்துகொண்டிருந்தது. அதிலிருந்த ஐந்துபேர் கொல்லப்பட்டுவிட்டனர், ஒரு இளம்பெண் உடலைத் தேடும்பணி நடந்து கொண்டிருக்கிறது. அந்த வீட்டில் வசித்த இரண்டு பேர் இடிபாடுகளைப் பார்த்துக்கொண்டிருந்தனர், ஒருவர் பளுதூக்கும் வாகனத்துக்கு அருகில் நின்றபடி அதன் செயல்பாடுகளைக் கண்காணித்துக் கொண்டிருக்க மற்றொருவர் நடைபாதையில் அமர்ந்திருந்தார். அவர் மூன்று குழந்தைகளுக்குத் தகப்பன் என்று தெரிய வந்தது. அவர்கள் அனைவரும் அவர்கள் தாயோடு சேர்ந்து இறந்துவிட்டனர். இன்னொருவர் அவர்களின் மாமா.

சாலையின் மறுபக்கத்தில் குழந்தைகள் இரும்புக் குப்பைகளைச் சேகரித்துக் கொண்டிருந்தனர், பிறகு அதை விற்றுவிடுவார்கள். பீப்பாய் வெடிகுண்டுகளில் இருக்கும் இரும்புக்கம்பிகள் பொதுவாக ஒரு அடி நீளமிருக்கும். பதிமூன்று வயது மதிக்கத்தக்க ஒரு குழந்தை சிரமப்பட்டு இடிபாடுகளின் குவியலில் ஏறிக்கொண்டிருந்தான், மேலும் கம்பிகளைத் தேட, ஆனால் ஒருவர் அவனைக் கீழே இறங்கும்படி சத்தமிட்டார். அவன் ஆடைகள் கந்தலாக இருந்தன, கருநிறக் கண்கள், தலை முழுக்கத் தூசு படர்ந்திருந்தது. இடிந்து சிதைந்த குப்பைகளுக்குள் அவன் ஏற்கெனவே பலமுறை நுழைந்து வந்திருக்கிறான் என்று தெரிந்தது, இரும்புக் கம்பிகளைச் சேகரித்து விற்று ரொட்டி வாங்குவதற்காக இருக்கலாம்.

நடைபாதையில் அமர்ந்திருந்தவர் ஒரு சிகரெட்டைப் பற்றவைத்து, பளுதூக்கியைப் பார்த்துக்கொண்டிருந்தார், கண்ணிமைகளிலிருந்த தூசைத் தட்டிவிட்டார். அவரது மகள் இன்னமும் இடிபாடுகளுக்கிடையே புதைந்திருக்கிறாள், ஆனால் அங்கிருந்தவர்கள் அவரிடம் அவள் நிச்சயமாக இறந்திருப்பாள் - இறைவன் அந்த வலியைத் தாங்கும் சக்தியை அவருக்குத் தரட்டும் என்றனர்.

நாங்கள் தங்கப்போகும் அல்-மாஷ்ரஃபியா கிராமத்திலுள்ள மசூதியை வந்தடைந்தோம். இங்குள்ள உள்ளூர்வாசிகள் பெடூயின்கள். மசூதி வசதியானதாக, தரைவிரிப்புகளால் பிரிக்கப்பட்டு பல பிரிவுகளாக அமைந்திருந்தது. நாங்கள் சிலநாட்கள் இங்கே தங்கவேண்டும், பலநாட்களாகவும் இருக்கலாம். எங்களுக்கு முன்னாலேயே பல குடும்பங்கள்

இருந்திருக்கின்றன, அவர்கள் அங்கே போர்வைகள், ப்ளாஸ்டிக் தரைவிரிப்புகள், சில சமையல் பாத்திரங்கள் ஆகியவற்றை விட்டுச் சென்றிருந்தனர். நாங்கள் சில குளிர்பானங்கள், ரொட்டி, வெண்ணெய் மற்றும் தண்ணீர் கொண்டு வந்திருந்தோம். இங்கே மின்சாரம் கிடையாது, தண்ணீர் கிடையாது, அதைப்போலவே குண்டுவீச்சும் கிடையாது.

அந்த இடத்தைச் சுத்தம் செய்து முடிக்கும்போது வீட்டிலிருந்த இரு முதிய பெண்களும் வந்து சேர்ந்தனர், மேசரா மற்றும் சுஹைப் அவர்களுக்கு உதவினர். சுஹைப் அவர்களின் மருமகன், ஐரோப்பாவில் படித்துவிட்டு இப்போது இங்கு போராளிகளோடு இணைந்து ஊடக நிலையத்தில் தொழில்நுட்பம், தொலைத் தொடர்பு மற்றும் ஒலிபரப்பில் பணிபுரிகிறார். நான் மீண்டும் சராகெப் திரும்ப இதுதான் சந்தர்ப்பம். இம்முறை நான் பிடிவாதமாக இருந்தேன்.

'நான் இங்கே நடப்பதிலிருந்து ஒளிந்து கொள்வதற்காக வரவில்லை! உங்களோடு வர என்னை அனுமதிக்கவேண்டும்,' என்று வலியுறுத்தினேன். ஆச்சரியப்படும் விதமாக அவர்கள் ஒப்புக்கொண்டனர்.

இளைஞர்கள் முதியவர்களை வண்டியிலிருந்து இறக்கி, கைகளில் தூக்கிக்கொண்டு வந்தனர். ஒவ்வொரு இடப்பெயர்விலும் ஆன்மாவின் ஏதோ ஒன்று குறைகிறது என்பதால் உடல் எடையிழக்கிறது என்று எனக்குத் தோன்றியது. மகன்கள் தமது மூத்தவர்களைப் பாதுகாப்பான இடத்தில் வைத்துவிட்டு, தங்கள் மரணத்தை நோக்கி முன்னேறினர். அவர்கள் தங்கள் பெற்றோரின் பாத்திரத்தை தாங்கள் ஏற்றுக்கொண்டுள்ளனர். மூத்த பாட்டி கோபமாக இருந்தார், அவர் தனது வீட்டைவிட்டு வர விரும்பவில்லை. அத்தை அமைதியாக இருந்தார். ஆயூஷின் கண்களில் கண்ணீர், அவரும் வீட்டைவிட்டு அகதியாக வர விரும்பவே இல்லை என்றார். கௌரவமாகச் சாவதையே அவர் விரும்பினார். இடப்பெயர்வு எங்களின் மரியாதையை இல்லாமலாக்குகிறது. அதற்குப்பதிலாக வீட்டிலிருந்தபடி இறப்பதே மேல். ஆனால் ஆண்கள் அவர்கள் சொல்வதைக் கவனத்தில் கொள்ளவில்லை. அவர்களை அங்கே மகூதியில் விட்டுவிட்டுக் கிளம்பினர், நான் மேசரா மற்றும் சுஹைப்புடன் ஊடக அலுவலகத்துக்குக் கிளம்பினேன்.

ஐந்துமணி அளவில் சராகெப் வந்தபோது மக்கள் தங்கள் வீடுகளிலிருந்து வெளியேறிக் கொண்டிருந்தனர். கிட்டத்தட்ட பதினேழு பீப்பாய் வெடிகுண்டுகள் நகரத்தின் மீது வீசப்பட்டிருந்தன, அனைத்துமே மக்கள் வசிக்கும் வீடுகளில்,

சந்தைப்பகுதிகளில். எத்தனை ஏவுகணைகள், கொத்து வெடிகுண்டுகள் வீசப்பட்டன என்று தெரியாது, ஆனால் அலுவலகத்திற்கு வந்தபோது அங்கிருந்த இளைஞர்கள் அதைச் சீக்கிரமே கண்டுபிடிக்கலாம் என்றனர். மேசரா மற்றும் சுஹைப் என்னை அலுவலகத்தில் இறக்கிவிட்டனர், நான் முதல்முறை வந்தபோது சந்தைப்பகுதியில் இருந்த அவ்வலுவலகம் தற்போது நகரத்தின் வேறு பகுதிக்கு மாற்றப்பட்டுள்ளது. மார்சின் சுடெர் எனக்காக ஆங்கிலப் பத்திரிக்கையாளருடனும் மற்ற இரு இளம் சிரியப் பத்திரிக்கையாளர்களுடனும் காத்திருந்தார், அவர்களில் ஒருவரின் கால் முறிந்துவிட்டது. மார்சின், தான் எடுத்த புகைப்படங்களைச் சரிசெய்து கொண்டிருந்தார், அடுத்த அறையில் அன்று நடந்த தாக்குதலில் எந்தெந்தக் குடும்பங்கள் பாதிக்கப்பட்டன என்று விவாதித்துக் கொண்டிருந்தனர். சிலருக்குக் கை அல்லது கால்கள் போய்விட்டது. அவ்வாறு உள்ள ஒரு பெண்ணின் உடலை அவர்கள் இடிபாடுகளுக்கு இடையிலிருந்து எடுத்திருந்தார்கள்.

ஒரு புரட்சி நடந்துகொண்டிருக்கும் களத்தில் இருக்கையில் நீங்கள் எதையும் கண்காணிக்கவோ அல்லது ஆய்வு செய்யவோ தேவையில்லை; ஒவ்வொரு நாளும் எப்படி முடியும் என்றும் நீங்கள் தெரிந்து வைத்திருக்க வேண்டியதில்லை. உங்களுக்குத் தேவையானதெல்லாம் அமைதியான மனமும் ஒவ்வொரு நிமிடமும் நடக்கும் விஷயங்களைத் தெரிந்து கொள்வது, பாதுகாப்பாக வெளியேறும் வழியைத் தெரிந்து வைத்திருப்பது, குண்டுவீச்சில் இருந்து இயன்றவரை தள்ளியிருப்பது - உண்மையில் இது சாத்தியமில்லாததே - மருத்துவர்கள் மற்றும் முதலுதவியாளர்களைத் தெரிந்திருப்பது, அதோடு ஒரு சேவகராக அஸாட்டின் போர்விமானங்களும் ஏவுகணைகளும் எத்தனை பேரைக் கொன்றிருக்கிறது என்று பதிவு செய்வது. இடையில் தடைபட்டு விடாது என்ற நம்பிக்கையுடன் இணையத்தின் மீது ஒரு கண் வைத்திருக்கவேண்டும், அப்படியானால் இந்தத்துண்டு நிலம் முற்றிலுமாக உலகிலிருந்து துண்டிக்கப்பட்டுவிடும், ஏனெனில் இது முற்றிலுமாக அழித்தொழிப்புக்கு ஆளாகிக்கொண்டிருக்கிறது. மேலும் நீங்கள் நுணுக்கமான விபரங்களைத் தெரிந்து வைத்திருக்க வேண்டும், அதைவிட முக்கியமாக, சிதைந்த மனித உடலுறுப்புகளையோ இடிந்த வீடுகளையோ பார்க்கும்போது மன உறுதியுடன் அவற்றைத் தாங்கிக்கொள்ள வேண்டும், நீங்கள் உடைந்து போனால் உங்களைச் சுற்றியுள்ளவர்களை அது சிரமப்படுத்திவிடும்.

நிதானமாக நடந்து சென்று இடிபாடுகளுக்கிடையே கிடக்கும் சிறு விரல்களைப் பொறுக்கியெடுக்க வேண்டும். அப்படியே

இன்னொரு குழந்தையின் உடலையும் வெளியே இழுங்கள், அவளது ஆடை இன்னமும் அவளது சிறுநீரால் வெதுவெதுப்பாக இருக்கிறது. பிறகு அடுத்த இடத்திற்குச் சென்று இன்னமும் உடல்களைத் தேடவேண்டும். பாதிக்கப்பட்டவர்களின் முகங்களை உடனே மறந்துவிடுங்கள், அப்போதுதான் பின்னால் அவர்களைப்பற்றி எழுதமுடியும், வெளியுலகுக்கு அவர்களின் கதையைச்சொல்லி, எவ்வாறு அவர்களின் கண்கள் பீப்பாய் குண்டுகள் மற்றும் கொடிய பரிசுகளைப் பொழியும் வானத்தைப் பார்க்கும்போது மின்னுகின்றன என்று விவரிக்க முடியும். என்ன நடக்கிறது என்பதை உங்களால் ஆய்வு செய்ய முடிகிறதா என்பதெல்லாம் தேவையே இல்லை; மக்கள் வாழும் வீடுகள் ஏன் தரைமட்டமாக்கப்படுகின்றன என்று யோசிப்பதற்கெல்லாம் உங்களுக்கு நேரமில்லை - புரட்சியாளர்களின் ஆதரவுகளை வேரறுக்கவோ? - அல்லது அரசுப்படைகளிடமிருந்து விடுதலை பெற்றுவிட்ட பகுதிகள், மனிதாபிமான அடிப்படையில் சேவகர்கள் உதவி செய்யும் பகுதிகளும் ஏன் மறுபடி குறிவைத்துத் தாக்கப்படுகின்றன. அரசுப்படை ராணுவ தளவாடங்கள் விநியோகத்தைத் தடுக்கிறதா? இது எதுவுமே களத்திலிருக்கும்போது முக்கியமில்லை. வானத்திலிருந்து பீப்பாய் மற்றும் கொத்து வெடிகுண்டுகள் பொழியும்போது நீங்கள் தைரியமாக பெருமையோடு எழுந்து நிற்கவேண்டும், பயத்தில் ஆணியடித்ததுபோல் நிற்கக்கூடாது. வானம் மீண்டும் தீப்பற்றியபோது நான் இதைத்தான் நினைத்தேன்.

மூன்று பீப்பாய் குண்டுகள் அடுத்தடுத்து கொத்துவெடிகுண்டுகளோடு விழுந்தன. அலுவலகப் படிகளில் விரைந்தோடினோம், மார்சினும் ஆங்கிலப் பத்திரிக்கையாளரும் கால் உடைந்தவரைத் தூக்கிக்கொண்டு வந்தனர். அலுவலக வாசலில் வந்து நின்றோம், யாரென்று தெரியாத இளைஞர்கள் குழுவொன்று எங்களுக்குப் பின்னால் நின்றது. எங்கே போவதென்று தெரியவில்லை ஏனென்றால் ஹெலிகாப்டர் இன்னமும் அங்கேயே சுற்றிக்கொண்டிருந்தது. இருட்ட ஆரம்பித்துவிட்ட நிலையில் இன்னுமொரு கொத்துவெடிகுண்டு அருகில் எங்கேயோ விழுந்தது. அறிமுகமில்லாதவர்கள் அவர்களுடன் வரும்படி அழைத்தனர், ஆனால் நான் மறுத்துவிட்டேன். நான் மார்சினிடம் மீண்டும் உள்ளே செல்லலாம், அவர்கள் யாரென்று தெரியாததால் அவர்களோடு போகாமல் இருப்பது நல்லது, என்னை ஏற்கெனவே ஆட்கடத்தல் குறித்து எச்சரித்திருக்கிறார்கள் என்றேன். அவர்களோடு போவதில் எந்தப்பயனும் இல்லை, நாங்கள் செல்ல வேண்டியது நிலவறைக்குத்தான். ஆனால், அந்நியர் அதை மறுத்தார்,

பீப்பாய் வெடிகுண்டுகளிடமிருந்து நிலவறைகூட பாதுகாப்புத் தராது என்றார்.

மார்சின் மாடியிலிருந்து அந்த ஹெலிகாப்டரைச் சில புகைப்படங்கள் எடுக்கப்போவதாகக் கூறினார், கால் உடைந்தவரை மற்றவர்கள் மாடிக்குக் கொண்டுசெல்ல வேண்டும். நான் மாடிக்குச் சென்று அவருக்காகக் காத்திருப்பதாகக் கூறினேன். மார்சின் ஆச்சரியத்தில் மூழ்கினார். மார்சினின் புகைப்படமெடுக்கும் யோசனை முட்டாள்தனமானது. எத்தனையோ பேர் உலோகச் சிதறல்கள் மூலம் கொல்லப்பட்டிருக்கிறார்கள். முடிவில் இருவரும் இரண்டாவது மாடிக்குச் சென்று அங்கிருந்து மேல்மாடிக்குச் சென்றோம். ஒரு ராணுவ விமானத்தை இவ்வளவு நெருக்கத்தில் பார்ப்பது இதுதான் முதல்முறை, அது விநோதமாகவும் அச்சமூட்டுவதாகவும் இருந்தது.

வானம் சிவப்புத்தாள் போல இருந்தது. இன்னமும் முழுமையாக இருட்டவில்லை. வானத்தின் பின்னணியில் வீடுகள் நிழலுருவாகத் தெரிந்தன, தூரத்திலும் அருகிலும் வெளிச்சம் மின்னியது அது வெடிப்புகளின் மிச்சமாக எரிந்து கொண்டிருக்கும் நெருப்பு. அங்கே, மாலை வானத்தின் அடர்சிவப்பில் ஒரு ஹெலிகாப்டர் வட்டமடித்துக் கொண்டிருந்தது. வீடுகள் அச்சமூட்டும் விதமாக அமைதியில் இருந்தன. மக்கள் அப்போது விழுந்த மூன்று பீப்பாய் குண்டுகளின் சேதாரத்தைப் பார்வையிட்டுக்கொண்டிருந்ததைத் தவிர்த்துவிட்டுப் பார்த்தோமென்றால், ஒரு கணத்திற்கு இவையெல்லாம் ஒரு ஓவியம்போலக் காட்சியளித்தன. ஹெலிகாப்டர் நெருங்கிக் கொண்டிருந்தது.

'உடனே கீழே சென்றுவிடலாம்,' என்று மார்சினிடம் கூறினேன், அவர் என் கையைப்பிடித்து படிகளை நோக்கி இழுத்துச்சென்றார். நான் சமநிலை இழந்தேன். வெடிப்பின் ஒலி எங்களை கதவுக்கு அருகிலேயே குனிந்து உட்காரவைத்தது. அடுத்த வெடிப்பு, அதன்பின் மூன்றாவது.

மரணம் முந்திக்கொண்டு வரும் தருணங்களில், உடல் மில்லியன் கணக்கான உணரிகளால் ஆனதாக மாறிவிடுகிறது, அது எதையேனும் பற்றிக்கொள்ள விரும்புகிறது, உடலின் ஒரே நோக்கம் அது இன்னமும் உயிரோடு இருக்கிறதென நிறுவும் ஏதேனும் ஒன்றைப் பற்றுவது. இது சித்தப்பிரமைக்கும் உயிராபத்தின்போது சீற்றத்தோடு எதிர்த்துப்போராடும் விலங்கு உள்ளுணர்வுக்கும் இடையில் எங்கேயோ உள்ள ஒன்று. என் கைகள் உயிருள்ள ஒன்றுக்காக காற்றைத் துழாவின. நான் தற்காலிகமாகக் குருடாகியிருந்தேன். வெறும்

நிழல்களே கண்ணுக்குத் தெரிந்தன. மார்சினும் ஆங்கிலப் பத்திரிக்கையாளரும் திடீரென என் முன் நின்றார்கள். ஒரு வெடிச்சத்தத்தின்போது நாங்கள் ஒருவரோடொருவர் மோதிக்கொண்டு அடுத்து வரும் அமைதியின்போது பிரிந்தோம். வேறு எதுவும் பொருட்டே இல்லை என்பது போல ஓடினோம். யாருக்கும் சாக விருப்பமில்லை. வீரமெல்லாம் இப்போது அர்த்தமற்றது; இப்போது நாங்கள் பீதியில் இருக்கும் மரணமுடையவர்கள், மறக்கப்படும் நிலையிலிருந்து தப்பி ஓடிக்கொண்டிருக்கிறோம். ஊடக அலுவலகத்திற்கு வெளியே வந்து தெருவில் ஓடத்துவங்கினோம், தாக்குதல் நிற்கும்வரை ஓடினோம்.

மொஹம்மதின் வண்டி வந்து நின்றது. அவர் குண்டுவீசப்பட்ட இடங்களுக்குப் பயணித்து காயம்பட்டவர்களுக்கு உதவி செய்து அப்படியே அங்குள்ள நிலைமையை ஆவணப்படுத்தியிருக்கிறார். வண்டியிலிருந்த ஒரு இளைஞர் நகரத்துக்கு வெளியே ஒரு அடுமனையிலிருக்கும் பாதிக்கப்பட்ட மக்களுக்கு உணவு கொண்டுசெல்வதாகக் கூறினார். நாங்கள் உள்ளே ஏறிக்கொண்டு குண்டுவீச்சுப் பகுதியிலிருந்து வெளியேறினோம். விமான எதிர்ப்பு இயந்திரத் துப்பாக்கிகளின் ஒலி சராகெப்பின் பல்வேறு இடங்களிலிருந்து கேட்டது, அதன் பொருள் ஏதோ விமானம் கண்ணில் பட்டுள்ளது; பிறகு அருகாமையில் வெடிச்சத்தம் கேட்டது, நாங்கள் இன்னும் வேகமாக வண்டியைச் செலுத்தினோம். மனிதர்கள் சாலையில் ஓடிக்கொண்டிருந்தார்கள், வண்டியின் வலதுபக்கக் கண்ணாடி வழியாக புழுதியும் தீச்சுவாலையும் பெருகுவது தெரிந்தது. ஆனால் நாங்கள் வண்டியை நிறுத்தவில்லை, அமைதியாகச் சென்றோம். கும்மிருட்டு, நகரத்துக்கு வெளியே வந்து அடுமனை வாசலில் வண்டியை நிறுத்தினோம், அது மிகப்பெரிய கான்க்ரீட் கூரை உள்ள இடம். ஏற்கெனவே அங்கு பல போராளிகள் இருந்தனர், பெரும்பாலானோர் இளைஞர்கள், முதியவர்கள் சிலரும் இருந்தனர். குண்டு வீச்சு தொடர்ந்தது, ஆனால் நாங்கள் கொண்டு வந்திருந்த உணவைத் தரையில் பரப்பிவைத்து அமர்ந்துகொண்டோம்.

இங்கிருக்கும் போராளிகள் சராகெப் கிளர்ச்சியாளர் முன்னணியைச் சேர்ந்தவர்கள், அதுவும் சுதந்திர ராணுவத்தின் பகுதிதான். அவர்களுடன் ஒரு முதியவரும் அவரது குடும்பமும் இருந்தது, சற்றுநேரத்தில் இன்னும் சில குடும்பங்கள் வந்து சேர்ந்தன. எனக்கு முன்னே ஒரு இயந்திரத்துப்பாக்கி இருந்தது. சாப்பிடும்போது அவர்களுக்கிடையே கைநீட்டி எடுப்பது எனக்குச் சங்கடமாக இருந்தது. இந்த இளைஞர்களைப்

பற்றி நினைக்கும்போது மரணத்தோடு இணைக்காமல் இருக்கமுடியுமா? அவர்களின் விரல்கள் ஆலிவ் எண்ணெயில் ரொட்டியை நனைக்கின்றன. அவர்களின் முகங்கள் களைப்புற்றுப் பசியோடு காணப்படுகிறது, களைப்பும் சோர்வும் ஓய்வுக்கான அந்நேரத்தில் வெளிப்படையாகத் தெரிந்தன, நாங்கள் அமைதியாக உண்டோம். அந்த ஒலி அது இன்னமும் என் காதுகளில் ஒலித்துக்கொண்டே இருக்கிறது - ஏவுகணைகளின் ஒலி, அதன் அதிர்வு.

நான் அதிகம் சாப்பிடவில்லை, புகை பிடித்தேன்; தொடர்ந்து புகைபிடிக்கிறேன். பல வருடங்களாக என் நுரையீரலை எரிப்பதை நான் நிறுத்திவிடுவேன் என்று சொல்லிக்கொண்டே இருக்கிறேன், ஆனால் இன்னமும் அதை நிறுத்துவதற்கு வலுவான காரணம் ஏதும் இல்லாமலிருந்தது. குறிப்பாக இப்போது, இந்த சிகரெட்டை உற்றுப் பார்க்கையில், ஒரு கோப்பைத் தேநீரோடு, குண்டுவீச்சுக்குக் கீழே, ஒரு விநோதமான கட்டடத்தில், பக்கத்தில் ஒரு இயந்திரத் துப்பாக்கியுடன், மரணத்தை ஏய்க்கும் போராளிகளோடு சேர்த்துப் பார்க்கும்போது இது மிகவும் மகிழ்ச்சி தரக்கூடிய ஒரு விஷயமாகத் தோன்றுகிறது. பாதுகாப்பாக மசூதிக்குள் இருக்கிறார்கள் என்று தெரிந்தாலும் நெளரா, ஆயூஷ் மற்றும் முதியபெண்களைப் பற்றிக் கவலையாக இருந்தது. அஹமத் என்னை யோசனையிலிருந்து மீட்டார்.

‘என்ன பிரச்சனை மேடம்? இந்தத்துப்பாக்கி உங்களுக்கு பயத்தைத் தருகிறதா?’

மொஹம்மத் அவரை மறுப்பாகப் பார்த்தார், ஆனாலும் நான் பதில் கூறினேன், ‘ஆமாம், பயமாக இருக்கிறது. பாருங்கள்: நான் நடுங்கிக் கொண்டிருக்கிறேன்.’ எல்லோரும் சிரித்தோம்.

அஹமத் சராகெப்பைச் சேர்ந்த இருபத்தி ஒன்பது வயதுடைய போராளி. டமாஸ்கஸ்சின் ரோஜா ஒன்று அவரது கையில் பச்சை குத்தப்பட்டிருந்தது. அவர் வியாபாரப் படிப்பை முடித்து கட்டாய ராணுவ சேவையிலும் பணியாற்றியிருக்கிறார். சிரிக்கும்போது பற்கள் வெளித்தெரிய கன்னங்கள் உயரச் சிரித்தார். உயரமானவர், கொழுத்த உடல் ஆனாலும் சம்மணமிட்டு அமர்ந்திருந்தார். தனது கையை உயர்த்தி வானத்தைக் காட்டினார்.

‘கடவுளே! நான் 2012 ஜனவரியில் என் ராணுவச்சேவையை முடித்தேன்,’ என்றார். ‘புரட்சி ஆரம்பிக்கும் முன்னான தருணத்தை நான் ருசிக்கும் வாய்ப்பு கிட்டவில்லை. மற்றவர்களைப் போலவே நாங்களும் எதிர்ப்பைத் தெரிவிக்க இறங்கினோம்: அது அமைதியானது, நாங்கள் வேண்டியதெல்லாம் சீர்திருத்தம்

மட்டுமே. ஆமாம், சத்தியமாக,' என்று புன்னகையோடு தொடர்ந்தார், 'ஆனால் அவர்கள் எங்களைக் கொன்றார்கள் கைது செய்தார்கள், சராகெப்பிலுள்ள எங்கள் வீட்டை எரித்தார்கள். எங்களிடம் ஆயுதங்கள் இருக்கவில்லை; எங்கள் வீடுகளைப் பாதுகாத்துக் கொள்ளவே முற்பட்டோம். ஒரே ஒரு துப்பாக்கி மட்டுமே எங்களிடம் இருந்தது - மூன்று நண்பர்கள் தங்கள் வீட்டுப் பெண்களையும் குழந்தைகளையும் ஷபிஹாவிடமிருந்தும் ரகசியக் காவல்துறையிடமிருந்தும் பாதுகாக்கவேண்டும். அவர்கள் என் நண்பனைக் கொன்றனர், எனவே இருவர் மிஞ்சியிருந்தோம். அதன் பிறகுதான் நான் அஸாட் ஹிலால் தியாகிகள் படையணியில் சேர்ந்தேன்.'

'எது உங்களை ஆயுதமேந்த வைத்தது?' என்று கேட்டேன்.

இம்முறை அவர் சிரிக்கவில்லை, சாப்பிடுவதை நிறுத்திவிட்டு ஒரு சிகரெட்டைப் பற்றவைத்துக் கொண்டார்.

'ஷபிஹாவின் ஆள் ஒருவன் எங்களைச் சுட்டான், எங்கள் நண்பன் பதிலுக்குச் சுட்டான். எங்களைப் பாதுகாக்க வேண்டுமென முடிவு செய்திருந்தோம், ஏனென்றால் அப்போது அவர்கள் கண்மூடித்தனமாக எங்களைச் சுட்டுத்தள்ளிக் கொண்டிருந்தார்கள். எங்களுக்குள் ஒரு பதினைந்து இருபது பேர் சேர்ந்து நகரத்தைக் காக்க ரோந்துக் குழுக்கள் அமைத்தோம், பதிலுக்கு அவர்கள் நகரத்தைச் சுற்றிலும் ஐந்து இடங்களில் ராணுவம் மற்றும் ரகசியக் காவல்துறையினருக்கான சோதனைச்சாவடிகளை அமைத்தனர்.'

எல்லோரும் அவரைக் கேட்டுக் கொண்டிருந்தனர். அனைவருமே அநேகமாக சாப்பிடுவதை நிறுத்தியிருந்தனர், குண்டுவீச்சு நின்றிருந்த நிலையில் அஹமத்தின் குரல் மட்டுமே அமைதியைக் குலைத்துக்கொண்டிருந்தது.

'படைப்பிரிவில் சேரும்போது யாரையும் கொல்லவேண்டுமென்று சேரவில்லை. சண்டையின்போது கூட எதிராளிக்கு மரணம் விளைவிக்கும் இடங்களைக் குறிவைக்க மாட்டோம். எல்லோருமே காலில் மட்டுமே சுடுவது என்று ஒப்புக்கொண்டிருந்தோம், ஆனால் பிறகு எல்லாமே மாறிவிட்டது. உங்களுக்குத் தெரியுமா... அவர்கள் எங்கள் மீது குண்டு வீசினார்கள், கைது செய்தார்கள் எங்கள் இளைஞர்களைக் கொன்றார்கள், பிறகு எல்லாம் கைமீறிப் போய்விட்டது. அவர்கள் கொடூரமானவர்களாக இருந்ததால் துப்பாக்கியை எங்கே குறிவைக்கிறோம் என்று நாங்களும் கவலைப்படவில்லை. நான் இப்போது என் தாய் தந்தை மற்றும் சகோதரனோடு வசிக்கிறேன். ஆனால் கடைசிவரை

பஷார் அல்-அஸாட்டை எதிர்த்துப் போரிடுவேன், என் கண்முன்னாலேயே கொல்லப்பட்ட என் நண்பர்களுக்காக.'

மதத் தீவிரவாதம் கொண்ட குழுக்கள் புரட்சியின் உண்மையான போக்கை மாற்றிவிட்டது குறித்து அவரிடம் கேட்டேன்.

'நீங்கள் யாரைக் குறிப்பிடுகிறீர்கள் என்று தெரியவில்லை; நிறையக் குழுக்கள் இருக்கின்றன. நுஸ்ரா முன்னணிக்கும் ஐஎஸ்ஐஎஸ்சுக்கும் மிகப்பெரிய அளவில் வித்தியாசம் உள்ளது. மிகப்பெரிய அளவில்' என்றார் அஹமத்.

'ஆனால் நுஸ்ரா முன்னணியினர்தான் இருப்பதிலேயே சிறந்தவர்கள்; அவர்கள் கொள்ளையடிப்பதில்லை, கொல்வதில்லை. அவர்கள் மக்களைப் பாதுகாக்கிறார்கள்' என்றார் ஒருவர்.

'அது உண்மையல்ல,' என்று இன்னொரு போராளி குறுக்கிட்டார்.

'நான் நுஸ்ரா முன்னணியினரை அவமதிக்க விரும்பவில்லை,' என்று அஹமத் இரண்டு பேரையும் குறுக்கிட்டபடி கூறினார். 'அவர்கள் யாருக்கும் கெடுதல் விளைவிப்பதில்லை, ஆனால் ஐஎஸ்ஐஎஸ் இஸ்லாமையும் சிரியாவையும் அவமதிக்கிறது. அவர்கள் எங்களோடு எந்த விதத்திலும் சம்பந்தமில்லாத அந்நியர்கள். அதுபோல ஒவ்வொரு முஸ்லிமுக்கும் தங்களது மதச்சட்டங்களை எவ்வாறு புரிந்து கொள்வது என்ற முடிவெடுக்க உரிமை உள்ளது, அது ஒரு பெண் ஹிஜாப் அணியவேண்டுமா இல்லையா என்ற விஷயமானாலும் சரி.'

நான் அவரது கடைசி வரிக்கு எந்தவிதக் கருத்தும் தெரிவிக்க விரும்பவில்லை, ஏனென்றால் நான் அந்த விவாதத்தில் இறங்க விரும்பவில்லை. ஆனால் அவர் நான் ஏதாவது சொல்வேன் என்று காத்துக்கொண்டிருந்தார். பிறகு, 'உண்மையைச் சொன்னால் இத்தனை பகுதிகளை விடுதலை செய்தபிறகு, நுஸ்ரா முன்னணியினரை என்னால் மரியாதையோடு மட்டுமே பார்க்க இயலும்,' என்றார்.

'ஆனால் அவர்களின் அரசியல் நோக்கம் என்ன?' என்று கேட்டேன்.

'அது எனக்குத் தெரியாது!' என்றார் அஹமத். 'ஆனால் ஒன்று சொல்வேன். இப்போது நாம் பேரழிவு மற்றும் அசுத்தமான கட்டத்தில் இருக்கிறோம். எல்லாமும் மோசமாக உள்ளது. அரசாங்கத்திலிருந்து ஜிஹாதிகள் வரை, பிறகு புலனாய்வுத்துறை, காவல்துறையிலிருந்து போராளிகள்வரை எல்லாமும். மொத்த

உலகமுமே கூட. நாம் எல்லோருமே அசுத்தத்தில்தான் ஆழ்ந்துள்ளோம். குடும்பத்தை, வாழ்வாதாரங்களை விட்டுவிட்டு நம்பிக்கைக்காக சிரியாவில் போராட இறங்கியவர்களுக்கும் தலைமைக்கும் வித்தியாசம் உள்ளது, தலைமை புலனாய்வுத் துறையோடு கைகோர்த்து அரசோடும் மற்ற அமைப்புகளோடும் கைகோர்க்கலாம். ஆமாம், சில அமைப்புகளின் தலைமையில் ஊடுருவல் நடந்துள்ளது.'

அஹமத் தன்னுடைய படைப்பிரிவிலிருந்து மாதம் 1500லிராக்கள் ஊதியமாகப் பெறுகிறார், அவர் கூறியபடி அது அவரது சிகரெட் செலவுக்கு மட்டுமே ஆகும். விரைவில் திருமணம் செய்துகொள்ள விரும்புவதாகக் கூறினார், ஏனென்றால் போர் இன்னும் நெடுநாட்களுக்கு நீடிக்கக்கூடும்.

'உங்களைப் பற்றிச் சொல்லுங்கள், நீங்கள் எப்படி இங்கே, இறைவன் எதற்கேனும் தண்டனையாக இங்கே அனுப்பியுள்ளாரா?' என்று நகைச்சுவையாகக் கேட்டார். ஆனால் நான் சிரிக்கவில்லை, பதிலாக சண்டையின்போது அவர் எவ்வாறு உணர்கிறார் என்று கேட்டேன். என் முகத்தை நிதானமாக வைத்துக்கொண்டு கேள்வியெழுப்பினேன், அவரும் அதே அடக்கத்தோடு பதிலளித்தார்.

'போரின்போது நாங்கள் மனிதர்களல்ல, நாங்கள் விலங்குகள். கொல்லு அல்லது கொல்லப்படு.' முரணாக ஒரு சிரிப்பைத் தந்துவிட்டுத் தொடர்ந்தார். 'சிக்கல் என்னவென்றால் வெகுசில சுன்னி இனப் போராளிகள் மட்டுமே கிளர்ச்சியாளர்களுக்கு ஆதரவாக இருக்கின்றனர், அலாவித்துகள் அனைவரும் அஸாட்டின் பின்னால். எனவே, சிறுபான்மையான அவர்கள் வாழும்போது எதற்காக சுன்னி இனத்தவர்களாகிய நாங்கள் எல்லாரும் சாகவேண்டும்? எங்களைப்போல அவர்களும் சிரியர்கள் என்றால் ஏன் அவர்கள் அமைதியாக இருக்கிறார்கள்? உண்மையில் இது எனக்குப் புரியவில்லை.

'நான் போராளிதான், ஆனால் நான் நல்ல குடும்பத்திலிருந்து வந்தவன். நான் படித்தவன், கொல்வதை வெறுக்கிறேன். நான் திருமணம் செய்து பிள்ளைகள் பெற விரும்புகிறேன் - அதனால்தான் சண்டை போடுகிறேன், நான் வாழவேண்டும். அதேசமயம் புரட்சியில் ஊடுருவல் நடந்துள்ளது, எங்களைச் சுற்றிலும் எதிரிகள் இருக்கிறார்கள் என்று எனக்குத் தெரியும்.

'சிலசமயம் நானொரு சதுரங்கக்காய் போல் உணர்கிறேன், ஒரு சிப்பாய், ஆனால் நான் என்ன செய்வது? அவர்கள் விருப்பத்திற்கு என்னை நகர்த்துகிறார்கள் என்று எனக்குத்

தெரியும். எனக்குத் தெரிந்ததெல்லாம் ஒன்றுதான், நான் பஷார் அல்-அஸாட்டை எதிர்த்துப் போரிடுவதை ஒருபோதும் நிறுத்தமாட்டேன். இது சுத்தப் பைத்தியக்காரத்தனம் என்றும் நாங்கள் மரணத்தை நோக்கிச் செல்கிறோம் என்றும் புரிந்துகொள்கிறேன். ஆனால், அதற்காக நாங்கள் எங்களைப் பாதுகாத்துக்கொள்ளாமல் மடியவேண்டுமா?

'நான் இரண்டுமுறை துருக்கிக்குச் சென்றிருக்கிறேன். அங்கிருக்கும் தெருக்கள் வழியே நடக்கும்போது விநோதமாக உணர்ந்தேன். குண்டுவீச்சே இல்லையே! விமானங்களைக் காணோம்! ஏவுகணைகள் எதுவும் மக்களைக் கொல்லவில்லை. இன்னொன்று தெரியுமா? நான் அந்நியமாக உணர்ந்தேன். ஏனென்றால் இங்கிருப்பதெல்லாம் மரணமும் இறப்பும் மட்டுமே!' அவர் பேசுவதை நிறுத்தினார்.

'ஒரு சிகரெட் தரமுடியுமா தலைவரே?' என்றேன் ஒரு சிறிய மௌனத்திற்குப்பின். அஹமத்தின் கடைசி வெளிப்பாடு சீற்றத்தோடு இருந்தது, ஆனால் இப்போது சிரித்தார்.

'இதைப்போலப் பெறுமதியானது எதுவுமில்லை,' என்றார். 'எல்லோரும் சாகத்தான் போகிறோம், அது எந்த நிமிடமும் நடக்கலாம்' என்றபடி என்னுடைய சிகரெட்டைப் பற்றவைத்துவிட்டுப் புன்னகைத்தார்.

'நீங்கள் ஏன் அபு நாசிர் குறித்து எழுதக்கூடாது?' என்று ஒல்லியான வெளுத்த தோலுடன் பதட்டமான கண்களோடு கூடிய ஒரு இளைஞரைச் சுட்டிக்காட்டினார். நான் அதுவரையில் அவரைக் கவனிக்கவே இல்லை. ஓர் ஓரமாக ஒதுங்கி அமர்ந்துகொண்டு நடப்பது குறித்துக் கவலையற்றவர் போல இருந்தார். அபு நாசிர் 1991-இல் பிறந்தவர் என்று தெரிந்துகொண்டேன், மூன்றுமுறை தனது இளங்கலைத் தேர்வை முயன்றுள்ளார், ஆனால் வெற்றி கிட்டவில்லை. வெட்கமுடையவராக, பேச விருப்பமில்லாதவராக இருந்தார், ஓரக்கண்ணால் என்னைப் பார்த்துக்கொண்டிருந்தார்.

'வெட்கப்படாதீர்கள் அபு நாசிர்,' என்றேன். 'நீங்கள் என் இளைய சகோதரரைப் போல.'

'நீங்கள் என் சகோதரியைவிட எனக்கு மேலானவர் மேடம், உண்மையாகச் சொல்கிறேன்' என்று அமைதியாகத் தன்னுடைய கதையைச் சொல்ல ஆரம்பித்தார்.

'நான் ஆயுதமேந்தியது என் ஜிஹாதின் பகுதி, இறைவனுக்காக நிகழும் போராட்டம், ஹசன் பின் தாபித் படைப்பிரிவின் மூலமாக, இது அஹ்ரார் அல்-ஷாம் படைப்பிரிவோடு இணைந்தது.

நான் புகைபிடிப்பதை நிறுத்திவிட்டு போர்க்களத்திற்கு அவர்களோடு சென்றேன். பல மாதங்கள் அலெப்போவில் இருந்தபின் அஸாஸ்சில் இருக்கும் மெனாக் விமான தளத்திற்குச் சென்றோம், அங்கேதான் எனக்கு துப்பாக்கி வழங்கப்பட்டது. என் கண்முன்னால் கொல்லப்பட்ட என் நண்பனுக்காக அன்றி ஒரு தோட்டாவைக்கூட நான் சுட்டதில்லை.'

அவர் சார்ந்த படைப்பிரிவு குறித்துச் சொல்லும்படி கேட்டேன்.

'அவர்கள் சுதந்திரமான தனிப்பிரிவு - நிறையக்குழுக்கள் இவ்வாறு சுதந்திரமாக இயங்கிக் கொண்டிருந்தன. நாங்கள் விமான தளத்தில் மூன்று மாதங்கள் ஒருமுறைகூடச் சுடாமல் தங்கியிருந்தோம். பதிலாக, சிரிய ராணுவம் எங்கள் மீது தாக்குதல் நடத்தி, எங்களில் சிலரை தலையில் சுட்டுப் படுகொலை செய்தது. பிறகுதான் அந்தப் படைப்பிரிவின் தலைவன் ஒரு பொய்யர் என்று தெரிந்தது. ஒரு போரின்போது எங்களைக் கைவிட்டுவிட்டு காணாமல் போய்விட்டார். நான் கொதித்துப்போனேன் - அவர்தானே எங்களுக்குத் தலைவராக இருக்கவேண்டும்! அவர் எப்படி ஓடிப்போகலாம்? போகும்போது என்னுடைய துப்பாக்கியையும் வேறு எடுத்துச்சென்றுவிட்டார், அது எனக்குப் பரிசாக வந்தது என்று தெரிந்தும். பிறகுதான் அவர் போதைமருந்து உபயோகிப்பவர் என்றும் புகைபிடிப்பவர் என்றும் மற்ற எல்லாப் பாவங்களையும் செய்பவர் என்றும் தெரிந்து கொண்டேன்.

'எனவே, சராகெப் புரட்சியாளர்கள் படைப்பிரிவின் தலைவரான அபு தராத் உடன் சேர்ந்து, அவரோடு நான்கு மாதங்கள் இருந்தேன். ஆனால் என்னால் புதிய துப்பாக்கி வாங்க முடியவில்லை - அது மாதிரியான துப்பாக்கி வாங்கவேண்டுமென்றால் எப்படியும் ஒரு லட்சத்து முப்பதினாயிரம் லிராக்கள் வேண்டும்.'

அபு நாசீர் சண்டையைத் தொடரவிரும்புவதாகக் கூறினார், இருந்தாலும் படிப்பை முடிக்கும் எண்ணம் அவருக்கு உண்டு. அவர் பல்வேறு இசைக்கருவிகளை வாசிக்கக் கற்றவர், வயலினும் ஊட் கருவியும் நன்கு வாசிக்கத்தெரிந்தவர்.

அஹமத் சிரித்தபடி இடைமறித்து, 'அவர் அற்புதமாக ஊட் வாசிக்கக்கூடியவர்,' என்றார்.

ஆனால் அபு நாசீர் தலையை ஆட்டி மறுத்தார். 'நிச்சயமாக என்னால் இனி வாசிக்க முடியாது!' என்று உறுதியாகக் கூறினார்.

‘பொய் சொல்லாதே!’ என்று அஹமத் பதிலுக்குக் கத்தினார்.

‘கடவுள் ஆணையாக, ஊட் மீது எனக்கு நேசம் உண்டு ஆனால் இப்போதெல்லாம் எனக்கு வாசிக்கத் தெரியவில்லை. ஏனென்று எனக்குத் தெரியாது! முன்பெல்லாம் முஸ்லீம்களைக் கொல்லும் நாத்திகர்களோடு சண்டையிடுவதாக நினைத்துக்கொண்டிருந்தேன். இப்போது அநீதியை எதிர்த்துப் போரிடுகிறேன் என்றே சொல்வேன். பஷார் அழிவுற்று நான் உயிரோடு இருந்தேன் என்றால் என் சகோதரன் வசிக்கும் அமெரிக்காவுக்குச் செல்வேன், அங்கே இசை கற்றுக்கொள்வேன். முன்பு, ஒரு தியாகியாக மடிய மாட்டேனா என்று பயந்தேன் ஏனென்றால் எனக்கு சொர்க்கத்துக்குச் செல்லவேண்டும். பிறகுதான் ஒரு வஞ்சகத்தைப் பார்த்தேன். தலைவர்கள் சொல்வதற்கு செய்வதற்குமான முரணையும்...’ தன் வயதைக் காட்டிலும் மூத்தவராகத் தோற்றமளித்த அபு நாசீர் நிமிர்ந்து உட்கார்ந்தார், குழப்பமும் வருத்தமும் சேர, அவரது குரல் நம்பிக்கையற்றுத் தொனித்தது. ‘இப்போது நான் திருமணம் பற்றி நினைப்பது கூட இல்லை. எப்போது வேண்டுமானாலும் இறந்துவிடுவேன் எனும்போது எப்படி திருமணம் குறித்து யோசிக்க? உங்களுக்கே தெரியும் நாம் தொடர்ந்த குண்டுவீச்சுக்கிடையே வாழ்கிறோம். சூழ்நிலை இன்னுமின்னும் மோசமாகிக்கொண்டே வருகிறது என்று என்னால் சொல்லமுடியும். அலெப்போவில், ஒரு மனிதன் மது அருந்தியது தெரிய வந்தால் எல்லோர் முன்னிலையிலும் சவுக்கால் அடிக்கிறார்கள். ஜிஹாதிக் குழுக்கள் இருக்கின்றன, அவர்கள் மக்களைச் சவுக்கால் அடிக்கிறார்கள், எரிக்கிறார்கள் வெட்டிக்கொல்கிறார்கள்.’

‘யார் இவர்கள்?’ என்று கேட்டேன்.

‘அது அவசியமில்லை,’ என்று முடித்துக்கொண்டார் அபு நாசீர், ‘ஆனால் அலாவித் என்பதற்காக அவர்கள் ஒருவரை வெட்டிக்கொன்றதைப் பார்த்தேன். ஷரியா சட்டத்தைக் கடைபிடிக்கவில்லை என்பதற்காகச் சவுக்கால் அடிப்பதையும் பார்த்தேன்.’

காலை ஆறுமணி. நான் ஊடக அலுவலகத்தில் தங்கியிருந்தேன். விமானங்கள் சீக்கிரமே வானத்தை ஆக்கிரமித்து சராகெப்பில் குண்டுவீசத் தொடங்கின. குண்டுவீசுபவர்கள் தங்களை மறைத்துக்கொள்ள எந்த முயற்சியும் எடுக்கவில்லை என்பதால் அவர்களின் தனித்தன்மையான ஒலியைக் கேட்கமுடிந்தது. படைப்பிரிவின் அலுவலகம் அமைந்திருக்கும்

பக்கமுள்ள ஜன்னல் வழியாக, ஓர் இளம் போராளி, வாகனத்தின் பின்னால் பொருத்தப்பட்ட 14.5 எம்.எம் இயந்திரத்துப்பாக்கியின் பின்னால் நின்றுகொண்டு, துப்பாக்கியை வானத்தை நோக்கித் திருப்பி விமானத்தைக் குறிபார்த்தார். அவரை எனக்குத் தெரியும் என்பதால் கையசைத்துவிட்டு நானும் வானத்தைப் பார்க்க ஆரம்பித்தேன். சீக்கிரமே அவர் வேறு உலகத்திற்குள் நுழைந்தார், சுடும்போது எதிர்த்திசையில் தனதுடலை நிலைநிறுத்தி இருந்தார்.

பிறகு ரேடியோ சத்தமிட்டது, 'விமானம் சென்று விட்டது நண்பர்களே. இறைவன் உங்களுக்கு பலத்தை நல்குவானாக. கண்களைத் திறந்தே வைத்திருங்கள்.' ஊடக அலுவலகத்தில் இருந்த நண்பர், விமானம் துப்பாக்கியின் காரணமாகவே பின்வாங்கியது என்று விளக்கினார்.

நான் மீண்டும் ஜன்னலுக்கு வந்தபோது அந்த இளைஞர் இன்னும் அதே இடத்தில் இருந்தார், ஆனால் இப்போது சிகரெட் பிடித்தபடி வானத்தைப் பார்த்துக்கொண்டிருந்தார். இன்னொரு கையில் வைத்திருந்த ரேடியோவில் வந்த செய்தியைக் கேட்டதும் சற்று நிம்மதியாக இருக்கிறார்.

நாங்கள் மிகப்பெரிய குழுவாக அந்த அலுவலகத்தில் இருந்தோம், அதில் டமாஸ்கஸ்சைச் சேர்ந்த இளைஞர் ஒருவர், சட்டப்படிப்பில் முனைவர் பட்டம் பெற்று, புரட்சியில் சேர்வதற்காகத் தலைநகரை விட்டு வந்தார், தற்போது அலுவலகத்தில் தொழில்நுட்பம் மற்றும் மென்பொருள் விஷயங்களில் உதவி செய்து கொண்டிருக்கிறார். ஒல்லியான உடல், தீப்போன்ற குணம், ஆர்வமிக்கவர், ஆனால் பதட்டமிக்கவர். அவர் சிலநாட்கள் தொடர்ந்து தங்கி வேலை செய்துவிட்டு பின் கிளம்பிப் போய்விடுவார் - நிறையப் போராளிகள், சேவகர்கள் அப்படி வந்து போவதுண்டு. 'உங்களைப்போல,' என்று என்னைச் சுட்டிக்காட்டினார்.

சுஹைப், நான் தங்கியிருக்கும் குடும்பத்தின் மருமகன், அவரும் அங்கிருந்தார். வீரம்மிக்க போராளி, சாகும்வரை சராகெப்பை விட்டுச் செல்ல மறுத்தவர், அவருடைய கால் ஒரு சண்டையின்போது முடமானபோது கூட. 'வெற்றி பெறுவோம் அல்லது மடிவோம்,' என்று எப்போதும் கூறுவார். அவரோடு அடிக்கடி வாதம் செய்வேன், குறிப்பாக நீண்ட பயணங்களின்போது, மலையில் வசிக்கும் பெண்களை நான் சந்திக்க விரும்பும்போது அவர்தான் வண்டியை ஓட்டுவார், நான் எப்போதுமே அவர் அதிக ஆபத்தைச் சந்திக்கிறார் என்றும் அதிகநேரம் போர்க்களத்தில் இருக்கிறார் என்றும்

கவலைப்படுவேன். தூய்மையான இதயம், விதிவிலக்கான வீரம் இரண்டும் அவரிடம் உண்டு.

அந்தக்குழுவில் ஐஹமும் ஒருவர், கணித ஆசிரியர், நான் அங்கே இருந்த சமயத்திலும் குழந்தைகளுக்கு கற்பித்துக் கொண்டிருந்தார். தன்னுடைய சகோதரருடன் வசித்து வந்தார். அவர் ஒரு கற்பித்தல் மேற்பார்வையாளர் மற்றும் புறா வளர்ப்பவர்; கண்ணுக்குத் தெரிந்தவரை தனக்கு அங்கிருந்து கிளம்பிச்செல்லும் திட்டமேதும் இல்லை என்று என்னிடம் கூறினார். ஆனால் சீக்கிரமே அவர் அங்கிருந்து கிளம்பவேண்டியதாயிற்று. சிலமாதங்கள் கழித்து ஒரு விமானத்திலிருந்து ஏவப்பட்ட ஏவுகணையால் அவர் கொல்லப்பட்டுவிட்டதாக அறிந்தேன். என் நிரந்தரப் பயணத் துணவர் மொஹம்மத், மன்ஹால், பத்திரிக்கையாளர் மார்சின் சுடெர், அஹ்ரார் அல்-ஷாம் படையைச் சேர்ந்த சிலர், ஊடகத்துறையிலிருந்து ஏராளமானோர், எல்லோரும் அங்கிருந்தனர். இந்த இரண்டு சாதாரண அறையிலிருந்து அவர்கள் புரட்சி தொடரும் என்று கனவு காண்கின்றனர்.

‘ஒரு அதிசயம் கூடியவிரைவில் நடந்தாக வேண்டும்,’ என்றார் அவர்களில் ஒருவர்.

அறையின் மூலையில் இரு இளைஞர்கள், இஸ்லாமிய படைப்பிரிவுகள் எவ்வாறெல்லாம் போர்க்கொள்ளைகளை நியாயப்படுத்தி வருகிறது என்று பேசிக்கொண்டிருந்தனர் - ஒரு கொள்கை தகாத வழியில் செல்ல, கொள்ளையடிக்க மற்றும் திருடர்கள் உருவாக வழியமைத்துக் கொடுத்திருக்கிறது. ஆனால், சுதந்திர ராணுவப் படையினர் இதை எதிர்த்துப் போரிடுகின்றனர், இதைக் கொள்ளை என்றே மதிப்பிடுகின்றனர்.

‘ஆனால் இறுதியில் இஸ்லாமிய அடிப்படைவாதிகள் வென்று விட்டனரே,’ என்றார் ஸைதுன் ஸைதுனாவின் ஆசிரியர்.

ஊடக அலுவலகத்தில் நடக்கும் வேலைகள் எப்போதும் நிபுணத்துவத்தோடு இருப்பதில்லை, அவர்கள் இப்போதுதான் கற்றுக்கொண்டு வருகின்றனர். சிலசமயங்களில் நிவாரண உதவி செய்பவர்கள் சண்டையிடவும் வேண்டும், எல்லோருடைய வேலையையும் எல்லோரும் செய்யும் விதமாகவே உள்ளது, உதாரணமாக நிகழ்வுகளை ஆவணப்படுத்துவதென்பது தொலைத்தொடர்பு, சண்டையிடுபவர்கள் அல்லது நிவாரணப் பணிகள் செய்பவர்கள் வசம் ஒப்படைக்கப்படுகிறது.

அலுவலகம் என்பது தொடர்ந்து வேலைகள் நடக்கும் இடமென்றாலும், சுத்தம் குறித்து யாரும் கவனிக்காத

விதத்திலேயே இருக்கிறது. நான் சற்று சங்கடமாக உணர்ந்து ஐஹம், கணக்காசிரியரைக் கேட்டேன், கூடவே பேடீ எனும் ஒரு பதினாறு வயதுப்பையன், இவன் ஏற்கெனவே எனக்கு உதவி செய்திருக்கிறான், மூவருமாகச் சேர்ந்து சுத்தம் செய்ய உதவினர். முதலில் அவர்களுக்கு அது விநோதமாக இருந்தாலும் கடைசியில் எனக்கு உதவினர்.

மாலை நெருங்கியதுமே விமானம் மறுபடி தென்பட்டது, மறுபடி ஓடிச்சென்று ஜன்னல் வழியாக இயந்திரத் துப்பாக்கியைக் கவனித்தோம். அந்த இளைஞர் இன்னமும் அங்கே இருந்தார், குறிபார்த்து தொடர்ச்சியாக சுட்டுக்கொண்டிருந்தார். நான் காதைப் பொத்திக்கொண்டு ஜன்னலிலிருந்து நகர்ந்து சென்றேன். ஆனால் மூன்று இளைஞர்கள் வெளியே சென்று துப்பாக்கியின் அருகில், ஒரு காகித விமானத்தை வேடிக்கை பார்ப்பது போல வானத்தைப் பார்த்தபடி நின்றுகொண்டனர். வழக்கம்போல சில நிமிடங்களிலேயே முடிந்து விட்டது. அப்போது கதவைத் திறந்து கொண்டு ஷாஹெர் உள்ளே நுழைந்தார். அமைதியானவர் என்றாலும் நட்பானவர், ஊக்கமுள்ளவர், சராகெப் புரட்சியாளர்கள் படைப்பிரிவைச் சேர்ந்தவர், இது சுதந்திர ராணுவத்தின் பகுதி.

‘இரண்டு உடல்கள் காட்டாற்றுப் பகுதியில் உள்ளன, அவற்றை அடையாளம் கண்டு புதைக்க உதவி செய்யுங்கள்,’ என்றார்.

நான் தலையை முக்காடிட்டபடி, ‘நானும் வருகிறேன்,’ என்றேன். என்னை வித்தியாசமாகப் பார்த்தாலும் எதுவும் சொல்லவில்லை. எனவே அவரைத் தொடர்ந்தேன்.

சூரியன் சுட்டெரித்துக் கொண்டிருந்தது, தூரத்தில் நகரத்தின் மறுபுறம் வெடிச்சத்தம் கேட்டது. நெடுஞ்சாலையில் நிறுத்தினோம், சைப்ரஸ் மரங்கள் சாலையை மூடியிருந்தன, எங்களின் வலதுபுறம் ஆழமான வறண்ட காட்டாற்றுப் படுகை, அங்கே இரண்டு பிணங்கள் அழுகிப்போய் அடையாளம் காணமுடியாத நிலையில் இருந்தன.

அந்த இடமே துர்நாற்றத்தோடு இருந்தது. நான் அதற்குமேல் அருகில் செல்ல அனுமதிக்கப்படவில்லை என்றாலும் உடல்களின் மீதிருந்த ஆடைகளைப் பார்க்க முடிந்தது. ஒன்று கந்தலான சிவப்பு, மற்றது கருப்பு ஆடை. இரண்டிலுமே தலை இல்லை, ஒன்றின் தலை மட்டும் சற்று அருகிலேயே கிடைத்தது. ஈக்கள் சிறு மேகம்போல அவற்றின் மேல் மொய்த்தன.

ஷாஹெர், கலகலப்பானவர்தான் ஆனால் இப்போது சற்றுக் கலக்கத்துடன் இருந்தார். யாராலும் அடையாளம் சொல்லமுடியவில்லை என்பதால் உடனே புதைப்பதென முடிவானது. ஆண்கள் உடனே நீர்க்காலில் இறங்கினர், ஆனால் என்னை அருகில் நெருங்க அனுமதிக்கவில்லை. சைப்ரஸ் மரங்கள் ஒடுங்கி வளர்ந்திருந்தன, அவற்றின் பச்சைநிறம் மங்கத் தொடங்கியிருந்தது. எங்களைச் சுற்றி வெகுதூரம் வரை விமானத்தின் சத்தமும் வெடிச்சத்தமும் மட்டுமே கேட்டுக்கொண்டிருந்தது. ஆண்கள் மூக்கை மறைத்துக்கொண்டு குழியைத் தோண்டத்துவங்கினர். ஒரு விநாடி, இந்த இறப்புகளையெல்லாம் பார்த்து, கீழே விழுந்துவிடுவேன் என்று தோன்றியது.

ஷாஹெரைக் கவனித்தேன், இந்த நாட்டில் பிறந்து இதைக்காப்பதற்காக ஆயுதம் ஏந்திச் சண்டையிடுகிறார். இன்னொருபுறம் வெளிநாட்டிலிருந்து வந்த போராளிகள், அவர்கள் கிட்டத்தட்ட கூலிப்படையினர்தான், மதத்தின் பெயரால் தலையை வெட்டித்தள்ளுகிறார்கள், சட்டப்புத்தகத்தை மாற்றி எழுதுகிறார்கள், சோதனைச்சாவடிகளில் எங்களை நிறுத்தி, ஏதோ அவர்கள் இந்நாட்டைக் கையகப்படுத்தியுள்ளது போல் கேள்வி கேட்கிறார்கள். சில நாட்களுக்கு முன்பு அல்-மாஷ்ரஃபியாவில் கூட, அதிக அளவில் ஐஎஸ்ஐஎஸ் போராளிகளை குண்டுவீச்சு நடந்த இடத்தின் கூட்டத்திற்குள் பார்த்தேன், வெளிப்படையாக ஆயுதங்களை வைத்துக் கொண்டிருந்தார்கள். மற்றவர்களோடு கலந்து இல்லாமல் பார்த்தவுடனேயே வெளிநாட்டினர் என்று தெரிந்தது. அவர்களின் நிறம் நீலங்கலந்த அடர் பழுப்பு நிறம் , சிரியர்களின் நிறத்திலிருந்து வேறுபட்டது. ஒரு சோதனைச்சாவடியில் எங்கள் வாகனத்தின் முன் நின்றிருந்தவர்களில் மூவர் மௌரித்தேனியர்கள், ஒரு யெமேனி, ஒரு சவூதியர் மற்றும் இன்னொருவர் எகிப்தியர். இந்தக் குழப்பங்களினால்தான், புரட்சியாளர்கள் தங்கள் பிடியிலிருந்து நழுவிச்சென்று கொண்டிருக்கும் புரட்சியைக் காப்பாற்றப் போராடிக்கொண்டிருக்கிறார்கள். அவர்களின் சண்டை இப்போது இருதரப்பிடம் உள்ளது: ஒன்று அஸாட்டின் ஆட்சியை எதிர்த்து, இன்னொன்று தங்கள் வாழ்வை நரகமாக்கிவிட்ட ஜிஹாதிக் குழுக்களை எதிர்த்து.

ஒரு சைப்ரஸ் மரத் தண்டின் கீழ் அமர்ந்து கொண்டேன், ‘எவ்வாறு இந்த அழிவுகளைப் பற்றி எழுதப்போகிறேன்?’ என்று எனக்கு நானே முணுமுணுத்துக் கொண்டேன்.

துர்நாற்றம் அதிகமாக இருந்தது. ஒரு இளைஞர் என்னிடம் குனிந்து பணிவாக, 'மேடம், நிச்சயமாக இதெல்லாம் நீங்கள் பார்க்கத் தகுந்ததல்ல, திரும்பிப் போகலாம்,' என்றார்.

என் கண்கள் இருள ஆரம்பித்தன. ஷாஹெர் மற்றும் இளைஞர்கள் என்னை நோக்கி வந்தபடி, என்னைக் கிளம்பச்சொல்லி சைகை செய்தனர். அந்த நாற்றம் என் தொண்டையை நிறைத்தது, வெட்டப்பட்ட தலையின் சித்திரம் என் நினைவுகளை. கொலைகாரனும் கொல்லப்பட்டவரும், பெயரற்றவர்கள். பொருளற்றவை மற்றும் அழிவினால் உண்டாகும் குழப்பங்கள்.

'அவர்கள் நம் குழுவைச் சேர்ந்தவர்கள் என்று தோன்றவில்லை,' ஷாஹெர் வண்டியில் திரும்பி வந்துகொண்டிருக்கும்போது கூறினார். 'அநேகமாக அரசுக்குழுக்களில் ஒன்றாக இருக்கலாம்!'

'அது எப்படித் தெரியும்?' என்றார் இன்னொருவர். 'எப்படியோ, இறைவன் அவர்கள் மீது கருணை வைக்கட்டும், அவர்கள் யாராயிருந்தாலும் சரி.'

இன்னொரு இளைஞர் குறுக்கிட்டார். 'இல்லை, கடவுள் அவர்கள் மீது கருணை இல்லாமல் இருக்கட்டும், ஒருவேளை அவர்கள் அஸாட்டின் குழுவைச் சேர்ந்தவர்கள் என்றால். அவர்களின் பிணங்கள் நரகத்தில் அழுகட்டும்!'

எல்லாம் முடிந்தபின் இங்கே எங்களுக்கென்று எதுவும் மிஞ்சப் போவதில்லை. அந்த நொடி, நான் என்னை ஒரு கொலைக்களத்திற்கு வரவழைத்துக் கொண்டுள்ளேன் என்று தோன்றியது. பார்ப்பதெல்லாம் தாங்கிக்கொள்ள முடியாத விஷயங்கள். இடைவிடாத கொலைகளைப் பார்க்கும் சக்தி எனக்கில்லை, இந்தத் தீமை ஒவ்வொரு நொடியும் தன்னைப் பெருக்கிக்கொண்டிருக்கிறது, பல்கிப் பெருகி வளர்ந்து நாட்டையே விழுங்கும். முன்பு போல என்னிடம் எல்லாவற்றையும் தாங்கிக்கொள்ளும் சக்தி இல்லை என்று தோன்றியது. எதுவும் அர்த்தமுள்ளதாகத் தோன்றவில்லை. என் தலை எறும்புகள் மொய்க்கும் கூட்டைப்போல் ஆனது. தொலைவில் கேட்டுக்கொண்டிருக்கும் வெடிச்சத்தம், அதுபோலவே உடல்களைச் சுற்றி மொய்க்கும் ஈக்களின் ரீங்காரமும், இடிபாடுகளுக்கிடையே கிடக்கும் சிறுமியின் முகம். இறப்பின் முன் தன்னைச் சமர்ப்பிக்கும் இனிமையான தூண்டுதலில் மூழ்கிக்கொண்டிருந்தேன்.

ஷாஹெரின் குரல் என்னை இந்த துர்க்கனவிலிருந்து வெளிக்கொணர்ந்தது, நாம் அலுவலகத்துக்கு வந்துவிட்டோம்

சமர் யாஸ்பெக் ♦ 195

என்று கூறினார். உள்ளூர் சபை அன்று மதியம் அங்கு கூடி ரொட்டித் தட்டுப்பாடு குறித்து விவாதிக்க இருக்கிறது, சராகெப்புக்கு பொருட்களின் வருகை இரண்டுநாட்களுக்கு முன்பு துண்டிக்கப்பட்டுவிட்டது. சபையின் செல்வாக்கு ஷரியா அதிகாரக்குழுவின் வருகையால் குறைந்து வருகிறது, கூடவே அதன் சரிந்துவரும் பொருளாதார பலமும் நகர மக்களிடையே வளர்ந்து வரும் பகைமையுணர்வும் மற்ற காரணங்கள். முக்கியமாக, ஷரியா அதிகாரக்குழு மற்றும் ஷரியா நீதிமன்றம் ஆகியவை இஸ்லாமிய அடிப்படைவாதக் குழுக்களின் பாதுகாப்பைப் பெற்றுள்ளன, எனவே அவை ராணுவ சக்தி மூலம் தங்களது சட்டத்தை கடவுள் என்ற பெயரால் நிறைவேற்றிக் கொண்டிருந்தனர்.

நான் அதை விட்டுவிட்டு மொஹம்மதுவுடன் அமர்ந்து பெண்களின் வீடுகளுக்குச் செல்வதை ஒழுங்கு செய்யத் துவங்கினேன். ஒரு கல்விப் பிரிவு ஆரம்பிக்கப்படவேண்டும், பெண்களுக்கான மையமொன்று அமைக்க இடத்தைத் தேர்வு செய்ய வேண்டும், சிறிய அளவிலான பல திட்டங்களைப் பின்தொடர்ந்து பார்க்க வேண்டும், ஆனால் என் மனம் வெறுமையாக இருந்தது. மொஹம்மத் சொல்வதை இயந்திரத்தனமாக எழுதிக்கொண்டிருந்தேன். ஒரு இளைஞர் எங்களோடு அமர்ந்து, வெளிநாட்டுப் போராளிகள், குடும்பங்களிடம் தங்களுக்குத் தியாகிகளின் மனைவியரைத் திருமணம் செய்து வைக்கும்படி கேட்பதையும் பதிலாகப் பணம் தரத்தயாராக உள்ளதையும் கூறினார். பெரும்பாலான குடும்பங்கள் இப்படியான திட்டத்தை நிராகரித்துவிட்டன, சிலர் ஒப்புக்கொண்டுள்ளனர். நான் இதை முன்பே கேள்விப்பட்டிருக்கிறேன், சரியாகச் சொன்னால் அதற்கு முதல் நாள், நாங்கள் அழகிய பெண் ஒருவரின் வீட்டிற்குச் சென்றிருந்தோம், அவர் ஒரு தியாகியின் மனைவி. அவர், ஒரு யெமேனிப் போராளி தன்னைத் திருமணம் செய்து கொள்ள விரும்புவதாகவும் அதற்குத் தான் சம்மதம் தெரிவிக்க உள்ளதாகவும் கூறினார். அவருக்கு மூன்று குழந்தைகள், அஹ்ரார் அல்-ஷாமின் அறக்கட்டளையான அல் இஷான் கொடுக்கும் பணம் தவிர அவருக்கு வேறு ஏதும் வருமானம் இல்லை. ஆனால் அதில் அவருக்கு மகிழ்ச்சியில்லை. நாங்கள் அவருக்கு உதவ சிறு அளவிலான ஒரு வியாபாரத்தை அமைத்துத்தர முன்வந்தோம், அதில் அவர் சுத்தம் செய்ய உதவும் பொருட்களையும் பெண்களுக்கான சுகாதாரப் பொருட்களையும் விற்பனை செய்வார். அது அவருக்கான தேவைகளை முழுமையாக நிறைவு செய்யாது என்பதை

அவர் புரிந்துகொண்டார், குறைந்தபட்சம் ஒரு வெளிநாட்டு ஜிஹாதிப்போராளியைத் திருமணம் செய்துகொள்ள வேண்டியதைத் தவிர்க்க முடியும். (பின்நாட்களில், அவர் தனக்குத் தானே முயன்று சமாளிப்பதையும் திருமணம் செய்து கொள்ளவில்லை என்றும் கேள்விப்பட்டேன்.)

ஒருவர் மின்விசிறியொன்றை ஜெனரேட்டராக மாற்ற முயற்சி செய்துகொண்டிருந்தார், அரசு புரட்சியாளர்கள் கைப்பற்றிய இடங்களுக்கு மின்சாரத்தைத் துண்டித்து விட்டது. இன்னும் இரு இளைஞர்கள் வானொலியில் செய்தி கேட்டுக்கொண்டிருந்தனர், அந்த வானொலி நிலையம் உள்ளூர் இளைஞர்களால் அமைக்கப்பட்டது. விடுதலை பெற்ற பகுதிகளை உள்ளடக்கிய ஒரு சுதந்திரமான மாநிலம் உருவாவதற்கான பலமான சமிக்ஞைகள் இருக்கிறதுதான், இருந்தாலும் பெரும்பாலான இவ்வம்சங்கள் தொடர் குண்டுவீச்சினாலும் மதத்தீவிரவாதப் படைப்பிரிவுகளின் பரவலாலும் துடைத்தழிக்கப்பட்டுவிடும். இருப்பினும் இச்சிறிய கவனிப்பாரற்ற இரண்டு அறைகளுக்குள் புரட்சி உறுதியாக வளர்ந்து கொண்டிருக்கிறது. இங்குள்ள மனிதர்கள் ஒரு புதிய திட்டமான, சமூக அமைப்பில் சுய-நிர்வகித்தல் என்பதில் பங்குபெற்றுக் கொண்டிருக்கிறார்கள். இவர்களுக்கு அவ்வாறு சுய நிர்வாகம் செய்யும் தகுதி இருக்கிறது என்பது தெளிவு, ஆனால், இவர்களின் குடியரசுக்கான புரட்சி வெற்றி பெறக்கூடாது என்பதில் உறுதியாக இருப்பவர்கள் இதில் மிகக் கவனம் வைக்கிறார்கள்.

‘நீங்கள் பார்த்துக்கொண்டிருக்கும் எல்லாமும் நடப்பது எதனால் என்றால் குடியரசுக்கான போரை மதவாதப் போராக மாற்றும் முயற்சிதான்,’ என்றார் இருபது வயதுள்ள இளைஞர், இவர் வடக்கு சிரியாவில் வெளியாகும் ஒரு செய்தித்தாளில் பணிபுரிகிறார். ‘இந்தத் தக்ஃபிரி முஸ்லிம்கள்... தாங்கள் என்ன செய்து கொண்டிருக்கிறோம் என்று அவர்களுக்கே தெரியாது, ஆனால் அவர்களின் தலைவர்களுக்குத் தெரியும்’ என்று தரையில் துப்பினார். அவரின் இரண்டு சகோதரர்கள் குண்டுவீச்சில் கொல்லப்பட்டவர்கள்.

மொஹம்மதுவும் நானும் பெண்களின் வீடுகளுக்குச் செல்லத் துவங்கினோம். ஊடக மையத்தின் அருகிலுள்ள மான்டெஹாவின் வீட்டிற்குப் போகும் வழியில், மீண்டும் ஒரு விமானம் தென்பட்டது, ஆனால் அது மையத்தில் இருந்த இயந்திரத்துப்பாக்கிகளான 14.5 எம்.எம் மற்றும் ரஷ்யநாட்டின் தயாரிப்பான ‘துஷ்கா’ எனப்படும் DShK-வினால் முறியடிக்கப்பட்டது. சிறு சந்துக்குள் சில குழந்தைகள் வட்டமாக

நின்று சிரித்தபடி விளையாட ஆரம்பித்தனர். ஆனால் என்னால் சிரிக்க முடியவில்லை. தலைக்குமேலே சுற்றிக்கொண்டிருக்கும் விமானம், அது அவர்களை ஒருநொடியில் சிதறல்களாக மாற்றிவிடும். அவர்களின் இரண்டு தாய்மார்கள் வாசலில் நின்றபடி கீழே பார்த்துக் கொண்டிருந்தனர். வெங்காய மூட்டையைச் சுமந்து கொண்டு ஒருவர் தெருவுக்குள்ளிருந்து வெளிவந்தார், இன்னொரு தெருவிலிருந்து துப்பாக்கியைச் சுமந்தபடி ஒரு போராளி வெளிவந்தார். இதுதான் இங்கே வாழ்க்கை.

சுவர்கள், முகங்கள் எல்லாமே புழுதியப்பிக் கிடக்கின்றன, நான் என் முகத்தை இருநிமிடங்களுக்கொருமுறை சட்டைக் கைப்பகுதியால் துடைத்துக்கொள்ள வேண்டும். சீக்கிரமே பைத்தியம் பிடித்துவிடுமோ என்று பயந்தேன். இம்மாதிரியான சூழ்நிலையில் எவ்வாறு மக்கள் பைத்தியமாகாமல் இருக்க முடியும்?

அடுத்தநாள் களைப்புடன் எழுந்தேன். ஆலாவையும் அவளது இரவுநேரக் கதைகளையும் மனம் தேடியது. அதேநேரம் அவள் சிரியாவுக்கு வெளியே பத்திரமாக இருக்கிறாள் என்ற நிம்மதியும் உருவானது. கதைசொல்லியின் நினைவுகள் ஒருபுறம் வருத்த, மேலும் ஒரு அசௌகரியத்தையும் உணர்ந்தேன், இரண்டு நாட்களாக ஒரே ஆடையை அணிந்துகொண்டு உறங்கி எழுகிறேன். நான் பைஜாமாக்களை அணிந்து கொள்ளவில்லை, ஏனென்றால் இரவில் குண்டுவீச்சினால் எழுந்து வீட்டை விட்டு வெளியே செல்ல நேரிட்டால் எல்லோர் முன்பும் அநாகரீகமாகப் போய் நிற்கமுடியாது, என்னுடைய கருப்புநிற அபாயாவை அருகிலேயே வைத்துக்கொண்டுதான் தூங்குகிறேன். மேலும், பல நாட்களாக புழுக்கத்தினாலும் கொசுக்கடியாலும் தூக்கம் வரவில்லை, எழுந்த பின்னும் தூக்கம் அழுத்தியது.

எறிகணை விழுவது நின்றுவிட்டதால் மான்டெஹா மற்றும் டாயே வசிக்கும் வீட்டிற்குச் செல்ல விரும்பினேன், அதன்பிறகு பல்வேறு திட்டங்களைப் பின்தொடரும் பொருட்டு டாயே உருவாக்கியுள்ள தற்காலிகப் பள்ளிக்குச் செல்லவேண்டும். மொஹம்மத், முதலில் சந்தைப்பகுதியில் உள்ள பாதுகாப்பிடத்தைப் பார்க்கவேண்டும் என்றார், அங்குதான் பெண்களுக்கான மையம் உருவாக உள்ளது. பாதுகாப்பிடம் சரியான இடத்தில் அமைந்துள்ளது என்று சொல்ல முடியாதுதான், ஆனாலும் இந்த இடம் இப்போது காலியாக உள்ளது, ஊர்மக்கள் இதை இலவசமாகத் தர முடிவுசெய்திருக்கிறார்கள் எனவே

இது நல்ல ஆரம்பம்தான். குண்டுவீச்சின் குறிக்கோள் அதிக எண்ணிக்கையிலான மக்களைக் கொல்வதே என்பதால் பொதுவாக சந்தைப்பகுதியைக் குறிவைத்துதான் எறிகணை விழுகிறது, என்றாலும் கடந்த ஒருமணிநேரமாக நின்று விட்டது என்பதால் அங்கே போவது பாதுகாப்பானது என்று நானும் மொஹம்மதுவும் நினைத்தோம். சராகெப் மற்றும் காஃப்ரான்பெல்லில் நான் சந்திக்க விரும்பும் விதவைப் பெண்கள் பட்டியலை வாசித்ததும், மொஹம்மத் அது சிரமமானது என்றும் அவ்வளவு பேரைச்சந்திக்க வேண்டுமென்றால் சிலநாட்களாவது தேவைப்படும் என்றார். எல்லாம் ஒன்றுதான், நான் எவ்வளவு வேலைகளை எவ்வளவு சீக்கிரமாக முடிக்க முடியுமோ அவ்வளவு நல்லதென்று நினைத்தேன், சீக்கிரமே காஃப்ரான்பெல் சென்று அங்குள்ள சமூக சேவகர் ரஸானைச் சந்திக்க வேண்டும், அதுபோல இடப்பெயர்வுக்கு உள்ளான குழந்தைகளுக்கான பள்ளித்திட்டத்தையும் பார்வையிட வேண்டும்.

சந்தைப்பகுதி அமைதியாக நடமாட்டம் குறைவாக இருந்தது. சில கடைகள் மட்டுமே திறந்திருந்தன, பெரும்பாலான கடைகளின் கதவுகள் குண்டு வீச்சால் பிளவுற்று இருந்தன; மிச்சமிருந்தவை காற்றுக்கு ஆடிக்கொண்டிருந்தன. கடைக்காரர்கள் முதல் முறையாகத் தங்கள் கடைகளின் ஜன்னலுக்கு முன்பாக மணல் மூட்டையை வைக்கத் துவங்கியிருக்கிறார்கள், பார்ப்பதற்கு போர்க்களம் போலவே இருக்கிறது. மையத்திற்குச் செல்லும் தெருவுக்குள் வண்டியைச் செலுத்தினோம். குண்டுவீச்சு, கொலைகள் மற்றும் முற்றுகைக்கு இடையே மகிழ்ச்சியின் கீற்றை உணர்ந்தேன். இங்கிருக்கும் மக்கள் தங்கள் இயல்பான வாழ்க்கையை வாழத்தான் முயல்கிறார்கள், பெண்கள், ஆண்கள் மற்றும் குழந்தைகள் அதைத்தான் உறுதிப்படுத்துகிறார்கள். அப்போது திடீரென ரேடியோ அலறியது.

'ஒரு ஹெலிகாப்டர்!' ஒரு இடையூறுக்குப்பின் தொடர்ந்தது. 'எங்கே போய்த் தொலைந்தீர்கள், முட்டாள்களே? அதைக் கவனிக்கவில்லையா? ஏன் யாரும் அறிவிப்புச் செய்யவில்லை, மயிரா பிடுங்குகிறீர்கள்?!'

மொஹம்மது வண்டியை ஓட்டும்போது நான் ரேடியோவைக் கையில் எடுத்துக்கொண்டேன்.

'துப்பாக்கிகளில் உடனே ஆளை நிறுத்துங்கள்!' என்று அலறியது. 'அது இப்போது சராகெப் மேலே வந்துவிட்டது!'

ஹெலிகாப்டரின் இறக்கை ஒலிகேட்டது, ஒரு புழுதிப்படலம் உடனே எங்களைச் சூழ்ந்தது. மொஹம்மத் வண்டியை நிறுத்தி கண்ணாடிகளைத் துடைக்கும் விசையை இயக்கினார். நான்

கைகளால் காதுகளை மூடிக்கொண்டு அலறினேன். அதன் மூலம் நான் உயிருடன் தான் இருக்கிறேன் என்று தெரிந்துகொள்ள விரும்பினேன். மனிதர்கள் அலறும் ஒலி கிட்டத்தட்ட மிருகங்களின் ஊளைச்சத்தம் போலத்தான் இருக்கிறது. மீண்டும் ஒரு இடிபோன்ற பலத்த சத்தம். புழுதிமேகம். கண் சற்றுத் தெரிய ஆரம்பித்ததும் ஒருவர் தன் காயமுற்ற குழந்தையைக் கைகளில் தூக்கிக்கொண்டு அழுதபடியும் கத்தியபடியும் ஓடுவதைப் பார்த்தேன். அவருடைய சத்தம் என் காதுகளுக்குக் கேட்கவில்லை, ஏனெனில் என் காதுகளிலிருந்த ரீங்காரம் இப்போது தீவிரமான வலியாக மாறியிருந்தது. என்னைச்சுற்றி என்ன நடக்கிறதென்று கவனிக்க முடியவில்லை. அப்போதுதான் அந்தப் பயங்கரமான ஒலியைக் கேட்டேன். அது எப்படி இருந்ததென்று என்னால் இப்போது சொல்லமுடியவில்லை என்றாலும் என் செவிப்பறை வெடித்துவிடும் போலிருந்தது, என் தலை மிகப்பலமாக ஆடியது. நாங்கள் அமர்ந்திருந்த வண்டியும் ஆடியது. உடலின் ஒவ்வொரு செல்லும் அசையும் நிலத்தோடு சேர்ந்து அதிர்வது போல உணர்ந்தேன், கண்ணுக்கு முன்னாலிருந்த எல்லாமும் ஒன்றாகக் குழம்பின. மொஹம்மது வண்டியை மெதுவாக ஒரு தெருவுக்குள் செலுத்தினார், அது சந்தைப்பகுதியை விட்டு வெளியேறும் வழி. வெள்ளைநிற புகைத்திரிகள் வண்டியின்மீது விழத்தொடங்கி, பக்கவாட்டுக் கண்ணாடியில் வழிந்திறங்கின. கீழிறங்கும் புகை, சிதைந்த பொருட்கள் மற்றும் உலோகச் சிதறல்கள். என் தலை நெஞ்சின்மீது படிந்து இருக்க; சிதறிப்பறக்கும் பொருட்கள் வண்டியின்மீது மோதி எழுப்பும் ஒலி கேட்டது. ஒரு துண்டு மொஹம்மத் அருகிலிருந்த பக்கவாட்டுக் கண்ணாடியைத் துளைத்தது, மற்றொன்று என் கழுத்திலிருந்து சில அங்குலங்கள் தள்ளியிருந்த கண்ணாடியைத் துளைத்து நின்றது. நான் கண் விழித்தபோது இரண்டு மூன்று நிமிடங்கள் ஆகியிருக்கலாம் - நான் இறந்து கொண்டிருக்கிறேன் என்றே நினைத்தேன், என் கண்முன்னால் என் கடைசிக் கணங்களின் காட்சிகள் தெரியுமென எண்ணினேன். ஆனால் அப்போது என்னால் வாழ்வு குறித்தோ அல்லது வேறெந்த உன்னதம் குறித்தோ நினைக்க முடியவில்லை. சாவு எளிமையானதுதான், குண்டு எந்தப் பக்கத்திலிருந்து வெடிக்கும் என்னுடலின் எந்தப்பகுதியைத் தாக்கும் என்று தெரியாததால் மட்டுமே பயப்படுகிறேன் என்று நினைத்தேன்.

எனக்கும் மொஹம்மதுவுக்கும் தெரிந்திராத விஷயம் என்னவென்றால் அப்போதுதான் மீண்டும் வட்டமடித்து வந்த ஹெலிகாப்டர் மூன்றாவது பீப்பாய் வெடிகுண்டை

சந்தைப்பகுதி மீது வீசியிருந்தது. ஆனால் அது நிலத்தில் விழுந்து வெடிக்காமல் வானத்திலேயே, அதாவது எங்களுக்கு மேலேயே காற்றில் வெடித்துச் சிதறியிருக்கிறது. எது இந்த நம்பமுடியாத அதிர்ஷ்டத்தைக் கொடுத்துத் தப்பிக்கவைத்தது? போராளிகளிடம் விமான - எதிர்ப்புத் துப்பாக்கிகள் இருகின்றன, சில துப்பாக்கிகள் ஆறு கிலோமீட்டர் தூரம் வரை தாக்கக்கூடியவை, அவர்கள் ஏற்கெனவே பல விமானங்களை வீழ்த்தியிருக்கிறார்கள் என்பதால் ஹெலிகாப்டர் அதிகமான உயரத்தில் பறந்திருக்கிறது. எனவேதான் அஸாட்டின் ஹெலிகாப்டர்கள் வழக்கத்தை விட அதிக உயரத்தில் பறந்திருக்கின்றன. பீப்பாய் குண்டுகள் ஆபத்தானவை, பழைமையான முறையில் கைகளால் தயாரிக்கப்பட்டு, உயரத்திலிருந்து தள்ளிவிடப்படுபவை என்பதால் அவற்றில் ஒரு திரி இணைக்கப்பட்டு விமானத்திலிருந்து தள்ளிவிடப்படும் முன் அவை கொளுத்தப்படும். தரையை வந்து சேரும் நேரம்வரை எரியுமளவு அந்தத்திரியின் நீளம் துல்லியமாக இல்லை. அன்று மதியம் நாங்கள் உயிர் பிழைத்ததற்கு அந்தப் பீப்பாய் தரைக்கு வந்துசேர எடுத்துக்கொண்ட காலமும், தவறான நீளத்தில் இருந்த திரியுமே காரணம், தரைக்கு வந்து கொண்டிருக்கும்போதே காற்றில் வெடித்துவிட்டது.

மான்டெஹாவின் வீட்டுக்கு விரைந்தோம். மொஹம்மத் என்னை இறக்கி விட்டதும், பீப்பாய் வெடிகுண்டுகள் ஏற்படுத்திய சேதத்தினைப் பார்வையிடச் செல்லும்போது என்னையும் அழைத்துச் செல்லக் கேட்டேன்.

'ஏன், என்னோடு சேர்ந்து சாகலாம் என்றா?' என்று கேட்டார். பிறகு சிரித்தபடி கையசைத்து விட்டு வண்டியைச் செலுத்திச்சென்றார்.

மான்டெஹாவின் வீட்டிற்குள் நுழையும்போது புழுதிப்போர்வை வானத்தை மறைத்திருந்தது. பெண்கள் எனக்காகக் காத்திருந்தனர்: தியாகிகளின் மனைவியர், அருகிலிருப்பவர்கள், அவர்களின் குழந்தைகள். வழக்கம்போல பெரிய வீடொன்று பலரின் செயல்பாடுகளால் நிறையத்தொடங்கியது. இடதுபக்கச்சுவர் உடைந்து திறந்து கிடந்தது. உணவுத்தட்டுகளைத் தரையில் வரிசையாய் அடுக்கிக் கொண்டிருந்தபோது,என்ன நடந்தது என்று கேட்டேன்,எல்லோரும் சிரித்தபடி குண்டுவீச்சின் கதைகளைச் சொல்லத் தொடங்கினர். நீள்வட்டக் கண்களுடைய ஒரு பெண் குழந்தையொன்றைத் தன் மார்போடு அணைத்துக் கொண்டிருந்தார். அவர் ஒரு தியாகியின் மனைவி, பின்னல் வேலைப்பாடுகள் கொண்ட

ஒரு திட்டத்தை உருவாக்க விரும்புகிறார். மற்றொரு பெண் மருத்துவர், தனியாக வசிப்பவர், இலக்கியத்தில் ஆர்வமுள்ளவர். இரண்டு குழந்தைகளோடு வசிக்கும் பெண்ணுக்குத் தையல் இயந்திரம் தேவை. என் கதையை அவர்களுக்குச் சொல்ல ஆரம்பித்ததும் விநோதமாக அதிலிருந்து தொடர்பற்று உணர்ந்தேன், தலைக்குமேலே பீப்பாய் வெடிகுண்டு வெடித்த பிறகு மீண்டும் வாழ்க்கைக்குள் மூழ்குவது போல உணர்ந்தேன். மனம் முற்றிலும் வெறுமையாக இருக்க என் உதடுகள் இன்னமும் நடுங்கிக் கொண்டிருந்தன. எல்லோரும் என்னைச் சூழ்ந்து கொண்டனர், ஒரு பெண் என் கைகளைப் பற்றிக்கொள்ள மற்றொருவர் குரானிலிருந்து வரிகளைச் சொல்லத்துவங்கினார். என் கண்கள் தீவிரத்தன்மையோடு இருந்ததா அல்லது என் நிறம் பயத்தினால் வெளுத்து வெளிறிப்போயிருந்ததா என்று எனக்குத் தெரியாது, ஆனால் நான் உயிரோடிருக்கிறேன் என்பதற்கு உண்மையில் நன்றியோடு இருந்தேன். பெண்கள் என்ன செய்து தங்கள் உறுதியைக் காப்பாற்றிக் கொள்கிறார்கள் என்று கண்டுபிடிக்க விரும்பினேன். அவர்கள் அழகாக, சுத்தமாக இருக்கிறார்கள், அவர்களின் உணவு சுவையாக இருக்கிறது. ஏழ்மை இருந்தாலும் அவர்களது குழந்தைகள் நன்கு கவனித்துக் கொள்ளப்படுகின்றனர். ஒரு பெண் தான் தயாரித்திருந்த ஆடையை உடன் எடுத்து வந்திருந்தார்.

மான்டெஹாவின் சகோதரி டாயே, தான் அமைத்துள்ள தற்காலிகப் பள்ளியை நிர்வகிக்கிறார், வீடுகளில் குழந்தைகளுக்குக் கல்வி புகட்டக்கூடிய பெண்களின் கட்டமைப்பு ஒன்றை உருவாக்க வேண்டும் என்றார்: பழையகால முறைப்படி குழந்தைகளை ஒரு கட்டடத்தில் வைத்திருப்பதென்பது ஆபத்தானது, மற்ற இடங்களில் வைத்துச் சொல்லிக் கொடுப்பதைக் காட்டிலும் அங்கே குண்டு விழுந்தால் பாதிப்பு அதிகமாகும். சமூகத்தில், உள்ளூரில் இருப்பவர்களின் முனைப்பில் இம்மாதிரியான தனியார் பள்ளிகள் உருவாக ஆரம்பித்துள்ளன; வகுப்புகள் எறிகணைகள் விழும் தீவிரத்தைப் பொறுத்து அமைகின்றன. குறிப்பான பள்ளி நாட்கள் இல்லையென்றாலும் குழந்தைகள் சிறிதளவேனும் கல்வி பெறுகின்றனர்.

ஏற்கெனவே தயாரித்திருந்த பெண்களின் விபரங்கள் அடங்கிய தாள்களை எங்களுக்கு முன் பரப்பி வைத்து, அவற்றை ஆராய்ந்து குறிப்புகள் எடுத்தோம். என்னுடைய கவனம் சிதறியிருந்தாலும் என் தலை குழம்பிய நிலையில் இருந்தபோதும் என்னால் நிறுத்த முடியவில்லை. அவர்களின் வலிமைக்கு முன் நான் வெட்கவேண்டியதாயிற்று. வெளியே விமானம் மற்றும் அவசர உதவி வாகனங்களின் ஓசை தொடர்ந்து

கேட்டுக்கொண்டிருந்தது, அதேபோலத்தான் குழந்தைகளின் சத்தம் மற்றும் உணவுத்தட்டுகள் வருவதும் போவதுமான ஒலிகளும்.

பிறகு திடீரென எல்லோருக்கும் வேலையிலிருந்து கவனம் சிதறி மீண்டும் பேச ஆரம்பித்தோம், அவர்களின் பேசுவதற்கான பசி மீண்டும் எழுச்சியுற்றது போல. இருபது வயதுப்பெண் ஒருவர் தான் இஸ்லாமியப் படையினருக்கு எதிரானவள் என்று கூறினார், அவர்கள் எவ்வாறு ஒருநாள் ஒரு படைவீரனின் தலையைவெட்டி அதைக் கம்பு ஒன்றில் சொருகி சராகெப்பின் சந்தைப்பகுதியைச் சுற்றிவந்தார்கள் என்று விவரித்தார்.

'ஆமாம், ஆனால் அவன் என்ன செய்தான் என்று உனக்குத் தெரியுமா?' என்று இன்னொரு பெண் இடைமறித்தார். அவன் ஒரு பீரங்கி வண்டிக்குள்ளே இருந்தான், அவர்கள் அவனை சரணடையச் சொன்னார்கள் அவர்கள் அவனைச் சுட விரும்பவில்லை; அவனைக் கொல்லவும் விரும்பவில்லை. என் உறவினர் ஒருவர் அங்கிருந்து என்ன நடந்தது என்று பார்த்தார். ஆனால் அவன் அவர்களை நோக்கிச் சுட்டான்; அவர்கள் அனைவரையும் கொல்ல நினைத்தான். ஒருவர் அவனைச் சுட்டுக்கொல்லும் முன்பு அவன் இருவரைக் கொன்று விட்டான். அவர்கள் கடுங்கோபத்தில் இருந்தார்கள்.'

'இதுமாதிரியான காட்டுமிராண்டித்தனமான காட்சிகளை எங்கள் பிள்ளைகள் பார்க்க வேண்டும் என்பதற்காக நாங்கள் பஷாருக்கு எதிராகப் போராடவில்லை,' என்றார் இன்னொரு பெண்மணி. 'இது பயங்கரவாதம், இழிசெயல். எதற்காக அவன் தலையைவெட்டி எல்லோர் முன்பும் காட்டவேண்டும்? நாங்கள் உண்மையில் ஷரியா நீதிமன்றத்துக்கு மனு எழுதி அனுப்பவேண்டுமென நினைத்தோம் தெரியுமா, ஆனால் நாங்கள் உதவியற்று இருந்தோம்.'

'அது ஒப்புக்கொள்ள முடியாததுதான்,' என்று இன்னொரு பெண்மணி சேர்ந்துகொண்டார். 'நிச்சயமாக எங்கள் குழந்தைகள் காட்டுத்தனமாக வளர்வதை நாங்கள் விரும்பவில்லை!'

'வரப்போவது இதைவிடவும் அரக்கத்தனமாக இருக்கப்போகிறது, நான் உறுதியாகச் சொல்வேன்,' என்று இன்னொரு பெண் மெல்லப்பேசினார்.

குழந்தைகள் உள்ளும் வெளியிலுமாக ஓடி எங்கள் மீது குதித்துக்கொண்டிருந்தனர்.

'ஆனால் நாம் என்னதான் செய்வது?' ஒரு இளம்பெண் பேசினார். 'என் மகன் இதுமாதிரியான காட்சிகளைப் பார்க்கிறான் என்பதற்காக அவனைக் கொலைகாரனாகவும்

சமர் யாஸ்பெக் ◆ 203

அரக்கனாகவும் மாறவிடமுடியாது.'

நான் என்னுடைய கருத்துகளை ஒவ்வொரு பெண்ணின் பின்புலத்தை வைத்தும் எழுதிக்கொண்டிருந்தேன், இன்னமும் எனக்கு ஆச்சரியமாகத்தான் இருந்தது, எங்கிருந்துதான் அவர்களுக்கு வாழ்வதற்கான உறுதி வருகிறது, கிட்டத்தட்ட என்னால் தொடமுடியும் ஆழ்ந்து நுகரமுடியும் என்னும் அளவு தாங்குதிறம் இவர்களிடம் இருக்கிறது. அவர்களுக்கு இங்கே இருப்பதைத் தவிரவும் வேறு வாய்ப்பு வழங்கப்படவில்லை, ஆனால் எனக்கு வாய்ப்பிருந்து. இந்நரகத்திலிருந்து வெளியேறி வெளிநாட்டில் வாழ்கிறேன்.

ஒரு விமானத்தின் உறுமல் மறுபடி கேட்டது, இளம்பெண்களில் ஒருவர், தியாகி ஒருவரின் மகள், 'இது 'மிக்' ரக விமானம்,' என்று கத்தினார்.

அதைத்தொடர்ந்து ஒரு வெடிச்சத்தம் கேட்டது.

'அதுவொரு கொத்து வெடிகுண்டு,' என்றார் ஒரு பெண்.

நாங்கள் வேகமாக தாள்களைச் சேகரித்துக்கொண்டு பாதுகாப்பான இடம் தேடி விரைந்தோம். மான்டெஹா அவர்களோடு இருக்கும்படி கேட்டுக்கொண்டார், ஆனால் மொஹம்மத் எனக்காக குண்டுவீச்சுக்கு நடுவே வெளியில் காத்துக்கொண்டிருப்பார், வெளியில் இறங்கி வண்டியை நோக்கி விரையும்போது இன்னமும் பதைபதைப்பானேன்.

மீண்டும் குடும்பத்தோடு தங்கியிருக்கும் வீட்டை அடைந்தோம், அபு இப்ராஹிம், நௌரா மற்றும் ஆயூஷ் ஆகியோர் ஏற்கெனவே நிலவறைக்குச் சென்று எனக்காகக் காத்திருந்தனர். அவர்கள் அகதிகள் தங்கியிருந்த அல்-மாஷ்ரஃபியா மசூதியிலிருந்து திரும்பி வந்துவிட்டனர். நௌரா கோபத்தில் இருந்தாள். அயூஷ் மேலே சென்று முதியவர்களுடன் இருக்க விரும்பினார், எனவே நான் அவரோடு மேலே சென்றேன். பிறகு ஒரு தட்டில் உணவை எடுத்துக்கொண்டு நிலவறைப்படியில் அமர்ந்து மௌனமாக உண்டோம். மீண்டும் எறிகணைகள் இடைவிடாமல் விழுந்து கொண்டிருந்தன; இங்கே நிகழ்ந்துகொண்டிருக்கும் இறப்புகளுக்கு இடையே எதையேனும் செய்யலாம் என்று யோசிப்பதே முட்டாள்தனமாகத் தோன்றியது. இருந்தாலும் என் மனம் வேலைகளை முடிப்பதற்கு இன்னும் எத்தனை நாள் மிச்சம் இருக்கிறது என்று கணக்கிட்டது, மேலும் டாயே எவ்வாறெல்லாம் குண்டுவீச்சுக்கு இடையே பள்ளியை நடத்தலாம் என்ற யோசனைகளும் தொடர்ந்தது. இக்கொடூரமான குண்டுவீச்சு

அதைச் சாத்தியமின்றிச் செய்துவிடலாம்.

அன்றுமாலை மொஹம்மத், மான்டெஹா மற்றும் நான், மூவரும் முடி திருத்தகம் மற்றும் சலூன் வைக்க விரும்பிய ஒரு பெண்ணின் வீட்டிற்குச் சென்றோம், உண்மையில் எனக்கு அது சற்று ஆச்சரியத்தையே அளித்தது, இந்தச் சூழ்நிலையில் யார் இதுகுறித்தெல்லாம் அக்கறை எடுத்துக் கொள்வார்கள். அந்தப்பெண், ஃபாடியா, கருத்தநிறம், ஒல்லியான உடல்வாகு, இருபத்தைந்து வயதுக்கு மிகாது. அவருக்கு மூன்று குழந்தைகள். அதுவரை அவரது கணவருக்கு என்ன ஆனதென்று யாருக்கும் தெரியாது. மற்ற திட்டங்கள் போலவே அழகு நிலையமும் அவரது வீட்டிலேயே அமையவிருக்கிறது, ஏனென்றால் கிராமச் சமூகத்தில் ஒரு பெண் தனியாக வெளியில் வர அனுமதி இல்லை, உடன் ஒரு ஆண் பாதுகாவலர் வேண்டும், கணவன் அல்லது யாரேனும் உறவினர். புரட்சிக்கு முன்பாக பொருளாதாரச் சூழ்நிலை சரியாகத்தான் இருந்தது, பெரும்பாலான பெண்கள் வேலைக்குச் செல்லவேண்டியிருக்கவில்லை. ஆனால் இப்போதைய சூழ்நிலை வேறு. முன்பு சந்தித்த சராகெப்பின் பெண் மருத்துவர் ஒருவர், நகரத்திலுள்ள பெரும்பாலான பெண்கள் பட்டதாரிகள் என்றார். ஆனால் சமூக வழக்கம் மற்றும் பாரம்பரியம் ஆகியவை ஆதிக்கம் செய்கின்றன. மதம் மட்டுமே காரணமல்ல; மற்றவர்கள் என்ன சொல்லுவார்கள் என்ற பயமும் ஒரு காரணம்.

அடுத்து வந்த நாட்களில் பெண்களின் வீடுகளுக்கு நானும் மொஹம்மதுவும் செல்லும்போதெல்லாம் குண்டுவீச்சு காரணமாக பல இடங்களில் சிறிதுநேரம் தங்கிச் செல்ல வேண்டியதாயிற்று. இதனால் நிறையப்பேரை சந்திக்கும் வாய்ப்புக் கிடைத்தது, பெரும்பாலும் மத்திய வர்க்கத்தைச் சேர்ந்தவர்கள், புரட்சி ஆரம்பித்த நாட்களில் இருந்து இவர்களின் பொருளாதாரம் சீரழிந்து போய்விட்டது. பண்பும் கனிவும் கொண்டவர்கள், ஒவ்வொருமுறை அவர்கள் வீட்டிற்குச் செல்லும்போதும் இனக்குழுக்களுக்கிடையே மூண்டுள்ள போர் குறித்துக் கவலை தெரிவிக்கும் அவர்கள் எவ்வாறு தாங்கள் அதில் கலந்துகொள்ளவில்லை என்றும் தங்களுக்கு அதில் உடன்பாடில்லை என்பதையும் விளக்குவார்கள். இந்த மதத்தீவிரவாத படைப்பிரிவுகள் தங்களுக்குத் தேவையில்லைதான், ஆனால் அதை மாற்ற சக்தியற்று உணர்ந்தனர். இனவாதத்திலிருந்து தங்களைத் துண்டித்துக்கொள்ளும் அவர்களின் முயற்சிகளிலிருந்து, அவர்களுக்கு நான் யார் என்பது தெரிந்திருக்கிறது என்று

புரிந்து கொண்டேன். அவர்களோடு இருக்கையில் உயிராபத்து என்ற எண்ணம் எனக்குள் இல்லை. ஆனால் அதற்கடுத்து நடந்த விஷயம் என்னைச் சராகெப்பை விட்டுச் செல்ல வைத்தது.

ஊடகநிலையத்தில் இருக்கும்போது கதவுக்குக் கீழே நிழலாடியது, மின்சார ஒயர்கள் அல்லது செயற்கைக்கோள் இணையச் சேவையில் ஏதேனும் சரிசெய்யும் பணிகள் நடந்து கொண்டிருக்கலாம் என்று நினைத்தேன், அவர்களின் நடமாட்டம் சந்தேகப்படும்படியாக அமைதியாக இருந்தாலும் நான் பாதுகாப்பாக உணர்ந்தேன், ஏனென்றால் கீழே அலுவலகத்தின் வாசலில் உள்ள இரும்புக்கதவு பூட்டப்பட்டிருந்தது. நிழல்களைக் கவனிக்காமல் விட்டுவிட்டேன், பயமோ அல்லது கவலையோ என்னிடம் இல்லை. நிதானமாகவே இருந்தேன். என் எலும்புகளும் தலையும் வலியில் இருந்தன, காது ரீங்காரமிட்டுக் கொண்டிருந்தது; ஒவ்வொரு அசைவும் என்னைச் சிரமப்படுத்தின. முதல்நாள் இரவு நடந்த விஷயங்களை யோசித்தபடி அறையின் கதவை மூடிவிட்டு ஜன்னலைத் திறந்துவைத்தேன்.

அது மற்றுமொரு சவாலான இருபத்துநான்கு மணிநேரம். ஊடக அலுவலகத்தில் இருப்பவர்கள் அதிகாலை வரை விழித்திருந்து செயல்படுமளவு குண்டு வீச்சு இருந்தது. என்னோடு மொஹம்மத், மன்ஹால், பத்திரிக்கையாளர் மார்சின் சுடெர் மற்றும் பதினாறு வயதுள்ள பேடீ இவர்களோடு அபு ஹாசன், முன்னாள் இடதுசாரி ஆகியோரும் இருந்தனர். நான்கு சேவகர்கள் இணையத்தில் தங்கள் வேலையைச் செய்து கொண்டிருந்தனர். நள்ளிரவுக்குப் பின் அலுவலகத்திற்கு உதவி கேட்டு ஒரு தொலைபேசி அழைப்பு வந்தது, சிலர் மருத்துவமனைக்குச் செல்லவேண்டியதாயிற்று, நானும் அவர்களோடு சேர்ந்துகொண்டேன். மார்சினும் உடன் வந்தார். ரத்தக்கறைகள், சாலையின் குறுக்காக உள்ள எரிந்துபோன கட்டடங்கள், காயம்பட்டவர்களின் உடல்கள், கடந்து செல்லும் மனிதர்கள் என குண்டுவீச்சின் ஒவ்வொரு விபரங்களையும் நுணுக்கமாகப் புகைப்படம் எடுத்துக்கொண்டிருந்தார். காத்திருந்த மனிதர்கள், வானத்தின் நிறம், மரங்களைக் கூட எடுத்தார்.

அடிபட்ட குழந்தையொன்று இருந்த அறைவாசலில் நின்றோம். அதுவரை நான் தைரியமாகத்தான் இருந்தேன். அந்தச்சிறுவனுக்கு நான்கு வயது இருக்கும், மிகவும் ஒல்லியாக இருந்தான், இப்போதுதான் விழித்தெழுந்தது போல இருந்தான். அழகான முகம். அவன் அழவில்லை,

அமைதியாக அமர்ந்தபடி கண்களைக்கூட அசைக்காமல் மேற்கூரையைப் பார்த்துக்கொண்டிருந்தான். அவன் உடலில் வெளித்தெரியும்படியாக வேறு காயங்கள் இல்லை, நெஞ்சில் மட்டும் ஒரு துளை, கொத்து வெடிகுண்டின் உலோகச் சிதறல், உடலின் உள்ளே நொறுங்கி உள்ளிருந்தே ஆளைக்கொல்லும். மருத்துவர் அதை உடலிலிருந்து அகற்ற அவன் மார்பைத் திறக்க வேண்டும் என்றார்.

அந்தச் சிறுவனைப் பார்த்தவுடன், ஏனென்று தெரியவில்லை நான் மூச்சுத்திணறி, 'கடவுளே, கடவுளே...' என்று முணுமுணுக்க ஆரம்பித்தேன், அந்த அறையைவிட்டு வெளியேற வேண்டியதாயிற்று. அந்தப் பயங்கரத்தின் ஆழத்தை என்னால் அளக்க முடியவில்லை. பரிதாபமான நிலையில் சிறுபறவையைப்போல அச்சிறுவன். மௌனமாக, குறையேதும் கூறாமல். வலியோடு. அவன் விரிந்த விழிகளில் மொத்த உலகிற்குமான நம்பிக்கை. அவனைச் சுற்றி என்ன நடக்கிறதென்று அவனுக்குப் புரியவில்லை. பிறகுதான் நான் பெரிய அளவிலான ரத்தக்கறையொன்றின் மீது நின்று கொண்டிருக்கிறேன் என்று உணர்ந்தேன். ஒரு பிணத்தின் மீது நின்றுகொண்டிருப்பது போன்ற உணர்வு. கிறீச்சிட்டபடி அங்கிருந்து வேகமாக விலகினேன்.

மார்சின் அந்தக்குழந்தையைப் படம் எடுத்துக்கொண்டிருந்த வேளையில் நான் மருத்துவமனையின் மற்ற அறைகளைச் சுற்றிவந்தேன், மோசமான நிலையில் எல்லாவிதமான கருவிகளுக்கும் தட்டுப்பாடான நிலையில் அவை இருந்தன. அப்போது அதிகாலை ஒன்றரை மணி என்றாலும் அப்போதும் மக்கள் அடிபட்டவர்களைக் கொண்டுவந்த வண்ணம் இருந்தனர். மீண்டும் அந்தச் சிறுவனின் அறைக்குச் சென்றேன், அதேபோல வெறித்தபடி அமர்ந்திருந்தான், ஆனால் இப்போது அவன் கண்களிலிருந்து கண்ணீர் வழிந்துகொண்டிருந்தது. மருத்துவர் அவன் மார்பில் அறுவை சிகிச்சை செய்வதற்கான ஏற்பாடுகள் செய்து கொண்டிருந்தார். நாங்கள் அங்கிருந்து கிளம்பினோம். நான் மெதுவாக நடந்து கொண்டிருந்தபோது மார்சின் என்னைத் தேற்ற முயற்சி செய்தார், மன்ஹால் எங்களுக்கு முன்னால் சென்றுவிட்டார்.

'எல்லாம் சரியாகிவிடும்,' அமைதியாக ஆங்கிலத்தில் பேசினார். 'அவன் பிழைத்துக் கொள்வான்.'

அலுவலகத்துக்கு வரும் வழி நீண்டது, பல இடங்களில் எங்களுக்கு முன்னால் பொழிந்து கொண்டிருக்கும் ஏறிகணைக்காக நின்று வரவேண்டியதாயிற்று. மார்சின் எல்லாவற்றையும்

படமெடுத்துக் கொண்டிருந்தார். கண்ணிமையைக்கூட அசைக்கவில்லை. நடுங்கவில்லை. எங்கள் தலைக்கு மேல் விழுந்து கொண்டிருக்கும் எறிகணைகள் ஒரு பொருட்டே அல்ல என்பதுபோலத் தொடர்ந்து படம்பிடித்தார்.

மருத்துவமனைக்கு நாங்கள் சென்ற பயணம் நள்ளிரவில் அமைந்தது என்பது எங்களது துரதிர்ஷ்டம்தான், அந்தப்பகுதி முழுக்க கொத்து வெடிகுண்டுகளால் தாக்கப்பட்டுக் கொண்டிருக்க, நான் மார்சினைப் பார்ப்பது அதுவே கடைசிமுறை என்றானது. அவர் கடத்தப்படுவதற்கு நான் சாட்சியாக இருப்பேன் என்று நான் கனவிலும் நினைத்ததில்லை.

அடுத்தநாள் காலை பத்துமணி, ஜன்னலோரம் அமர்ந்து சிந்தனையில் ஆழ்ந்திருந்தபோது, வெளியே கத்தும் சத்தம் கேட்டது, அதைத்தொடர்ந்து துப்பாக்கி வெடிக்கும் சத்தம், குழப்பமான சத்தங்கள். நான் இருந்த அலுவலக அறையின் கதவு பூட்டியிருக்கிறதா என்று பார்த்துக்கொண்டு மூச்சையடக்கி அமர்ந்திருந்தேன். துப்பாக்கிச் சத்தம், பலமாக அறைக்கதவை யாரோ தட்டினார்கள், மீண்டும் துப்பாக்கிகள் வெடிக்கும் சத்தம். மன்ஹாலின் குரல் உள்ளே வந்திருப்பவர்களின் தேவை என்ன என்று கேட்டுக் கொண்டிருந்தது. என் காது ரீங்கரித்துக் கொண்டிருந்ததால் வெளியே குண்டு வீசப்படுகிறதா அல்லது ஏவுகணைகளா என்று அனுமானிக்க முடியவில்லை. ஆனால் அலுவலகத்தின் உள்ளே ஆயுதமேந்தியவர்கள் வந்திருக்கிறார்கள் என்று புரிந்தது, நான் கதவிற்கு அடியில் பார்த்த நிழல் அவர்களுடையதுதான். அவர்கள் தங்களது திடீர்சோதனையை நடத்தத் தயாராகிக் கொண்டிருந்திருக்கிறார்கள்.

மன்ஹால் கத்தினார், ‘கணினியைக் கொடுங்கள் சமர்! கணினியைக் கொடுங்கள்!’

நான் ஒருவழியாக என் அபாயாவை அணிந்து முகத்திரையிட்டு கணினியைக் கெட்டியாகப் பிடித்துக்கொண்டு லேசாகக் கதவைத்திறந்தேன். மன்ஹால் கதவுக்கு வெளியே நின்றிருந்தார், உள்ளே நுழைய முயன்று கொண்டிருந்த ஒரு மனிதனைத் தடுக்கும் முயற்சியில் இருந்த அவரின் முகத்தில் ரத்தம் வழிந்தபடி இருந்தது. அந்தச்சிறிய இடைவெளியில் என்னைப் பார்க்க முடியாது. மன்ஹால் கதவை மூடியவுடன் உடனே நான் எங்கே அமர்ந்திருந்தேனோ மீண்டும் அங்கே சென்று அமர்ந்துகொண்டேன். ஓரிரு நிமிடங்களில் மீண்டும் கதவைத் திறந்தேன். என்னால் ஓரமாக அமர்ந்திருக்க முடியவில்லை. அந்த அந்நியன் இன்னும் என் கதவுக்கு முன்னால் நின்று

கொண்டிருந்தான், மன்ஹால் முகம் முழுக்க ரத்தம் வழிய நின்று கொண்டிருந்தார். பிறகு, மன்ஹால் அம்மனிதன் அவரைத் துப்பாக்கியின் அடிக்கட்டையால் தாக்கியதாகக் குறிப்பிட்டார். நாங்கள் சாகப்போகிறோம் என்று நினைத்தேன்.

ஒரேயொரு சிந்தனை மட்டும் ஓடிக்கொண்டிருந்தது: இவர்கள் ஐஎஸ்ஐஎஸ் தீவிரவாதிகள். நான் யார் என்று தெரிந்தவுடன் என்னைக் கடத்திச்செல்ல வந்துள்ளனர், அல்லது எங்களைக் கொல்வதற்காக வந்துள்ளனர், ஏனெனில் சமீபமாக புரட்சியில் ஈட்டுபட்டுள்ளவர்களை அஸாட் ஆட்சியாளர்கள் போலவே கைது செய்வதும் கொல்வதும் நடந்து வருகிறது. ஐஎஸ்ஐஎஸ், மதச்சார்பற்ற சமூகசேவகர்கள் மற்றும் என்னைப்போன்ற ஊடகவியலாளர்களைக் குறிவைக்கிறது, என்னுடைய அலாவித் என்கிற மத அடையாளம் போதுமானது, நான் அவர்களைப் பொறுத்தவரை நாத்திகர்கள் என்று கருதப்படும் பிரிவிலிருந்து வருகிறேன், அவர்கள் சமயம் மற்றும் மத எதிர்ப்பு எனக் குற்றஞ் சாட்டிக் கொன்றவர்களின் இனம்.

மன்ஹாலின் முகம் ரத்தம் சொட்டிக்கொண்டிருந்தது, நான் மெதுவாக கண்களை மூடித் திறந்தேன். வெகுவேகமாக ரத்தத்தை இழந்து கொண்டிருந்தார், அவர் இறந்து கொண்டிருக்கிறார் என்று நினைத்தேன்.

'நீங்கள் நலமாக இருக்கிறீர்களா?' என்றேன்.

அந்த முகமூடி அணிந்த மனிதன் அங்கேதான் இருக்கிறான் என்பதையே மறந்து விட்டேன், அவன் கடுமையான குரலில், 'உள்ளே போகிறாயா இல்லையா!' என்று எச்சரித்தான். துப்பாக்கியை என் முகத்துக்கு நேராக நீட்டினான். என் இதயம் வெடிகுண்டைப்போலச் சத்தமிட்டது, ஆனால் நான் அவனை நேராகப் பார்த்தேன்.

'என்னை மன்னியுங்கள்,' என்று அமைதியாகக் கூறினேன், பிறகு கதவை மூடிவிட்டுப் படுக்கையில் அமர்ந்துகொண்டேன். மன்ஹால் எந்த நிமிடமும் மயங்கிவிடுவார் என்ற சிந்தனை வந்துகொண்டே இருந்தது, அந்தத் துப்பாக்கி வைத்திருப்பவன் உள்ளே நுழைந்து என் தலையில் சுடப்போகிறான், அல்லது நான் கடத்தப்பட்டு மறைந்து போவேன். அமைதியாக உதடுகள் நடுங்க அமர்ந்து கொண்டிருந்தேன்.

முகமூடியணிந்து ஆயுதம் வைத்திருந்தவன் சிரியன் அல்ல; அவன் வெளிநாட்டுப் போராளிகளில் ஒருவன். அவனுக்கு பழுப்புநிறக் கண்கள்.அவன் என்னை முறைத்துக் கொண்டிருந்த சித்திரத்தை நினைத்தபடி இருந்தேன்; அவன் கண்கள் வழக்கமான

கொலைகாரனின் கண்களல்ல. இளமையாக அழகாக இருந்தான், அவன் கன்னங்கள் இளஞ்சிவப்பு நிறம், கண்கள் மின்னின - இருந்தாலும் அவனொரு கொலைகாரன். இருபது வயதுக்கு அதிகம் இருக்காது. நான் நடுங்கிக் கொண்டிருந்தேன், என்னால் ஒருநிமிடம் கூட அங்கிருக்க முடியாது. நான் கதவைத் திறந்தபோது அவர்கள் அங்கில்லை. மொத்தச் சம்பவமும் பத்து நிமிடத்திற்குள் நடந்து முடிந்துவிட்டது.

பிறகுதான் அங்கே ஒன்பது முகமூடி அணிந்து ஆயுதமேந்திய நபர்கள் இருந்தார்கள் என்று அறிந்து கொண்டேன். அவர்கள் மொஹம்மதை கூர்மையான ப்ளாஸ்டிக் பட்டியை வைத்துக் கட்டியிருந்தார்கள், புலனாய்வுத் துறையினரும் ஷபிஹாவும் யாரையேனும் விசாரணைக்கோ அல்லது அடிக்க விரும்பும்போதோ பயன்படுத்தும் அதே பட்டை. இந்தவகைக் கட்டுப்படுத்தும் பொருட்கள் கைவிலங்கைப் போல உபயோகப்படுத்தப்பட்டன, மணிக்கட்டில் மிக இறுக்கமாக, லேசான அசைவுகூட தசையை வெட்டிக்காயப்படுத்தும் விதமாக அவை இறுக்கப்படும். அபுஹசன் மற்றும் பேடீயும் கட்டுண்டிருந்தனர். அவர்களும் துப்பாக்கிக் கட்டையால் தாக்கப்பட்டிருந்தனர். அலுவலகப் பொருட்கள் அத்தனையும் திருடப்பட்டுவிட்டன. வந்தவர்கள் எதையும் மிச்சம் விட்டுவைக்கவில்லை, கருவிகளை இணைக்கும் ஒயர்களைக் கூட விட்டுவைக்கவில்லை. தாள்கள் கோப்புகள் எல்லாவற்றையும் எடுத்துச் சென்றுவிட்டனர் - திருடலாம் என்று என்னவெல்லாம் உண்டோ அத்தனையும். திட்டமிட்டதுபோல சில நிமிடங்களில் அந்த இடமே காலி செய்யப்பட்டுவிட்டது. பேரதிர்ச்சியான விஷயம் என்னவென்றால் அவர்கள் மார்சினைக் கடத்திச்சென்று விட்டார்கள். பட்டப்பகலில் நடந்த கொள்ளையைத் தவிரவும், ஒரு வெளிநாட்டுப் பத்திரிக்கையாளரைப் பணத்துக்காகக் கடத்துவதும் அவர்கள் திட்டம்.

அது அதோடு முடியவில்லை, மன்ஹால் மற்றும் சிலர் அந்த வண்டியைத் துரத்திச் சென்றபோது அது மறைந்துவிட்டது. அவர்கள் ஷரியா நீதிமன்றத்தில் மனுச்செய்தபோது அது வீணான முயற்சியானது. ஷரியா நீதிமன்றம் இதில் தலையிட்டு ஏதேனும் செய்ய முனையும்வரை மன்ஹால் தனது காயத்தைச் சுத்தம் செய்துகொள்ள மாட்டேன் என்று மறுத்துவிட்டார். ஆனால் ஷரியா நீதிமன்றம் மார்சினைக் கடத்தியது ஐஎஸ்ஐஎஸ்தான் என்பதற்குச் சாட்சி வேண்டும் என்றது.

சிறிதுநேரம் அபு இப்ராஹிமின் வீட்டில் நிறுத்தியபின், நகர மையத்துக்குச் சென்று ஊடக அலுவலகத்திற்கு அருகிலிருந்த

சுதந்திர ராணுவப்படையின் தலைமையகத்துக்குச் சென்றோம். அவர்கள் அவர்களது தலைவரான அபு டாயப்பைத் தொடர்புகொண்டு எங்களோடு வருமாறு அழைத்தனர், நாங்கள் சில போராளிகள் மற்றும் நகரமக்களோடு அமர்ந்தோம். நான் மக்களோடு பேசும்போது நிச்சயமாக யாரோ அலுவலகம் பற்றியும் வந்துபோகும் ஆட்கள் குறித்தும் தகவல் கொடுத்திருக்கவேண்டும் என்று உறுதிபடக் கூறினேன். அங்கே ஒரு பெண் இருக்கிறாள் என்று தெரிந்ததும்தான் அவசரம் காட்டினார்கள், மேலும் துப்பாக்கி வெடிக்கும் சத்தம் அருகிலுள்ள படைப்பிரிவினரை ஈர்த்துவிடும் என்ற கவலை அவர்களுக்கு இருந்தது. ஆனாலும் அவர்களை யாராலும் தடுக்க முடியவில்லை.

இந்தச் செயல் நிச்சயமாக மதச்சார்பற்ற, சமூக சேவகர்களை அச்சப்படுத்தும் நோக்கோடு செய்யப்பட்டது, ஏற்கெனவே இதுபோன்ற சம்பவங்களில் அவர்கள் கடத்தப்படுவதும் கொல்லப்படுவதும் நிகழ்ந்துள்ளது. அவர்கள் இதைத் திட்டமிட்டு வேண்டுமென்றே நடத்தியுள்ளனர். குழப்பங்கள் அதிகரித்துள்ளன, வெளிநாட்டுப் பத்திரிக்கையாளர்களைக் கடத்துவதும் அதிகமாகியுள்ளது, பணத்துக்காக அல்லது உண்மையில் அங்கு நடப்பது என்ன என்று அவர்கள் எழுதக்கூடாது என்பதற்காக இது நடக்கிறது.

நாங்கள் மனச்சோர்வுற்றிருந்தோம். மார்சின் ஒரு தனித்துவமான மனிதர். சிவந்த நிறம், குழிவிழும் கன்னங்கள், எப்போதும் உற்சாகமாக இருப்பார், அமைதியான, மரியாதையான மனிதர். எப்போதும் புகைப்படமெடுப்பதில் ஓய்வில்லாமல் இருந்தாலும், குண்டுவீச்சுக்கு இடையே நாங்கள் செல்லும்போது கூட வண்டி நின்றதும் தான் முதலில் இறங்கி எனக்குக் கதவைத் திறந்து விடமறந்ததில்லை. ஊடகமையத்தில் புகைப்படக்கலைக்கான பயிற்சியையும் அளித்து வந்தார், குண்டுவீச்சிலிருந்து தப்பி வந்தவர்களை உற்சாகப்படுத்தும் விதமாகத் தட்டிக்கொடுப்பார். தேர்தல் பிரச்சாரம் குறித்த அவரது அனுபவங்களைச் சொல்லும்போது முகத்தில் புன்னகையோடு சொல்வார்.

'உங்கள் மக்களின் போராட்டத்திற்கான காரணத்தை நான் ஆதரிக்கிறேன்,' என்பார். 'நான் அதைப் புரிந்துகொள்கிறேன், ஆனால் சூழ்நிலை கடினமாகவும் சிக்கலாகவும் இருப்பது குறித்துக் கவலைப்படுகிறேன்.'

இப்போது மார்சின் காணாமல் போய்விட்டார் மேலும் மறுபடியும் அவர்கள் என்னைத் தேடி வராமல் இருக்க,

நான் இங்கே சேவகர்களோடு அலுவலகத்தில் இருக்கும் விஷயத்தை ரகசியமாக வைக்க எவ்வளவோ முயன்றும் வெளியில் பரவிவிட்டது. இப்போது சராகெப்பை விட்டுக் கிளம்புவது அத்தியாவசியமாகி விட்டது. விஷயத்தைக் கேள்விப்பட்ட உடனே காஃப்ரான்பெல்லில் உள்ள நண்பர்கள் என்னை அழைத்துச்செல்ல வந்துவிட்டாலும் நான் இன்னும் சில நாட்களுக்கு இருந்து, எனக்குத் தெரிந்த, என்னைக் கவனித்துக்கொண்ட எல்லோரும் நான் அங்கிருந்து போனபின்பும் பாதுகாப்பாக இருப்பார்கள் என்று தெரிந்துகொள்ள விரும்பினேன், மேலும் அந்த இளைஞர்கள் ஷரியா நீதிமன்றத்தில் சாட்சியமளிக்கும்போது உதவ விரும்பினேன். நான் இங்கிருப்பதையே ஒரு குற்றமாக ஷரியா நீதிமன்றம் கருதும் என்று எனக்குத் தோன்றவில்லை.

மீண்டும் குடும்பத்தினர் தங்கியிருந்த வீட்டிற்கே சென்றேன்.

நௌரா என்னைப் பார்த்ததும் சத்தமிட்டாள், 'கடவுளே, உன்னைக் கடத்தியிருந்தால் நான் என்ன செய்திருப்பேன்!' என்று இரு கைகளையும் கன்னத்தில் வைத்தபடி கூறி என்னை அணைத்துக்கொண்டார். ஆயூஷ் பாசத்தையும் கவனிப்பையும் என்மீது பொழிந்தார். காய்கறிகளும் மாமிசமும் வாங்கிவரக் கிளம்பியவர் என்னைப் பார்த்ததும் என்னோடு சிறிதுநேரம் அமர்ந்துகொண்டார்.

'புரட்சிக்கு முன்பு எங்களுக்குத் தேவையானதெல்லாம் ஆண்கள்தான் வாங்கி வருவார்கள்,' என்றார். 'இப்புரட்சி பெண்களை ஒதுக்கிவைத்துவிட்டது என்று நினைக்கிறீர்களா? நான் அப்படி நினைக்கவில்லை. புரட்சி ஆரம்பித்ததிலிருந்து நாங்கள் ஆண் துணையின்றி வெளியே சென்று எங்களுக்குத் தேவையானதை வாங்கி வருகிறோம், அங்கங்கே போய் வருகிறோம். எங்கள் வாழ்க்கையைத் தங்கள் ஆளுகைக்குள் கொண்டு வந்திருக்கும் இந்த வெளிநாட்டுத் தக்ஃபிரி படைப்பிரிவினரின் சிக்கலே நாங்கள் எங்கள் வாழ்க்கையை வாழ முயல்கிறோம் என்பதுதான். அவர்களால் எங்களுக்கு ஒரு இடம் கொடுக்கமுடியாது. ஆண்கள் பலவற்றை எதிர்த்துப் போரிட்டுக்கொண்டிருக்கிறார்கள்: பஷார் அல்-அஸாட், ஆயுதந்தாங்கிய மதத்தீவிரவாதிகள், கடத்தல்காரர்கள் மற்றும் கூலிப்படையினர் என. அவர்களால் எல்லாவற்றையும் ஒரே சமயத்தில் செய்யமுடியாது - நாங்களும் வேலைபார்க்கிறோம். இப்போது உள்ள நிலை தொடர்ந்தால் அது பேரழிவுக்கு இட்டுச்செல்லும். இந்த நாடு ஒருபோதும் முன்புபோல

ஆகமுடியாது.'

ஒருநாளைக்குத் தேவையான உணவைப் பெறுவதற்கு நம்பமுடியாத அளவுக்கான முயற்சி செய்ய வேண்டியுள்ளது, ஆயூஷ் அவர்களின் குடும்பம் வசதியானது என்றாலும் இதுதான் நிலை. குண்டுவீச்சுக்கு இடையே உயிர்வாழ்வது, உணவுப்பற்றாக்குறை, அதிகமான விலைவாசி, மின்சாரம், தண்ணீர் ஆகியவை இல்லாமை எல்லாமும் சேர்ந்து வாழ்க்கையை நரகமாக்கிவிடுகிறது. வீட்டிலுள்ள பெண்கள் ஒருநாளைக்கான தேவையை உறுதிசெய்து கொள்கின்றனர் - உணவு தொடர்பான அனைத்தையும் ஒழுங்குபடுத்துவது, சுகாதாரம் மற்றும் குழந்தைகளின் தேவைக்கானவை மற்றும் ஆண்களுக்கானவை கிடைத்தால் அன்றைய நாளின் தேவை முடிகிறது. வெகுசில கடைகளே இன்னமும் திறந்திருக்கின்றன, பெரும்பாலானவர்கள் ஒரு நாளைக்கு ஒருமுறை மட்டுமே உண்டனர் - அதாவது உணவு கிடைத்தால். அதிர்ஷ்டமுள்ள சிலர் மட்டுமே தங்கள் நிலத்தில் அறுவடை செய்து சாப்பிட்டனர்.

வாரத்தின் ஆரம்பத்தில் நான், மொஹம்மத் மற்றும் மான்டெஹா மூவரும் சராகெப்பில் உள்ள பெண்கள், மளிகைப்பொருட்கள் கடைக்குச் சென்று பார்வையிட்டோம். அவர்கள், உணவு மற்றும் பொதி செய்ய உதவும் பொருட்கள் ஆகியவற்றை மக்களுக்குக் குறைந்த விலையில் கொடுக்கிறார்கள், இது அவர்களுக்கு பொருளாதார சுதந்திரத்தை அளிக்கிறது. நாங்கள் மாலை நேரத்தில் அங்கு சென்றிருந்தோம், இஃப்ரார் எனப்படும் ரமலான் நோன்பு முடித்தலுக்குப் பிறகு, அம்மா நடுவில் அமர்ந்திருக்க அவரைச்சுற்றி அவரது ஏழு பிள்ளைகள் மற்றும் இன்னும் மூன்று குடும்பங்கள் அனைவரும் வீட்டின் முற்றத்தில் அமர்ந்திருந்தோம். மங்கலான வெளிச்சத்திலும் கூட முற்றம் வண்ணங்களால் உயிர்ப்போடிருந்தது, ஊதா மற்றும் சிவப்புநிறப் பூக்கள் மற்ற பூக்களோடு சேர்ந்து ஜாடியில் வைக்கப்பட்டிருந்தன. ஒரு ஆலிவ் மரம் நடுவில் நின்றது. இந்த அமைதியான காட்சி வெளியிலிருந்து பார்க்கும்போது வித்தியாசமாகத் தெரியும், ஏனென்றால் வீட்டின் முன்பகுதி குண்டுவீச்சில் சேதமுற்றது. வேலை நடக்கும் சமையலறை விசாலமான இடம், குளிர்பதனப்பெட்டி, அடுப்பு மற்றும் அலமாரிகளில் வைக்கப்பட்ட கண்ணாடிப் பாத்திரங்களில் நிறைக்கப்பட்ட விதவிதமான உணவுப்பொருட்கள், இனிப்பு வகைகள். திட்டம் தொடங்குவதற்கு உணவு கெடாமல் பாதுகாக்க ஒரு பெரிய குளிர்சாதனப் பெட்டியும் அதைத் தொடர்ந்து ஓடவைக்க ஒரு ஜெனரேட்டரும் தேவைப்பட்டது. நாங்கள் அங்கே அமர்ந்திருக்கையில் மெழுகுவர்த்தி இருந்தபோதும்

இருளாக இருந்தது.

'நாங்கள் ஜெனரேட்டர் பயன்பாட்டை முடிந்தளவு குறைக்கிறோம் ஏனென்றால் *மஸூட்* மிகவும் விலையுயர்ந்ததாக உள்ளது,' என்றார் ஒரு மகன். அவர்தான் மக்களின் வீடுகளுக்கு உணவுப் பொருட்களை விநியோகம் செய்யும் பொறுப்பிலிருந்தார். 'எங்கள் வியாபாரம் லாபநோக்கில் வீட்டில் தயாரிக்கப்பட்ட பொருட்கள் விற்பனை சார்ந்தது, ஆனால் இப்படியான சூழ்நிலையில் எப்படித் தொடர்ந்து இதைச்செய்வது?'

இம்முறை என்னை விட்டுவிட்டு ஆயூஷ் சந்தைக்குச் சென்றுவிட்டார். மற்றவர்கள் என்னை வீட்டிலிருக்கும்படி கெஞ்சினர். மொத்தக் குடும்பமும் என்னைக் கவனித்துக் கொண்டது. எல்லோரும் வட்டமாக அமர்ந்து அடுத்து வரும் நாட்களுக்கு என்ன செய்வதெனத் திட்டமிட்டோம். ஒருகையில் குண்டுவீச்சும் மறுகையில் ஆழமான சமூக மாற்றங்களைச் சந்திக்க வேண்டியதுமான சூழ்நிலையில் மக்கள் இங்கே எவ்வாறு வாழ்கிறார்கள்?

மருமகன் சுஹைப் நன்கு படித்த இனிய இளைஞர். 'இங்கே எப்படித்தான் எங்களால் வாழ முடியும்?' என்று கேட்டார். 'வாழவே முடியாத சூழ்நிலை. முக்கியமானவற்றைக் காப்பாற்றிக் கொள்வதில்தான் எங்களது சிந்தனை முழுக்க இருக்கிறது. நிலம் கருகிப்போய் கிடக்கிறது, வியாபாரங்கள் ஸ்தம்பித்துவிட்டன, இளைஞர்கள் போருக்குப் போய்விட்டார்கள், இனி உயிர்த்தியாகிகளாகத்தான் திரும்பிவருவார்கள். இன்னும் ஒரு வருடத்திற்கு வேண்டுமானால் இதைத் தாக்குப்பிடிக்கலாம், பல வருடங்களுக்கெல்லாம் இயலாது. மீண்டும் இருண்டகாலத்திற்குச் சென்று கொண்டிருக்கிறோம், இதேபோல ஷரியா நீதிமன்றம் தொடர்ந்தால், ஜிஹாதி படையினர் வெளிநாட்டினரைக் கொண்டு எங்களை நசுக்கினால், பிறகு இந்த நாடு ராணுவத்தாலும் மதத்தீவிரவாதிகளாலும்தான் ஆளப்படும். இஸ்லாம் செழுமையைப் பரப்பும் மதம் ஏழ்மையை அல்ல.'

பிறகு அந்த நாளில் பேச்சு, ஐஎஸ்ஐஎஸ் தீவிரவாதிகளின் கருத்தாக்கம் குறித்தும் மார்சினை அவர்கள் என்ன செய்யக்கூடும் என்பது குறித்தும் சென்றது.

'அவர்கள் அவரைக் கொல்லமாட்டார்கள் இல்லையா?' என்றேன்.

'இல்லை, அவரைப் பணத்துக்காக உயிரோடு

வைத்திருப்பார்கள்,' என்றார் ஒரு ஆடவர். 'சிக்கல் என்னவென்றால் தாங்கள்தான் கடத்தியது என்று அவர்கள் ஒப்புக்கொள்ளாமல் இருப்பதுதான்.'

ஐஎஸ்ஐஎஸ்சின் கடத்தல் திட்டங்களும் சேவகர்களைக் கொல்லுவதும் நான் சிரியாவை விட்டு வந்தபின் ஆனதுபோல அப்போது மிருகத்தனமாகவில்லை. மார்சின் கடத்தப்பட்ட சமயம், பணத்துக்காகக் கடத்தல் என்பது தற்செயலாக நிகழ்கிற நிகழ்வுகள் போல அரிதாகவே நடந்த ஒன்று, குறிப்பாக வெளிநாட்டுப் பத்திரிக்கையாளர்களைக் கடத்துவது. பயத்தை விதைப்பதற்காகக் கடத்திக் கொல்வது, தலையை வெட்டும் காணொளிகளை வெளியிடுவது ஆகியவை பின்னால்தான் வந்தன.

மற்றவர்கள் எனக்குச் சொன்னது, *ஷரியா* நீதிமன்றத்தில் உள்ள ஒருவர், அபு அல்-பராவைச் சேர்ந்தவர், நுஸ்ரா முன்னணியினரோடும் இருப்பவர், மன்ஹாலிடம் தான் நாட்டில் உள்ள அனைத்து மதச்சார்பற்றவர்களையும் வேரறுக்க விரும்புவதாகச் சொன்னாராம், மேலும் அவர்களின் தலை வெட்டப்படவேண்டும் என்றும் குறிப்பிட்டாராம். நான் மற்றவர்கள் சொல்வதை உன்னிப்பாகக் கவனிக்கத் தொடங்கினேன், ஆனாலும் சேவகர்களுக்கு விடப்பட்ட அபு அல்-பராவின் எச்சரிக்கை என் மனதை ஆக்கிரமித்திருந்தது. மாலை உணவுக்கான காய்கறிகளை வெட்டிக்கொண்டு, முற்றத்தை நோக்கியிருந்த சமையலறை உள்ளும் வெளியும் நடந்தபடி, நாங்கள் அமர்ந்திருந்த ரேடியோ இருந்த அறைக்கு வந்து, பெண்கள் மீண்டும் மீண்டும் அவர் கூறியதைப் பற்றிப் பேசினார்கள், எல்லோரும் அவ்வார்த்தைகள் குறித்துப் பயம் கொண்டுள்ளார்கள்.

இரவுணவு தயாராகிக் கொண்டிருக்கையில் அன்று *ஷரியா* நீதிமன்றத்தில் பார்த்த இன்னொரு மனிதர் அபு அக்ரமா என்று அறிந்துகொண்டேன். நுஸ்ரா முன்னணியின் தலைவர்களில் ஒருவர், அபு அக்ரமா சராகெப் பாதுகாப்புச் சபையின் உறுப்பினரும் கூட, அவருடைய வேலை சமூகத்தில் உள்ள பதட்டங்களைத் தணித்து ஒரு பாதுகாப்பு 'வால்வு' போலச் செயல்படுவது. நாற்பது வயது நெருங்கியவர், கொழுத்த உடல், புத்திசாலித்தனம் மிகுந்த மனிதர், தடித்த குரலில் மென்மையாகப் பேசுவார், எப்போதும் பொதுமக்கள் அணியும் ஆடையைத்தான் அணிவார், அல்-கொய்தா உறுப்பினர்கள் இடையே பிரபலமாக உள்ளது போன்று இஸ்லாமிய உடைகள் அணியமாட்டார். முதலில் அவர் சராகெப்புக்கு வந்தபோது தெற்கிலுள்ள ஹௌரான் பிரதேசத்தைச் சேர்ந்தவர் என்று

தவறாக நினைத்தனர். உண்மையில் அவர் பாலஸ்தீனிய - ஜோர்டானியப் பின்புலம் கொண்டவர், ஆஃப்கானிஸ்தான், ஈராக் மற்றும் பாகிஸ்தானில் வாழ்ந்த பிறகு சிரியாவுக்கு வந்துள்ளார். தன்னைப்பற்றி அதிகம் பேசாத அமைதியான மனிதர் என்றாலும் மெல்லமெல்ல மக்கள் அவர் குறித்து விஷயங்களைத் தெரிந்து கொண்டார்கள், அவர் இயந்திரவியல் பொறியாளர் பட்டம் பெற்றவர், ஆங்கிலம், ஃபிரஞ்சு மற்றும் ஆஃப்கன் மொழிகளைப் பேசவல்லவர். ஷியாக்களையும் சர்வாதிகாரிகளையும் எதிர்த்துப் போரிட்டே தன் சொத்துகள் அனைத்தையும் இழந்தவர் என்று கூறுகிறார்கள், அவர்களை அவர் இழிவுப்பொருளில் *ரவாஃபித்துகள்* என்று குறிப்பிடுவார்.

'உலகத்தில் இருக்கும் எல்லா கூலிப்படையினரையும் சிரியாவுக்குள் நுழையவிட்டால் நாம் எப்படித்தான் வாழ்வது?' என்று கேட்டார் ஆயூஷ், தனது வேலைகளை முடித்து அப்போதுதான் வந்திருந்தார்.

குடும்பத்திலுள்ள ஒருபெண் பேசினார்: 'நீங்கள், சராகெப்பின் ஆண்கள், ஏன் நமது நகரத்தை வெளிநாட்டவர்களிடம் ஒப்படைத்து விட்டீர்கள்?'

இந்தத் தருணத்தில் என் மனதில் ஒரேயொரு சிந்தனைதான் ஓடிக்கொண்டிருந்தது: தனியாக வெளியே போகவே முடியாது அல்லது வீட்டை விட்டு சில மீட்டர்கள் நகரவேண்டும் என்றால் கூட பாதுகாப்பு வேண்டும் என்றால் என்னால் எப்படி இங்கே இருக்க முடியும்? நான் திட்டமிட்டபடி என்னால் இங்கே இருக்கமுடியுமா? இந்த அருமையான மனிதர்களுக்கு ஒரு சுமையாக மாறாமல், இன்னொரு துன்பமாக மாறாமல் என்னால் இங்கே இருக்க முடியுமா?

'பெண்கள் எல்லோரும் நாளை இங்கே வருவார்கள், அதுதான் உங்களுக்குப் பாதுகாப்பு,' என்றார் மொஹம்மத்.

நான் அவரைப் பார்த்துவிட்டுப் பின் தரைவிரிப்பில் அமர்ந்து துணிகளைக் கத்தரித்துக் கொண்டிருந்த நௌராவைப் பார்த்தேன். மொஹம்மத் நான் என்ன நினைக்கிறேன் என்று புரிந்து கொண்டார்.

'சாதாரண மக்கள் உங்களுக்கு என்ன தீங்கிழைப்பார்கள் என்று நாங்கள் கவலைப்படவில்லை, நிச்சயமாக,' என்றார் நௌரா. கவலையாக என்னைப் பார்த்தபடி, 'இந்தக் கூலிப்படையினரும் திருடர்களும் என்ன செய்வார்களோ என்றுதான் கவலை... இவர்களெல்லாம் பைத்தியங்கள்' என்றார். நான் அமைதியாக இருந்தேன் என்றாலும் அங்கிருந்து காஃப்ரான்பெல்லுக்குக் கிளம்பவேண்டிய நேரம் வந்துவிட்டது என்று நினைத்தேன், அதுதான் எல்லோரையும் பாதுகாப்பாக உணரவைக்கும் சிறந்த

வழி. என்னைத் தத்தெடுத்துக்கொண்ட இந்தக் குடும்பத்துடன் நான் இருப்பது அவர்களின் உயிருக்கும் பாதகமான ஒன்றாக மாறிவிட்டது.

காஃப்ரான்பெல்லில் இருக்கும் ஊடகமையம் முற்றிலுமாக மாறிவிட்டது. இப்போது பல அறைகள் கொண்ட மிகப்பெரிய வீட்டில் அமைந்துள்ளது. அவ்வறைகள் அராபிய மற்றும் பல்வேறு வெளிநாட்டுப் பத்திரிக்கையாளர்களால் உபயோகப்படுத்தப்படுகின்றன, மேலும் அஸாட்டின் ஆளுகைக்கு உட்பட்ட பகுதியிலிருந்து வெளியேறும்படி கட்டாயப்படுத்தப்பட்ட செயல்பாட்டாளர்களும் வடக்குப் பகுதிக்கு வந்து புரட்சியில் பங்கெடுத்துக் கொள்கிறார்கள், இவர்கள் முகாபராத் புலனாய்வுத்துறையினரால் பின் தொடரப்படுபவர்கள், இவர்களும் இங்கே தங்கியுள்ளனர். அகலமான சாலையைப் பார்த்தபடி அமைந்திருக்கும் அந்த வீடு இதற்கு முன்னால் அரசு ராணுவப்படையினர் தங்கியிருந்தது; இது வீடு முழுவதும் உள்ள தோட்டாவடிவ காரை உதிரும் துளைகளாலும் சமையலறையில் ஏற்படுத்தப்பட்டுள்ள எதிரிகளைக் குறிபார்க்கும் ஸ்னைப்பர் துளையாலும் வெளிப்படையாகத் தெரிகிறது. ராணுவம் அங்கிருந்து சென்றதும் அதன் உரிமையாளர், அதைச் சுத்தம் செய்து, அதன் இடிபாடுகளோடு புரட்சியாளர்களுக்கு நன்கொடையாகத் தந்துவிட்டார்.

அந்த வீட்டில் ஆலிவ் தோப்பைப் பார்த்தபடி நல்ல விசாலமான மொட்டைமாடி உண்டு, தற்போது அங்கேதான் என் தோழர்களோடு அமர்ந்திருந்தேன், மார்சின் கடத்தப்பட்ட பின்னும் நான் சராகெப்பில் இருந்தபோது அவர்கள் எவ்வளவு கவலைப்பட்டார்கள் என்று தெரிவித்தனர், மேலும் நான் சிரியாவை விட்டுக் கிளம்பும்வரை என்னோடு இருக்க விரும்புவதாகத் தெரிவித்தனர். அதோடு இத்லிப் மாகாணத்திற்கான வானொலிச் சேவையொன்று தொடங்குவதற்காக இளைஞர்களுக்கான பட்டறை ஒன்று நடத்தவிருப்பதையும் தெரிவித்தனர்.

‘விவாதங்கள் மற்றும் உரையாடலுக்கான ஒரு பொதுத் தளத்தை உருவாக்குவதும். பிரச்சனைகளைப் பொறுப்போடு வெளிப்படையாக விவாதிப்பதுமே அதன் நோக்கம்,’ என்றார் ரயீத் ஃபாரெஸ். வளர்ச்சி அடைந்து வரும் ஜனநாயகத்திற்கு இது தேவையான ஒன்று என அவர் நினைத்தார்.

மையத்தில் நடந்த அனைத்துச் செயல்பாடுகளும் ரயீத்தை முன்வைத்தே நடந்தன, அவர் தொடர்ந்து எதிர்காலம் குறித்த தனது நம்பிக்கைகளுக்காகப் பேசிக்கொண்டிருந்தார்.

என்னதான் தன்னுடைய பாதையிலிருந்து விலகியிருந்தாலும் சிரியா என்பது சர்வதேச அரசியல் கட்சிகள் தங்கள் விஷயங்களைத் தீர்த்துக்கொள்ளும் பினாமிகளின் யுத்தகளமாக ஆகிவிட்டிருந்தாலும் புரட்சி வெற்றிபெறுவது குறித்து அவர் இன்னமும் நம்பிக்கை இழக்கவில்லை. அவர் எப்போதும் சுறுசுறுப்பாக இருப்பார், நான் எனக்கான உந்துதலை அவரிடமிருந்துதான் பெற்றுக்கொள்வேன்.

அவர் உடன் பணிபுரிபவர்கள் காலித் அல்-ஈசா - இவரை முன்பே சந்தித்துள்ளேன், அப்துல்லா என்று இன்னொரு இளைஞர், அதன்பிறகு ஒசாமா, முப்பது வயதுகளில் இருக்கும் பொறியாளர், இவர்தான் மையத்திலிருந்து ஒலிபரப்பப்படும் வானொலிச் சேவைக்குப் பொறுப்பாளர், மற்றும் ஹம்மூத் - தன் வேலைகளுக்குத் தன்னை முற்றிலுமாக ஒப்புக்கொடுத்தவர், பிறகு அந்தப்பகுதியில் அமைதிப்பேரணியை முன்னின்று நடத்திய இன்னும் சில இளைஞர்கள், அனைவருமே ஆர்ப்பாட்டங்கள் தொடர்பான வேலைகளைச் செய்து வந்தவர்கள். ரஸான், என்னுடைய தோழி, சமூக சேவகர், அவரும் அங்கே இருந்தார். ஓவியர் அஹமத் ஜலால் அவ்வப்போது அங்கே வருவதுண்டு என்று கேள்விப்பட்டேன், நான் முதல் முறை சந்தித்தபோது இருந்த அதே அமைதி மற்றும் பணிவோடு இருக்கிறார்.

'ஒன்று நாங்கள் எல்லோரும் மடிவோம், புரட்சி வெற்றியடையும் அல்லது நாங்கள் எல்லோரும் மடிவோம், புரட்சி தோல்வியுறும்,' சிரித்தபடி அப்துல்லா கூறினார். அவருக்கு இருபது வயது, கடந்த மூன்றுவருடங்களாக தனது வாழ்வை புரட்சிக்கு அர்ப்பணித்துள்ளார்.

அது ரமலான் மாதம், நோன்பு முடிக்கும் நேரம் நெருங்கிக் கொண்டிருக்கிறது என்பதால் எல்லோரும் வேகமாக உணவு தயாரிப்பதில் ஈடுபட்டிருந்தனர். ரயீத் காய்கறி சலாத் ஒன்றைத் தயாரித்துக் கொண்டிருந்தார், காய்கறிகளை குண்டுவீச்சுக்கு இடையே தைரியமாகச் சென்று மாராத் அல்-நுமானிலிருந்து வாங்க நினைத்ததாகக் கூறினார், அங்கேதான் நல்ல காய்கறிகள் விலை மலிவாகக் கிடைக்கும். பேசிச் சிரித்துக்கொண்டிருந்தோம், ரஸான் சமையலறைக்குள் போவதும் வருவதுமாக இருந்தார். காஃப்ரான்பெல்லில் எங்களால் வெட்டவெளியில் மாடியில் சம்மணமிட்டபடி அமர்ந்து ஆலிவ் மரங்களைப் பார்த்துக்கொண்டிருக்க முடியும். சமைத்து முடித்ததும் இன்னும் சிலர் எங்களோடு சேர்ந்து கொண்டனர், அவர்களில் நால்வர் சிரியர்கள். சமூக சேவைச் செயல்பாடுகளில் மிகுந்த ஈடுபாடு உடையவர்கள். அவர்களுள் இப்ராஹிம்

அல்-அஸீல் என்பவரும் ஒருவர், இவர் தன்னார்வத்துடன் அகதிகளுக்கு நிர்வாகப் பயிற்சிகள் அளிக்கிறார், அது சிறிய வியாபாரமொன்றை எவ்வாறு நடத்துவது என்பதையும் உள்ளடக்கியது, அதோடு சேர்ந்து உளவியல் ரீதியிலான ஆதரவு அளிப்பது குறித்த பயிற்சி, மனித வளத்தைப் பெருக்கும் மற்றும் திறன்களை அதிகரிக்கும் மனிதவள மேம்பாட்டுப் பயிற்சிகள் ஆகியவற்றை நடத்திவருகிறார். தைரியமான அர்ப்பணிப்புள்ள இளைஞர், கிராமப்புறங்களில் தொடர்ந்து பயணித்து ஊடக நிபுணர்களுக்கும் உள்ளூர் சேவகர்களுக்கும் வழிகாட்டுகிறார்.

நாங்கள் பேசிக்கொண்டிருக்கும்போது, மாடியில் உள்ள ஒரு தூணில் என் தலையைச் சாய்த்துக் கொண்டேன், அந்தத் தூணில் முன்பு ஒரு அரசு ராணுவப்படை வீரன் தலைசாய்த்திருப்பானோ, அவனது நெற்றியை ஒரு தோட்டா துளைத்திருக்குமோ என்று ஒரு கணம் யோசனை ஓடியது. இளைஞர்கள் நோன்பை முடித்துவைக்கும் விதமாக நீர் அடங்கிய கண்ணாடிக் குவளையை எல்லோருக்கும் கொடுத்தனர்.

அப்போது திடீரென்று ரேடியோ அலறியது, 'ஒரு ஹெலிகாப்டர் சந்தைக்கு மேலே வந்துள்ளது, ஒரு ஹெலிகாப்டர் சதுக்கத்தின் மேல் இருக்கிறது நண்பர்களே.'

இந்த எச்சரிக்கை ஒலித்த நேரத்தில் நோன்பை முடிப்பதற்கான அழைப்பும் ஒருசேர ஒலித்தது. நாங்கள் ஒருவரையொருவர் திகைத்துப்போய் பார்த்துக்கொண்டிருந்தோம்.

'தொடங்கலாம் நண்பர்களே, நல்ல விருந்து. இறைவன் நம் நோன்பை ஏற்றுக்கொள்வாராக.'

நான் ஒரு தட்டை எடுத்து எனக்குப் பரிமாறிக்கொண்டேன், இளைஞர்களும் தொடர்ந்தனர். ஹம்மூத் எங்களோடு அமர்ந்துகொள்ள வந்தபோது குண்டு வீச்சு ஆரம்பமானது. நாங்கள் எங்கள் உணவைக் கைவிட்டோம். நான் பாய்ந்து சென்று ஒரு தூணுக்குப் பின்னால் மறைந்துகொண்டு அவர்களையும் மறைந்துகொள்ளும்படி சத்தமிட்டேன், அவர்கள் முழுமையாக பாதுகாப்பற்றுத் திறந்த வெளியில் இருந்தார்கள், அது ஒரு ஹெலிகாப்டர் எனவே நிச்சயமாக அவர்கள் வீசப்போவது பீப்பாய் வெடிகுண்டுதான். பிறகு ஹெலிகாப்டர் எங்களைக் கடந்து செல்லும் ஓசை கேட்டதும் ஹம்மூதின் பின்னால் படிகளில் விரைந்து மாடிக்கு வந்தேன், ஹெலிகாப்டர் எந்தத்திசையில் செல்கிறது என்று பார்க்கவேண்டும். சில ஆண்கள் எங்களைப் பின் தொடர்ந்தனர். அந்த ஹெலிகாப்டர் எங்களுக்கு அருகில் ஒரு பீப்பாய் வெடிகுண்டைத் தள்ளிவிட்டுச் சென்றது, மிகப்பெரிய புழுதிப்படலத்தைப் பார்த்தோம்.

பார்த்துக்கொண்டிருக்கும்போதே 'கீழே குனியுங்கள்!' என்று ஹம்மூத் கத்தினார். ரயீத் ஒருநிமிடம் மாடியில் நின்றுவிட்டுப் பிறகு நகரத்தை நோக்கி விரைந்தார், மற்றவர்கள் அவருக்குப் பின்னால் சென்றனர். அவர்கள் அங்கே நடந்தவற்றைப் பதிவு செய்யவேண்டும், சராகெப்பில் நண்பர்கள் செய்வது போல, மேலும் காயம்பட்டவர்களுக்கு உதவவேண்டும். நாங்கள் மறுபடி படிகளை நோக்கிச் சென்றோம்.

ஒரு போராளி ரேடியோவை மடியில் வைத்தபடி மாடியில் அமர்ந்து கொண்டார். 'இன்றைய நாளுக்கு இவ்வளவுதான்,' என்றார். 'இது தினமும் நடப்பதுதான் - ஒன்று நோன்பை முடிப்பதற்கு முன்னால் நடக்கும் அல்லது நோன்பு முடித்து உண்ண ஆரம்பிக்கும்போது.'

மற்றவர்களும் உணவைச்சுற்றி அமர்ந்துகொண்டோம், ஆனால் எல்லோருமே புகைத்துக்கொண்டிருந்தோமே தவிர யாரும் உணவைத்தொடவில்லை.

'ரமலான் ஆரம்பித்ததிலிருந்து குண்டுவீச மாலைத்தொழுகை நேரம்வரை காத்திருக்கிறார்கள், அது விமானமாக இருந்தாலும் சரி அல்லது ஏவுகணை என்றாலும். நான் அவர்கள் ரேடியோவில் பேசிக்கொள்வதைக் கேட்டிருக்கிறேன்,' என்றார் அபு மஹமூத், நாற்பது வயது மதிக்கத்தக்க போராளி.

'அவர்கள் பேசுவதை நீங்கள் எப்படிக் கேட்டீர்கள்?' என்று கேட்டேன்.

'இந்தக் காதுகளால்தான் கேட்டேன்,' என்றார் நையாண்டித்தனமான புன்னகையுடன்.

'என்ன பேசிக் கொண்டார்கள்?'

'நோன்பு முடிப்பதற்கு எங்களுக்கான சுவையான உணவு பீப்பாய்களில் தயாராகிக் கொண்டிருக்கிறது என்றார்கள், பிறகு சிரித்தார்கள்.' நான் அவரை நம்பமுடியாமல் பார்த்தேன்.

'சத்தியமாக மேடம், இது உண்மை. அவர்கள் பீப்பாயைத் தள்ளிவிடும்போது என்ன பேசிக்கொள்கிறார்கள் என்பதைக் கேட்கமுடியும். பீப்பாயை உருட்டித் தள்ளிவிடும்முன் ஒருவன் தன் நண்பனிடம் சொன்னான்: "செய், செய், இது நாய்களுக்கு உணவளிக்கும் நேரம்!"

'பீப்பாய்களைத் தள்ளிவிடும்முன்பு உண்மையிலேயே இப்படித்தான் பேசிக்கொள்வார்களா?' என்று கேட்டேன்.

'எப்போதும் இல்லை. சில சமயங்களில். என் துரதிர்ஷ்டம் நான் அவர்கள் பேசுவதைக் கேட்கவேண்டும். அது என் கடமைகளில் ஒன்று.'

விமானிகள் பேசிக்கொள்வதை இடைமறித்துக் கேட்பவரான அபு மஹமூத் என்னும் இந்தக் கோபக்காரப் போராளி, கருத்த நிறமுடையவர், நீலநிறக்கண்கள், மன அழுத்தத்துடன் இருப்பவர் போலத் தெரிந்தார். தான் சவூதி அரேபியாவில் ஆறு வருடங்கள் கட்டுமானத் தொழிலில் இருந்ததாகவும் பிறகு சிரியா வந்து ஒரு வண்டியை வாங்கி ஓட்டுநராக மாறிவிட்டதாகக் கூறினார், காஃப்ரான்பெல்லில் ஒரு வீடு கட்டியிருப்பதாகக் கூறினார். அமைதிப்பேரணி நடந்த சமயம் தன்னுடைய ஓட்டுநர் வேலையை விட்டுவிட்டு தன்னுடைய சக்தியை புரட்சிச் சமூகச் செயல்பாடுகளுக்குச் செலவிடுவதென முடிவு செய்திருக்கிறார். ஆனால் 2011 ஜூலை மாதம் 4ஆம் தேதி ராணுவம் காஃப்ரான்பெல்லுக்குள் நுழைந்தபோது அவரது வேலை ராணுவத்துக்கு உளவு சொல்லும் ஒற்றர்களைக் குறிவைப்பதாக மாறியது.

ஆரம்ப நாட்களில், ராணுவத்தோடு அவரும் அவரது தோழர்களும் போரிட்டபோது அவரிடம் இருந்ததெல்லாம் ஒரு ரஷிய ரைஃபிள் மட்டுமே. அதுவொரு பயனற்ற ஆயுதம் என்றார், பிறகு அதைக்கொடுத்து ஸ்னைப்பர் மாற்றிக்கொண்டார், அதாவது அதை வைத்து அவர் ஃபுர்சான் அல்-ஹக் படைப்பிரிவுக்காகப் போரிடும்போது அவரை யாருக்கும் தெரியாது. (ஃபுர்சான் அல்-ஹக் படைப்பிரிவின் தளபதிகளில் ஒருவரை ஊடக அலுவலகத்தில் சந்தித்திருக்கிறேன், அபு அல்-மஜித் எனும் அன்பான மனிதர்.) அஸாட்டின் படைகள் குண்டுவீசத் தொடங்கியதும் ஸ்னைப்பரைக் கைவிட்டு 12.7 எம்.எம் கனரக இயந்திரத் துப்பாக்கிக்கு மாறியதாகத் தெரிவித்த அபு மஹமூத் தற்போது விமான எதிர்ப்புத் துப்பாக்கியை இயக்குகிறார். தன்னுடைய ஆயுதம் பயனற்றதாக இருந்தாலும் தான் தன்னுடைய மக்களையும் குடும்பத்தாரையும் பாதுகாப்பதாகத் தெரிவித்தார். ஒருகண் ரேடியோவின் மீது இருக்க வானத்தைப் பார்த்துக் கொண்டிருந்தவரிடம் போர் முடிந்ததும் என்ன செய்யப்போகிறீர்கள் என்று கேட்டேன். கசப்பான புன்னகையுடன் தலையசைத்தார்.

'மீண்டும் ஓட்டுநராகத் தொடர்வேன். இதைத் தூக்கி எறிவேன்,' என்று தனது துப்பாக்கியைக் காட்டினார். அவரது குரலில் வெறுப்பும் வருத்தமும் கலந்திருந்தது.

'நான் ஆயுதமேந்த வேண்டும் என்று விரும்பியதே இல்லை,' என்றார். 'இது கொலைக்கான கருவி, நானோ வாழ விரும்புகிறேன். பால்மைராச் சிறையில் வைத்து ஹஃபீஸ் அல்-அஸாட்டின் படையினர் என் தந்தையைக் கொன்றார்கள், அங்கேதான்

அவரைப் பதினோரு வருடம் சிறைவைத்திருந்தார்கள். அவர்கள் அரசியல் பாதுகாப்புக் கிளையில் என்னைக் கைது செய்து வைத்திருந்தபோது படைப்பிரிவின் தளபதி என்னிடம் சொன்னது, "உன் தந்தை உன்னைக் கைவிட்டது போல நீயும் உன் குழந்தைகளைக் கைவிட்டுவிடாதே." உங்களுக்குத் தெரியுமா நான் தந்தையில்லாமல் வளர்ந்தவன். அரசுப்படை என்னிடமிருந்து அவரைத் திருடிக்கொண்டது, என்னுடைய சமூக உரிமைகளை என்னிடமிருந்து பறித்தது, அப்போது கூட நான் மறுப்புத் தெரிவிக்கவில்லை. அதன்பிறகுதான் நாங்கள் அமைதியாகப் பேரணி நடத்தி எங்கள் எதிர்ப்பைத் தெரிவித்தோம், அவர்கள் எங்களைக் கொல்லத் தொடங்கினர். எனக்கு இஸ்லாமிய தேசமெல்லாம் வேண்டியதில்லை, எனக்குத் தேவை ஜனநாயக, குடிமுறையிலான மாநிலம்...'

நாங்கள் பேசிக்கொண்டிருந்தபோதே வெளியில் சென்றிருந்த இளைஞர்கள் திரும்பினர், குண்டுவீச்சில் என்ன நடந்தது, குண்டு எங்கே விழுந்துள்ளது என்றும் யாரெல்லாம் காயம்பட்டார்கள் என்றும் தெரிவித்தனர்.

'நல்ல செய்தி என்னவென்றால் இன்று யாரும் இறக்கவில்லை. வாருங்கள் சாப்பிடலாம்,' என்றார் ரயீத்.

எல்லோரும் சேர்ந்து உணவருந்தும்போது எல்லோரையும் கவனித்தேன். மக்கள் இன்னமும் வருவதும் போவதுமாக இருக்கிறார்கள். இருபதுகளின் ஆரம்பத்தில் இருக்கக்கூடிய பல்கலைக்கழக மாணவர்கள் சிலரும் எங்களோடு சேர்ந்து கொண்டனர், இந்த இளைஞர்கள்தான் ரஸானுக்கு கராமா பேருந்துத் திட்டத்தில் உதவியவர்கள், அது அகதிகளுக்கான ஒரு நகரும் பள்ளி. அது குண்டுவீச்சின் போது பிள்ளைகளின் கல்வி பாதிக்கப்படாமல் இருக்க ஒரு தற்காலிக மாற்று ஏற்பாடாக இருப்பதை நோக்கமாகக் கொண்டது. இந்தக் குண்டுவீச்சினால் ஒரு தலைமுறையே எழுதப் படிக்கத் தெரியாமல் போய்விடும், குழந்தைகளைச் சண்டையிட அமர்த்தும் அபாயம் உள்ளது; ஐஎஸ்ஐஎஸ் ஏற்கெனவே ரக்கா நகரில் இதைச் செய்வதில் முனைந்துள்ளது, மேலும் நுஸ்ரா முன்னணியும் இவ்வாறு குழந்தைகளைத் தேர்ந்தெடுப்பதாகத் தெரியவருகிறது.

கராமா பேருந்துத் திட்டத்தில் ஈடுபட்டுள்ள இளைஞர்களில் ஹசன் என்பவர் பொருளாதாரம் படிக்கும் மாணவர், யூசுஃப், எஸாட், மற்றும் ஃபிராஸ் ஆகியோர் ஆங்கில இலக்கியம் படிப்பவர்கள். அவர்கள் மன அழுத்தத்தோடும் களைப்புற்றும் காணப்படுகின்றனர், அன்றைய நாளின் பேச்சு முழுவதும்

அப்போது நடந்த குண்டுவீச்சைப் பற்றியதாக இருந்தாலும், காஃப்ரான்பெல்லில் மூன்று பள்ளிகள் மற்றும் அதன் சுற்றுவட்டாரத்திலுள்ள இரண்டு கிராமங்களில் உள்ள பள்ளிகளில் அவர்கள் செய்து கொண்டிருக்கும் பணிகள் குறித்துக் கூறினர். எப்போது வேண்டுமானாலும் கிராமத்திலிருந்து வெளியேறி விடக்கூடிய அகதிச் சிறுவர்களுக்கு திரைப்படங்கள் காண்பிப்பது, விளையாட்டுகளை ஏற்பாடு செய்வது, இசைச் செயல்பாடுகள் ஆகியவை அவற்றுள் அடங்கும். சிரியப் புரட்சியின் குறுகிய வரலாற்றில் காஃப்ரான்பெல்லுக்குக் குறிப்பிடத்தகுந்த அளவு புகழ் உண்டென்று நினைக்கிறேன். சுதந்திர ராணுவப்படைதான் இன்னமும் நகரத்தைக் கட்டுப்பாட்டில் வைத்துள்ளது, தீவிரவாத ஜிஹாதிக்கள் மற்றும் படைப்பிரிவுகளின் பெருக்கம் இன்னும் அங்கே இல்லை.

அடுத்து வரவிருக்கும் இரண்டு நாட்களில் நாங்கள் கராமா பேருந்துக் குழுவுடன் கிராமப்புறங்களில் உள்ள பள்ளிகளுக்குச் செல்லவிருக்கிறோம். அந்த இளைஞர்கள் தேன்கூட்டின் தேனீக்கள் போலச் சுறுசுறுப்பாக உள்ளே வருவதும் வெளியே செல்வதுமாக இருக்கின்றனர், குழந்தைகளுக்கான ஒரு திரையிடலுக்குத் தேவையான பொருட்களைச் சேகரித்துக் கொண்டிருக்கின்றனர். குண்டு வீச்சுக்கு இடையே ஒரு இயல்பான வாழ்க்கையை நடத்திச்செல்ல முனையும் அவர்களது மனவுறுதி எனக்கு முக்கியமாகப்பட்டது. இவர்களுக்கு சமூகச் செயல்பாடுகளில் எந்தவித முன்னனுபவமும் கிடையாது. இந்த எதிர்ப்பு வேலைகளுக்கான ஒவ்வொன்றையும் அடிப்படையிலிருந்து அவர்களே சுயமாகக் கண்டுபிடித்து உருவாக்கிக் கொண்டிருக்கிறார்கள். அவர்களின் ஒவ்வொரு நடவடிக்கையையும் வாயில் மெல்லும் உணவு தொண்டையை அடைக்க ஒரு வார்த்தைகூடப் பேச முடியாமல் பார்த்துக்கொண்டிருந்தேன். ஹசன், கருத்த நிறம் உடையவர், நையாண்டித்தனம் உள்ளவர்; எஸாட், நல்லவர் அமைதியானவர், ஆனால் கோபக்காரர்; ஃபிராஸ், இவருடைய மென்மையான குரலைக் கேட்பதே சிரமம்; மற்றும் அப்துல்லா, 'முதலை' என்று அழைக்கப்படுபவர், சுறுசுறுப்பானவர், விக்டோரிய காலத்து ஓவியத்திலுள்ள போர்வீரன்போல அழகானவர்.

இப்போது அவர்களைக் கவனித்து அவர்களைப் பற்றித் தெரிந்து கொள்ளும்போது எனக்கு என்னைப்பற்றித் தெரியவருகிறது. என்னுள்ளிருக்கும் நிரந்தரமான வேர்கள், நான் உடைத்தெறிய முடியும் என்று நினைத்தவை: என் குடும்பத்தின் வேர்கள் மற்றும் அன்பானவர்களின் பிணைப்பு, என் மதம் சார்ந்த மற்றும் வேலை சார்ந்த அடையாளங்கள், எனது

தேசியம் குறித்த கருத்தாக்கங்கள் - எல்லா வேர்களும் என் பகுதியாகவே உள்ளன, அவை தகர்க்கப்படவில்லை. என்னில் என்ன மிச்சமிருக்கிறதோ அவற்றைத் திரட்டிப் புதிய மண்ணில் என்னை மீண்டும் விதைக்கும் முயற்சியில் அவற்றை மீட்டுக் கொண்டிருக்கிறேன், உண்மை மற்றும் சுதந்திரத்துக்கான என் வாழ்நாள் அர்ப்பணிப்பிற்கு உண்மையாக. உணவை மென்றபடி அந்த இளைஞர்களைப் பார்த்துக் கொண்டிருக்கும் வேளையில் என் சொந்தத் தேர்வுகள் அர்த்தமுள்ளதாக மலர்ந்தன.

அடுத்தநாள் அவர்களுக்காக நான் சமைத்தேன், காஃப்ரான்பெல் மற்றும் சுற்றியுள்ள பகுதிகளில் உள்ள பெண்களுக்கும் குழந்தைகளுக்கும் என்ன செய்யலாம் என்று பேசினோம். நான் தயாரித்த உணவை மிகப்பெரிய பரிசுபோலப் பாராட்டினர். அவர்களின் கண்கள் நன்றியால் நிறைந்திருந்தன, மேலும் இரண்டு வருடங்களுக்கு முன்பாகப் புரட்சி என்று வீதியில் நடந்தபோது அவர்கள் உருவாக்கிக்கொண்ட குறிக்கோள்களில் குறைந்த பட்சம் சிலவற்றையாவது அடைந்திருக்கிறோம் என்று அவர்கள் உணரவேண்டியதன் தேவை அவர்களுக்குள் ஆழப்பதிந்துள்ளதையும் அவசரத் தேவையாக அது உள்ளதையும் நான் அறிந்தேன். நடைபெற்றுக் கொண்டிருப்பது குழுவாதப்போர் என்று அவர்கள் நம்பவிரும்பவில்லை, அதற்கான சாட்சி நான் அங்கிருப்பதே, இந்த அலாவித் பெண்மணி அவர்களுக்கிடையே இருப்பது. ஆனால் அவர்கள் என் பின்னணியை நகைச்சுவைக்காக அன்றி வேறெப்போதும் குறிப்பிடுவதில்லை. உதாரணமாகச் சிலநாட்கள் கழித்து, வழக்கம்போல மாலைத் தொழுகை நேரத்தில் விமானம் குண்டுவீசுவதற்காக ரீங்காரமிடுவதைக் கேட்டவுடன் ரயீத் 'உங்களைக் கொல்ல வருகிறோம்' என்ற பாடலை முணுமுணுத்தார். மற்றொரு இளைஞர் பதிலுக்கு 'நான்காம் படைப்பிரிவு' என்ற பாடலை முணுமுணுத்தார். பிறகு சிரிப்பும் பாட்டுமாக இரண்டு பாடல்களையும் தங்களது சொந்த வரிகளைப்போட்டுப் பாடினர். முதல் பாடல் பின்னிஷ் நகரத்தில் நுஸ்ரா முன்னணி இருப்பதைப் பற்றியும், ஒரு சிறுகுழந்தை அலாவித்துகளைக் கொன்றுவிடுவதாக மிரட்டுவது போலவும் இருக்கும்; இரண்டாவது பாட்டான 'நான்காம் படைப்பிரிவு' ஒரு அலாவித் குழந்தை அருவருப்பூட்டும் வகையில் புரட்சிக்காரர்களின் பிடியிலுள்ள பகுதியில் உள்ள சுன்னிகள் கொல்லப்படுவதைப் புகழ்ந்து துதிக்கும் விதமாக அமைக்கப்பட்டிருக்கும். அந்தக் கொடூரமான நாட்டுப்புறப்பாடல்களில் குழந்தைகள் வெறுப்பின் ஆயுதமாகப் பயன்படுத்தப்பட்டிருப்பார்கள். காஃப்ரான்பெல்லில்

உள்ள ஆண்கள் நையாண்டித்தனமாக சிரித்தபடி பாடிக்கொண்டிருந்தனர், இறப்பின் அர்த்தத்தைத் தங்கள் பாடலின் மூலம் அழித்துவிடுவதுபோல.

'வெற்றி எங்களுடையதே, சர்வாதிகாரியே,' என்று எனக்கு நானே சொல்லிக்கொண்டேன். 'இது தொடர்ந்து நிலைக்காது போகலாம், அநேகமாக நாங்கள் இதற்குப்பின் இறந்து விடலாம், ஆனால் இந்தக் கணம் நாங்கள் உன்னை வென்றுவிட்டோம். நீ ஒரு குற்றவாளி, இருந்தாலும் நீ வெற்றிபெற்றுவிடலாம், இழந்துவிட்ட சிரியாவின் குழந்தைகள் நாங்கள், இந்தக் கணத்தில் நாங்கள் உன்னை வென்றுவிட்டோம்.' இந்த உணர்வு சில நொடிகள் மாத்திரமே நீடித்தது, பிறகு குண்டுவெடிக்கும் சத்தம் கேட்டதும் எல்லோரும் மௌனத்தில் மூழ்கினோம்.

மீண்டும் குண்டுவெடிப்பு குறைந்ததும், பல கோப்பைகள் தேநீர் அருந்தியபிறகு நாங்கள் பள்ளிக்குக் கிளம்பினோம். அந்தப்பகுதியில் மின்சாரம் துண்டிக்கப்பட்டிருந்தது, ஆனால் தூரத்தில் வானில் சிறு வெளிச்சம் தெரிந்தது, நாங்கள் எதிர்த்திசையில் பயணிக்கும்போது எங்களுக்குப் பின்னால் மாராத் அல்-நுமானில் குண்டுவீச்சு நடந்துகொண்டிருந்தது - ரஸான், ஃபிராஸ், எஸாட், ஹசன் மற்றும் நான். எங்களோடு ஹாசம் எனும் இளைஞர், நான் காஃப்ரான்பெல்லில் தங்கியிருந்த நாட்களில் இவர்தான் எனக்காக வண்டி ஓட்டினார், அவர் ஊடக மையத்தில் வேலை செய்பவர்.

வானம் தெளிவாக இருந்தது, முழு நிலவு தோன்றியிருந்த சமயத்தில் நாங்கள் ஆலிவ் மற்றும் அத்தித் தோப்புகளைக் கடந்து சென்றோம். நாட்டில் தற்போது நடந்து கொண்டிருப்பது உண்மை என்பதைக்காட்டிலும் புனைவாகவே தோன்றியது. சுற்றியுள்ள அமைதியையும் அசைவற்ற தன்மையையும் உள்வாங்கிக்கொள்ள எனக்குச் சிலகணங்கள் தேவைப்பட்டது. அவை எந்த ஒரு மாயாஜாலத்திற்கும் குறைந்ததல்ல - இக்கணத்தில் மரணபயமில்லை. இருப்பினும் இந்த மகிழ்ச்சியின் சிறுகுமிழ் சீக்கிரமே தொலைதூர ஏவுகணை வெடிப்பின் ஓசையால் உடைபட்டது, என்னுடைய சொந்த மரணத்துக்கான வேட்கைதான் என்னை இங்கே செலுத்தியதோ என்ற என் சந்தேகத்தை உறுதி செய்வது போல. இல்லை, அதை மரணவேட்கை என்று சொல்லமுடியாது, அதன் பிடியிலிருந்து என்னை விடுவித்துக்கொள்ளும், பிறகு அதை வெற்றிகொள்ளும் வேட்கை. இதுதான் என்னை இப்போது சிரிக்க வைத்தது, மூச்சை நன்றாக உள்ளிழுத்து, கண்ணாடியைக் கீழிறக்கி, குளிர்ந்த காற்றில் தலையை வெளியே நீட்டத் தூண்டியது.

சமர் யாஸ்பெக் ◆ 225

'நாம் வந்துவிட்டோம்,' என்று அறிவித்தார் எஸாட்.

பள்ளி அல்-தர் அல்-கபிரா கிராமத்தில் உள்ள ஒரு மலைப்பகுதியில் அமைந்துள்ளது, காஃப்ரான்பெல்லில் இருந்து பத்துநிமிடப் பயணதூரம்தான். முதல் பார்வைக்கு, மற்ற கிராமப்பகுதிகளைப்போல பள்ளியும் இருளில் மூழ்கியிருப்பது போல் தோன்றினாலும் உள்ளே மெல்லிய ஒளி தரும் விளக்கு எரிந்து கொண்டிருக்கிறது, ஏனெனில் இவ்விடம் தற்போது இடம்பெயர்ந்தோருக்கு அடைக்கலமாக உள்ளது. உள்ளேயிருந்து ஒருவர் வந்து எங்களை வரவேற்க இன்னொருவர் எங்களை இகழ்ச்சியாகப் பார்த்துவிட்டு அகன்றார். ஒரு வேலியோரத்தில் நின்றபடி, தாடிவைத்த சில இளைஞர்கள் நடப்பவற்றை ஆர்வத்தோடு பார்த்துக்கொண்டிருந்தனர்.

குழு, விளக்குகள், திரை, ஒளிப்படக்கருவி, ஒலிக்கருவிகள் ஆகியவற்றைப் பொருத்தியது: நாங்கள் தயாராகி விட்டோம். பள்ளிக்கட்டடத்திலிருந்து குழந்தைகளின் குழுவொன்று எங்களோடு இணைந்துகொள்ள வெளியே வந்தது. அவர்கள் இருட்டில் குதித்தபடி இருக்க என்னால் அவர்களின் முகங்களைப் பார்க்க முடியவில்லை, ஆனால் பெண்கள் ஆண்களிடமிருந்து பிரிந்து தனியே அமரவைக்கப்பட்டனர். அது எனக்கு விநோதமாகப்பட்டது. கத்துதல், கிறீச்சிடல் மற்றும் சிரிப்பின் ஒலி படிப்படியாக உயர்ந்துகொண்டிருந்தது, பிறகு குழந்தைகளின் தாய்மார்கள் வெளிவந்தனர்.

ஒரு அந்நியரைப் பார்த்த ஆர்வத்தில் சில தாய்மார்கள் என்னிடம் வந்து பேசினர். அவர்களில் ஒருவர் தன் மூன்று குழந்தைகளுடன் வசிப்பவர். மாராத் அல்-நுமானில் உள்ள அவரது வீடு அழிந்துவிட்டது. மற்றொரு பெண்மணி அலெப்போவை விட்டுவிட்டு ஹாயிஷில் உள்ள தன் உறவினர்களோடு வசிக்கச்சென்றிருக்கிறார், உறவினர்களும் கொல்லப்படவே இப்போது தன் ஐந்து பிள்ளைகளுடன் இங்கே வசிக்கிறார், அவரது குழந்தைகள் அவரைச்சுற்றி உற்சாகத்தில் குதித்தன.

திடீரென ஒரு பத்துவயதுப்பெண் முன்வந்து பாட ஆரம்பித்தாள், அவளது குரல் உரத்தும் தெளிவாகவும் இருந்தது. தன்னுடைய இரட்டைச் சகோதரியின் கையைப் பிடித்துக் கொண்டிருந்தாள், அவள் ஒரு குண்டுவெடிப்பிற்குப் பின் பேசுவதில்லை, என்றாலும் அவளையும் அந்தப் பாடலில் சேர்த்துக்கொள்ள முயன்றாள். இரண்டு பெண்களும் எலும்பும் தோலுமாக இருந்தனர். மாராத் அல்-நுமானைச் சேர்ந்த பெண் அவர்கள் இருவரும் அநாதைகளாக ஆகிவிட்டதை விளக்கிக்

கொண்டிருக்கும்போது அறுபது வயது மதிக்கத்தக்க ஒருபெண் என்னிடம் மெல்லிய குரலில், 'மக்களுக்கு என்ன நடந்து கொண்டிருக்கிறது என்று உனக்குத் தெரியவில்லையா? நாங்கள் இன்னும் எத்தனை காலம்தான் இப்படி வாழவேண்டும்?' என்றார். என் உடல் முழுதும் செயலற்றுப்போனது.

காஃப்ரான்பெல் நகர்ப்புறத்திலும் சுற்றியுள்ள கிராமப்பகுதிகளில் உள்ள வீடுகளுக்கும் நான் சென்றபோது தொடர்ச்சியாகக் கேட்டது இதைத்தான். இவர்கள் புரட்சியின் மீது நம்பிக்கை வைத்தவர்கள் ஆனால் அதில் பங்கேற்கவில்லை. இப்போது பட்டினி, முற்றுகை, குண்டு வீச்சு மற்றும் தங்கள் குழந்தைகள் தங்கள் கண்முன் கொல்லப்படுவது கண்டு நம்பிக்கை இழந்திருக்கின்றனர். அந்த முதிய பெண் என் கையைப் பற்றிக்கொண்டு எனக்கருகில் வந்தார்.

'நான் குண்டுவீச்சில் என் மூன்று குழந்தைகளையும் என் வீட்டையும் இழந்தேன்,' என்றார். 'என் நான்காவது மகன் சண்டையில் இருக்கிறான், நான் எனது ஆறு பேரக்குழந்தைகளோடும் அவர்களோடும் இங்கிருக்கிறேன்,' என்று மூன்று பெண்களைக் காண்பித்தார். 'அவர்கள் என் மருமகள்கள்.'

திரைப்படக் கருவி செயல்பட ஆரம்பித்ததும் சிமிட்டும் ஒளி கூட்டத்தின் மீது படர்ந்தது. கராமா பேருந்துக் குழுவினர் வரிசையில் அமர்ந்திருந்த குழந்தைகளிடம் பேசிக்கொண்டிருந்தனர். படம் ஆரம்பமானதும் நான் குழந்தைகளோடு சென்று அமர்ந்துகொண்டேன். திரைப்படம் கல்வியறிவு புகட்டுவதாக, தகவல்கள் நிறைந்ததாக, பொழுதுபோக்காகவும் அமைந்திருந்தது, அதைத் தொடர்ந்து குழந்தைகளோடு ஒரு கலந்துரையாடலும் அமைந்திருந்தது. சில உள்ளூர்வாசிகள் உட்பட பெரியவர்களும் அதில் பங்களித்தனர். இங்கே தொலைபேசியோ அல்லது மின்சாரமோ கிடையாது என்பதால் மாலை நேரங்களில் செய்வதற்கு அதிகமாக ஏதும் இல்லை.

தாடிவைத்த இளைஞர்களின் கூட்டம் அருகிலேயே இருந்து நடப்பவற்றை விருப்பின்றிப் பார்த்துக் கொண்டிருந்தனர். கராமா பேருந்துக் குழு, சிலர் அவர்களின் செயல்பாடுகளில் அதிருப்தி அடைந்திருப்பதாக என்னிடம் கூறினர், குறிப்பாக திரைப்படம், அல்லது ஓவிய வகுப்புகள் மற்றும் குழந்தைகளுக்குச் சொல்லித்தரப்படும் ஒருசில பாடங்கள் குறித்து, அவற்றை இவர்கள் இறைநிந்தனை மற்றும் பாவம் என்று கருதுகின்றனர். ஆனால் வேலியருகே இருந்த தாடிவைத்த இளைஞர்கள்

எதையும் தடுக்க முயற்சி செய்யாமல் அமைதியாக வேடிக்கை பார்த்தனர்.

'யார் இவர்கள்?' என்று தலையசைவால் அவர்களைக் குறிப்பிட்டுக் கேட்டேன்.

'நுஸ்ரா முன்னணியினர். ஐஎஸ்ஐஎஸ்சின் ஆதரவாளர்கள்... மற்றும் பல்வேறு அடிப்படைவாதிகள்,' என்று பதில் வந்தது.

எனக்கு இந்தக் குழப்பங்களெல்லாம் எப்படி உருவானது அல்லது கிராமப்புறங்கள் எப்படி இவ்வாறு மாற்றம் பெற்றன என்று புரியவில்லை. இதே நிலைமை தொடர்ந்தால் எல்லாவிதமான சமூகவாழ்க்கையும் முடிவுக்கு வந்துவிடும். இருந்தாலும் நிறையப்பேர், இதற்கு எதிர்ப்பாக உள்ளனர். இயற்கை எப்போதும் எதிர்காலத்தை நோக்கி மாறும் பரிணாம வளர்ச்சியுறும், இறந்தகாலம் நோக்கியல்ல, ஜிஹாதிக்குழுக்கள் மற்றும் அவர்கள் அமைக்க விரும்பும் இஸ்லாமிய தேசம் குறித்த மிகுந்த பயம் பரவியுள்ளது.

அடுத்த திரைப்படம் பாதி முடிந்திருந்தபோது மிகப்பெரிய வெடிச்சத்தம் கேட்டது, வானம் ஒளிபெற்று மின்னியது. குழந்தைகளின் கண்களில் தோன்றிய பீதியைப் பார்த்தேன். ஒரு ஏவுகணை எங்களைத்தாண்டி அருகிலிருந்த கிராமத்துக்குச் சென்றது. இன்னொரு ஏவுகணை எங்களுக்கருகில் விழுந்தது. இருந்தாலும் யாரும் கத்தவில்லை. தாய்மார்கள் ஓடிச்சென்று தங்களின் குழந்தைகளை அணைத்துக் கொண்டனர்.

ஏற்பாட்டாளர்கள் அறிவுறுத்தல்களைச் சத்தமாகக் கூற ஆரம்பித்தனர், அவர்களில் ஒருவர் ஒலிபெருக்கியில் பேசினார்: 'விமானம் குண்டு வீசும்போதும் ஏவுகணைத் தாக்குதலின்போதும் என்ன செய்யவேண்டும் என்று சொல்லியிருக்கிறோம்? நாம் என்ன செய்ய வேண்டும்? முன்னெச்சரிக்கைகள் குறித்து என்ன சொன்னோம்?'

ஆனால் யாரும் அதைக்கேட்பதாய்த் தெரியவில்லை, இம்மாதிரியான தருணங்களில் மேற்கொள்ள வேண்டிய முன்னெச்சரிக்கை நடவடிக்கைகள் குறித்துக் குழந்தைகளுக்கு அறிவுறுத்தப்பட்டு, பயிற்சியும் அளிக்கப்பட்டுள்ளது - ஒருவர் மேல் ஒருவர் மோதிவிழுந்து காயப்படுத்தாமல் இருக்க. ஒருவரை ஒருவர் மோதிக்கீழே தள்ளுவதில் சிறுகுழந்தைகள் மற்றவர் கால்களால் மிதிபடக்கூடிய ஆபத்து உள்ளது. இம்மாதிரியான செயல்களால் கூட்டத்தின் நகர்வு தாமதிக்கும்.

'திரைப்படக்கருவியை அணையுங்கள்! நீங்கள் அந்த ஒளியின்மூலம் குண்டு வீசுபவர்களின் கவனத்தை ஈர்க்கிறீர்கள்!'

என்று ஒருவர் கத்தினார். உடனே அவர்கள் அதை அணைத்துவிட ஒரு பெண் என்னை நோக்கி வந்தார்.

'அன்பான பெண்ணே,' என்று அழைத்தார். 'நீங்கள் என்ன செய்வதாக நினைத்துக் கொண்டிருக்கிறீர்கள்? நீங்கள் இந்தக்குழந்தைகளுக்குக் கற்பித்து இந்தப் பேரழிவுகளைச் சமாளிக்கச் சொல்லித் தருகிறீர்கள்... அவர்கள் சாப்பிடவும் இந்தக் கேடுகெட்ட அஸாட் குண்டு வீசாமல் இருக்கவுமே விரும்புகிறார்கள். போய் அவனைக் குண்டு வீசுவதிலிருந்து நிறுத்துங்கள், பிறகு நாங்கள் எல்லோருமே நன்றாக இருப்போம். இறைவன் உன்னை ஆசிர்வதிக்காமல் இருக்கட்டும், பஷார், நீயும் உன் கொலைகாரக் குடும்பமும் நாசமாய்ப் போவீர்கள்!'

'எங்களால் அவர்களை நிறுத்த முடிந்திருந்தால் நிச்சயம் செய்திருப்போம் அம்மா,' என்றேன். 'எங்களால் செய்யமுடிந்தது இதுதான்.'

குழு ஜெனரேட்டரையும் மற்ற கருவிகளையும் எடுத்துக் கட்டி வைக்கத் தொடங்கியது. அந்தப்பகுதியை மெல்ல இருள் சூழத் தொடங்கியது, குழந்தைகளும் பெரியவர்களும் இருந்த அந்த இடம் வெறிச்சோடிப்போனது, குழந்தைகள் இப்போது வகுப்பறை ஜன்னல் வழியே எட்டிப்பார்த்துக் கொண்டிருந்தனர்.

'அவர்கள் இவ்வாறு குழுமியிருக்கும்போது ஒரு ஏவுகணை விழுந்தால், கடவுளே, நிறைய உயிர்கள் பறிபோகுமே!' என்றார் ரஸான்.

'அப்படி நடந்தால் அது கடவுளின் விருப்பம்தான், அவரின் தீர்ப்பு மற்றும் அவரின் ஆணை,' என்று நடப்பதைப் பார்த்துக்கொண்டிருந்த தாடிவைத்த இளைஞர்களின் கூட்டத்தில் ஒருவன் கடுமையான குரலில் கூறினான்.

அமைதி படர்ந்து வானம் இருண்டது. சிறு ஒளிக்கீற்று கூட எங்கும் இல்லை. நாங்கள் மீண்டும் வண்டியில் ஏறினோம்.

அடுத்த நாள், கராமா பேருந்துக் குழுவினருடன் காஃப்ரான்பெல்லுக்கு வெளியே உள்ள மற்றொரு பள்ளிக்குப் பயணமானேன், இம்முறை அவர்களால் இரண்டு திரைப்படங்களையும் உரையாடலையும் முழுமையாக முடிக்க முடிந்தது. இப்பள்ளியில் பதினைந்து குடும்பங்கள் தங்கியுள்ளன, இரண்டிலிருந்து பதிமூன்று வயது வரை உள்ள எழுபதுக்கும் அதிகமான குழந்தைகள். அதிகம் பங்கெடுத்துக்கொண்டது பெண்குழந்தைகள்தான், மிகவும் ஆர்வத்தோடு இருந்தார்கள். சிறுவர்கள் மிகவும் எச்சரிக்கையோடு நடந்து கொண்டனர்,

தங்களை ஆண் என்று அழைத்துக் கொண்டதோடு இது தங்களுக்குப் பொருத்தமானதல்ல என்று கூறினர். நான் ஒரு ஒன்பது வயதுச் சிறுவனை சேர்ந்து கொள்ளும்படி அழைத்தேன்.

'என்ன! என்னைக் குழந்தையென்று நினைத்துவிட்டீர்களா என்ன?' என்றான் கோபத்துடன். 'நான் இங்கிருந்து ஓடிச்சென்று நுஸ்ரா முன்னணியில் இணைந்து கொள்ள ரொம்பநாள் ஆகாது, எனக்கு சுடத் தெரியும்.'

அவன் சகோதரி புன்னகைத்தாள், 'பொய்யன்! அவனுக்கு சுடத் தெரியாது.'

அவளுக்குப் பத்து வயது, அழகான பெண். அவளது இளைய சகோதரன் அவளை நோக்கிச் சத்தமிட்டான், அவளை வாயை மூடும்படி கட்டளையிட்டான், ஏனென்றால் ஆண்கள் இருக்கும்போது பெண்கள் பேசக்கூடாது. இந்த ஒன்பது வயதுச் சிறுவன் மட்டும் இப்படி நினைக்கவில்லை. போராளிகளுள் ஒருவர் தனது மருமகனை வெளிப்படையாகவே தூணில் கட்டிவைத்திருந்தார், சண்டை போடுவதற்காக நுஸ்ரா முன்னணியில் சேரவிரும்பி அங்கிருந்து தப்பிச்சென்றிருக்கிறான். அவனுடைய குடும்பம் அவனைத் தேடி மீண்டும் இங்கே கொண்டு வந்தபோது அவர்களைச் சபித்து, இறைநம்பிக்கையற்றவர்கள் என்று பழித்து, தான் அவர்களைத் துறந்துவிட்டதாகக் கூறியுள்ளான்.

எனக்கு மனச்சோர்வு உண்டானது. ஏனெனில் எவ்வளவுதான் நல்லநோக்கில், உளவியல், கலாச்சாரம் மற்றும் பொருளாதார ரீதியாக இந்தத்திட்டங்கள் செயல்பட்டாலும் அல்லது திறந்த வெளியில் வாழும் மக்கள் மற்றும் அகதிப் பள்ளிகளுக்கு உதவ முனைந்தாலும் இந்தத் தினசரி அவலத்தின் பெரிய மற்றும் கொடூரமான முகத்துக்கு முன் உதவியற்றுத்தான் போகிறார்கள். இந்தக்குழந்தைகள் அரிதாகவே உண்கின்றனர், தொடர்ந்து இடம்பெயர்ந்துகொண்டே இருக்கின்றனர், கராமா பேருந்து அவ்வப்போது வந்து அவர்களுக்கு அங்காங்கே சிறிது கல்வி போதிப்பது என்பது போதாது. மனிதநேயத்தின் பேரழிவு மிகப்பெரியதாக இருக்கையில் இம்மாதிரியான முயற்சிகள் கடலில் கலக்கும் சிறுதுளி போலத்தான்.

மீண்டும் அலுவலகத்துக்கு வந்தபோது மின்கலத்தால் இயங்கும் விளக்குகள் எரிந்துகொண்டிருந்தன, மற்றவர்கள் எங்களுக்காகக் காத்திருந்தனர். நாங்கள் வந்ததும் ரயீத் ஜெனரேட்டரை இயக்கினார். ஹாசம் அங்குதான் இருந்தார், எங்களுக்காக அன்போடு தேநீர் கொடுத்தார். அவர் நாகரீகத்துடனும் நல்ல பண்புடனும் எல்லாச் செயல்களையும் செய்பவராக இருக்கிறார்.

அவர் என்னை வண்டியில் அழைத்துச் செல்லும்போது தான் அரபி மொழியில் பட்டம் பெற்றுள்ளதாகவும் பல்கலைக்கழகத்தில் பேராசிரியராகும் கனவில் இருந்ததாகக் குறிப்பிட்டார். ஆனால் அவருக்குப் பதிலாக, சோம்பேறியாக எந்த வேலையும் செய்ய முனைப்பில்லாதவளாக இருந்தும் ஒரு அதிகாரியின் மகளுக்கு அந்த வேலை கிடைத்தது. ராணுவச்சேவையிலிருந்து ஜூலை 2012-இல் விலகித் தப்பித்து டமாஸ்கஸ் வந்து பின் லடாகியா மலைத்தொடர் வழியாக இத்லிப் கிராமப்புறங்களுக்கு வந்தார், பிறகு காஃப்ரான்பெல்லில் உள்ள முதல் சோதனைச்சாவடியை விடுவிப்பதில் இணைந்துகொண்டார். ஆனால் ஒரு வாரம் கழித்துத் தன் ஆயுதத்தைத் தூக்கி எறிந்துவிட்டு மக்கள் சேவையில் இறங்கிவிட்டார். சுதந்திர ராணுவம் மற்றும் மற்ற படைப்பிரிவுகளின் செயல்பாடுகள் அவருக்குத் திருப்தியளிக்கவில்லை, நேர்மையில்லாதவர்கள் மற்றும் திருடர்கள் என்றார், இந்த வன்முறையிலும் கொலைகளுக்கு இடையிலும் தன்னால் தொடர்ந்து இருக்க முடியவில்லை என்றார்.

ஹாசம் நான் சந்தித்த, பொருளாதாரச் சூழ்நிலை மற்றும் ஊழல் காரணமாக வேலையின்றிச் சிரமப்பட்ட, சொல்வதற்கான சம்பவங்கள் வைத்திருந்த இளைஞர்களுள் ஒருவர், அன்று என்னிடம் மிகவும் கோபத்துடன் அவற்றைப் பகிர்ந்துகொண்டார். அப்போது காஃப்ரான்பெல்லுக்கு அருகிலுள்ள கிராமப்புறங்களில் பயணித்துக் கொண்டிருந்தோம், குண்டுவீச்சுக்குப் பிறகான சேதங்களைப் பார்வையிட்டோம் - விழுந்து கிடந்த மரங்கள், சேதமடைந்த புராதனப்பொருட்கள் மற்றும் வெயிலில் முகம் கருத்து திறந்த வெளியில் அலைந்து கொண்டிருக்கும் இடம்பெயரும் மனிதர்கள். குழந்தைகள் மரத்தினடியில் உறங்கிக்கொண்டிருந்தனர். பெரும்பாறைகள் சிலவற்றுக்கிடையில் நெருப்பு எரிந்துகொண்டிருந்தது. அந்தக்காட்சி இருண்ட காலங்களைப் போல - காலம் திடீரெனத் தன்னைத் திருப்பிக்கொண்டது போல இருந்தது.

அரசின் கட்டாய ராணுவச் சேவையின்போது ஹாசம் நான்காவது ஆயுதப்படைப்பிரிவில் இருந்தார், அப்போது பொறியியல் துறையின் பொறுப்பாளராக இருந்த அவரது கர்னல் ஒரு வெள்ளிநிற 'சபா' நிறுவன உயர்ரக வாகனத்தைத் தகர்க்கும்படி உத்தரவிட்டுள்ளார். ஏனென்று இவர் விசாரித்தபோது அந்த வாகனம் தீவிரவாதக் குழுக்களை எதிர்த்துப் போரிடுவதற்காக வாங்கப்பட்டது என்று மட்டும் பதில் வந்தது, அந்தக் கர்னல் ரஷ்ய நிபுணர்களால் நடத்தப்படும் வெடிபொருட்களுக்கான பயிற்சியில் இருந்தார் என்று ஹாசம்

விளக்கினார்.

ஹாசம் தொடர்ந்தார், 'அந்த வண்டி நடவடிக்கைக்குத் தயாராக இருக்கிறது என்றார் கர்னல், அவரோடு தால் ரஹாலுக்கு வந்தோம், அப்பகுதி முழுவதும் புரட்சியாளர்களால் சூழப்பட்டது. படைப்பிரிவின் தலைவர் எங்களிடம் IED எனப்படும் வெடிக்கவைக்க உதவும் சாதனங்களைக் கொடுத்தார். நான் அந்த வாகனத்தை போர்க்களத்தில் வெடிக்கவைக்கப் போகிறோம் என்று நினைத்துக் கொண்டிருந்தேன், மேலும் ஆயுதமேந்திய பயங்கரவாதிகள் என்று அவர்கள் சொன்ன கதையை நம்பினேன்'.

ஹாசம் வருத்தத்தோடு தலையை அசைத்துக் கொண்டார், 'கர்னல் என்னிடம் அந்த வாகனம் நடவடிக்கைக்குத் தயாராக இருக்கிறதென்றும் அதில் வெடிபொருளை இணைக்கவேண்டியது மட்டும்தான் மிச்சம் என்று கூறினார். அதை இணைத்துவிட்டால் போதும் யார் அந்த வாகனத்தை இயக்க முயற்சி செய்தாலும் அது வெடித்துச் சிதறும்.' ஹாசம் சொல்வதை நிறுத்திவிட்டுத் தன் நெற்றியைத் துடைத்துக் கொண்டார். கொடுமையான வெப்பத்தால் அவர் வியர்த்து வழிந்து கொண்டிருந்தார், நாங்கள் முடிவற்ற சமவெளியிலும், மரங்கள் அழிக்கப்பட்ட காடுகளின் வழியாகவும் பயணித்துக் கொண்டிருந்தோம்.

'அன்று இரவு, கர்னல் என்னை எழுப்பியபோது நள்ளிரவு,' என்றார். 'இரண்டு ஆட்கள் என்னுடன் வெடிபொருளை இணைக்க வருவார்கள் என்றார், எனவே நான் அவர்களோடு சென்றேன். அவர்கள் அமைதியாக இருந்தார்கள், ஒரு வார்த்தைகூடப் பேசவில்லை, என்னுடைய எந்தக் கேள்விக்கும் பதிலளிக்கவில்லை. நான் போர் நடக்கும் பகுதியில் நுழையப்போவது குறித்த கவலையில் இருந்தேன், ஆனால் நான் இருப்பது கட்டாய ராணுவச்சேவையில் அங்கே உத்தரவை மீறுவதென்பது அனுமதிக்கப்படுவதில்லை.

'போகும் வழியில் அந்த இருவரும் விமானப்படை புலனாய்வுத் துறையைச் சேர்ந்தவர்கள் என்று தெரிந்துகொண்டேன். அடுத்த மிகப்பெரிய ஆச்சரியம் என்னவென்றால் எங்கள் வாகனம் டமாஸ்கஸ்சின் கபூன் சதுக்கத்தில் வந்து நின்றதுதான், அது போர்ப்பகுதியல்ல. சதுக்கத்திற்குள் வண்டி சென்றது, அங்கே ஏற்கெனவே இரண்டு வாகனங்கள் நிறுத்திவைக்கப்பட்டிருந்தன. மேஜர் ஜெனெரல் ஜமீல் ஹசன் அந்த இரண்டு வண்டிகளில் திரும்பி வருமாறு நமக்கு உத்தரவிட்டுள்ளார் என்றனர்; அவர்கள் இருவரும் ஒரு வாகனத்திலும் நான் இன்னொரு வாகனத்திலுமாகப் பயணிக்க வேண்டும்.

'மொத்தச் சூழ்நிலையும் எனக்குப் பெரும் ஆச்சரியத்தையும் அதிர்ச்சியையும் கொடுத்தது. சிறிதுநேரம் தடுமாறியபடி அந்த வெடிகுண்டை செயலிழக்கச்செய்வது குறித்து யோசித்தேன். பிறகு வெடிபொருளைத் தவறான முறையில் இணைப்புக் கொடுத்தேன், அதனால் அது வெடிக்காது - அதைமட்டும் நான் சரியாக இணைப்புக் கொடுத்திருந்தால் மக்கள் கூட்டம் மிகுந்த சதுக்கத்தில் முப்பத்தைந்து கிலோ வெடிபொருளை வெடிக்கச்செய்ய உதவியவனாக இருந்திருப்பேன்.

'அதைத் தவறாக இணைப்புக் கொடுத்து முடித்ததும் என்னை விடுவித்தார்கள். நாங்கள் அவரவர் வழியில் சென்றோம். மறுநாள் காலை அங்கிருந்து வெளியேறினேன். நம்புங்கள் நான் உண்மையிலேயே நம்பிக்கொண்டிருந்தேன், பயங்கரவாதிகள் இருக்கிறார்கள், அவர்களிடமிருந்து என் நாட்டைக் காக்கவேண்டுமென்று நம்பினேன், ஆனால் நடந்த சம்பவம் உண்மையை உணரச்செய்து விட்டது. அஸாட் கும்பல்தான் பயங்கரவாதிகள்'.

அன்று மாலை தோழர்களோடு மாடியில் அமர்ந்து ஒரு நீண்ட நாளின் முடிவில் தேநீர் அருந்தியும் பாடிக்கொண்டும் இருந்தபோது நான் ஹாசமைப் பார்த்துப் புன்னகைத்தேன். மெல்லிய இனிமையான தென்றல் ஆலிவ் தோட்டத்திலிருந்து வீசியது, அன்று நாளின் ஆரம்பத்தில், ஊடக மையத்தின் அருகிலிருந்த ஒரு கடையில் இளைஞர் ஒருவரோடு நடத்திய உரையாடல் நினைவுக்கு வந்தது. அவர் பல்கலைக்கழக மாணவர் என்றும் ராணுவ எதிர்ப்பில் பங்குகொள்ளவில்லை என்றும் தெரிவித்தார்.

'இரண்டு ஆட்சிகளின் கீழ் வாழ்கிறோம்: அஸாட்டின் ஆட்சி மற்றும் அது கொண்டுவந்த ஜிஹாதிகளின் தக்ஃபிரி ஆட்சி, நாங்கள் சோர்ந்துவிட்டோம்,' என்றார்.

இன்னொரு கடையில் மக்கள் எவ்வாறு ஊடகங்களை எதிர்க்கிறார்கள் என்று நேரடியாகப் பார்த்தேன். நான் சில புகைப்படங்களை எடுத்ததும் அந்தக்கடை முதலாளி சத்தமிட்டார்: 'ஏய் பெண்ணே, நீ புகைப்படம் எடுக்கும் எல்லாவற்றின் மீதும் ராணுவம் குண்டுவீசித் தாக்கியழிக்கும். என் இரு குழந்தைகள் இறந்துவிட்டனர், இங்கே நீ பார்க்கும் கற்குவியல்... முன்பு என்வீடாக இருந்தது. தயவு செய்து வெளியே போ. இறைவன் உன்னை ஆசிர்வதிக்கட்டும்.'

'நன்றி அய்யா,' என்று சொல்லிவிட்டு வெளியேறினேன்.

அன்று மாலை ஹாசம் தன் வீட்டிற்குச் சென்றவுடன், ரயீத், ரஸான், ஹசன், எஸாட், ஹம்மூத், ஓசாமா மற்றும் நான் ஆகியோர் இருந்தோம். அவர்கள் மறுநாள் காலையில் காஃப்ரான்பெல் சுவர்களில் கிறுக்கல் ஓவியம் வரைவதற்கான ஏற்பாடுகளைச் செய்து கொண்டிருந்தனர். நகரத்துச் சுவர்களில் அவர்கள் வரையும் கேலிச்சித்திரங்களை உலகெங்கும் புகைப்படங்களாகப் பகிர்ந்து கொண்டனர், அது அவர்களின் துன்பங்களை வெளியுலகுக்குத் தெரிவிக்கும் பலமான வழியாக இருந்தது. நானும் ஓசாமாவும் வானொலி நிகழ்ச்சிகளை உருவாக்கும் பயிற்சிக்கான திட்டத்தை வடிவமைத்துக் கொண்டிருந்தோம். எனக்கு வானொலியில் வேலை பார்த்த அனுபவம் இல்லை என்றாலும், லெபனானில் வானொலி மற்றும் தொலைக்காட்சி ஒளிபரப்பில் பயிற்சி பெற்று, 2005 மற்றும் 2006இல் சிரியாவின் அரசுத் தொலைக்காட்சியில் ஒரு நிகழ்ச்சித் தயாரிப்பில் இருந்தேன். அதே காலத்தில் தொலைக்காட்சி விமர்சகராகவும் இருந்தேன்.

ரயீத் காஃப்ரான்பெல்லின் கதையை எனக்குச் சொல்லுவதாக வாக்களித்திருந்தார், புரட்சி எவ்வாறு ஆரம்பித்தது, எவ்வளவு தூரம் மக்களைச் சென்றடைந்தது என்றெல்லாம், ஆனால் மற்றவர்கள் வேலைகளை முடித்துச் செல்லும்வரை காத்திருக்க விரும்பினார். நான் அவருக்கு இரவு தங்குவதற்காக ரஸானின் வீட்டிற்குச் செல்லவேண்டியதை ஞாபகப்படுத்தினேன், நள்ளிரவுக்குள் செல்லவேண்டும். அதுதான் பாதுகாப்பானது - சிறைச்சாலையில் இருப்பது போலத்தான் என்றாலும் ஒரு பெண்ணாக, வெளியிடத்தைச் சேர்ந்தவராக இந்தப்பகுதிகளில் எச்சரிக்கையாக இருப்பது நல்லது. உள்ளூர்ப் பெண்கள் கூட இப்போது துணையின்றிச் செல்ல முடிவதில்லை, எங்கும் கடத்தல், கொலை, கொள்ளை குறித்த கதைகளே பரவியுள்ளன.

'கொஞ்சம் காஃபி அருந்தலாமே?' என்று பரிந்துரைத்தேன். 'நீண்ட நேரம் பேச வேண்டியுள்ளது.'

'உங்கள் விருப்பமே என் ஆணை,' என்றார் ரயீத்.

பெரும்பாலும் என் தேவைகளை அதிகம் விளக்காமலே புரிந்துகொண்டார். புத்திசாலித்தனமும் உடனே புரிந்துகொள்ளும் ஆற்றலும் கொண்டவர், இங்குள்ள குழுவுக்கும் அப்பகுதியிலுள்ள மற்ற மையங்களுக்கும் தான் தலைவர் என்பதை நன்கறிந்தவர். இது சாதகமான பண்பா இல்லையா என்று எனக்குத் தெரியவில்லை, அது சீக்கிரமே தெரியவரும் என்றாலும் இப்போதுவரை ஏற்பட்ட அனுபவங்கள் ரயீத்

போன்ற உள்ளூர் தலைமைகளே புரட்சிக்குத் தேவை என்று நிரூபித்துள்ளன.

'சரி ஆரம்பிக்கலாம், நீங்கள் சொல்லுங்கள் நான் எழுதுகிறேன்,' என்றேன்.

உள்ளேயே தரையில் ஒரு ப்ளாஸ்டிக் தரைவிரிப்பை விரித்து அமர்ந்துகொண்டோம், சுற்றிவர பஞ்சுத் திண்டுகள், காஃபியைச் சுவைத்தபடி. ரயீத் ஆரம்பிக்க இருக்கும்போது இரண்டு இளைஞர்கள் உள்ளே நுழைந்தார்கள், இருபதுகளின் ஆரம்பத்தில் இருப்பவர்கள், 'மேடம், எல்லாம் சரியாக இருக்கிறதா? இங்கே ஆட்கடத்தல் அல்லது மற்றவையெல்லாம் கிடையாது. நீங்கள் பாதுகாப்பாக இருக்கிறீர்கள்,' என்று அவர்களில் ஒருவர் உறுதிப்படுத்தினார்.

நான் அவர் யாரென்று கேட்டுக்கொள்ளாமலேயே நன்றி கூறினேன், ஏனெனில் இங்கே அவ்வப்போது இளைஞர்கள் வந்து நான் பத்திரமாக இருக்கிறேனா என்று பார்த்துச்செல்வது எனக்குப் பழகிவிட்டது. மார்சினின் கடத்தலுக்குப் பிறகு, அவர்களுக்குத் தங்கள் வசம் மதிப்பான ஒன்று இருக்கிறது அதைப் பாதுகாக்கவேண்டும் என்று தோன்றியிருக்க வேண்டும்; அவர்கள் தங்களை ஆதரிப்பவர்களைப் பாதுகாக்க நினைக்கின்றனர், எனவே எனக்கு ஏதேனும் ஆபத்து நேருமோ என மிகவும் கவலைப்படுகின்றனர். அவர்கள் உட்காரவில்லை, ஒரு விநாடிக்கு பொறுக்கமுடியாத அமைதி அங்கே நிலவியது. பிறகு ரயீத் காஃப்ரான்பெல்லில் புரட்சி தொடங்கிய கதையை சொல்லத்துவங்கினார், நான் எழுத ஆரம்பித்தேன்.

'எதிர்ப்பு ஆரம்பித்தது பிப்ரவரி 2011இல்,' என்று ஆரம்பித்தார். 'இரண்டு குழுக்கள் காஃப்ரான்பெல் சுவர்களில் அரசை எதிர்த்து வாக்கியங்களை எழுத ஆரம்பித்தனர். மார்ச் மாதத்தில் மிக்க கவனத்தோடு நாங்கள் சந்தித்து எங்கள் அணுகுமுறைகளை ஒருங்கிணைக்க ஆரம்பித்தோம். அந்தச்சமயத்தில் எங்களுக்கு சிரியாவிலுள்ள மற்ற குழுக்களோடு தொடர்பில்லை, அஸாட்டின் அரசை எதிர்த்து ஒரு புரட்சியை உள்ளூரில் தொடங்குவதற்காக எங்களுக்குள்ளேயே மிகவும் ரகசியமாகத் தொடர்புகொண்டோம்.

'காஃப்ரான்பெல்லில் முதல் ஆர்ப்பாட்டத்தை 25 மார்ச் அன்று வைத்துக்கொள்வதாக முடிவானது. ஆனால் அந்த ஆர்ப்பாட்டம் தோல்வியில் முடிந்தது, ஏனென்றால் மக்கள் தங்கள் எதிர்ப்பைக்காட்டப் பயந்தார்கள், அவர்களை மிரட்டும் விதமாக பாத் கட்சியைச் சேர்ந்த உள்ளூர் பிரமுகர் ஒருவர் - தன்னுடைய கட்சித் தலைவர் அஸாட்டுக்கு நிரந்தர விசுவாசி, அரசுக்கு

ஆதரவாக ஒரு ஊர்வலத்தை ஏற்பாடு செய்தார். இது எங்களை அடுத்துவந்த வெள்ளிக்கிழமையில் தெருவில் இறங்கிப்போராடத் தூண்டியது. இருநூறு அல்லது முன்னூறுபேர் இருந்திருப்போம், அதில் பாதிப்பேர் என்ன நடக்கிறது என்று பார்க்க வந்த ரகசியப் பாதுகாப்பு அதிகாரிகள்தான் என்றாலும் அது நல்ல பலமான ஆர்ப்பாட்டம்தான். நகரமோ அல்லது கிராமமோ எங்கேயும் நிறைய உளவு சொல்பவர்கள் இருப்பார்கள்தான், அதற்குக் காஃப்ரான்பெல்லும் விதிவிலக்கல்ல.

'ஆர்ப்பாட்டத்தைக் காணொளியாகப் பதிவுசெய்து இணையத்தில் ஏற்றினோம். உடனே உள்ளூரில் உள்ள சக்திவாய்ந்த குடும்பத்தார்களிடமிருந்து அழைப்பு வந்தது, ஆர்ப்பாட்டங்களை உடனடியாக நிறுத்துமாறு கூறினர், எனவே அடுத்த வாரம் நாங்கள் எதுவும் செய்யவில்லை. மேலும் அவர்கள் "மக்கள் குழு" எனும் கண்காணிப்புக் குழுக்களை உருவாக்கினர், இவர்கள் மசூதியின் வாயிலில் நின்று எந்தவித ஆர்ப்பாட்டமும் நடக்காமல் பார்த்துக்கொள்வார்கள். எப்போதும் நடப்பதுதான், நாங்கள் மீண்டும் ஏப்ரல் 15ஆம் தேதி, "காஃப்ரான்பெல்" என்று அன்றைய தேதி எழுதப்பட்ட பதாகைகளோடு தெருவில் இறங்கினோம். அரசின் கொடிகளைக் கைகளில் ஏந்தி, "ஒரே கடவுள், சிரியாவும் சுதந்திரமும்" என்று கோஷமிட்டோம்.

'ஏப்ரல் 17, அன்று சுதந்திர தினம் என்பதால் பொது விடுமுறை, எனவே மதிய நேரத்திலேயே ஆர்ப்பாட்டத்தில் இறங்கினோம், அஸாட்டின் ஆட்சி ஒழியவேண்டுமெனக் கோஷமிட்டோம். பாதுகாப்பு வாகனங்கள் வந்தன, உடன் முகாபராத் எனப்படும் புலனாய்வுத் துறை அதிகாரிகள் இருநூறு பேர், நாங்கள் அமைதியாக நின்று எதிர்கொண்டோம். அவர்கள் துப்பாக்கியால் சுட்டனர். எங்கள் மார்புக்கு நேராக துப்பாக்கியைக் காண்பித்தும் நாங்கள் ஆயுதமின்றி அசையாமல் நின்று, வெற்றிக்கான அடையாளத்தைக் காண்பித்துக்கொண்டிருந்தோம், அவர்கள் பின்வாங்கினர்.

'அதற்குப்பிறகு நான் தலைமறைவானேன், மற்றவர்களும் அப்படியே. பகல் நேரத்தில் எங்கள் குடும்பத்தைச் சந்திப்போம், இரவில் காட்டிலோ பழத்தோட்டத்திலோ கூடாரம் அமைத்துத் தங்கியிருப்போம். ஆனால் தினமும் ஆர்ப்பாட்டங்களை நடத்தத் துவங்கினோம். ஆனாலும் மக்கள் ஆதரவு என்பது மிகக்குறைவாகவே இருந்தது, காஃப்ரான்பெல்லின் மக்கள் பயத்தில் இருந்தார்கள். அவர்களைப் பொறுத்தவரை 1982-இல் ஹஃபீஸ் அல்-அஸாட்டின் புலனாய்வுப் பிரி

வினரால் நடத்தப்பட்ட, ஒரேவாரத்தில் முப்பதினாயிரம் பேர்களைக்கொன்ற ஹமா படுகொலைச் சம்பவம் இன்னமும் பசுமையாக நினைவில் இருக்கிறது.

'நாங்கள் காஃப்ரான்பெல்லோடு நிற்கவில்லை; அருகிலுள்ள கிராமங்களுக்கும் சென்று அங்குள்ள மக்களை அரசுக்கெதிராகப் பேரணி நடத்தும்படி வலியுறுத்திக் கூறினோம். ஹுசைரான், ஜிபாலா, மார்ஸீட்டா, ஹாஸ், அல்-ஹபீத், காஃப்ர் ஓவீத், ஒவ்வொரு நாளும் ஒரு கிராமத்துக்கு நகர்ந்துகொண்டே இருந்தோம். மாராத் அல்-நுமான் நகரத்தில் அணிவகுத்துச் செல்லும்போது அங்குள்ள மக்கள் எங்களோடு இணைந்து கொண்டனர். ஏப்ரல் 22, முதல்முறையாக காஃப்ரான்பெல்லுக்கான சுவரொட்டிகளைத் தயாரித்தோம். அன்றிலிருந்து ஒவ்வொரு வெள்ளிக்கிழமையும் அதைத்தயாரித்து வருகிறோம், ஒவ்வொருமுறையும் புதிய கோஷங்களோடு, அவற்றை இணையத்தில் பதிவேற்றுகிறோம். உண்மையில் பயந்திருந்த மக்களும் எங்களோடு சேர ஆரம்பித்தார்கள், ஆர்ப்பாட்டக்காரர்களின் எண்ணிக்கை நான்காயிரத்திலிருந்து ஏழாயிரம் வரை சென்றது. இருப்பினும் அப்போதுகூட மக்கள் முகாபராத் எனும் பாதுகாப்புப் படையை எதிர்க்கப் பயந்தார்கள். ஆனால், சுதந்திரம் வேண்டுமென நாங்கள் அணிவகுத்து வரும்போது எங்களைப் பூக்கள் மற்றும் அரிசியைத்தூவி வாழ்த்திய பெண்ணை என்னால் மறக்க முடியாது.'

ரயீத் மிகவும் உணர்ச்சி வசத்தில் இருந்ததால் பேசுவதை நிறுத்தினார். விரலால் தரைவிரிப்பில் ஒரு கோட்டினை வரைந்தார், பிறகு ஒரு சிகரெட்டைப் பற்றவைத்துக் கொண்டார். நான் உணர்ச்சியற்று சோர்வாக உணர்ந்தேன். அனைத்து நிகழ்வுகளிலும் தாங்களும் பங்கெடுத்திருந்தாலும் மற்ற ஆண்கள் அவரைப் பெருமிதத்தோடு கவனித்துக் கேட்டார்கள்.

ரயீத் தொடர்ந்தார், 'பாதுகாப்புப் படை எங்களைக் கைதுசெய்ய விரும்பியது, அதனாலேயே மக்கள் எங்களோடு வரப் பயந்தனர். மே மாதம் 2ஆம் தேதி, முகாபராத் அதிகாரிகள் நகரத்திலுள்ள வீடுகளில் திடீர்ச்சோதனை நிகழ்த்தினர். ஆர்ப்பாட்டக்காரர்களின் வீடுகளை உடைத்து உள்ளே நுழைந்தார்கள், புயலென நுழைந்து ஐம்பதுபேர் வரையில் கைது செய்தனர். ஆதரவாளர்கள் காவல்நிலையத்துக்கு வெளியே அமர்ந்துகொண்டு போராட ஆரம்பித்தனர், பிறகு அது விரிவடைந்தது. மற்றவர்களும் எங்களோடு சேர்ந்து கொண்டனர், கிராமங்களின் வாயில்களை கற்கள் மற்றும் எரியூட்டப்பட்ட டயர்களைக் கொண்டு அடைத்தோம்.

உள்ளே அடைத்து வைத்திருப்பவர்களை விடுவிக்காவிட்டால் காவல்நிலையம் கொளுத்தப்படும் என எச்சரிக்கப்பட்டது. சிலர் குழுவாகச்சேர்ந்து, காஃப்ரான்பெல்லில் அடைபட்டிருப்பவர்களை விடுவிக்கக்கோரி அரசோடு பேச்சுவார்த்தை நடத்தச்சென்றனர், ஆனால் தோல்வியுடன் திரும்பினர்.

'அடுத்தநாள், பாத் கட்சியின் கிளைத்தலைவர் வந்து மக்களின் கோரிக்கைகள் என்ன என்று கேட்டார். எங்களுடைய கோரிக்கைகளாக, பாதுகாப்புப் படையைக் கலைக்கவேண்டும், அன்றாட வாழ்விலும் அவர்கள் செலுத்தும் இரும்புப்பிடியை முடிவுக்குக் கொண்டுவர வேண்டும் மற்றும் பிரதமரை மாற்றவேண்டும் என்றோம். அமைதியாகத்தான் உரையாடல் நடந்தது, ஆனால் நான், "கடந்த நாற்பது வருடங்களாக இருக்கும் பிரதமர் இல்லாமல் வேறு ஒரு பிரதமர் எங்களுக்கு வேண்டும்" என்றவுடன் கிளைத்தலைவர் அமைதியானார். கைது செய்யப்பட்டவர்களை விடுவிக்க வேண்டுமானால் பஷார் அல்-அஸாட்டுக்கு எதிராக எழுப்பப்படும் கோஷங்களை நிறுத்துவதுதான் ஒரே வழி, மேலும் இறந்த அவருடைய தந்தையான ஹஃபீஸ் அல்-அஸாட்டின் ஆன்மாவைப் பழிப்பதையும் தவிர்க்கவேண்டும் என்றார்; நாங்கள் பஷார் அல்-அஸாட் பதவிவிலக வேண்டும் என்று மட்டும்தான் கோஷமிட்டோம். மே மாதம் 7ஆம் தேதி புரட்சியாளர் ஒருங்கிணைப்புக் குழுவுக்கு ஜனநாயக முறையில் தேர்தல் நடத்தினோம்.'

'இந்த ஒருங்கிணைப்புக்குழு எப்படி ஆரம்பித்தது, எவ்வாறு உருவாக்கப்பட்டது?' என்று நான் இடைமறித்தேன்.

அவர் புன்னகைத்து, 'சத்தியமாக அது தானாக உருவானது!' என்றார்.

நாங்கள் சிரித்துக்கொண்டோம், அப்போது ஒரு வெடிச்சத்தம் கேட்டது, தூரத்திலிருந்து அருகில் வருவதுபோலத் தோன்றியது, நாங்கள் அனிச்சையாக சத்தம் வரும் திசையில் திரும்பிப் பார்த்தோம்.

'கவலை வேண்டாம்,' என்றார் ஹமூத் என்னிடம். 'நம்மீது இன்று குண்டுவீச்சு நடக்கும் என்று தோன்றவில்லை.'

'இல்லை,' என்று ஹசன் குறுக்கிட்டார். 'அவர் பயங்கொள்ளட்டும்: எப்போதுமே நம்மீது குண்டுவிழும் சாத்தியம் உள்ளது!' அவர்கள் மறுபடி சிரித்தனர். இந்த ஆண்கள் எப்போதுமே சிரிப்பதை நிறுத்தியதில்லை. மரணத்திற்கான முறிமருந்தாகச் சிரிப்பை நுகர்ந்து கொள்பவர்கள் போலச்

சிரித்துக்கொண்டே இருந்தனர்.

'ஒருங்கிணைப்புக் குழு திடீரென உருவானது,' என்று ரயீத் தொடர்ந்தார். 'கொஞ்சம் கொஞ்சமாக உயர்-வகுப்பினர் என்று சொல்லக்கூடியவர்கள் முன்வருவதைப் பார்த்தோம்: நன்கு படித்த செயல்பாட்டாளர்கள், முக்கியமான ஆட்கள். வழக்கறிஞர் யாசீர் அல்-சலீம், ஹசன் அல்-ஹம்ரா மற்றும் நான் உள்ளிட்டு நாங்கள் பதினைந்து பேர் இருந்தோம். அந்தத் தருணத்தில் அதை ஒருங்கிணைப்புக் குழு என்றெல்லாம் குறிப்பிடவில்லை; நாங்கள் ஒரு குழு அவ்வளவுதான், அதுபோல எங்களுடைய சுவரொட்டிகள் பதாகைகள் ஆகியவற்றை முகநூலிலும் பதிவேற்றவில்லை. இது நடந்தது பிப்ரவரி 2011இல். இது எல்லாமே திடீரென நடந்தது, போகப்போக மேம்படுத்திக்கொண்டே சென்றோம், நாங்கள் விரும்பியதெல்லாம் மக்களை அணிதிரட்டவேண்டும் என்பதே. ஏழுபேரைத் தேர்ந்தெடுத்து அரசியல், ராணுவம், ஊடகம் மற்றும் நிர்வாகப் பதவிகளில் அமர்த்தினோம். தேர்ந்தெடுக்கப்பட்டவர்களுக்கு மக்கள் செல்வாக்கு குறைவாக இருக்கிறது என்று தெரிந்தபின், அனைவருக்கும் காஃப்ரான்பெல்லுக்கான ஒருங்கிணைப்புக்குழு உருவாக்கப்பட்டதென அறிவித்து கலாசார மையத்தில் கூடி தேர்தலை நடத்தினோம்.

'ஜூலை 1ஆம் தேதி 2011, தெருவில் மிகப்பெரியதொரு பேரணியை நடத்திக்காட்டினோம். ஆனால், ஜூலை 4ஆம் தேதி ராணுவம் இப்பகுதியைத் தனியாகத் துண்டித்தது, நாங்கள் காஃப்ரான்பெல்லில் இருந்து தப்பினோம். ஒன்பது இடங்களில் சோதனைச்சாவடி அமைக்கப்பட்டு ஆயிரத்து எழுநூறு வீரர்கள் வரை பாதுகாப்புக்கு வந்திறங்கினர், நூறு பீரங்கி வண்டிகள் மற்றும் நூறு ராணுவ வாகனங்கள். நாங்கள் ரகசியமாக நகருக்குள் மீண்டும் நுழைந்து, துருப்புகளும் ஸ்னைப்பர்களும் இருக்கும்போதே பதாகைகளை உருவாக்கி, உக்பா மசூதியிலிருந்து ராணுவம் எங்களை நோக்கித் துப்பாக்கியால் சுடும்வரை பேரணி நடத்தினோம். இது வழக்கமானதாக மாறியது: ஆர்ப்பாட்டத்தை நடத்திவிட்டு ராணுவத்திடமிருந்து தப்பிச்செல்வோம், அவர்கள் எங்களை நோக்கிச் சுட்டதும் தப்பிச்செல்வோம். ஆனால் நாங்கள் அமைதியான முறையில்தான் செயல்பட்டோம், எங்களில் யாரும் கொல்லப்படவில்லை.'

அவர் நிறுத்தியதும் நானும் நிறுத்தினேன். கொஞ்சம் காஃபியை அருந்திவிட்டு சிகரெட்டைப் பற்றவைத்துக் கொண்டேன். ரயீத் அந்த சமயத்தில் இருளையும் வீட்டைச் சுற்றியிருந்த ஆலிவ் மரங்களையும் பார்த்தபடி சிந்தித்துக்

கொண்டிருந்தார்.

'இது எப்படி ஆயுதமேந்துவதில் வந்து முடிந்தது, புரட்சி என்பது திடீரென எப்படி அமைதியான வழிமுறையிலிருந்து ஆயுதவழிக்கு மாறியது?' என்று கேட்டேன்.

'அரசு தொடர்ந்து நிலைக்கும் என்று நாங்கள் நினைக்கவில்லை. அவர்களைத் தாக்கி ஆர்ப்பாட்டங்கள் பேரணிகள் நடத்துவதன் மூலமாக அவர்களைக் கவிழ்த்துவிடலாம் என்று நினைத்தோம். அடுத்து வந்ததை நாங்கள் எதிர்பார்க்கவில்லை... ஆனால் நாங்கள் ஆயுதமேந்த வேண்டியதாகிவிட்டது' என்றார்.

'அவர்கள் எங்களைக் கொல்லும்போதும் எங்கள் மீது குண்டுவீசும்போதும் நாங்கள் என்னசெய்ய முடியும்? என்ன செய்ய முடியும் - சாகவேண்டுமா? எங்களுக்கு எதனால் ஆயுதம் தேவைப்பட்டது என்று நினைக்கிறீர்கள்?' என்று குறுக்கிட்டார் கதவுக்கருகில் சாய்ந்து நின்றுகொண்டிருந்த கோபக்கார இளைஞர் தோற்றத்தோடு இருந்தவர்.

மீண்டும் ரயீத் தொடர்ந்தார், 'மிகரகசியமான ஒரு ராணுவ எரிபொருள் கிடங்கு ஒன்று இருந்தது - இப்போது அதற்கு வாடீ டேயஃப் என்று பெயர், அது இன்னமும் கூட இருக்கிறது. அங்கே உள்ள ஒரு வீரரோடு என் நண்பர்கள் சிலருக்குத் தொடர்புண்டு, அங்கிருந்து மூன்று ரைஃபிள்கள் கிடைத்தன, அதை காஃப்ரான்பெல் எடுத்துவந்தோம். பிறகு ஆறு ரைஃபிள்களைக் கடனாக வாங்கினோம், எங்களிடம் மொத்தமாக பதினெட்டு ரைஃபிள்கள் அத்தித் தோப்பில் மண்ணுக்கடியில் புதைக்கப்பட்டிருந்தன - ஒருங்கிணைப்புக் குழுவின் முடிவின்படி - எங்கள் குடும்பத்தைப் பாதுகாக்கவேண்டும் என்ற சூழ்நிலையில் மட்டுமே அதைத் தோண்டியெடுப்பது என்று ஒப்புக்கொண்டோம்.

'இந்த ஆயுதங்கள் ராணுவம் வரும்வரை புதைக்கப்பட்டு, தொடப்படாமல்தான் இருந்தன. ஆகஸ்ட் 16ஆம் தேதி, மீண்டும் ஆர்ப்பாட்டம் நடத்தச் சென்றோம். ராணுவம் எங்களைத் தாக்கிவிட்டு ஊரங்கும் பரவியது, கும்பல் கும்பலாகக் கைது செய்தது. ஒரு தாய் தன் மகன் கைது செய்யப்பட்டவுடன் அவனை அவர்களிடமிருந்து இழுத்தார், அவர்கள் அவரைக் கீழே தள்ளினர். அவர் கீழே விழுந்தவுடன் எல்லோருக்கும் முன்பாக அவரது தலையை மறைக்கும் துணிவிலகி தலைமுடி வெளித்தெரிந்தது, அது உண்மையில் எல்லோரையும் தூண்டியது. கடுஞ்சினம் கொண்டு அனைவரும் அணிவகுப்பைத் தொடர்ந்தனர், நாங்கள் அல்-அயார் சோதனைச்சாவடிக்குச் சென்றோம், எங்கள் மரியாதைக்கு இழைக்கப்பட்ட

அவமானத்திற்குப் பதிலடி கொடுப்பதாக முடிவெடுத்தோம். அப்போதும் கூட எங்களிடம் ஒரு சாதாரண ரைஃபிளும் ஒரு ஸ்னைப்பர் ரைஃபிளும் மட்டுமே இருந்தன, ஆனால் இரண்டு மணிநேரம் போராடி, சோதனைச்சாவடியிலிருந்த ஆறு வீரர்களைக் கொன்றோம், அதில் ஒரு கேப்டனும் அடக்கம். இப்படியாக ஆயுதப்போராட்டம் ஆரம்பித்தது.

'அடுத்தநாள், ராணுவம் கடுமையாக பதிலடி கொடுத்தது, வீடுகளுக்குள் புகுந்து, குறிப்பாக இன்னாரென்று இல்லாமல் சீரற்ற முறையில் எல்லோரையும் கைது செய்தது. அவர்கள் தரைவிரிப்பு தயாரிக்கும் தொழிற்சாலை ஒன்றை விசாரணை இடமாக மாற்றியமைத்துக் கொண்டனர்.

'எங்களுடைய ஆயுதந்தாங்கிய குழு ஆறிலிருந்து ஏழானது. ஒவ்வொரு குழுவும் இப்படியாக பத்திலிருந்து பதினோருபேர் கொண்டதாக உருவானது, ஒருவர் வழிநடத்துவார், மற்றவர்கள் அவருக்குக் கட்டுப்படுவார்கள், மதிப்பார்கள். நகரத்தைக் காக்கமட்டுமே அணிதிரண்டோம், வெளிநாட்டிலுள்ள சில புலம்பெயர்ந்த காஃப்ரான்பெல் குடும்பத்தினர் எங்களுக்கு உதவிகளை அனுப்ப ஆரம்பித்தனர், நாங்கள் அதைப் பகிர்ந்து கொள்வோம். திருமணம் ஆனவருக்கு ஆறாயிரம் சிரிய லிராக்கள், திருமணம் ஆகாதவர் என்றால் மூன்றாயிரம். பணம் சிறிய அளவில்தான் இருந்தது, போலவே போராளிகளும். சிலர் ஆயுதமேந்த மறுத்து சமூகச் செயல்பாட்டாளர்களாகத் தொடர்ந்தனர்.

'நவம்பரில் முதல் படைப்பிரிவை உருவாக்கினோம் - காஃப்ரான்பெல் தியாகிகள் படைப்பிரிவு, அது பின்னாளில் சுதந்திர ராணுவத்தோடு இணைந்துகொண்டது. எங்கள் திட்டம் இரவுநேரத்தில் ராணுவதளங்களைத் தாக்குவதாக இருந்தது. இரண்டுபேர் இருசக்கரவாகனத்தை ஓட்டுவார்கள், சோதனைச்சாவடியைத் தாக்குவார்கள், பிறகு தப்பிச்செல்வார்கள், அதன்பிறகு ராணுவம் சோதனைச்சாவடியிலிருந்து இரவு முழுக்க துப்பாக்கிச்சூடு நடத்தும், இதனால் ராணுவம் இரவுநேரத்தில் ஊருக்குள் நுழைந்து பொதுமக்களுக்குத் தீங்கு செய்யாமல் இருந்தது. காஃப்ரான்பெல்லைச் சுற்றியிருந்த ஒன்பது சோதனைச்சாவடிகளிலும் இதேமுறையைப் பின்பற்றினோம்.'

சரியென நிறுவ விரும்பியது போல் ரயீத் இந்தக் கடைசி வாக்கியத்தை அழுத்தமாகக் கூறினார்.

'ஆமாம், அவர்கள் எங்கள் குடும்பங்களைத் தொந்தரவு செய்தனர், நாங்கள் அந்த வேதனையை முடிவுக்குக் கொண்டுவர நினைத்தோம். அவர்கள் எங்கள் வீடுகளைத்

தரைமட்டமாக்கினார்கள், எங்கள் ஆண்களைக் கைது செய்தார்கள். நாங்கள் அவர்களை அச்சுறுத்தவேண்டும் என்றுதான் நினைத்தோம்!

'இந்தக்காலகட்டத்தில், லெஃப்டினன்ட் கர்னல் அபு அல்-மஜித்- நீங்கள்கூடச் சந்தித்தீர்களே - ராணுவத்திலிருந்து வெளிவந்தார். அவர்தான் முதலில் வெளியேறிய அதிகாரி. அதுகுறித்து நாங்கள் ஆரம்பத்தில் பதட்டமாகவே இருந்தோம், என்றாலும் அவர் பின்னாளில் காஃப்ரான்பெல் தியாகிகள் படைப்பிரிவின் தளபதியாகவே ஆனார், அதன்பிறகு ஃபுர்சான் அல்-ஹக் படையணிக்குத் தலைவரானார். நாங்கள் இப்படியொரு படைப்பிரிவு உருவாகியுள்ளதென்று ஒரு காணொளி செய்து அதை இணையத்தில் ஏற்றினோம். அதன்பிறகுதான் மக்கள் எங்களை மதிக்கத் தொடங்கினர், எங்கள் செயல்களைப் பாராட்டினர், அவர்களால் முடிந்த நன்கொடைகளைக் கொடுத்தனர், அவர்களால் இயன்ற எல்லா உதவிகளையும் செய்ய ஆரம்பித்தனர். புரட்சிக்கான மக்கள் ஆதரவென்பது கூடிக் குறைந்து கொண்டிருந்தாலும் பெரும்பாலானவர்கள் புரட்சியை ஆதரிக்கத்தான் செய்கிறார்கள்.

'சர்க்கரை, உரம் மற்றும் சில பொருட்களைக் கொண்டு உருவாக்கப்பட்ட கண்ணிவெடிகளை ராணுவவாகனங்களின் வழியில் புதைத்துவைத்தோம், ஆர்ப்பாட்டக்காரர்களைப் பாதுகாப்பதற்காக, ராணுவத்தினரைத் தடுக்க இந்த ஏற்பாடு. ஆனால் நகரமக்கள் சாலை பழுதாவது குறித்து மிகவும் கோபம் கொள்ளத் தொடங்கினர், இந்தப்புதிய உத்தியை அவர்கள் ஆதரிக்கவில்லை. ஆனால் நாங்கள் என்னதான் செய்யமுடியும்? எங்கள் ஆட்களை சித்திரவதை செய்து கொல்கிறார்கள். காஃப்ரான்பெல்லின் விடுதலைக்குப் பின் அவர்களின் உடல்கள், அவர்கள் ராணுவதளமாக உபயோகித்துவந்த பள்ளி மைதானத்தில் கிடைத்தன.

'எங்களுக்கும் அவர்களுக்குமான போரின்போது இடையில் மக்கள் மாட்டிக்கொண்டு அவர்கள் வீடுகள் அழிவது கண்டு இன்னமும் சீற்றம் கொண்டார்கள். தெருக்கள் முழுக்க போர்க்களமாக மாறும்படி இது தீவிரமாகியது, இதனால் இன்னமும் வேதனை அடைந்த குடும்பங்கள் எங்களுக்கு உதவுவதை நிறுத்திவிட்டார்கள்.

'2012 ஏப்ரல் 10, சுதந்திர ராணுவம் மற்றும் அரசுப்படைகளுக்கிடையே போர்நிறுத்தம் அறிவிக்கப்பட்டது, இதுவொரு அழுத்தத்தை ஏற்படுத்தும் என்று நினைத்தோம். சண்டை நின்றுவிட்டால் - அரசுப்படை சுடுவதையும் குண்டு வீசுவதையும் நிறுத்தவேண்டும் - பிறகு ஆர்ப்பாட்டங்கள்

அமைதியான முறைக்குத் திரும்பும் என்று நம்பினோம், ஆனால் அரசு இதை விரும்பவில்லை. அது, மக்கள் ஆயுதமேந்தியதாலேயே அவர்களைக் கொல்லவேண்டியதாயிற்று என தான் செய்ததைச் சரியென நிரூபிக்கவே விரும்பியது. அப்போதுதான் ராணுவச்சபையிடமிருந்து உதவி கிடைத்தது, அது சுதந்திர ராணுவத்தின் பகுதி, ஏப்ரல் கடைசியில் எங்களுக்கு மேலும் ஆயுதங்கள் கிடைத்தன. RPG வகை ஏவுகணைகளை வாங்கிக்கொண்டிருந்தோம், அது உபயோகிக்கத் தகுந்த நிலையில் இல்லை; ஆயுதம் விற்பவர்கள் எங்களை வஞ்சித்துவிட்டனர், அதன் விளைவாக எங்கள் ஆள் ஒருவர் இறந்தார். ஆனால் ராணுவக்குழுவின் உதவி கிடைத்ததும், எங்களுக்கு பத்து RPG வகை ஏவுகணைகள் கிடைத்தன. அந்தச் சமயத்தில்தான் காஃப்ரான்பெல்லில் அஸாட்டின் காலம் உண்மையிலேயே முடிவுக்கு வந்தது என்று நினைக்கிறேன்.

'மீண்டும் சோதனைச்சாவடிகளைத் தாக்க ஆரம்பித்தோம். அல்-அயார் சோதனைச்சாவடிதான் முதலில், அதன்பிறகு அரசுப்படை எங்களை பீரங்கி மற்றும் ஃபோஸ்டிக்கா ரக ஏவுகணைகளால் தாக்கியது. ஒரு ஏவுகணை எங்கள் மீது எந்நேரமும் விழலாம் என்ற நிலை. ஆனாலும் ஐந்து சோதனைச்சாவடிகளை விடுவிக்கும் வரை நாங்கள் நிறுத்தவே இல்லை.

'உண்மையான விடுதலையின் தருணம் விடிகாலை மூன்று மணிக்கு நிகழ்ந்தது. சோதனைச்சாவடியைச் சுற்றிலும் கண்ணிவெடிகளைப் புதைத்து வைத்திருந்தோம், அங்கேதான் பீரங்கிவண்டிகள் இருந்தன, வெடிகளை முடுக்கிவிட்டிருந்தோம். அவர்கள் சிறியவகைப் பீரங்கி மூலம் எங்களைத் தாக்க ஆரம்பிக்க எல்லாத் திசையிலும் சிதறி ஓடிக்கொண்டிருந்தோம். அந்தக்கணத்தில் நான் எறிகணைகள் விழும் ஓரிடத்தில் அமைதியாக நின்று மரணத்திற்காகக் காத்திருந்தேன்.

'நாங்கள் பின்வாங்கினோம், அடுத்த நாள் ராணுவக் கட்டடத்தை விடுவிக்கலாம் என்று திட்டம், ஆனால் அவர்கள் அதற்குள் சோதனைச்சாவடியை விலக்கிக் கொண்டு தலைமையகத்திற்குச் சென்றுவிட்டனர், மற்ற சோதனைச்சாவடிகளும் ராணுவ தளமான வாடீ டேயஃபுக்குச் சென்றுவிட்டது. இப்போது காஃப்ரான்பெல்லில் மூன்று சோதனைச்சாவடிகளும் ஒரு தலைமையகமும் மட்டுமே மிச்சமிருந்தன. அப்போதுதான் "ஆக்கிரமிக்கப்பட்ட காஃப்ரான்பெல்" என்று எழுதுவதற்குப் பதிலாக "விடுதலைபெற்ற காஃப்ரான்பெல்" என்று எழுத ஆரம்பித்தோம். இது நடந்தது 2012 ஜூனில்.

ஹம்மூத் எழுந்து நின்றார். தயக்கத்தோடு 'மன்னிக்கவும், இந்த உரையாடலை இத்தோடு நிறுத்திக் கொள்ளலாம் என்று நினைக்கிறேன்,' என்றார்.

நள்ளிரவைத் தாண்டியிருந்தது, இடுப்பிலிருந்து பாதம்வரை மரத்துப்போய் ஒரு வலி உருவாகியுள்ளதைக் கவனித்தேன்; கால்களை அசைக்க முடியவில்லை.

ரயீத்தும் எழுந்து நின்றார். 'நாம் நாளை தொடரலாம்,' என்றார்.

இன்னமும் என்னால் கால்களை அசைக்கமுடியவில்லை, சில கணங்களுக்கு ஏதோ பாதாளத்திலிருந்து எழுவதுபோல் தோன்றியது, ரபியாவில் உள்ள கல்லறைகள் போல. இந்தக் கற்பனையைத் தவிர வேறெதுவும் இங்குள்ள வாழ்வை ஓர் அதிசயம் என மாற்றப்போவதில்லை, ஆனால் நான் எழுந்து நின்றதும் ஏதோ ஒரு தீயது தப்பிவிட்டது போல் உணர்ந்தேன்; அது அதன் வளைகளிலிருந்து மேலெழுந்து வந்துள்ளது, காற்றில் பரவி நம்மை விழுங்கிக் கொண்டிருக்கிறது. ரஸானின் வீட்டுக்குச் செல்லும் வழியில் இரவின் குளிர்காற்று என்னை இந்த மனக்குழப்பங்களிலிருந்து விடுவித்தது.

வண்டியின் முகப்பு விளக்கு வழியில் உள்ள இருளைக்கிழித்தது. ரஸான் பெண்கள் அடங்கிய ஒரு குழுவை உருவாக்கிக் கொண்டிருக்கிறார், அக்குழு விடுதலை அடைந்த பகுதிகளில் சமூகச் செயல்பாடுகளுக்கு உதவிசெய்யும், இவ்வாறான வேலைகளைச் செய்வது ஐஎஸ்ஐஎஸ் மற்றும் கூலிப்படைப்பிரிவுகள் வந்தபிறகு மிகவும் கடினமாகிவிட்டது, அவர்கள் ஆண் மற்றும் பெண் செயல்பாட்டாளர்களைக் கடத்துகிறார்கள். இக்குழுக்கள் செயல்பாட்டாளர்களை நாத்திகர்கள் என்றழைக்கிறது. ஏனெனில் அவர்கள் மதச்சார்பின்மையைப் பிரச்சாரம் செய்கிறார்கள், மேலும் இவர்களை ஒழிப்பதற்கான திட்டங்களையும் பலமாதங்களாகச் செயல்படுத்திக் கொண்டிருக்கிறார்கள். ஆனாலும் காஃப்ரான்பெல் இந்த விஷயத்தில் சற்று தப்பிவிட்டது, இப்போது 2013 நிலவரத்தின்படி இஸ்லாமிய அடிப்படைவாதிகள் தோன்ற ஆரம்பித்து விட்டாலும் இன்னும் பரவலாகவில்லை.

வண்டி நின்றுவிட்டது, இதற்குமேல் நான் தங்கியிருக்கும் ரஸானின் வீடுவரை சிறிய தெருக்களுக்குள் நடந்து செல்லவேண்டும். பெரிய நிலவறையில் இடம்பெயர்ந்த குடும்பம் ஒன்று வசிக்கிறது, ஒரே கொடிவழியைச் சேர்ந்த ஐந்து குடும்பத்தினர்கள், ஏராளமான குழந்தைகள். அக்குடும்பத்தினர் தங்களது வீடு மற்றும் மூன்று ஆண்களை குண்டுவீச்சில் இழந்தபிறகு வேறெங்கும் தங்கியிருக்க இயலாமல் ஆனது. பெண்கள் அனைவரும் ஜன்னலின் கீழ் நெருக்கமாய் படுத்துக்கொள்வார்கள். அதில் இருவர் கர்ப்பமாக இருந்தனர். அனைத்துப் பெண்களும், கர்ப்பவதிகள் உட்பட

இளைத்து ஒல்லியாக இருந்தனர். அவர்களின் குழந்தைகளை முதன்முதலாக ஒரு மாதுளை மரத்தின்கீழ் அவர்கள் விளையாடிக் கொண்டிருந்தபோது பார்த்தேன், அப்போது நான் அவர்களுக்குக் கதைகள் சொன்னேன். குழந்தைகள் அனைவரும் வெறுங்கால்களுடன் கந்தலாக உடை அணிந்திருந்தனர், முகங்கள் அழுக்கடைந்து தலைமுடி புழுதியினால் கட்டிதட்டிப் போயிருந்தது. அவர்கள் யாருமே கடந்த ஒன்றரை வருடங்களாகப் பள்ளிக்குச் செல்லவில்லை. அவர்கள் குடும்பம் ஓரிடத்திலிருந்து இன்னொரு இடத்துக்கு நகர்ந்து கொண்டேயிருந்தது, சிலசமயம் அவர்கள் வெட்டவெளியில் தூங்கினர்.

அந்த இரவில், ரஸான் வீட்டில் முதல் மாடி இருட்டாக இருந்தது, யாரையும் எழுப்பிவிடாமல் நாங்கள் ஓசையின்றி மாடிப்படிகளில் ஏறினோம். நான் தந்தை மற்றும் உறவினர்களை இழந்த அக்குழந்தைகளை, இன்னொரு குழந்தை பெறப்போகும் அந்தப் பெண்ணைப் பற்றி நினைத்தேன்.

'அவர்கள் தூங்கிவிட்டனர்,' என்று ரஸானிடம் மெல்லிய குரலில் சொன்னேன்.

அவர் தலையசைத்துக்கொண்டே சிறிய மின்சார விளக்கொன்றை அலமாரியில் வைத்தார். அதை ஊடக அலுவலகத்தில் மின்னூட்டம் செய்து எடுத்துவந்திருந்தார், அந்த வீட்டில் மின்சாரம் முழுமையாகத் துண்டிக்கப்பட்டிருந்தது, தண்ணீரும் அப்படியே. கழுவிக்கொள்ளக்கூட சிறிது தண்ணீர்தான் கிடைத்தது.

'நான் நிம்மதியாக ஒரு சிகரெட் பிடிக்க விரும்புகிறேன்,' என்றார். அவர் முகத்தில் சோர்வு தெரியத் தொடங்கியது.

இரவு மந்திரத்தால் கட்டுண்டது போல் அமைதியாக இருந்தது. கிட்டத்தட்ட ஒரு மணி, என்னால் காலை நகர்த்தவோ கண்களைத் திறந்து வைக்கவோ முடியவில்லை. இருந்தாலும் திடீரென ஒரு மகிழ்ச்சி என்னை ஆட்கொண்டது, இதோ நான் சிரிய எல்லைக்குள் இருக்கிறேன். என் மீதவாழ்க்கை முழுவதும் இந்த மந்திரக்கணங்களில் திளைத்திருக்க விரும்புகிறேன். இக்கணம் பிறகு என் மனதில் ஆழமாகப் பதிந்து எப்போதும் என்னை விட்டு அகலாததாகிவிட்டது.

தூரத்தில், மிகப்பெரிய வெடிச்சத்தம் கேட்டது. ஏவுகணைகள் விழத் தொடங்கிவிட்டன. இருந்தாலும் காலை ஐந்து மணிவரை ஆழ்ந்து உறங்கினேன்.

காலையில் ஒரு ஏவுகணை வெடிக்கும் சத்தத்திற்குக் கண்விழித்ததும் மீண்டும் கண்ணைமூடி இருளுக்குள் சென்றுவிட

சமர் யாஸ்பெக் ◆ 245

ஏற்பட்ட துடிப்பை உணர்ந்தேன். குகைவிலங்கு போல ஒரு வாழ்நாள் நீளத்திற்கு அதுவேண்டும். பாதம் கொசுக்கடியினால் எரிச்சல் கொண்டிருந்தது, இத்தனைக்கும் ஒருமுறை முகம்முழுக்க கொசுக்கடியோடு எழுந்தபின் எப்போதும் போர்வை போர்த்திக்கொண்டுதான் உறங்கினேன்.

படுக்கையிலிருந்து எழுந்து ஜன்னலுக்கு அருகில் சென்றேன், அங்கிருந்து அடுத்த வீடுதெரியும், அது இப்போது ஒரு குண்டுவீச்சு நடந்த இடம் மட்டுமே, அதைத்தாண்டி மலைப்பகுதி, தற்சமயம் அங்குதான் குண்டுவீச்சு நடக்கிறது. இரண்டு சிறுவர்கள் மெல்லிய குரலில் பேசிக்கொள்ளும் ஓசை இடிபாடுகளின் மூலையிலிருந்து கேட்டது, அது தற்போது ஒரு கூடாரம்போல் மாற்றியமைக்கப்பட்டுள்ளது. ஒரு குழந்தைக்கு ஆறு வயது இருக்கலாம், இன்னொரு குழந்தைக்கு அதைவிடச் சற்று அதிகம் இருக்கும். சுவரில் ஏதோ களைச்செடி வளர்ந்து மஞ்சள் நிறப்பூக்கள் கொத்தாகப் பூத்திருந்தன. வெள்ளைநிறப் பிளாஸ்டிக் பைகளின் குவியலுக்கு அருகில் அமர்ந்து இரண்டு சிறுவர்களும் சிவப்பு, பச்சை மற்றும் மஞ்சள் கோலிக்குண்டுகளை எண்ணிக் கொண்டிருக்கிறார்கள். முதல் சிறுவன் தன் பையிலிருந்து ஒரு துண்டுத்துணியை உருவி எடுக்கிறான் அதை விரித்து வைத்து இருவரும் விளையாடத் துவங்குகின்றனர். அவர்கள் அருகிலிருக்கும் ஒரு வீட்டைச் சேர்ந்தவர்கள். வானம் நீலமாக இருந்தது, சிறிய வெண்நிற மேகங்கள் நீந்திக்கொண்டிருந்தன. எறிகணைகளின் சத்தம் அதிகமானது. நான் ஜன்னலுக்கு அருகில் இருக்காமல் நகர்ந்தேன். மிக அருகில் ஒரு குண்டுவெடித்ததும் நான் ரஸானைச் சத்தமிட்டு எழுப்பி தூணுக்குப் பின்னால் மறைந்து கொள்ளச்சொன்னேன். ஆனால் என்னால் அப்படி இருக்க முடியவில்லை, சில கணங்களுக்குப் பிறகு எழுந்து மீண்டும் ஜன்னலுக்கருகே சென்று பார்த்தேன். அந்த இரண்டு சிறுவர்களும் அதே இடத்தில் இருந்தனர், இன்னமும் விளையாடிக்கொண்டிருந்தனர். அவர்கள் நன்றாக இருப்பதை மறுவுறுதி செய்து கொண்டு மீண்டும் படுக்கையில் சாய்ந்தேன்.

சிறிதுநேரம் கழித்து சமையலறையில் ரஸானுக்கு உதவினேன், அங்கே பாத்திரங்கள் அழகாக வரிசையில் அடுக்கப்பட்டிருக்கும். காஃபி மற்றும் சர்க்கரையை துணியைக் கொண்டு இறுக்கி மூடி அவற்றை கதவின் பின்புறம் மற்றும் கதவின் கைப்பிடியில் தொங்கவிட்டிருப்பார். ஒரு அலமாரியில் நீளமான கண்ணாடி இருந்தது, குளியலறைக் கண்ணாடிக்குப் பதிலாக அதைப் பயன்படுத்திக் கொண்டோம்.

இருவரும் சேர்ந்து காஃபி அருந்துகையில் என்னுடைய சிறிய நோட்டுப்புத்தகத்தைத் திறந்து அன்று செய்துமுடிக்க

வேண்டிய வேலைகளைப் பார்த்தேன். வடசிரியாவில் நான் கழிக்கும் ஒவ்வொரு நாளிலும் ஒரு மாதத்திற்கான வேலையை முடித்தாக வேண்டும். அதுதான் நான் எப்போதும் சொல்வது. எனவே என்னைப்பொறுத்தவரை நான் ஒரு மாதம் தங்கினால் பல மாதங்களில் முடிக்கவேண்டிய வேலைகளை முடிக்கவேண்டும். அப்படித்தான் நடந்திருக்க வேண்டும், ஆனால் சூழ்நிலை எப்போதும் நமது திட்டப்படி எதையும் நடக்க அனுமதிப்பதில்லை. தொடர் குண்டுவீச்சு மனிதர்களை பசியும் பயமும் உடைய பிராணிகளாக மாற்றிவைத்திருக்கிறது. இன்று என் வேலை, காஃப்ரான்பெல்லில் உள்ள ஊடகமையத்திலிருக்கும் ஆண்களுக்கு ஒளிபரப்பு குறித்துப் பாடம் நடத்தவேண்டும், மகளிர் மையத்திற்குச் செல்லவேண்டும், பிறகு மாராத் அல்-நுமான் சென்று இரவில் காஃப்ரான்பெல்லுக்குத் திரும்பி ரயீத்தின் புரட்சி தொடங்கிய கதையைப் பதிவுசெய்ய வேண்டும்.

குண்டுவீச்சிற்கிடையே வெளியில் விளையாடிக் கொண்டிருக்கும் சிறுவர்களை நினைத்துப் பார்த்தேன். யாருமே உள்ளூர் மனிதர்களைப் பற்றியோ அவர்களின் தினசரி சாகசங்கள் குறித்த கதைகளையோ எழுதுவதில்லை அல்லது அவர்கள் தேசத்தை எவ்வாறு மாற்றப்போகிறார்கள் என்பது குறித்தும். அவர்கள் மிகவலுவான கோஷங்களையும் அதில் ரீங்கரித்துக் கொண்டிருக்கும் வார்த்தைகளையும் அலட்சியப்படுத்துபவர்களாக இருந்தாலும் கூட. நான் இங்கே பார்த்துக்கொண்டிருக்கும் மனிதர்களின் வாழ்க்கை என்னை மாற்றியமைக்கிறது என்பதை உணர்கிறேன். ஆமாம், இந்தச்சிறிய புழுதி படிந்த குண்டுவீச்சில் அழிந்த, இடிபாடுகளுக்கிடையே களைச்செடிகள் முளைத்த வீடுகளை உடைய இந்தத் தெருவும்கூட. இந்த மனிதர்கள் பெயரற்றவர்கள், புறக்கணிக்கப்பட்டவர்கள், தங்களின் தினப்பாட்டிற்காக இருசக்கர வாகனத்தில் செல்பவர்கள், மூன்று துண்டு ரொட்டி வாங்கச் செல்லும்போது உயிரைக் கொடுப்பவர்கள். கசப்பான இருப்பு அவர்களுடையது. எறிகணைகள், அவர்களது தலையைக் கடந்து செல்லும் விமானங்கள் அவர்களின் வீடுகளை அழிக்கின்றன, அவர்களின் தோப்புகளை, வயல்களைத் தீக்கிரையாக்குகின்றன. ஒவ்வொருநாள் காலை எழும்போதும் தாங்கள் உயிருடன் இருப்பதற்காக அவர்கள் நன்றியுடன் இருக்கிறார்கள். கருங்கல்பாவிய சிறுசந்துகளுக்குள்ளும் ஆலிவ் மற்றும் அத்தி மரங்களுக்கடியிலும் வாழ்கிறார்கள். எளிமையாகச் சொன்னால் இரவும் பகலும் வந்துபோவதுபோல அவர்கள் வயதாகி, குழந்தைகள் பெற்று, மடிந்து போகிறார்கள், எந்த முணுமுணுப்புமின்றி. அவர்கள் வாழ்க்கை ஒரு மின்னொளி

போல சடுதியில் கடந்துவிடுகிறது. யாரும் அவர்கள் குறித்துக் கவலைப்படுவதில்லை. இதோ இப்போது மாடியில் அமர்ந்திருக்கும் அவர்கள் தங்களுக்கு உண்மையில் என்னவேண்டும் என்பது குறித்துச் சிந்திப்பதில்லை. பெரும்பாலான பெண்கள் தரையில் தங்கள் கணவன்மார்களுடன் உறங்குகிறார்கள், அதாவது கணவன் உயிரோடு இருந்தால், குழந்தைகள் சிறிய வரையறுக்கப்பட்ட இடங்களுக்குள் விளையாடுகிறார்கள்.

காலையில் ஒரு இடம்பெயர்ந்த குடும்பத்தைப் பார்த்தேன், ஆண், அவரது மனைவி, ஐந்து குழந்தைகள் எல்லோரும் ஒரு தற்காலிக இடத்தில் இருந்தார்கள். அவர்கள் எவ்வாறு இரண்டு லிட்டர் அதிகமாக மஸூட் வாங்குவது என்று பேசிக்கொண்டிருந்தார்கள். அந்தப்பெண் அவரிடம் வெங்காயம் எங்கே வாங்கமுடியும் என்று பேசிக்கொண்டிருந்தார். அவர்களின் மூத்தபெண், பன்னிரண்டு வயதிருக்கும், ஒரு ப்ளாஸ்டிக் குவளையில் தண்ணீரை வைத்து தாங்கள் தங்கியிருந்த மொட்டைமாடியில் தெளித்துக் கொண்டிருந்தாள். அவளது அப்பா, தனது மனைவி மகளுக்கு இடையே உள்ள வானத்தைப் பார்த்தபடி ஏதோ முணுமுணுத்துக் கொண்டிருந்தார், அது என்னவென்று எனக்குக் கேட்கவில்லை.

'காலை வணக்கம்,' என்று அவர்களுக்கு முகமன் கூறினேன்.

'காலை வணக்கம்,' என்று அவர்களும் உற்சாகமாக, ஆச்சரியத்துடன் பதிலளித்தனர். நான் என் வழியில் நடந்து சென்றேன்.

ஹாசம் எனக்காக வண்டியில் காத்திருந்தார். நான் அவரிடம் ஊருக்குள் குண்டுவீச்சு நடந்த இடங்களுக்குச் சென்று சேதாரங்களைப் பார்வையிட முடியுமா என்று கேட்டேன். காஃப்ரான்பெல்லிலும் அந்தப்பகுதியில் இருக்கும் பெரும்பாலான மற்ற கிராமங்கள் மற்றும் நகரங்களைப்போலவே சேதாரத்தின் அளவு மிதமானது என்றே குறிக்கிறார்கள், அதை மாராத் அல்-நுமானோடு ஒப்பிட முடியாது, மதியநேரம் அங்குதான் செல்லவேண்டும். ஒன்றரை மணிநேரத்தில் நாங்கள் காஃப்ரான்பெல்லுக்கு வந்துவிட்டோம், நான் சேதமடைந்த பகுதிகளை புகைப்படமெடுத்துக் கொண்டேன்: ஒரு பள்ளி மற்றும் பெரிய நீர்த்தொட்டிகள் ஆகியவை சேதமடைந்திருந்தன. புரட்சியில் ஈடுபட்ட பகுதிகளுக்குக் குடிநீர் விநியோகம் இருக்கக் கூடாதென்று அஸாட்டின் விமானங்கள் நீர்த்தொட்டிகளைக் குறிவைத்துத் தாக்கின.

எல்லா கிராமங்கள் நகரங்கள் போலவே இங்கும் சந்தைப்பகுதிதான் எறிகணைகளின் இலக்கு. ஒரு மதிய நேரத்தில்

விமானங்கள் காஃப்ரான்பெல்லின் சந்தைப்பகுதி மற்றும் நகரமத்தியில் பீப்பாய் வெடிகுண்டுகளை வீசியது, முப்பத்துமூன்று பேர் ஒரு நிமிடத்தில் இறந்துபோனார்கள். சதுக்கத்தின் வலப்புறமிருந்த ஒரு புராதனமான மசூதி அழிந்தது. குண்டுவீச்சு கண்மூடித்தனமாக இருந்தது. நாங்கள் அழித்தொழிக்கப்பட்ட சந்தைப்பகுதிச் சதுக்கத்தின் வழியாகச்சென்றோம், அங்கே ஊர்மக்கள் ஒரு கல்தூணை உருவாக்கி அதில் இறந்தவர்களின் பெயரைப்பொறித்து வைத்திருக்கிறார்கள். இருந்தாலும் சந்தைப்பகுதி பரபரப்பாகவே இருந்தது. ஹாசம், இந்தப்பகுதி மிகவும் பரபரப்பானதென்றும் புரட்சி ஆரம்பித்தபிறகு வெகுகுறைவான ஆட்களே வருகிறார்கள் என்றும் கூறினார். மளிகைக் கடைகள், காய்கறிக்கடைகள், தள்ளுவண்டிகள் எல்லாமும் அதனதன் இடத்தில் இன்னமும் இருந்தன. காய்கறி வண்டியொன்றின் முன்னால் சில குழந்தைகளைப் பார்த்தேன். இருப்பவர்களில் அதிகமான வயதென்றால் பதினைந்து இருக்கும். கத்தியும் சிரித்தும் ஒவ்வொரு வண்டிக்கு அருகிலும் விளையாடிக் கொண்டிருந்தனர், அவர்களின் குரல் உரத்து இருந்தது.

ஹாசம் என்னை ஊடக அலுவலகத்தில் இறக்கிவிட்டார், ஒரு மணிநேரத்திற்கு வெளியில் செல்வதாகவும் பிறகு வந்து மகளிர் மையத்திற்கு அழைத்துச்செல்கிறேன் என்றார். இதற்கிடையில் நானும் ஓசாமாவும் வானொலி நிகழ்ச்சிகளைத் தயாரிப்பது குறித்த பயிற்சிகளை ஆரம்பித்தோம். நிலவறையில் ஒலிபரப்புக்காகப் பயன்படுத்தப்படும் இடம் ஒன்றிணைந்த மூன்று அறைகளைக் கொண்டது, சில பஞ்சுப்பொதிகளும் ப்ளாஸ்டிக் தரைவிரிப்புகளும் மட்டுமே இருக்கும். நாங்கள் ஒலிப்பதிவு மற்றும் ஒலிபரப்புக்குப் பயன்படுத்தப்படும் சிறிய அறையில் நுழைந்தோம். அது எவ்வளவு சிறியதென்றால் அதில் ஒருவர் மட்டுமே இருக்க முடியும். அங்குள்ள கருவிகளும் பொருட்களும் மிகவும் அடிப்படையானவை. அங்குள்ளவர்கள் சில சோதனை ஒலிபரப்புகளைச் செய்து பார்த்திருக்கிறார்கள் மேலும் அதன்மூலம் மக்களை நேரடியாகத் தொடர்புகொள்ள ஏற்பாடு செய்து வருகிறார்கள். ஒலிபரப்பில் அவர்களுக்கு முன்னனுபவம் ஏதுமில்லை, ஆனாலும் ஓசாமாவுக்கு எஸாட் மற்றும் அஹ்மத் உடன் சேர்ந்து காஃப்ரான்பெல் மக்களின் அன்றாடச் சிக்கல்களைப் பேசும் ஒரு உரையாடல் நிகழ்ச்சியை உருவாக்கும் எண்ணமிருக்கிறது: மனிதாபிமான உதவிகளில் ஏற்படும் சிக்கல்கள், ராணுவத்தினரால் நடைபெற்ற கொள்ளை மற்றும் வன்முறைச் சம்பவங்கள் - என முக்கியமான விஷயங்கள் அதில் பேசப்படும். பொதுமக்கள் தங்கள் அன்றாடப் பிரச்சனைகளைப் பற்றி இயல்பாகப்பேச ஒரு உரையாடலைத்

துவங்கவேண்டும் என அவ்விளைஞர்கள் விரும்புகிறார்கள். அவ்விளைஞர்களில் ஒருவர் குறிப்பிட்டது, 'நாங்கள் அஸாட் ராணுவத்திடமிருந்து தப்பித்து அதற்குப்பதிலாக ஜிஹாதிக்களின் ராணுவத்திடம் மாட்டிக்கொண்டோம்.'

நிலவறை மிகவும் வெப்பமடையத் தொடங்கியது, சிலர் வெளியில் சென்று எறிகணைகள் விழுவதைக் கவனிக்கச் சென்றனர். சிறுவகைப் பீரங்கியால் செலுத்தப்படும் எறிகணைகள் பீப்பாய் வெடிகுண்டுகளைக் காட்டிலும் குறைவான சேதத்தையே விளைவிக்கும், அதில் உயிர் தப்பவும் அதிக சாத்தியமுண்டு. பீப்பாய் வெடிகுண்டுகளின் சேதாரசக்தியை நினைத்தால்தான் நாங்கள் பீதியடைகிறோம்; நீங்கள் நிலவறையில் பதுங்கியிருந்தால்கூட அதனிடமிருந்து தப்பிக்க முடியாது.

பயிற்சி முடிந்ததும் ஹாசமுடன் மகளிர் மையத்துக்குச் சென்றேன். அந்த இடம் ஒரு நிலவறை, இன்னொரு வெறுமையான, மிகக்குறைவான தளவாடங்கள் உள்ள, அடிப்படையிலிருந்து உருவாக்க வேண்டிய இடம். ஔம் காலித் அங்குள்ள நிர்வாகி, அவரது மகன் ஒருபோராளி. இத்லிப் மாகாணத்திலிருந்து குறிப்பிடத்தகுந்த அளவு பெண்கள் புரட்சியின் ஆரம்பக் குறிக்கோள்களான நீதி, சுதந்திரம் மற்றும் மரியாதை ஆகியவற்றை குடியுரிமைச் சமூகம் மற்றும் உள்ளூர் சமூகச்செயல்பாடுகள் மூலம் அடைய விருப்பம் கொண்டுள்ளனர், அவர்களுள் ஔம் காலித்தும் ஒருவர். அவர் உயர்நிலைப் பள்ளிப் படிப்பைக்கூட முடிக்கவில்லை என்றாலும் வாசிப்பதில் ஆர்வம் கொண்டிருந்தார், மாற்றம் என்று ஒன்று ஏற்படுமெனில் அது பெண்களாலேயே ஏற்படும் என்று நம்பினார். பிரார்த்திப்பார், நோன்பிருப்பார், கார் ஓட்டுவார், பெண்களுக்கான அழகுநிலையம் ஒன்றையும் நடத்தினார். அவர் எனக்காக ஒரு பெண்கள் குழுவுடன் காத்திருந்தார், அவர்கள் தையல் மற்றும் மணிகள் கோர்த்தல் பயிற்சி எடுப்பவர்கள்.

ஹிஜாப் அணிவது இங்கு பாரம்பரியமான ஒன்று, ஆனால் கடந்த ஒருவருடமாக அது சட்டத்தால் கட்டாயமாக்கப்பட்டுள்ளது. அலெப்போவின் சில பகுதிகளில் ஐஎஸ்ஐஎஸ் அதைத்தீவிரமாக வலியுறுத்தி வருகிறது. வடகிழக்கில் யூப்ரடீஸ் கரையோரத்தில் அமைந்துள்ள நகரமான ரக்காவை ஐஎஸ்ஐஎஸ் கைப்பற்றியபிறகு, பெண்கள் தங்கள் முகம் மற்றும் உடலை முழுவதுமாக கருப்புத்துணியால் மூடவேண்டும். நாட்டின் வடக்குப்பகுதி, சிரியாவின் மற்ற கிராமப்பகுதிகளைப் போலவே வறிய நிலையில் இருந்தாலும்

இங்குள்ள பெண்கள் குறிப்பிட்ட அளவு படித்தவர்களாக, உரையாடுவதில் ஆர்வமிக்கவர்களாக உள்ளனர். ஜிஹாதிக்கள் ஆயுதபலம் மற்றும் பணபலம் மூலமாகத் தங்களது ஆளுகையை அதிகப்படுத்தி வருகிறார்கள், நடைபெற்றுவரும் இந்த ஆழமான மாற்றங்கள் தங்களை வெளியேற வழியில்லாத ஒரு சுரங்கத்தினுள் தள்ளிவிடும் என்பதை அறிந்திருக்கிறார்கள். ஆனால் தொடர்ந்த குண்டுவீச்சுக்கு இடையில் இதுபற்றிப் பேசுவது அர்த்தமற்றதாகவும் அபத்தமானதாகவும் தோன்றுகிறது. இதைத்தான் அங்கிருக்கும் பெண்கள், நிலவறையைப் பார்வையிட்டு முடித்தபின் ஒன்றாக அமர்ந்து காஃபி அருந்திக் கொண்டிருக்கையில் கூறினர். இந்தக் கடினமான சூழ்நிலையில் எப்படித் தங்களுக்குக் கேடின்றி அல்லது கணவன் மற்றும் குடும்பத்தாருக்குக் கேடின்றி பாதுகாத்துக்கொண்டே வேலைசெய்வது, பாரம்பரியம் மற்றும் பழக்கவழக்கங்களை மீறுவதை எவ்வாறு தவிர்ப்பது என்று கவலை தெரிவித்தனர்.

'அதெல்லாம் மிகக்கடினமானது. நாம் தொடர்ந்து பெண்களுக்கு தையல் மற்றும் மணிவேலைப்பாடுகள் செய்யச் சொல்லித்தருவதைத் தொடர்வோம், முடி வெட்டுவது அல்லது தாதிவேலைக்கான பயிற்சி ஆகியவற்றையும். அதற்கு அதிகமாகவும் வேண்டாம் அதைக் குறைக்கவும் வேண்டாம். இந்தப்போர் முடிந்தபின் மற்ற விஷயங்களைக் குறித்து யோசிப்போம்,' என்றார் ஒரு பெண்மணி.

ஆனால் ஔம் காலித்துக்கு வேறு கருத்து இருந்தது. 'நாம் ஆங்கிலம் மற்றும் ஃப்ரெஞ்ச் கற்றுத்தரலாம், கல்விப் பயிற்சிகள் மற்றும் கணினிப்பயிற்சி தரலாம்,' என்றார்.

நான் அவர்களிடம் கணினி மற்றும் இணைய வசதி வைத்திருப்பது அவசியம் என்று கூறினேன், மேலும் உளவியல் ரீதியிலான ஆதரவை நல்குவது குறித்த பயிற்சியும். ஆனால் எல்லாவற்றையும் விட முக்கியமானது பெண்களுக்குக் கல்வி வகுப்புகள் நடத்துவது. பேசிக்கொண்டிருந்தபோது மிக அருகில் ஒரு குண்டு விழுந்தது. ஜன்னலுக்குக் கீழே அமர்ந்திருந்தோம் ஆனால் கண்ணிமைப்பதற்குள்ளாக அறையின் நடுவில் ஒருவர்மீது ஒருவராகக் குவிந்து கிடந்தோம். நிமிடங்கள் கழிந்ததும் ஒருவரையொருவர் குழப்பத்தோடு பார்த்து, பிறகு சிரிப்புக்குள் மூழ்கிப்போனோம். அவர்களின் முகங்கள் பயத்தில் வெளுத்திருப்பதைப் பார்த்தேன். என் முகமும் அப்படி இருந்திருக்கலாம்.

மதியம் ஒரு மணி ஆகிவிட்டது, ஊடக அலுவலகத்திற்குச் செல்லவேண்டும். சுதந்திரத் தியாகிகள் படைத்தலைவர்

அபு வாஹீத் உடன் போர்க்களத்திற்குச் செல்லவேண்டும். அவரை இதற்கு முன் வந்தபோது சந்தித்திருக்கிறேன். ஆனால் என்னை அழைத்துப்போக ஹாசம் வரத் தாமதமாகிறது, இங்கே தொலைபேசி எதுவும் இல்லை, தனியாகத் தெருவில் நடந்துசெல்ல முடியாது; அங்கிருந்த பெண்கள், இந்நாட்களில் தாங்கள் மிக அத்தியாவசியமான தேவையென்று வந்தால் தவிர தனித்துச் செல்வதில்லை என்று உறுதிப்படுத்தினார்கள். இருப்பினும் போரினால் விளைகிற குழப்பங்களூடே - அது குண்டுவீச்சு சமயங்களில் மட்டுமே கூட என்றாலும் - பொது வாழ்க்கை என்பது எப்படி இருக்கிறதோ அதற்குத் தகுந்தவாறு நாமும் நடந்து கொள்வதே சரி என்று நினைக்கிறார்கள்.

'ஆமாம், நான் போருக்கும் குண்டுவீச்சுக்கும் இடையேதான் வாழ்கிறேன் என்றாலும் நம் பெண்களுக்கு வாழ்க்கையை சிறப்பாக எப்படி வாழ்வது என்று கற்றுத்தர விரும்புகிறேன்,' என்றார் ஔம் காலித். 'எல்லோருக்குமே திருமணம் செய்துகொண்டு பிள்ளைகள் பெற்று மகிழ்ச்சியாக வாழவேண்டும் என்றுதான் ஆசை, யாரும் இறப்பின்முன் சரணடைய விரும்புவதில்லை.'

நான் அவர் பேசிய விதத்தால் ஆச்சரியமடைந்தேன். ஔம் காலித், ஒரு குடியரசுச் சமூகத்தில் வளர்ச்சி மற்றும் அறிவு ஆகியவற்றை ஊக்குவிக்கக்கூடிய ஒரு கூட்டுமுயற்சியின் அடையாள உருவாகத் தெரிந்தார். அரசியல் மற்றும் கலாச்சார உன்னதங்களை விடவும் இப்படியான அடிப்படைச் சமூகத்தின் மீது எனக்கு அதிக நம்பிக்கை உள்ளது.

பெண்கள் அனைவரும் என் சொந்த வாழ்க்கை குறித்து அறிந்து கொள்ள ஆர்வம் காட்டினர், ஔம் காலித் நான் சிகை அலங்காரம் செய்து கொள்வது முக்கியமென எடுத்துரைத்தார், நானும் செய்துகொண்டேன். அவரோடு வீட்டிலேயே அமைக்கப்பட்டுள்ள சலூனில் உள்ள சிகை அலங்காரம் செய்பவரிடம் சென்றேன். சலூன் அடிப்படையான கருவிகளோடு எளிமையாக இருந்தது, ஆனால் நகரத்தில் மிகஅழகான மணப்பெண்களை உருவாக்கப் போதுமானது.

அன்று ஆகஸ்ட் முதல்தேதி, ஹாசமோடு அலுவலகத்திற்குத் திரும்பிக் கொண்டிருக்கையில், நான் நம்பிக்கையிழக்கக்கூடாது என்று தோன்றியது. என்னைச்சுற்றியுள்ள பெண்கள் எவ்வளவு தைரியத்தோடும் உறுதியோடும் இருக்கிறார்கள். ஆனால், அதேசமயம் சுட்டெரிக்கும் சூரியனும் கருப்புநிற எடைஅதிகமான உடைகளும் என்னை மூச்சடைக்கச் செய்தன. பதட்டமாகவும் உணர்ந்தேன். அந்தக்கணம் வரை, வெடிச்சத்தத்தைக் கேட்டால் நடுங்கிக் கொண்டுதான் இருந்தேன், ஆனால்

இப்போதோ... இப்போது முதல்முறையாகப் போர்க்களத்திற்குச் சென்றுகொண்டிருக்கிறேன்.

அபு வாஹீத் எனக்காகக் காத்துக்கொண்டிருந்தார், உடனே அவரது வண்டியில் ஏறிக்கொண்டு புறப்பட்டோம். சென்ற பிப்ரவரியில் அவரைப் பார்த்தது, அதிக மாற்றங்கள் இல்லாமல் இருந்தார். அவர் சிறிய உருவம் கொண்டவர், போர் குறித்து குறைவாகவும் ஆர்வமில்லாமலும்தான் பேசினார். பொருளாதார ரீதியாகத் தன்னுடைய வீரர்களைப் பேணுமளவு தனக்குப் போதிய நிதிவரவு இல்லை என்றார்.

'நாம் தோற்கடிக்கப்பட்டோமா?' என்று கேட்டேன்.

என்னை உறுத்துப் பார்த்து, 'ஓ, என்ன சொல்வது?' என்றார். 'நாம் வெற்றி பெற்றோம் மற்றும் தோற்கடிக்கப்பட்டோம் இரண்டுமேதான். நாம் தோல்வியுற்றோம் என்பதை மட்டும் ஒருபோதும் நம்பாதீர்கள். மொத்த உலகமே நமக்கெதிராக இருந்தது... எல்லோருமே.' அவரது கைகள் உறுதியாக இருந்தாலும் அவர் வண்டியைச் செலுத்திக்கொண்டிருக்கும் போது விரல்கள் நடுங்கிக் கொண்டிருந்தன.

அவரது மனைவி மற்றும் குழந்தைகள் குறித்து விசாரித்தேன்.

'அவர்கள் இந்த உலகத்தை விடவும் எனக்கு முக்கியமானவர்கள்,' என்றார்.

'நான் புகைக்கலாமா?'

'கூடாது,' என்றார் உடனடியாக. 'இது ரமலான் மாதம், திடீரென்று முன்னணியைச் சேர்ந்தவர்களோ அல்லது ஐஎஸ்ஐஎஸ்காரர்களோ வந்துவிடலாம். நீங்கள் புகைக்காமல் இருப்பதே பாதுகாப்பானது,' என்றார். நான் அதை மறந்துவிட்டதற்காக அவரிடம் மன்னிப்புக் கேட்டுக் கொண்டேன்.

கிராமங்களைக் கடந்து செல்லும்போது சூடான காற்று முகத்திலறைந்தது. இதற்கு முன்பு அபு வாஹீத்தைச் சந்தித்தபோது அவர் எல்லாவற்றையும் நேர்மறையாகவே கற்பனை செய்தார். 'எல்லாமும் சரிசெய்யக்கூடியதே. நாங்கள் இன்னமும் எங்கள் கனவை உணர முயன்று கொண்டிருக்கிறோம்,' என்றார் அப்போது. இம்முறை பெரும்பாலும் அமைதியாக இருந்தார், எனவே நான் அவரிடம் புரட்சியின் விளைவுகள் அல்லது ஏன் ஜிஹாதிக்களின் தக்ஃபிரி படைப்பிரிவு முன்னே வருகிறது போன்ற உரையாடல்களைத் துவக்கவில்லை. அவர் நிதிவரவு அல்லது உலகெங்கிலுமிருந்து சிரியாவுக்குள் நுழைந்து

இஸ்லாமைக் காக்கப் போரிடுவதாகச் சொல்பவர்கள் குறித்து என்ன பேசுவார் என்று எனக்குத் தெரியும்.

'போகும் வழியில் ஒரு போராளியை அழைத்துக்கொள்ள வேண்டும்,' என்றார்.

மார்ஸீட்டாவில் அபு காலித்தை ஏற்றிக்கொள்வதற்காக நிறுத்தினோம். எல்லோராலும் விரும்பப்படும் போராளியான அவர் இப்போது தனது சொந்த வீட்டில் வசிக்கவில்லை, தனது மனைவி மற்றும் மனைவியின் சகோதரி குடும்பம் ஆகியோரோடு போர்க்களத்துக்கு அருகிலேயே கைவிடப்பட்ட கோழிப்பண்ணை ஒன்றில் வசிக்கிறார், அவர்களுக்கு அருகிலேயே இருக்கலாம் என்பதால் இப்படி ஒரு ஏற்பாடு. அவர்களைத் தனியே விடமுடியவில்லை என்று என்னிடம் கூறினார். அந்தப்பண்ணை வெட்டவெளியில் சில காய்ந்த புற்கள் தவிர எதுவுமே இல்லாத இடத்தில் அமைந்தது. கட்டடத்தின் உள்ளே இருந்த பொருள் என்றால் ஒரு பழைய ப்ளாஸ்டிக் தரைவிரிப்பும் இரண்டு பேர் சாய்ந்துகொள்ளும் அளவிலான தலையணையும்தான். காரை மற்றும் கல்தூண்கள் பண்ணையின் உள்ளேயுள்ள அவ்விடத்தைப் பிரித்தன.

அங்கே இருக்கும்போது அபு வாஹீத்திடம், அபுகாலித்தின் மனைவி மற்றும் அவர் சகோதரியைச் சந்திக்க முடியுமா என்று கேட்டேன். அவரது மனைவி, ஔம் ஃபாதி, தனது இரு குழந்தைகளையும் அணைத்தபடி இருந்தார்.

'அவர்கள் எங்கள் வீட்டை குண்டுவீசி அழித்துவிட்டனர், எனவே குளிர்காலத்தை இங்கே கழித்தோம். செல்வதற்கு வேறு இடம் இல்லை,' என்றார். 'அவர்கள் குண்டுவீசியபோது எல்லாவற்றையும் விட்டுவிட்டு தெருவுக்கு ஓடிவந்தோம். இப்போது இங்கே எட்டுபேர் இருக்கிறோம், ஆண்களையும் சேர்த்தால் பதினொன்று. இந்தக் கோழிப்பண்ணைதான் ஒரு வருடமாக எங்களுக்கு அடைக்கலம் தந்திருக்கிறது.'

பழைய இரும்புக்கதவு அசைந்ததும் நான் வெலவெலத்துப் போனேன். எல்லோரும் சிரித்தனர்.

'அது ஒன்றுமில்லை, பூனைதான்,' என்றனர். எனக்குச் சங்கடமாகி விட்டது, ஏனென்றால் அது எறிகணை வெடிப்பு என்று நினைத்தேன்.

ஔம் ஃபாதியின் முப்பத்தேழு வயதான சகோதரி நம்பிக்கையோடு பேசினார், ஆனால் அவர் குரலில் கவலை தெரிந்தது. கருத்த நிறம், கண்கள் அச்சுறுத்துவதாக இருந்தன: கரிய, கூர்மையான, சிவப்பேறிய கண்கள். அவர் கால்களை நீட்டினார், பாதங்கள் கவனிக்கத்தக்க அளவில் வெடிப்புற்று

இருந்தன. பெண்களோடு இருந்த குழந்தைகள் பேருக்குச் சிறிது ஆடை அணிந்திருந்தன, சுற்றுப்புறத்தை பயத்தோடு வெறித்துக்கொண்டிருந்தனர், கண்களை அகலவிரித்து இமைக்காமல், நான் பார்த்த, இடப்பெயர்வுக்கு ஆளான மற்ற குழந்தைகளைப் போலவே.

அபு காலித் அழைத்ததும் அவரது மனைவி எழுந்து சென்று போருக்கான சீருடையைத் தயார் செய்தார்.

'நீங்களும் அங்கே செல்லப்போகிறீர்களா?' என்று சகோதரி என்னைக் கேட்டார்.

'ஆமாம்,' என்றேன்.

'உங்களுக்கும் போராளிகளைப் போன்ற உடை வேண்டுமா?'

'மேடம்,' என்று அவர் உள்ளிருந்து அழைத்தார், 'நீங்கள் எங்களைப்போல உடையணிவதே நல்லது, ஏனென்றால் அங்கே நாம் வெளிப்படையாகத் தெரிவோம்.'

ஆனால் நான் மறுத்துவிட்டேன். அந்தப்பெண்ணிடம் எப்படிப் பிழைக்கிறார்கள் என்று கேட்டபோது, தனது கணவர் உணவு கொண்டுவருகிறார் என்றார், இரண்டு வாரத்திற்கு ஒருமுறைதான் குளிக்கிறார்கள். அவர்களிடம் உள்ள ஆடைகளை சுழற்சிமுறையில் எல்லோருமே அணிந்து கொள்கிறார்கள். தாங்கள் அணிந்திருப்பதை விட அதிகமான ஆடைகள் ஏதும் அவர்கள் வைத்திருக்கவில்லை.

'குளிர்காலத்தில் காற்றைத் தடுக்க ப்ளாஸ்டிக் பைகளை உபயோகித்தோம்,' என்றார். 'குளிர்காலம் எங்களின் ஆயுளைக் குறைக்கிறது. எங்கேயும் விறகு கிடைப்பதில்லை, ஏனெனில் போதுமான மரங்களே இல்லை.'

அவரது சகோதரி ஔம் ஃபாதி குறுக்கிட்டார், 'எங்கள் கணவர்கள் போருக்குச் செல்லும்போது அவர்களைக் கைவிடமுடியாது, நாங்கள் அவர்களை எப்போதும் பின் தொடர்கிறோம். நான் ஒரு மருத்துவரிடம் உதவியாளராக இருந்தேன், எனக்கு நன்றாக எழுதப் படிக்கத் தெரியும். ஆனால் இப்போது குகை மனிதர்களைப் போல் வாழ்கிறோம். ஒவ்வொரு ஊராக குழந்தைகளை இழுத்துக்கொண்டு அலைந்து கொண்டிருக்கிறோம். சாப்பிடுவதற்கு போதுமான அளவு உணவு கிடைப்பதில்லை, எங்கள் கணவர்கள் சண்டையிட்டுக் கொண்டிருக்கிறார்கள். இது எப்படி இருக்கும் என்று உங்களால் கற்பனை செய்யமுடிகிறதா?'

பேசும்போதுதனதுகைகளைஎன்கைமீதுவைத்துஎன்கண்களைப் பார்த்துப் பேசினார், பிறகு என் விரல்களைத் தன் உள்ளங்கையில்

வைத்து அழுத்தினார். எனக்கு வலித்தது, அவர் குரல் பிசிறடிக்க ஆரம்பித்தது.

'எங்களுக்கு என்ன நடந்தது என்று மக்களுக்குச் சொல்ல விரும்புகிறீர்களா? மற்ற ஊர்களில் இருப்பவர்கள்தான் எங்களை வெளியேற்றினார்கள் என்று இந்த உலகுக்குச் சொல்வதாக உறுதியளியுங்கள். இங்குள்ள உண்மையான சூழ்நிலை வெளியில் தெரிவதுபோல இல்லை. மக்கள் ஒற்றுமையாக இல்லை! இப்போது அவர்களிடையே வெறுப்பு வளர்ந்து கொண்டிருக்கிறது. அங்கே பாருங்கள், தெரிகிறதா?' என்று ஜன்னலைச் சுட்டிக்காட்டினார், அது அதிகம்போனால் ஐம்பது சென்டிமீட்டர் அகலமிருக்கும், அதன் உலோகச்சட்டம் பழையதாகித் துருப்பிடிக்கத் துவங்கியிருந்தது. 'போர்முனை அங்கேதான் இருக்கிறது. அவர்களால் எங்களைப் பார்க்கமுடியும், எங்களால் அவர்களை. அவர்களுக்கும் எங்களுக்கும் இடையில் மூன்று கிலோமீட்டர்தான் உள்ளது. இங்கே நாங்கள் தனிமைப்படுத்தப்பட்டு கையில் காசில்லாமல் வாழ்கிறோம். நீங்கள் இதை வாழ்வு என்று சொல்வது கடினம். நான் கடவுளுக்குப் பயப்படுகிறேன் என்றில்லாவிட்டால் எப்போதோ தற்கொலை செய்து கொண்டிருப்பேன்.'

'ஒரு மரத்தில் கட்டப்பட்டு உணவின்றிப் பசியால் இறப்பதற்கு விடப்பட்ட ஒரு விலங்கைப்போல இங்கே மெதுமெதுவாக இறந்து கொண்டிருக்கிறோம். ஊரிலேயே தங்கியிருந்த என் உறவினர்கள் அனைவரும் குண்டுவீச்சில் இறந்துவிட்டார்கள். இங்கே எங்களைச்சுற்றி இரவும் பகலும் பாம்பு ஊர்ந்து கொண்டிருக்கிறது. உங்களால் எங்களோடு ஒரு இரவைக்கழிக்க முடியுமா? சாத்தியமே இல்லை! அந்தப் பைகளைப் பாருங்கள்,' மத்திம அளவிலான மூன்று பைகள் தூண்களில் தொங்கிக் கொண்டிருந்தன. 'இவை எங்களது உடைகள். அவற்றை தூண்களில் தொங்கும் பைகளில்தான் வைப்போம், ஏனென்றால் எந்த நேரமும் இங்கிருந்து கிளம்பவேண்டி வரலாம். நாங்கள் தொலைந்தவர்கள் மற்றும் வீடற்றவர்கள். என் வயிற்றைப் பார்த்தீர்களா?' தன் பெருத்த வயிற்றைத் தடவியபடி தொடர்ந்தார். 'ஒவ்வொரு ஒன்பதாம் மாதமும் நான் கர்ப்பவதியாகித் தொடர்ந்து பிள்ளைகள் பெறப்போகிறேன், நாங்கள் அழியக்கூடாது என்பதற்காக, எங்களின் பிள்ளைகள் எங்கள் உரிமைகளை மீட்டெடுப்பார்கள். நாங்கள் அவர்களைப் படிக்க வைக்கவே விரும்புகிறோம். அவர்கள் சண்டையிட வேண்டுமென்பது நாங்கள் வீட்டுக்குத் திரும்பவேண்டும் என்பதற்காகவே. பஷார் அல்-அஸாட்டின் முன் எங்களால் மண்டியிட முடியாது. ஒருபோதும் மண்டியிட

மாட்டோம். அதுபோல நாங்கள் பின்வாங்கப்போவதும் இல்லை.'

என் விரல்களை விடுவித்தார், அவரது இறுக்கமான பிடியால் அவை சிவந்திருந்தன. என்னால் மூச்சுவிடக்கூட முடியவில்லை, நான் அழ விரும்பவில்லை. உதடுகளைக் கடித்துக்கொண்டேன், கண்ணீர்த்துளிகள் முகத்தில் இறங்கின, அவர் என்னைப் பார்த்துக் கொண்டிருந்தார். யாரும் புன்னகைக்கவில்லை. நான் எழுந்ததும் இரண்டு குழந்தைகளும் என்னருகில் வந்தன, நான் அவர்களைப் புகைப்படம் எடுத்துக்கொள்ளலாமா என்று கேட்டேன். அப்போதும் அவர்கள் சிரிக்கவில்லை.

கிளம்பும்போது கையசைத்து மீண்டும் வருவதாக வாக்களித்தேன், ஆனால் என்னால் அதைக் காப்பாற்ற முடியவில்லை.

'நீங்கள் மறுபடி இங்கே வரமாட்டீர்கள்,' என்றார் ஔம் ஃபாதி, அவர் சொன்னது சரி. அதற்குப் பிறகு நான் அவரைப் பார்க்கவே இல்லை.

அபு வாஹீத், அபு காலித் மற்றும் நான், மூவரும் ஹாய்ஷ் நகரத்தின் திசை நோக்கிப் பயணித்துக் கொண்டிருந்தோம், இது இத்லிப் மாகாணத்தில் முதலில் உருவான போர்முனைகளில் ஒன்று. சிறிய மலை, அதன் உச்சியில் அமைந்த சிதிலமடைந்த கோழிப்பண்ணை இவற்றிலிருந்து தள்ளிப் பயணித்தோம். நீண்ட சமவெளியின் தொலைவில் இன்னொரு பண்ணை தெரிந்தது. வானம் ஆழ்ந்த நீலத்துக்கு மாறிக்கொண்டிருக்க ஒரு மேகம் கூட இல்லை. நாங்கள் போர்க்களத்தை நோக்கிச் சென்றுகொண்டிருந்தோம், இந்த இடத்தில் அது அரசுப்படைகளிடமிருந்து வெறும் 700 மீட்டர் தூரமே தள்ளியிருந்தது.

'அவர்கள் அங்கே பாதுகாப்பாக இருப்பார்களா?' என்று கேட்டேன்.

'அல்லாஹ்தான் எங்கள் பாதுகாவலர்,' என்றார் அபு காலித்.

ஹாய்ஷ் நகரத்தின் மக்கள்தொகை 25,000, ஆனால் அது தீவிரமாக குண்டுவீசித் தாக்கப்படும் பகுதி, ஒருமுறை இடைவெளியில்லாமல் பதினான்கு நாட்களுக்கு குண்டு வீசப்பட்டது. அபு காலித், அங்கிருக்கும் சேதாரங்களைப் பார்க்க என்னை ஆயத்தப்படுத்தவில்லை. அங்குள்ள மொத்த மக்களும் மறைந்து விட்டனர். 25,000 மக்களும் அங்கிருந்து சென்றுவிட்டனர் அல்லது கொல்லப்பட்டுவிட்டனர் அல்லது கைது செய்யப்பட்டுவிட்டனர். அப்படி ஒரு நகரமே

அங்கிருந்ததில்லை என்பதுபோல இருந்தது. சாலைகளோ தெருக்களோ இல்லை, சிதறிய தூசுபடிந்த பாதைகள், குண்டுகளாலும் எறிகணைகளாலும் உருவான எரிமலையின் வாய்போன்ற பள்ளங்கள் உருத்தெரியாத வீடுகளுக்கிடையில் இருந்தன. எங்கு பார்த்தாலும் இடிந்து சாலையில் விழுந்திருக்கும் கட்டடங்கள், அவை வெறுமனே இடியவில்லை, நன்கு தூளாக்கப்பட்டு கற்குவியலாக இருந்தன. சில பள்ளங்களும் குழிகளும் மலைக்கவைக்குமளவு பெரியவை. சில வீடுகள் மீண்டும் மீண்டும் பீப்பாய் வெடிகுண்டுகளால் தாக்கப்பட்டன என்றார் அபு காலித். வலுவான கற்காரைத் தூண்கள் சில மாடிகள் உயரத்திற்கு நின்றன, உடையவில்லை, ஆனால் திருகியதுபோல் இருந்தன. அதிசயமாக, வேம்புவகையைச் சார்ந்த சீனபெர்ரி மரமொன்று இன்னமும் பசுமையாக, உயர்ந்து கற்குவியல்களுக்கு நிழல் அளித்துக்கொண்டிருந்தது.

போர்க்களத்தின் பின்புறமாக உள்ளே நுழைந்தோம், நான் தலையைக் குனிந்து கொண்டேன். எதிர்ப்புறத்திலிருந்து யாரும் என்னைப் பார்க்காமல் இருப்பது மிகமுக்கியம்: போராளிகளுக்கிடையே ஒரு பெண். இதுபோல போர்முனைக்கு ஒரு பெண் வருவது வழக்கமல்ல, எனவே என்னைப் பார்த்துவிட்டால், எதிராளிகள் நான் யாரென்று தேட ஆரம்பிப்பார்கள், அதிக கவனத்தை ஈர்ப்பது எங்களுக்கு மிகவும் ஆபத்தானது.

'அவர்களால் நம்மைப் பார்க்க முடியுமா?' என்று அபு வாஹீத்திடம் கேட்டேன்.

'நாம் அவர்களைச் சுற்றிக்கொண்டு போக முயற்சி செய்கிறோம்,' என்றார்.

ஒரு தெருவும் இடிந்த சில வீடுகளும் மட்டுமே எங்களை எதிரிகளிடமிருந்து பிரித்தன, அவர்கள் மேட்டு நிலத்தில் தயாராக நிலைநிறுத்தப்பட்டுள்ளார்கள். அவர்களைப் பார்த்தவாறு நின்றோம், இரண்டு ஆண்களும் வண்டியிலிருந்து இறங்கியதும் தலையைக் குனிந்துகொண்டனர். அபு காலித் தோட்டாக்களிலிருந்து பாதுகாக்கும் முகமாக தன் உடலால் என்னை மறைத்துக்கொண்டார். எங்களுக்குப் பின்னால் கற்கள் மலையெனக் குவிந்துள்ள ஒருதெரு, சிறிய சீனபெர்ரி செடிகள் இடிபாடுகளுக்கிடையே முளைத்திருந்தன. எங்கே திரும்பினாலும் இரும்புக்கம்பிகள் மற்றும் கருகியவற்றோடு சேர்ந்த கற்களின் குவியல், புதிதாக எரிக்கப்பட்ட கார்கள். இன்னமும் அவர்கள் இந்நகரத்தில் குண்டுவீசி முடிக்க வில்லை.

நாங்கள் சிறிய, அதிகம் சேதப்படாத ஒரு அறைக்குள் நுழைந்தோம். அங்கே எப்போதும்போல ஒரு ப்ளாஸ்டிக் தரை விரிப்பும் சில தலையணைகளும் இருந்தன. பிறகு போராளிகள் உள்ளே நுழைந்தனர். குறைந்தது பத்துபேர் இருக்கலாம். வெளியே துப்பாக்கிச்சூடு ஆரம்பித்தது.

'அவர்களுக்கு நீங்கள் இருப்பது தெரிந்துவிட்டது,' என்றார் போராளிகளில் ஒருவர்.

'ஆனால் நாங்கள் கவனமாக இருந்தோம், தெருக்களைத் தவிர்த்துவிட்டுத்தானே வந்தோம்; அவர்களுக்கு எப்படித் தெரிந்தது?' என்று கேட்டேன்.

சுவரில் சில படங்கள் மாட்டப்பட்டிருந்தன. ஒரு இயற்கைக்காட்சி. ஒரு போராளியின் படம். வண்ணமயமான பூக்களின் ஓவியமொன்று, சில ஆணிகளில் சட்டைகள் தொங்கிக் கொண்டிருந்தன. அந்த அறை எங்களுக்குப் போதுமான அளவில் இருந்தது. போராளிகள் அனைவரும் தங்களது துப்பாக்கியின் மேல் கால்களை வைத்துக்கொண்டனர், நடனத்தில் கால்கள் பின்னிக்கொள்வது போல. அவர்களின் துப்பாக்கிகள் பளபளப்பாக இருந்தன, என்னால் அவற்றின் நுனியைப் பார்க்க முடிந்தது, தோட்டாக்கள் என் தலைக்கு மேல் பறந்து கொண்டிருக்க, துப்பாக்கி முனைகள் வட்டமாக என் கழுத்தைச்சுற்றி இருந்தன. ஆண்கள் என்னை ஆச்சரியமும் மகிழ்ச்சியும் கலந்த பார்வையில் பார்த்தனர்.

'என்ன மேடம், பயமாக இருக்கிறதா?' நீங்கள் எங்களைப்போல உடையணிந்திருக்க வேண்டும், அப்போதுதான் அவர்கள் உங்களைக் கவனித்திருக்க மாட்டார்கள்' என்றார் அவர்களில் ஒரு இளைஞர். இருபத்தாறு வயது மதிக்கலாம், பூசியதுபோன்ற உடல்வாகு, லேசாகக் கருத்த முகம் துருதுருவென இருக்க, தனது துப்பாக்கியைக் கையில் பிடித்திருந்தார்.

நான் அவரைப்பார்த்துப் புன்னகைத்து, அவர் மற்றும் அவரது நண்பர்களைப் பற்றி, அவர்கள் யார், ஏன் அங்கிருந்து வெளியேறவில்லை, இங்கிருக்கும் படைப்பிரிவுகள் நுஸ்ரா முன்னணி மற்றும் அஹ்ரார் அல்-ஷாம் ஆகியவற்றைப் பின்பற்றுவதாகச் சொல்லப்படுவது உண்மையா, ஐஎஸ்ஐஎஸ் அங்கே வந்துவிட்டதா ஆகியவற்றைத் தெரிந்துகொள்ள விரும்பினேன் என்றேன்.

'நீங்கள் இப்போது பார்க்கும் அனைவரும் ஹாய்ஷைச் சேர்ந்தவர்களே, நாங்கள் எங்கள் நகரத்தை விட்டுச்செல்லவில்லை,' என்றார் ஒருவர். 'நாங்கள் ஏன் இங்கே இருக்கிறோமென்றால்

எங்கள் வீடுகள் அழிக்கப்பட்டுவிட்டன. என் பெயர் ஃபாதி, நான் லெபனானில் வேலைபார்த்துக் கொண்டிருந்தேன். இங்கே நிலைமை மாறியதும், மக்கள் எவ்வாறு கொல்லப்படுகிறார்கள் என்று தொலைக்காட்சியில் பார்த்தேன், உடனே வேலையை விட்டுவிட்டு இங்கே வந்தேன். இது என் நாடு, நான் இங்கே இருந்தாகவேண்டும். நான் கண்ணிவெடி மற்றும் RPG கையெறிகுண்டுகளில் தேர்ந்தவன்.

'என்னைப்பொறுத்தவரை இதை ஒரு சுன்னி-ஷியா சண்டையாகத்தான் பார்க்கிறேன், வேறெதுவும் இல்லை. ஆரம்பத்தில் இது இப்படி இல்லை, இரானிய ஷியாக்கள்தான் எங்களுக்கெதிராகக் குறுக்கிடவும் எங்களோடு சண்டையிடவும் ஆரம்பித்தார்கள் - அவர்களும் ஹிஸ்புல்லாக்களும். அவர்கள் ரேடியோவில் பார்சி மொழியில் பேசிக்கொண்டதைக்கேட்டோம். எங்களுக்கிடையே கிட்டத்தட்ட இருநூறு மீட்டர் தூரம்தான் இடைவெளி; நீங்கள் கடந்து வந்த போர்முனையில்தான் அவர்கள் இருக்கிறார்கள். ஹாய்ஷ் மொத்தமாக அழிந்துவிட்டதைப் பார்த்திருப்பீர்கள். மற்ற நகரங்களைப்போல இங்கே ஊடகமையங்கள் இல்லை. அவர்களிடம் இருக்கும் எல்லாவிதமான ஆயுதங்களாலும் எங்களைத் தாக்குகிறார்கள்: சிறிய வகை ராக்கெட்டுகள், பீப்பாய்கள், ஸ்கட் வகை ஏவுகணைகள், வெடிகுண்டுகள். ஒரு கட்டடம் கூட சிதையாமல் இல்லை.

'இது மதப்போர் அன்றி வேறில்லை,' என்றார் இன்னொரு இளைஞர். 'நான் சமி, இருபத்தியிரண்டு வயது. பல்கலைக்கழகத்தில் படித்துக் கொண்டிருந்தேன். இதை மதம் என்பதைத்தாண்டி வேறு ஏதேனுமாகப் பார்க்கிறீர்களா என்ன?'

ஒவ்வொருவராகப் பேசிக்கொண்டிருந்தபோது 'ஆமாம், இது மதம் சம்பந்தப்பட்டதுதான்,' என்று உறுதிப்படுத்தினார் மூன்றாவது இளைஞர்.

மெல்லிய உடல்வாகுடன் அமைதியாக இருந்த ஒரு இளைஞர் அடுத்துப் பேசினார். வெளுத்த முகம், அளவான புன்னகை. 'நான் அனாஸ்,' என்று அறிமுகப்படுத்திக்கொண்டார். 'எனக்கு இருபது வயது. நாங்கள் இங்கிருந்து ஹாய்ஷ் நகர மத்திக்கு அமைதிப்பேரணி ஒன்றை நடத்தினோம். நாங்கள் மதம் என்ற பேச்சையே எடுக்கவில்லை. 'அரசு ஒழிக!' என்று மட்டும்தான் கூறினோம். ஆனால் அரசாட்சியில் இருப்பவர்கள் இறைமறுப்பாளர்கள் என்று தெரியவந்தது; எனவேதான் நாங்கள் ஆயுதம் எடுத்தோம். அவர்கள் ஏன் நாத்திகர்கள்

என்று உங்களுக்குத் தெரியுமா? ஒரு நிமிடத்தில் ஐம்பது குண்டு வீசினார்கள். எல்லாவிதமான விமானங்களையும் பயன்படுத்தினார்கள், ஆனால் நகரத்திற்குள் நுழைய முடியவில்லை. அவர்களுடைய வீரர்களில் எண்பத்தைந்து பேர் இறந்தார்கள், ஆனாலும் உள்ளே நுழைய முடியவில்லை.

'இங்கே ஒரு படையணி இருக்கிறது, நாங்கள் எல்லோரும் ஹாய்ஷின் மைந்தர்கள், ஆனால் நாங்கள் தனியாக இல்லை. நுஸ்ரா முன்னணியும் மற்ற படைப்பிரிவுகளும் இருக்கின்றன. ஆனால் அதேசமயம் உலகளாவிய சமூகம் எங்களைக் கைவிட்டுவிட்டது. எங்களால் சொல்ல முடிந்ததெல்லாம் ஒன்றுதான், "இறைவனைத் தவிர வேறு கடவுளர் இல்லை, முகமதுவே இறைத்தூதர்." மரணம் எங்களுக்காகக் காத்திருக்கிறது, சர்வாதிகாரி பஷாரை தோல்வியுறச்செய்ய ஆண்டவரின் உதவியை நாடுகிறோம்.'

எல்லோர் முகங்களிலும் விரைவாகக் கோபம் பரவியது. 'அலாவித்துகள் எங்களைக் கொன்றார்கள், நாங்கள் அவர்களைக் கொல்வோம்,' என்றார் இன்னொருவர்.

அபு காலித் ஒரு புன்னகையோடு என்னைப் பார்த்துவிட்டு குறுக்கிட்டுப் பேசினார், 'இந்த இளைஞர்கள் உழைக்கும் ஏழைக்குடும்பங்களிலிருந்து வந்தவர்கள். அவர்களிடம் இனவாத அடக்குமுறைக்கு உள்ளான உணர்ச்சி இருப்பதை நீங்கள் கவனிக்கலாம்.'

இன்னொருவர் குறுக்கிட்டார், 'அதெல்லாம் இல்லை ஐயா, அலாவித்துகளும் ஷியாக்களும் இறை குறித்து அறியாதவர்கள், அவர்கள் நாத்திகர்கள்.' மற்ற இளைஞர்களும் அதைப்போன்றே கருத்தை வெளியிட்டனர்.

நான் யாரிடம் பேசிக்கொண்டிருந்தேனோ அவர்கள் தங்களை ஹாய்ஷ் கமான்டோக்கள் என்றழைத்துக் கொள்கின்றனர். நுஸ்ரா முன்னணி பல்வேறு இடங்களில் எங்களைச் சந்திக்க மறுத்துவிட்டது, இப்போது அபு வாஹீத் நான் அங்கே இருக்கிறேன் என்பதை அவர்கள் தெரிந்துகொள்வதையே விரும்பமாட்டார், நுஸ்ரா வீரர்கள் யாருக்கேனும் நான் யாரென்பது தெரியவந்தால் பழிவாங்கும் நடவடிக்கைகள் உருவாகலாம் என்ற பயம் இருந்தது. துப்பாக்கிச்சூடு அதிகரித்தது, அபு வாஹீத் நாங்கள் உடனே அங்கிருந்து கிளம்பவேண்டுமென்று விரும்பினார். ஆனால் ஹாய்ஷ் கமான்டோக்கள் மனவேதனையோடு இருந்தனர், அவர்களின் பிரச்சனைகளைச் சொல்வதில் ஆர்வம் காட்டினர், எவ்வாறு அவர்கள் ஒதுக்கப்பட்டார்கள், அவர்களின் நகரம் எப்படிக் கைவிடப்பட்டது என்றெல்லாம். அவர்களுக்கு ஒரு

ஊடகமையம் தொடங்கவேண்டும் என்ற விருப்பம் உள்ளது, ஆனால் தொடர்ந்த குண்டுவெடிப்பினால் அதுவொரு சவாலாகிவிட்டது. மேலும் சமூகச் செயல்பாட்டாளர்கள் அனைவரும் கொல்லப்பட்டுவிட்டனர். அனாஸ் ஒருவர்தான் மிச்சம், ஆனால் அவரும் போராளியாகிவிட்டார்.

'ஒருமுறை சுற்றியுள்ள கிராமங்கள், நன்கறியப்பட்ட ஊடகமையங்கள் என எல்லோரிடமும் உதவி கோரினோம். ஆனால் யாரும் உதவவில்லை, அவர்கள் எங்களை ஒதுக்கிவிட்டனர்!' என்றார் ஒருவர்.

அந்த இளைஞர்கள் சொல்வதிலும் நியாயம் இருப்பதாகத் தோன்றியது, அந்நகரம் கைவிடப்பட்ட, மறந்துவிட்ட நகரம் போலத்தான் இருந்தது, அது விண்வெளியைத்தாண்டி வேறொரு காலத்தில் இருப்பதுபோல. அவர்கள் தங்களுடைய கோபமான முகத்தோடு அங்கே நடைபிணங்கள் போல வசித்துவருகின்றனர். நான் அங்கிருந்து புறப்படவிரும்பினேன்; ஒவ்வொருவராக அவர்களது நண்பர்கள் எவ்வாறு இறந்தார்கள் என்று கூறியதும் என் கைகள் நடுங்கத்துவங்கின.

ஒருவர் நகைச்சுவையாகக் கூறினார், 'இன்று என்னுடைய முறை. நான் இன்று சொர்க்கத்துக்குச் செல்வேன்.'

'இல்லை, கடவுள் மீது ஆணையாகச் சொல்கிறேன், எனக்கு முன்னால் நீ செல்லமாட்டாய்,' என்றார் இன்னொருவர் சிரித்தபடி.

அபு வாஹீத் கண்டிப்பாக மாறினார். 'நாங்கள் கிளம்பவேண்டும் நண்பர்களே, இந்தச் சூழ்நிலை பெண்களுக்கு ஆபத்தானது.'

நான் இன்னமும் இருந்து அவர்களின் கதையைக் கேட்கவே விரும்பினேன், ஆனால் அதற்குமேல் அங்கிருப்பதும் ஆபத்தானது, மேலும் குண்டுவீச்சு எந்நேரமும் துவங்கலாம். போர்முனையின் இரண்டுபுறமும் இருந்த ஸ்னைப்பர்கள் தொடர்ந்து தாக்கிக் கொண்டிருந்தன. நான் அந்த இளைஞர்களோடு கைகுலுக்கவில்லை, அவர்களை வாழ்த்தினேன். இந்தப்பகுதியில் உள்ள ஆண்கள் பெண்களோடு கைகுலுக்க மாட்டார்கள். பெரும்பாலானோர் உங்கள் கண்களை நேருக்குநேர் பார்த்துப் பேசமாட்டார்கள், முகமன் கூறக்கூட மாட்டார்கள்.

அந்த வீட்டை விட்டு வெளியில் வருவதற்காக நிலைப்படியைத் தாண்டினோம், தலையைக் குனிந்தபடி, அபு வாஹீத் வழிகாட்டினார். நான்கு போராளிகள் உடன் வந்தனர், அபு காலித் வெளியே சென்றுவிட்டார். ஒரு இளைஞர்,

அவரை நான் சரியாக கவனிக்கவில்லை, நிழலான பகுதியில் உட்கார்ந்திருந்தவர், இப்போது பேசினார்.

'ஆனால் உலகத்துக்குச் சொல்லுங்கள் மேடம், நாங்கள் இங்கே தனியாக செத்துக் கொண்டிருக்கிறோம், அலாவித்துகள்தான் எங்களைக் கொல்கிறார்கள், ஒருநாள் வரும், அப்போது அவர்கள் கொல்லப்படுவார்கள். நாங்கள் அவர்களுக்குத் திருப்பிக் கொடுப்போம், அவர்களுக்கு அப்புறம் அந்த நாத்திகர்களான ஷியாக்களுக்கு, அவர்களுக்கும் அவர்களது மனைவியர்களான தேவடியாள்களுக்கும்.'

'என்ன பேச்சு இதெல்லாம்,' என்றார் அபு காலித். 'இது மிகவும் தவறான வெறுப்பில் விளைந்த பேச்சு.'

'இல்லை, நிச்சயமாக இல்லை,' என்றார் கூர்மையாக.

நான் அவரை உறுத்துப் பார்த்தேன். 'இறைவன் இளைஞர்களாகிய உங்கள் அனைவரையும் காத்து உங்களுக்கான பயனை அளிக்கட்டும்' என்றேன்.

'ஆமீன், மேடம்,' என்றனர். 'இறைவன் உங்களைக் காக்கட்டும். நீங்கள் இங்கே வந்ததில் எங்களுக்கு அளவற்ற மகிழ்ச்சி. நீங்கள் நோன்பு முடிக்க எங்களோடு இருந்திருக்கலாம்.'

'இஃப்தாரை ஆசிர்வதிப்பாராக,' என்று சொல்லி குனிந்தபடி வண்டிக்குச் சென்றேன். திரும்பி அவர்களைப் பார்த்தேன். தலைக்குமேலாக ஒரு தோட்டா பறந்து சென்றது.

'நான் ஒரு அலாவித் குடும்பத்தைச் சேர்ந்தவள்,' என்று வேகமாக, திடீரென்று சொல்லிவிட்டேன். நான் காருக்குள் ஏறியதும் இருவர் ஓடிவந்து ஜன்னல் வழியாக உள்ளே தலையை நுழைத்துக் கொண்டனர்.

'தயவு செய்து சங்கடப்படாதீர்கள் மேடம். சத்தியமாக உங்களை மனதில் வைத்துச் சொல்லவில்லை. நிச்சயமாக நாங்கள் எல்லா அலாவித்துகளையும் வெறுப்பவர்களல்ல. உங்களுக்கும் உங்கள் குடும்பத்திற்கும் எங்கள் மரியாதை எப்போதுமுண்டு.'

என் இதயத்துடிப்பையும் தோட்டாக்களின் சத்தத்தையும் கேட்டபடி நான் கல்போல அமைதியாக இருந்தேன்.

'வருத்தம் கொள்ளாதீர்கள். அவர்கள் நிச்சயம் வேண்டுமென்றே சொல்லவில்லை,' என்றார் அபு காலித்.

'நான் வருத்தப்படவில்லை,' என்றேன் அமைதியாக. அடுத்து மன்னிப்புகள் மழையாகப் பொழிந்தன. இருபது வயது இளைஞரான அனாஸ், வண்டிக்குள் குனிந்தார், அவரது

கண்கள் கண்ணீரால் மின்னின, 'சத்தியமாக மேடம், நாங்கள் எங்களின் உயிரைக்கொடுத்து உங்களைக் காப்போம். நீங்கள் இந்நாட்டின் மகள்.'

'நீங்கள் அதைச் சொல்லியிருக்க வேண்டியதே இல்லை,' என்று மெல்லச்சொன்னார் அபு வாஹீத். அபு வாஹீத் மற்றும் அபு காலித் இருவருமே நான் அதைக்கூறியதற்காக என்மீது கோபம் கொண்டனர் - எனக்குமே நான் ஏன் அதைச்சொன்னேன் என்று தெரியவில்லை, ஆனாலும் யாராவது ஒருவர் இந்த வெறுப்பின் சுவரை உடைக்கத்தானே வேண்டும். நான் அமைதியாக இருப்பது தவறிழைக்காத ஒவ்வொரு அலாவித்துக்கும் செய்யும் துரோகம், இரண்டு வருடங்களுக்கு முன்னே எந்தப் புரட்சிக்காக நாங்களும் இறங்கினோமோ அதன் ஆன்மாவுக்கும் செய்கின்ற துரோகம்.

இளம்போராளிகள் நிச்சயமாக சங்கடத்துக்கு உள்ளாகிவிட்டனர், இப்போது எங்களைப் பாதுகாப்பதற்குப் போட்டிபோட்டுக் கொண்டு முன்வந்தனர், எந்த வழியாகச் செல்வது பாதுகாப்பானது என்று அறிவுறுத்தினர். இரண்டு இளைஞர்கள் வண்டிக்கு முன்னால் துப்பாக்கிச் சூடுகளுக்குக் கீழே நடந்தனர், எங்கள் வண்டி அவர்களுக்குப் பின்னால் ஊர்ந்து சென்றது. சில விநாடிகளுக்கு ஒருமுறை அவர்களில் ஒருவர் திரும்பி என்னைப் பார்த்தனர், கண்களில் மன்னிப்புக்கோரலும் நன்றியும் தெரியும், நான் அவர்களைப் பார்த்துப் புன்னகைப்பேன். வீடுகளின் இடிபாடுகளுக்கிடையே பறந்து கொண்டிருக்கும் தோட்டாக்கள் குறித்து நான் சிந்திக்கவில்லை. என் கழுத்தில் ஒரு இறுக்கம் உருவானது, துல்லியமாகச் சொல்லவேண்டுமென்றால் நெரிப்பதுபோல் இருந்தது; விழுங்கும்போது என் தொண்டை வலித்தது.

'இந்தப்பகுதியில் புகைப்படம் எடுக்கக்கூடாது; நாங்கள் அதை அனுமதிப்பதில்லை,' என்றார் அபு வாஹீத். எங்கள் வண்டிக்குப் பின்னால் வந்து கொண்டிருந்த இளைஞர்கள் மெதுவாக நகர்ந்து கொண்டிருந்த வண்டியை முந்திச்சென்று அவர்களுக்கான நிலையில் நின்றுகொண்டு இயந்திரத் துப்பாக்கியைத் தயாராக வைத்துக்கொண்டனர். அது போர்க்களத்தின் முனை.

'இருந்து என்ன நடக்கிறது என்று பார்க்கலாம்,' என்றேன். ஆனால், அபு வாஹீத் ஒப்புக்கொள்ளவில்லை, சண்டை தீவிரமடைந்து வருகிறது நாம் உடனே கிளம்பவேண்டும் என்றார்.

வண்டி ஒரு வளைவில் திரும்புவதற்கு முன் அவர்களைப் பார்த்துக் கையசைத்தேன். அவர்கள் நால்வரும் பதிலுக்குக்

கையசைத்தனர், இன்னமும் அவர்களிடம் சங்கடம் தெரிந்தது. ஒரு புழுதிபடிந்த சாலையில் திரும்பியதும் அபு வாஹீத் முழுவேகத்தில் வண்டியைச் செலுத்தினார். சில நிமிடங்கள் கழித்து என்னைத் திரும்பிப் பார்த்தார்.

'இனி எப்போதுமே இம்மாதிரியான இடத்துக்கு உங்களை அழைத்துச்செல்ல மாட்டேன். நான் செய்தது மிகவும் ஆபத்தானது, இந்த இளைஞர்கள் எவ்வாறு சிந்திக்கிறார்கள் என்று நீங்கள் தெரிந்துகொள்வது நல்லதென நினைத்தேன். ஆனால் இதே மற்றவர்களாக இருந்தால் இந்நேரம் வேறுவகையில் உங்களைக் கையாண்டிருப்பார்கள் என்று தெரிந்து கொள்ளுங்கள்! உங்களைக் கொன்றிருக்கலாம்.' நான் தலையசைத்து பின்னாலுள்ள கண்ணாடி வழியாகப் பார்த்தேன். ஒரே ஒரு சிந்தனை மட்டுமே தோன்றியது: என் உறவினர்கள் யாரேனும் அந்தப்பக்கம் இருப்பார்களா? நான் நேசித்த என் குடும்பம், யாரை நான் நினைவாக இருக்கிறேனோ, யாரோடு என் பால்யத்தைக் கழித்தேனோ அவர்களின் அன்பான முகங்கள் கண்ணாடியில் தெரிந்தன, பால்யத்தையும் இளமையின் வாயிலையும் கடந்தபோதிருந்த முழுமையான மகிழ்ச்சி அப்போது நினைவுக்கு வந்தது. அவர்கள் இறக்க வேண்டுமென்று நான் விரும்பவில்லை; அவர்கள் கொலைசெய்யப்பட வேண்டுமென்று நான் நினைக்கவில்லை.

என் கண்கள் தளும்பிக் கொண்டிருந்தன, உடனே குளிர்கண்ணாடியை எடுத்து அணிந்துகொண்டேன், சூரியன் மறையும் நேரம் என்பதால் உறுத்தப்போவதில்லை, ஆனால் கண்ணீருக்கான நேரம் வந்துவிட்டது. அபு வாஹீத் நாம் அரசுப்படையிடமிருந்து வெறும் 300 மீட்டர்களே தள்ளியிருந்தோம் என்றார். நான் தலையசைத்தேன். முகத்தை தலையங்கி மற்றும் குளிர்கண்ணாடிக்கிடையே மறைத்து சத்தமின்றி அழுதுகொண்டிருந்தேன். எல்லாமும் தாங்கிக்கொள்ள முடியாததாக இருந்தன, என் இதயம் வெடித்து விடும்போலிருந்தது. அது இன்னும் இன்னும் வேகமாகத் துடிப்பதை என்னால் கேட்கமுடிந்தது, அந்தநேரத்தில்தான் மீண்டும் பண்ணைக்குச் சென்று மீண்டும் பெண்களைச் சந்திக்க முடியுமா என்று கேட்க மறந்தேன். நான் என் வார்த்தையைக் காப்பாற்றவில்லை.

அபு வாஹீத் அடுத்தநாள் அலெப்போவில் உள்ள, ஹான் அல்-அஸலுக்குச் செல்லலாம் என்றார். 'நேற்று அங்கே ஒரு சண்டை நடந்துள்ளது. சிலமணி நேரங்களுக்கு உள்ளாகவே இரண்டு தரப்பிலும் சேர்த்து ஐந்நூறு பேர் கொல்லப்பட்டுள்ளனர்.'

நான் அவர் பக்கம் திரும்பவோ மேற்கொண்டு கேள்விகள் ஏதும் கேட்கவோ விரும்பவில்லை. எப்படி இவ்வளவு குறுகிய நேரத்திற்குள் இத்தனை பேர் சாகமுடியும் என்று யோசித்துக் கொண்டிருந்தேன். தீவிரமான சிந்தனையில் இருந்ததால் அபு காலித் வண்டியிலிருந்து இறங்கியதை, அவர் என் அருகில் வந்து விடைபெறும்வரை கவனிக்கவே இல்லை. தொலைதூரத்திற்கு நீண்ட சமவெளியில் மறையும் சூரியன், அதைத் தொடர்ந்து உள்ள மலைகளின் மேல் கொத்துக்கொத்தாக இருக்கும், பெரும்பாலும் கருகிவிட்ட வீடுகள் ஆகியவற்றைப் பார்த்துக்கொண்டு வந்தபோது காதுகள் ரீங்காரமிட்டபடி இருந்தன. காஃப்ரான்பெல்லின் ஊடகமையத்தை அடைந்தவுடன், முகத்தைக் கழுவிக்கொண்டு மொட்டைமாடிக்குச் சென்று ஒரு ஆலிவ் மரத்தின் அருகிலிருந்த தூணில் சாய்ந்தபடி களைத்துப்போய் அமர்ந்திருந்தேன்.

நான் அமர்ந்திருந்த இடத்திலிருந்து ஒரு சிறிய வீடு தெரிந்தது. இரண்டு சிறுவர்கள் புதிதாக அமைக்கப்பட்ட பட்டியில் இருந்த இரண்டு ஆடுகளுக்குத் தீவனமளித்துக் கொண்டிருக்க, ஒரு பக்கத்தில் சுள்ளிகள் அடுக்கப்பட்டிருந்தன. சிறுவர்கள் ஆலிவ் மரத்தருகே வந்து விளையாட்டாக ஒரு சுள்ளியை மாடிமீது எறிந்தனர், அது என் மடியில் வந்து விழுந்தது. கீழேபார்க்கும்போதுதான் நான் அமர்ந்திருந்த தரைவிரிப்பின் நிறம் பழுப்பு என்று தெரிந்தது, எனக்குப் பிடித்த நிறம். சேவகர்கள் எல்லோரும் ஆளுக்கொரு வேலையில் ஈடுபட்டிருந்தனர்: ரயீத் மாடியில் எல்லோருக்காகவும் இரவுணவைத் தயாரித்தபடி எல்லோருடனும் சிரித்துப் பேசிக்கொண்டிருந்தார். பெரிய இறைச்சித்துண்டுகளைக் கொண்டுவந்திருந்தார், அதை எண்ணெயிட்டு, காய்கறிகளோடு மிளகு கலந்து நெருப்பில் வாட்டிக்கொண்டிருந்தார். ஹம்மூத் காய்கறிகளைக் கழுவிக்கொண்டிருக்க, அப்துல்லா தரையை மெழுகி தரைவிரிப்புகளைச் சுத்தம் செய்தார். ரஸான் சமைத்த பாத்திரங்களைக் கழுவிக்கொண்டிருந்தார். இஃப்தாருக்கான உணவைச் சமைக்கும் கொண்டாட்டச் சடங்கு: கொலைகார ஏவுகணைகள் வரும்முன் நடப்பது. இன்னமும் காய்கறிகளும் உணவும் உண்ணக்கிடைக்கிறது, இன்னமும் யாரோ வெட்டுவதற்கும் சமைப்பதற்கும் இருக்கிறார்கள், இந்தச் சின்ன விஷயங்களைப் பாராட்டவும் சேர்ந்து உண்ணவும் நண்பர்கள் இருக்கிறார்கள் என்பதற்காக மகிழவேண்டிய நேரம். தண்ணீர்க்குடுவை பலமுறை கழுவப்பட்டு கோப்பைகளுக்கு அருகில் வைக்கப்பட்டது. இன்னும் இரண்டு போராளிகள் வந்து வேலை செய்ய இணைந்து கொண்டனர்.

ரயீத் சிரித்தார், 'இன்னும் ஒருமணிநேரத்தில் சாப்பிடுவோம், இன்னும் ஒருமணிநேரத்தில் குண்டுவீசப்படும். ஆனால் நல்லதொரு உணவைச் சாப்பிடாமல் சாகக்கூடாது' என்றார்.

நான் அமைதியாக இருந்தேன்.

'நீங்கள் இன்று பள்ளிக்குச் சென்று வந்ததும் காஃப்ரான்பெல்லின் கதையைத் தொடரலாம்,' என்றார்.

'நிச்சயமாக,' என்று உடனே பதிலளித்தேன். ஹாய்ஷ் பயணத்தினால் இன்னமும் மந்திரத்தில் கட்டுண்டதுபோல் இருந்தேன். இருப்பினும் பள்ளியிலிருந்து திரும்பி வரும்வரை என்னை நான் சுதாரித்துக்கொள்ளவேண்டும், சிறிது பலத்தையும் மீட்டெடுத்துக் கொள்ளும் தன்மையையும் மிச்சம் வைத்துக்கொள்ள வேண்டும். அடுத்த குண்டுவீச்சு சில நிமிடங்களுக்கு மட்டுமே நீளும். அதில் உயிர் பிழைக்கவில்லை என்றால், மீதமுள்ள வேலைகளைச் செய்ய வேண்டியதில்லை, உயிர் பிழைத்தோமென்றால், குழந்தைகளின் பள்ளிக்குச்சென்று அதன்பின் கடைசி வேலையைச் செய்யலாம்: காஃப்ரான்பெல்லில் புரட்சி உருவான கதை. அவ்வளவு சுலபமானதுதான் அது.

சாப்பிட்டோம், குண்டுவீச்சிலிருந்து தப்பித்தோம். சூரியன் மறைந்து மாலைத் தொழுகைக்கான அழைப்பு வந்த ஐந்து நிமிடத்திற்கெல்லாம் நகரத்தின் மேற்குப்பகுதியை ஏவுகணை தாக்கியது, சீக்கிரமே எங்களால் நிம்மதியாக மூச்சுவிட முடிந்தது.

இடம்பெயர்ந்த குழந்தைகளுக்கான கராமா பேருந்துத் திட்டத்தோடு என் பணிகளை முடித்து வரும்போது இரவு பத்தரை மணியாகி விட்டது. அடுத்து ரயீத்தின் கதை முடிய இரண்டு மணிநேரங்கள் ஆனது.

'நாங்கள் வந்துவிட்டோம், சொல்லுங்கள் ஷார்யார், மீண்டும் கதை தொடங்கட்டும்,' என்றேன் அவரிடம். ஆயிரத்தோரு இரவுகளில் வரும் அரசரின் பெயரைச்சொல்லி அவரை அழைத்ததும் சிரித்தார்.

'இல்லை - நாம் பாத்திரங்களை மாற்றிக்கொண்டுவிட்டோம்: நீங்கள்தான் ஷெஹரசாத், கதைசொல்லி. நான்தான் நகலெடுப்பவர்,' என்றேன். 'ஜூன் 2012 வரை வந்திருந்தோம். புரட்சியாளர்கள் காஃப்ரான்பெல்லைக் கையகப்படுத்தினார்கள் - ஆனால் ராணுவத்தின் சோதனைச்சாவடிகள் அப்போதும் இருந்தனவா?'

ரயீத் தலையசைத்தார். 'ஆமாம், அவை அப்போதும் அங்கே இருந்தன. ஆனால் அரசுப்படைகளால் அதைத்தாண்டி நகருக்குள் வரமுடியவில்லை, வந்தால் பீரங்கி வண்டியில்

மட்டுமே வர முடிந்தது. ஆகஸ்ட் 6-ஆம்தேதி திடீரென ஒரு நொடியில் முடிவு செய்தோம், விடுதலைக்கென கடைசியாக ஒரு தாக்குதல். குழுவை நடத்தியது ஃபௌத் அல்-ஹோம்சி எனும் அஞ்சாத வீரர், ரமலான் மாதத்தில் லடாகியா சாலையில் இருந்த ஒரு ராணுவ சோதனைச்சாவடியை விடுவிக்கச் சென்றிருந்தார். அவர் அதில் வெற்றிபெறாமல் காஃப்ரான்பெல்லுக்குத் திரும்பினார். ஆனால் அவருக்கும் சோதனைச்சாவடியில் இருந்த வீரர்களுக்கும் துப்பாக்கிச்சண்டை நடந்தது, அவரும் அவரது ஆட்களும் ராணுவத்தால் சூழப்பட்டுவிட்டதாகத் தகவல் அனுப்பினார். அப்போது, ஒரு குழு நிறைய டயர்களை எரித்து வீசி, "நாங்கள் உதவ வந்திருக்கிறோம்! நாங்கள் உதவ வந்திருக்கிறோம்!" என்று கூவினர். அப்படியாக விடுதலைக்கான போராட்டம் ஆரம்பித்தது, இளம் வீரர்கள் எங்களுக்குத் தோள்கொடுக்க வந்தனர்.

'ஆயுதமேந்திய போராளிகளான நாங்கள் கிட்டத்தட்ட ஆயிரம் பேர் இருந்தோம். தொடர்ந்து ஐந்து நாட்கள் சண்டையிட்டோம். சாலைகளைப் பாதுகாக்க நகரத்தைச் சுற்றிலும் தடுப்புப்போல பாதுகாப்புநிலையில் இருந்தோம். ராணுவத்திற்கு வரவேண்டிய தண்ணீர் மற்றும் உணவு விநியோகத்தைத் தடுத்தோம். இடைநிறுத்தாத சண்டை, பிறகுதான் அவர்கள் எங்களை விமானம் மூலம் குண்டுவீசித் தாக்கத்தொடங்கினர். ஏழாம் நாள் நடந்த விடுதலைப்போரில் ராணுவ ஹெலிகாப்டர்களும் சேர்ந்துகொண்டு எங்கள் மீது குண்டு வீசியது. அவர்கள் ராணுவத் துருப்புகளைக் காப்பாற்ற முனைந்தனர். விமானம் மூலம் குண்டு வீசுவது இப்போது போல காட்டுத்தனமாக இருக்கவில்லை. சுயபாதுகாப்பு நடவடிக்கையாக, அவர்களைக் காப்பாற்றிக்கொள்ள மட்டுமே குண்டு வீசினார்கள்.

'ஆனால் காட்டுத்தனமான குண்டுவீச்சு என்பது 2012 ஆகஸ்ட் 8-ஆம் தேதி துவங்கியது, அன்றுதான் சிரியப் புரட்சியில் முதல் பீப்பாய் வெடிகுண்டு வீசப்பட்டது. சோதனைச்சாவடிக்கு அருகே இருந்த என்னிடம் புகைப்படக்கருவி இருந்தது, நான் நடப்பவை அனைத்தையும் புகைப்படம் எடுத்துக்கொண்டிருந்தேன். அப்போதிருந்து தொடர்ந்து எங்கள் மீது பீப்பாய் வெடிகுண்டுகள் வீசப்படுகின்றன.

'ஆகஸ்ட் 9ஆம் தேதி எங்கள் மீது 'மிக்' ரக விமானத்தின் மூலம் தாக்குதல் நடத்தினர், 10ஆம்தேதி 'மிக்' விமானங்கள் எங்களுக்குமேல் தீவிரமாகத் தொடர்ந்து சுற்றிக்கொண்டிருந்தன. ஆனால் ஆகஸ்ட் 8-லிருந்து 10-ஆம் தேதிக்குள் காஃப்ரான்பெல் அரசுப்படையிடமிருந்து விடுதலை அடைந்தது. மசூதியில்

விடுதலை பெற்ற விபரத்தை அறிவித்தோம். நாங்கள் பெருமையோடு இருந்தோம் ஏனெனில் காஃப்ரான்பெல் இனி "விடுதலை பெற்ற" காஃப்ரான்பெல் என்று சொல்லப்படும். அஸாட்டுக்கு எதிரான வெற்றிக்கு மிக அருகில் வந்துவிட்டதாகக் கருதினோம்.

'ஹாஸ் மற்றும் காஃப்ரோமா உள்ளிட்ட ஊர்களின் மற்ற சோதனைச்சாவடிகளையும் விடுவிக்க ஆரம்பித்தோம். ஆனால் ராணுவம் பின்வாங்கியதிலிருந்து மக்கள் தொடர்ந்து வெளியேற ஆரம்பித்தனர், ஏனெனில் தொடர்ந்து குண்டு வீச்சு நிகழ்ந்தது; சண்டையும் தொடர்ந்தது, துப்பாக்கிச்சூடும் நிற்கவேயில்லை. புரட்சிக்காரர்கள் மட்டுமே புரட்சியின்போது இருந்தனர், காஃப்ரான்பெல்லில் தினமும் ஒரு படுகொலையாவது நடந்தது.

'ஆகஸ்ட் 22-ஆம் தேதி இருபத்தியாறுபேர் ஆர்ப்பாட்டங்கள் நடந்த சதுக்கத்தில் உயிர்த்தியாகம் செய்தனர், 25 செப்டம்பர் பதினேழு பேர் வீரமரணம் அடைந்தனர். அக்டோபர் 17ஆம் தேதி பதிமூன்று பேரும் மாதக்கடைசியில் பதினோரு பேரும் உயிரைக் கொடுத்தனர், நவம்பர் 5ஆம் தேதி முப்பத்தியிரண்டு பேரை இழந்தோம். விடுதலைக்குப்பிறகு காஃப்ரான்பெல்லில் தினமும் குண்டுவீசத் தொடங்கினர், ஊர் வெறிச்சோடிப்போனது, அதன் மக்கள்தொகை முப்பதாயிரத்திலிருந்து பதினைந்தாயிரமானது, தங்கியிருந்தவர்களும் பகலில் அருகிலிருந்த கிராமங்களுக்குச் சென்றுவிட்டு இரவில் மட்டுமே திரும்பி வந்தனர். அக்டோபரில் மாராத் அல்-நுமான் விடுதலை பெற்றது, முற்றிலுமாக அழிவுற்ற ஹாய்ஷிலிருந்து மக்கள் காஃப்ரான்பெல்லுக்கு வந்தனர். இந்த இடம்பெயர்ந்த மக்களும் எங்களோடு படுகொலைகளில் சிக்கி அழிந்தனர்.'

ரயீத் அமைதியானார். நான் என்னுடைய நோட்டுப் புத்தகத்தைக் கீழேவைத்தேன்.

'ஐந்துநிமிட இடைவேளை எடுத்துக் கொண்டு ஒரு சிகரெட் பிடிக்கலாம்,' என்றேன்.

அவர் புன்னகைத்தார். தான் உன்னிப்பாகக் கேட்கப்படுகிறோம் என்பது அவருக்கும் தெரியும், ஆனால் நான் அவர் முகத்தில் ஒரு வித்தியாசமான உணர்வைக் கவனித்துவிட்டேன். அது அபு வாஹீத்தின் முகத்தில் தெரிந்த உணர்வுதான்: கடுந்துயரம். இரண்டரை வருடமாகத் தினம் நடக்கும் கொலைகள். முதலில் அமைதியான போராட்டம், பிறகு ஆயுதமேந்திய போராட்டம். இப்போதோ, புரட்சியை அபகரிக்கும் மதத்தீவிரவாதக் குழுக்கள். ஆனால் இருவருமே, அவர்களின் பாதை வெவ்வேறு என்றாலும், அஸாட்டின் அரசு வீழாவிட்டால் எதுவும் சரியாகாது என்று நம்புகின்றனர்.

மீண்டும் நோட்டுப்புத்தகத்தைக் கையில் எடுத்தேன். உரத்த குரலில் 'சொல்லுங்கள், என் மகிழ்ச்சியான அரசரே...' என்றேன்.

ரயீத் நிமிர்ந்தமர்ந்து தன் கால்களை நீட்டிக்கொண்டார். பலமணிநேரமாகக் கால்களை மடித்துவைத்து அமர்ந்திருந்தார். 'நிச்சயமாக, ஒரு முக்கியமான விஷயம் என்னவென்றால் ஜூன் 2012-இல் காஃப்ரான்பெல்லின் அரசு ராணுவத்திலிருந்து நிறையப் பேர் விலகினர், அதிகாரிகள் மற்றும் வீரர்கள்,' என்றார். 'ஆயிரம் வீரர்கள் மற்றும் முப்பத்தைந்து அதிகாரிகள் கூட்டாகப் பதவி விலகினர். அதில் உயர்ந்த பதவியிலிருந்தவர் படைப்பிரிவின் பொறுப்பேற்றார் - ஹசன் அல்-சலோம் என்பவரால் விடுதலைக்கான போராட்டம் வழிநடத்தப்பட்டது.

'பிரச்சனை என்னவென்றால் விடுதலைக்குப் பிறகு அதிகாரத்திற்கான போட்டி, புதிதாகப் புரட்சியில் இணைந்தவர்களுக்கும் அதிகாரிகளுக்கும் உருவானது. ஐந்து போராளிகளையும் அதிகாரிகளையும் உள்ளடக்கிய முதல் ராணுவ ஆலோசனை சபை அமைக்கப்பட்டபோது, அது ஒரேவாரத்தில் கலைக்கப்பட்டு விட்டது. காஃப்ரான்பெல் படைப்பிரிவினருக்கும் மற்ற படைப்பிரிவினருக்கும் ஒத்துவரவில்லை. உயர்பதவியிலிருந்த அதிகாரி ஒருவர், செல்வந்தர் ஆயுதங்களை வரவைக்கக்கூடியவர், விலகிச்சென்றார். லெப்டினன்ட் கர்னல் அபு அல்-மஜித், அவரை உங்களுக்குத் தெரியும், சந்தித்திருக்கிறீர்கள், ஃபுர்சான் அல்-ஹக் படைப்பிரிவின் தலைவர் எங்களோடு இருந்தார். அவருடைய படைப்பிரிவுதான் புரட்சியில் முதலில் பங்கேற்ற படைப்பிரிவு, பிறகு அது இன்னமும் உறுப்பினர்களைச் சேர்த்துக்கொண்டு வளர்ந்தது - அதன் தலைவர்களே காஃப்ரான்பெல்லை விடுவித்தது. அப்போதிருந்து பல்வேறு படைப்பிரிவுகள் உருவாக்கப்பட்டு சூழ்நிலை குழப்பமாக மாறிவிட்டது.'

'ஏன் மற்ற ஊர்களைப்போல் அல்லாமல் காஃப்ரான்பெல்லில் ஜிஹாதிப் படைப்பிரிவினர் பொறுப்பைக் கைப்பற்றவில்லை?' என்று கேட்டேன்.

ரயீத் தலையை அசைத்துக்கொண்டார். 'நீங்கள் இதைக் கேட்பீர்கள் என்று எனக்குத் தெரியும்,' என்றார் நம்பிக்கையற்ற தொனியில். 'உங்களுக்கு அவர்களைக் கண்டால் பயம்.'

'ஆமாம், நான் பயப்படுகிறேன், ஆனால் எனக்காக அல்ல, இந்நாட்டின் எதிர்காலத்துக்காக.'

'ஆமாம்,ஆமாம். அவர்கள் பொறுப்பைக் கைப்பற்ற முயற்சி செய்தார்கள். செப்டம்பர் 2011-இல் அஹ்ரார் அல்-ஷாம்

சோதனைச்சாவடிகளை விடுவிக்க உதவுவதாகக் கேட்டது. ஆனால் நாங்கள் மறுத்துவிட்டோம். விடுதலைக்குப்பிறகு அவர்கள் காஃப்ரான்பெல்லிலேயே தங்கிவிடுவார்கள் என்று பயந்தோம். பிப்ரவரி 2013-இல் நுஸ்ரா முன்னணி நாங்கள் நடத்தும் ஆர்ப்பாட்டங்களில் பங்கெடுத்துக்கொள்ளக் கேட்டது ஆனால் நாங்கள் தொடர்ந்து மறுத்துவந்தோம். என்னைப் பொறுத்தவரையில், அங்குள்ள மக்கள் இந்த அடிப்படைவாதிகள் மட்டுமே நம்மை அஸாட்டிடமிருந்து காப்பாற்ற முடியும் என்று நினைத்திருக்கலாம், காரணம் அவர்களிடம்தான் பணமும் ஆயுதங்களும் நம்பிக்கையும் இருக்கிறது. சுதந்திர ராணுவத்திற்குக் குறைந்த அளவிலேயே பொருளாதார உதவி கிடைக்கிறது என்பதால் அதில் சிலர் பணத்துக்காகத் திருட்டுகளில் ஈடுபடுவதுண்டு. உள்ளூர் மக்கள், அடிப்படைவாதிகள் பொறுப்புக்கு வந்தால் ஒரு நியாயமான முறையில் நிர்வாகம் நடக்கும் என்று நம்புகிறார்கள், பல தசாப்தங்களாக அவர்கள் கண்டதெல்லாம் கொலை மற்றும் அநியாயம் மட்டுமே. மூத்த அஸாட், ஹஃபீஸ் இருந்தவரை அரசு தன்னை மதச்சார்பற்றதாகவே காட்டிக்கொண்டது.

‘ஆனால், விடுதலை பெற்ற பகுதிகளுக்குள் இஸ்லாமிய அடிப்படைவாதிகள் வந்தபின்னர்தான் மக்கள் அடிப்படைவாதிகளும் நல்லாட்சி தருபவர்கள் அல்ல என்று உணர்ந்தனர் - உண்மையில் அவர்கள் அஸாட் அரசின் நகல்கள்தான். அடிப்படைவாதிகள் என்று நான் குறிப்பிடுவது அல்-கய்தா கூட்டணியினர்களைத்தான், அவர்கள் இஸ்லாமிய கலீஃபாவை அமைத்து *ஷரியா* சட்டங்களை அமல்படுத்தும் முயற்சியில் உள்ளனர். இப்போது அவர்களுக்கு எதிரான மனநிலை உருவாகிக்கொண்டிருக்கிறது, மக்கள் அவர்கள் போகவேண்டும் என்று விரும்புகிறார்கள்.

மீண்டும் ஒருமுறை ரயீத்தை ஒரு இடைவெளி எடுத்துக்கொள்ளும்படி கூறினேன். ‘இதோ ஒரு குவளைத் தண்ணீர் அருந்துங்கள், ஷார்யார்,’ என்றேன்.

பிறகு எழுந்து சென்று இன்னொருமுறை குடுவை நிறையத் தேநீர் தயாரித்தேன். திடீரென சுறுசுறுப்பானவளாகவும் இன்னும் இருபத்துநான்கு மணிநேரத்திற்குத் தொடர்ந்து செயல்படமுடியும் என்றும் தோன்றியது. நாட்டில் உள்ள எல்லோரது வாக்குமூலத்தையும் பதியவேண்டும், கைதுசெய்யப்பட்டவர்கள், சமூக செயல்பாட்டாளர்கள் முதல் போர்க்களத்தில் நிற்கும் போராளிகள் வரை. இந்தக் கதைக்கு நானே கதைசொல்லியாக இருப்பேன். வரலாற்றில்

மறைக்கப்பட்ட உண்மையின் வலுவற்ற இழைகளின் பகுதியாக நானும் இருந்திருக்கிறேன்.

ஆனால் முழுமுற்றான உண்மை என்று ஏதுமில்லை. தலைப்புச்செய்திகள், அஸாட்டின் அரசு, இதுவரை வரலாற்றிலேயே இல்லாத அளவுக்குக் குற்றங்களை நிகழ்த்திக்கொண்டிருப்பதாகச் சொல்கிறது. ஆனால் மற்ற செய்திகள், வஞ்சகமான ஒரு கூட்டுச்சதி நடந்துகொண்டிருக்கிறது, நாட்டின் பொருளாதார மற்றும் சமூகச் சூழ்நிலை, அதன் இன மற்றும் மத அடையாளம் ஆகியவற்றைச் சுயநலத்திற்காகப் பயன்படுத்துகிறார்கள் எனவும் விடுதலை பெற்ற பகுதிகளை ஜிஹாதி படைப்பிரிவினரால் ஆளப்படும் பகுதியாக மாற்ற விரும்புகிறார்கள் என்கிறது. ஆனால் ஆதாரமுள்ள உண்மை எதுவென்றால், இங்கே இருமுனை எதிர்ப்பு உள்ளது, பெரும்பாலான போராளிகள், அவர்கள் கொல்லப்பட்டு, கைது செய்யப்பட்டு, கடத்தப்பட்டு அல்லது நாட்டை விட்டு வெளியேறி இருந்தாலும், இன்னமும் போராடிக்கொண்டுதான் இருக்கிறார்கள். இந்தப் போராட்டம் தனித்துவமானது, தெளிவற்றது மற்றும் சிக்கலானது, மேலும் சூழ்நிலை சிறிது சிறிதாக மதவாதப்போராக மாறிக்கொண்டிருப்பது, வரலாற்றில் இருக்கும் மற்ற போராட்டங்களைப் போன்றதல்ல இது.

'உள்நாட்டுக்கலகம் என்பது போரின் யதார்த்தம் தானே,' என்று கண்ணாடிக்குவளைகளில் தேநீரை நிறைத்தபடி கூறினேன். 'ஆமாம், நமக்குத் தேவை காலம்தான், ஆனால் சூழ்நிலை சற்று சிக்கலாகத்தான் உள்ளது.'

மற்றவர்கள் மாடியிலிருந்து உள்ளே வர ஆரம்பித்தனர். 'நான் கேள்விகளையெல்லாம் கேட்டு முடிக்கும்வரை இங்கிருந்து சென்றுவிட வேண்டாம்,' என்றேன். ரஸான் எனக்கு முன்பாக வீட்டுக்குச் செல்ல முடிவு செய்தார். நான் ரயீத் மற்றும் ஹமூத் ஆகியோருடன் இருந்தேன்.

'மக்கள் ஜிஹாதிப் படைப்பிரிவுகளை விரும்பவில்லை சரி, அதேசமயம் புரட்சிக்கான மக்கள் செல்வாக்கும் தீவிரமான அளவில் குறைந்துகொண்டுதானே வருகிறது?' என்று கேட்டேன்.

'ஆமாம்,' என்றார் ரயீத், அவரது வழக்கமான தலையசைப்பு மற்றும் கைகள் மூலம் சைகை செய்தலுடன். 'ஆரம்பகட்டத்தில் இருந்த புரட்சியாளர்கள் சிலர் தவறு செய்தனர், அது மக்களைக் கோபப்படுத்திவிட்டது, ஆனால் முக்கியமான விரக்தி புரட்சிப்போராளிகள் மீது உருவாகிவிட்டது, ஏனென்றால் அவர்களால் அஸாட் விமானங்களின் தொடர் குண்டுவீச்சுக்கு எதிராக எதுவும் செய்யமுடியவில்லை. புரட்சியின் ஆரம்பத்தில்

சுதந்திர ராணுவத்தை நம்பினர், அதன் புகழ்பாடினர், ஆனால் அவர்களின் ஆயுதங்கள் போதவில்லை. உதாரணமாக, அவர்கள் பலமுறை வாடி டேயஃப் மீது தாக்குதல் நடத்தி அதை விடுவிக்க முயன்றனர். ஆனால் அவை தோல்வியில் முடிந்தன. சுதந்திர ராணுவம் இந்நிலத்தை விடுவிக்க முயற்சி செய்கையில் ஆயிரக்கணக்கானவர்கள் உயிர்த்தியாகம் செய்துள்ளனர், ஆனால் விமான-எதிர்ப்பு ஆயுதங்கள் இல்லாததனால் நாங்கள் தோல்வியுற்றோம் என்று அர்த்தமாகிவிட்டது. அதேசமயம் நம்பிக்கைத் துரோகம் குறித்தும் நிறையப்பேச்சுகள் வருகின்றன. இதனால் மக்கள் சுதந்திர ராணுவத்தின் மீதான நம்பிக்கையை இழந்து விட்டார்கள்.

'இன்னொரு காரணமும் உள்ளது: அரசு தனது அடிவருடிகளை இங்கு வைத்துள்ளது, அவர்கள் சுதந்திர ராணுவத்தின் பெயரைக்கெடுக்க என்னவெல்லாம் செய்ய முடியுமோ அவ்வளவும் செய்கின்றனர், புரட்சியாளர்கள் பற்றிய கெடுதலான வதந்திகளைப் பரப்புகின்றனர், நிவாரணப் பணியாளர்கள், ஊடகச் செயல்பாட்டாளர்கள், போராளிகள் என எல்லோரைப் பற்றியும்தான். அரசு இந்த வதந்திகளை முக்கியமான ஒரு போராயுதமாக மக்களிடையே பீதியையும் பிரிவினையையும் ஏற்படுத்தப் பயன்படுத்துகிறது.

'நாங்களும் இப்போது புரட்சியின் மூன்றாம் வருடத்தில் நுழைந்து கொண்டிருக்கிறோம்; மக்கள் களைப்படைந்து நடந்த தவறுகளுக்குக் குற்றம் சுமத்துவதற்காக யாரையேனும் தேடிக் கொண்டிருக்கிறார்கள். வெகுநாட்களாக நீடித்த, நம்பமுடியாத அளவுக்குக் கடினமான இப்போராட்டத்தின் பயனற்றதன்மை, அரசின் கொடூரமான வன்முறை, சிரியாவிலிருந்து போராளிகளும் மக்களும் புலம்பெயர்ந்தது...இதெல்லாம் முக்கியமான காரணங்கள். சுதந்திர ராணுவப்படையினர் இரவுபகலாக எந்தப் பயனும் எதிர்பாராமல் போரிடுகின்றனர், குடும்பங்கள் தங்கள் குழந்தைகள் ஒன்றுமற்றதற்காக மடிவதைப் பார்க்கின்றன, ஊடகங்கள் இந்தக்காட்சிகளை எல்லாம் முக்கியமற்றதாகக் காண்பிக்கிறது, எங்களுக்குத் தேவையான உதவியில் கால்பங்கு கிடைத்தால் அதிகம், தண்ணீர் இல்லை, மின்சாரம் இல்லை, உணவில்லை... சுருக்கமாகச் சொன்னால் மக்கள் சோர்வடைந்து விட்டார்கள். போதுமான அளவு அனுபவித்து விட்டார்கள்.'

'மீண்டும் மக்கள் ஆதரவைப் பெறுவது சாத்தியமானதா?' என்று உடனடியாகக் கேட்டேன்.

ரயீத் என்னை ஆச்சரியமாகப் பார்த்து வேகமாகப் பதிலளித்தார், 'புரட்சி இன்னமும் நடந்துகொண்டுதான்

இருக்கிறது. புரட்சியின் இரண்டாம் கட்டத்தின் பிள்ளைகளாகிய போராளிகள் விடுதலைபெற்ற பகுதிகளில் வாழ்க்கையைச் சரிசெய்ய நாங்கள் உருவாக்கிய அலுவலகங்களில் - நிவாரணத்திற்கான அலுவலகம், ஊடகம், பொருளாதார உதவி மற்றும் புள்ளிவிபரம் ஆகியவற்றில் கடினமாக உழைத்துக் கொண்டிருக்கிறார்கள். உதாரணமாக புள்ளியியல்துறை அலுவலகம் காயம்பட்டவர்கள், கைது செய்யப்பட்டவர்கள், உயிர்த்தியாகம் செய்தவர்கள் ஆகியவற்றைத் தொடர்ந்து ஆவணப்படுத்தி வருகிறது. ஒவ்வொரு நாளும் எங்களது பொறியாளர்கள் சேதாரங்களை ஆவணப்படுத்துகின்றனர், அப்போதுதான் எங்கள் நகரத்தை மீண்டும் கட்டமைக்க எவ்வளவு செலவாகும் என்று தெரியும்.

'காஃப்ரான்பெல்லில் இருந்து வெளிநாடுகளில் குடியேறியவர்கள் அளிக்கும் நன்கொடைகள் கிடைக்க ஆரம்பித்தபோது அதற்காக ஒரு அமைப்பை உருவாக்கி அதன்பலன் எல்லோருக்கும் கிடைக்கவேண்டும் என்று முடிவு செய்தோம். இதற்குப் பொறுப்பாளராக நியமிக்கப்பட்டவர்கள் நகரமக்களால் அவர்களது நேர்மைக்காகவும் ஒருமைப்பாடு மற்றும் மரியாதைக்காகவும் மதிக்கப்பட்டவர்கள். நிவாரணப்பணிகளுக்கென்றே தனியாக ஒரு அலுவலகம் ஏற்படுத்தப்படவேண்டும் என்று திட்டமிடப்பட்டுள்ளது, காஃப்ரான்பெல்லில் இருந்து அதிக அளவில் இடம்பெயர்ந்தவர்கள் இருப்பதால் பொருளாதார உதவிக்கென ஏற்படுத்தப்பட்ட அலுவலகத்தினால் நிவாரணப் பணிகளை மேற்கொள்ள இயலவில்லை - மொத்தம் பதினைந்தாயிரம் இடம்பெயர்ந்தவர்கள் இருக்கிறார்கள், அனைவருக்கும் உணவளிக்க வேண்டியுள்ளது. எங்களுக்கு உதவி செய்வதற்கென வரும் படைப்பிரிவுகளுக்கும் நாங்கள் உணவளிக்க வேண்டும். ஏழுபேர் கொண்ட ஒரு நிவாரண அலுவலகத்தைத் திறந்திருந்தோம். போர் தீவிரமடைந்து இடம்பெயர்ந்த மக்கள் இங்கிருந்து சென்றதும் அது ஊடக மையமாக மாறியது. இப்படித்தான் மற்றவர்களின் உதவியின்றித் தனியாகச் சமாளித்துக் கொண்டிருக்கிறோம். எங்களுடைய யோசனைகள் நாங்களே உருவாக்கிக் கொண்டவை.

'ஆனால் விஷயங்கள் குறிப்பிடத்தகுந்த அளவு சிக்கலானவை, ஏனென்றால் நாங்கள் இப்போது எதிர்கொண்டுள்ள ஆபத்துகள் உண்மையில் எங்களால் எதிர்கொள்ள முடியாதவையே. இந்த ஜிஹாதிப் படைப்பிரிவுகள் மற்றும் சமகாலக் குழப்பங்கள் திடீரென உண்டானவை - இதுதான் நாங்கள் எதிர்கொள்ளும் முக்கியமான தடைகள். என்னைப் பொறுத்தவரை நான்

எப்போதும் என் கனவுகளைக் கைவிடமாட்டேன். கணிசமான அளவு இப்போது எங்களிடம் அனுபவம் உள்ளது, அதை இன்னமும் அதிகரிக்க வேண்டும். நான் எப்போதும் நம்பிக்கை இழப்பதில்லை, ஆனால் மக்களின் நம்பிக்கையை மீண்டும் பெறுவது சுலபமானது என்று என்னால் சொல்லமுடியவில்லை.' ரயீத் ஒருகணம் பேசுவதை நிறுத்தினார், பிறகு நிறைவாக, 'இது போதுமென்று நினைக்கிறேன். சொல்வதற்கு வேறெதுவும் இல்லை' என்றார்.

நான் எழுதுவதை நிறுத்தினேன், இருவரும் ஆளுக்கொரு சிகரெட்டைப் பற்றவைத்துக் கொண்டோம். வானத்தில் நட்சத்திரங்கள் மின்னிக்கொண்டிருந்தன, என்னிடம் வார்த்தைகள் எதுவும் இருக்கவில்லை. ரயீத் மாடியின் அருகில் இருந்த ஆலிவ் மரத்தை வெறித்தபடி தனக்குத்தானே தலையசைத்துக் கொண்டிருந்தார். இரவின் அமைதி வழக்கம்போல் இல்லை: எந்த வெடிச்சத்தமும் கேட்கவில்லை. என் இதயத்தில் உருவான பிளவின் முடிவு கண்ணுக்குத் தெரியாத அளவு இன்னுமின்னும் வளர்வது போலிருந்தது.

மாகாணத்தின் வழக்கங்கள் மற்றும் மரபுகள் எப்போதுமே மக்களின் கலாச்சார அடையாளங்களின் ஒரு பகுதியை உருவாக்குவதாகவே இருந்துள்ளது, ஏற்கெனவே அடக்குமுறையினால் துன்பப்பட்டுக்கொண்டிருந்த பெண்களுக்கு இந்தப்போர் அதைக் குரூரமான முறையில் திரட்டிக் கொடுத்துள்ளது. ஐஎஸ்ஐஎஸ், நுஸ்ரா முன்னணி, அஹ்ரார் அல்-ஷாம் மற்றும் மற்ற அடிப்படைவாதிகள் வந்தபின் பெண்களின் பங்கை மொத்தமாகத் துடைத்தழித்து விட்டனர். இருப்பினும் நாங்கள் எதிர்ப்பது குறித்துக் கனவு காணத்தான் செய்கிறோம்.

ரஸானின் வீடு கச்சிதமானது மற்றும் மனதுக்கு நெருக்கமானது. இங்கே எனக்கு அறிமுகமான எல்லா வீடுகளுமே, சற்றுக்கசப்பான நினைவுகளை, என் வீட்டு ஏக்கத்தைக் எனக்குக் கொடுத்தாலும் சிரியா என்ற உணர்வைக் கொடுத்துள்ளன. ஒவ்வொரு வீடும் அதனளவில் முக்கியமானது: அபு இப்ராஹிமின் வீடு, என்னுடைய முக்கியமான இயங்குதளம்; ஊடக மையங்கள், அங்கேதான் எறிகணைத் தாக்குதலில் மாட்டிக்கொண்டு அதிக நேரத்தைச் செலவு செய்திருக்கிறோம்; ஒளம் காலித்தின் வீடு, ஆயூஷின் எரிந்து போன அடுக்ககம் - என் நினைவின் பகுதிகளாகச் சேகரமாகியிருக்கும் வீடுகள், இப்போது குண்டுவீச்சினால் வெறும் இடிபாடுகளாகிவிட்டன.

இருப்பினும் நாங்கள் தொடர்ந்து செல்கிறோம், இயல்பான வாழ்க்கையைப்போல் செயல்பட்டுக் கொண்டிருக்கிறோம். தொடர்ந்து மரணத்தை ஏமாற்றுகிறோம். குண்டு வீச்சு நிற்காவிட்டாலும் அமைதியாக அடுப்பில் காஃபியைக் கொதிக்கவைத்துக் கொண்டிருக்கிறோம். எறிகணை சத்தத்தில் காலை எழும்போது வாழ்வா சாவா என்ற சிந்தனையைக் காட்டிலும் இந்தக் கோப்பைக் காஃபி முக்கியமானதாக இருக்கிறது. எங்கள் தோற்றத்தையும் பார்த்துக்கொள்ள வேண்டும். இருக்கும் சிறிய அளவு நீரில் எங்கள் நீராட்டை நடத்தி முடிக்க வேண்டும். என்ன செய்ய வேண்டுமோ அதைச் செய்துகொண்டுதான் இருக்கிறோம். வாழ்க்கை அதன் எல்லா லௌகீக விஷயங்களோடு நகர்ந்துகொண்டிருக்கிறது. ரஸானும் நானும் எங்களைக் கவனித்துக்கொள்பவர்கள் அழைத்துச் செல்வதற்காக அமைதியாகக் காத்திருப்போம், அப்போது காஃப்ரான்பெல்லின் தெருக்களில் இரண்டு வெளிநாட்டவர் போல நாங்கள் நிற்பதில்லை.

ஜனவரி 2011, டமாஸ்கஸ்சில் உள்ள அரசியல் பாதுகாப்புப் படையின் பிரிவொன்றால் சிரிய - ஜோர்டானிய எல்லையில் வைத்து புரட்சி நடவடிக்கைகளுக்காக ரஸான் கைது செய்யப்பட்டார். 'சுதந்திர ராணுவப்படை டமாஸ்கஸ் நகர மையத்தில் இருந்தது,' என்றார் ரஸான், 'நாங்கள் டமாஸ்கஸ் வீழ்வதற்குத் தயாராக இருந்தோம். யார்மோ முகாம் விடுதலை பெற்றிருந்தது, நாங்கள் எங்களுடைய சந்திப்புகளை அங்கேதான் நடத்தினோம்.' அவர் முதலில் டாரா சிறைச்சாலையில் வைக்கப்பட்டிருந்தார், மனசாட்சியோடு உள்ள ஒரு விசாரணைக்கைதி கொலைக்குற்றவாளிகளுக்கு நடுவில். பிறகு அவரை ஒவ்வொரு இடமாக மாற்றினர். தினமும் அவர் ஒவ்வொரு சிறைச்சாலையாக மாற்றப்பட்டார், கடைசியில் அவரை டமாஸ்கஸ் சிறைச்சாலைக்குக் கொண்டுவந்தனர், பிறகு அவர்மீது குற்றம் ஏதும் சுமத்தாமல் விடுதலை செய்தனர். ஆனால் இரண்டு மாதங்கள் கழித்து அவர் மீண்டும் கைது செய்யப்பட்டார், விமானப்படையின் உளவுப்பிரிவில் விசாரணைக்காவலில் வைக்கப்பட்டு விடுதலை செய்யப்பட்டார். இருந்தாலும் அவர் தன் வேலைகளை நிறுத்தியதே இல்லை. எல்லையைத் தாண்டிச் செல்வார் பிறகு மீண்டும் இத்லிப் மாகாணத்திற்குள் வந்து புரட்சிப்பணிகளைத் தொடர்வார்.

ரஸான், புரட்சியைப் பொறுத்தவரை முக்கியமான ஒருவராகக் கருதப்படுகிறார், என்ன நடந்தாலும் அதன் வெற்றி குறித்துக் கனவு காண்கிறார். நான் விஷயங்களை வேறுவிதமாகப்

பார்க்கிறேன். இப்போது புரட்சி என்பது அழிவின் விளிம்பில் இருக்கிறது, நடப்பவை எல்லாம் சிரியாவுக்கு வெளியே தீர்மானிக்கப்படுகின்றன, அதற்கும் நாங்கள் கனவுகண்ட புரட்சிக்கும் அதிகம் தொடர்பில்லை. இருப்பினும் புரட்சிக்கு உள்ளே இருந்துகொண்டு அதற்காக வேலை செய்வதைக் கைவிடுவதென்பது இயலாதது.

அன்று காலை எங்களுடன் பணிபுரிபவரான அபு தாரேக் வந்திருந்தார், ரஸானின் வீடு அமைந்துள்ள புழுதி படிந்த தெருமுனையில் காத்திருந்தார். அபு தாரேக், நாற்பதுகளில் இருப்பவர், இடைநிலைப்பள்ளி வரை மட்டுமே கல்வி பெற்றவர், ஆனாலும் ஒப்பிடுகையில் சற்று வசதியானவர், தையல்கடை ஒன்றும் மொசைக் மற்றும் மார்பிள் கற்களுக்கான கடை ஒன்றும் நடத்திவந்தார். அமைதிப்பேரணி நடந்த முதல் நாளிலிருந்தே அதில் பங்கேற்று உள்ளூர் மக்களின் நன்மதிப்பைப் பெற்றிருந்தார், அவரை நம்பலாம் என்று எல்லோருமே சொல்வார்கள். புரட்சிக்கும் மக்களுக்கும் விசுவாசமாக இருப்பதன்மூலம் அவர்களின் பாராட்டுக்குத் தகுந்தவர் என்று நிரூபித்துள்ளார் - இந்நாட்களில் இந்த விசுவாசம் உங்களை எங்கும் கொண்டுசேர்க்கப் போவதில்லை. இப்போது ராணுவப் பிரிவொன்றின் தளபதி, அவருக்குக்கீழே ஆயிரக்கணக்கில் போராளிகள் இருக்கிறார்கள், இன்னமும் ஒன்றுபட்ட சிரியா குறித்துக் கனவு காண்கிறார். பஷார் வீழ்ந்தபின் ஆயுதங்களைக் கைவிட்டுத் தன் செய்தொழிலுக்குத் திரும்புவேன் என்றார்.

அவருக்குத் தேவை குடியரசுள்ள மதச்சார்பற்ற நாடு. 'சிரியச் சமூகத்தில் இஸ்லாமிய ஷரியாவைக் கொண்டுவருவது சாத்தியமற்றது,' என்று அழுத்திக்கூறினார். 'இது சமூகத்தின் இயல்பான போக்குக்கு எதிரானது.' அவரது கருத்துப்படி இப்போது நடந்துகொண்டிருப்பது முழுமையாக ஒரு சர்வாதிகார ஆட்சியை எதிர்த்து நடந்து கொண்டிருக்கும் ஒரு போர்: இதில் இனம் மற்றும் மதம் குறித்தெல்லாம் அவர் எதுவுமே கேட்கத் தயாராக இல்லை. அவர் தொழுது, நோன்பிருந்து தன் மதத்திற்கு உண்மையாக இருப்பவராயினும் அவர் சொல்வது, 'அது அப்படியல்ல, நாங்கள் எங்களுடைய நாட்டை உருவாக்கவே விரும்புகிறோம், அழிக்க அல்ல.'

அன்று மாராத் அல்-நுமான் செல்லவேண்டும், சென்ற முறைகள் சென்று வந்தபோது இருந்ததைவிட இப்போது அங்கே நிலைமை மிகவும் மோசம்: மொத்தமாக அழிந்துவிட்டது. போர்முனையில் அமைந்திருப்பதால் கடந்த மூன்று மாதங்களாகத் தொடர் குண்டுவீச்சுக்கு ஆளாகியுள்ளது. இப்போது இடிபாடுகளாகிக் கிடக்கும் இந்தப்புராதன வரலாற்று முக்கியத்துவம் வாய்ந்த

நகரில் குண்டுவீச இனி என்ன இருக்கிறது?

நாங்கள் சந்திக்கப்போகும் நபர் செல்வாக்குமிக்கவர், அஹ்ரார் அல்-ஷாம் இயக்கத்தின் தலைவர், அரேபிய எமீர். அவரோடு பேசுவதன் மூலம் அவ்வியக்கம் என்ன நினைக்கிறது என்று புரிந்துகொள்ள முடியும். நகருக்கு வெளியே உள்ள ஆபத்தான பகுதியைக் கடந்தோம், அப்பகுதி குறித்து எனக்கு நன்றாகத் தெரியும், ரயீத்துடன் இஃப்தாருக்கு காய்கறிகள் வாங்க இங்குள்ள சந்தைப்பகுதிக்கு வந்திருக்கிறேன். சிலநிமிடங்களுக்குத் தலையைக் குனிந்துகொண்டு மூச்சை இழுத்துப்பிடித்துக் கொண்டேன், இப்பகுதி அரசுப்படையின் ஸ்னைப்பர் பகுதி, அவ்வீரர்கள் சாலையைக் கவனித்துக் கொண்டிருப்பார்கள். மாராத் அல்-நுமானுக்குள் நுழைவதற்குச் சில நிமிடங்கள் முன்பு ஒரு ஏவுகணை விழுந்து வெடித்தது. ஆனால் நாங்கள் நிற்காமல் சென்று கொண்டிருந்தோம்.

வளர்ந்து வரும் பிரச்சனையாக வெளிப்படையாகத் தெரிவது, வேறொருவகையான அதிகார சக்தி வளர்ந்து எல்லாவிதமான சமூகச் செயல்பாடுகள் அல்லது சிதறிய சமூகத்தை மறுபடி கட்டி எழுப்பும் முயற்சிகளுக்கு முட்டுக்கட்டையாக இருப்பதுதான். அழிந்து கிடக்கும் தெருக்கள் வழியாக வண்டியைச் செலுத்திச் சென்றபோது, சிரியாவில் உள்ள பெண்களுக்கும் வெளிஉலகிற்கும் இடையே நேர்மறையான ஒரு உறவைப் பேணுவதற்கான சிறந்த வழி, சிறிய அளவில் எதையும் செய்வது, அஹ்ரார் அல்-ஷாம் போன்ற ஜிஹாதிக் குழுக்களின் கவனத்தை அதிகம் தூண்டிவிடாமல் இருப்பது என்று தோன்றியது. ஆனால் இப்போது இரண்டு பாலினங்களுக்கிடையேயும் எல்லாவிதமான இடைவினைகளும் தடைசெய்யப்பட்டுள்ளன. அது சட்டமாக்கப்பட்டுவிட்டது, முகத்திரை அணியாமல் வெளியே செல்வதை நினைத்துக்கூடப் பார்க்க முடியாது. முகத்திரை அணியாத எந்தப்பெண்ணும் விசாரணைக்குரியவள், மேலும் அனைத்து விதமான சேவகர்களும், அவர்கள் ஆணோ, பெண்ணோ, கடத்தப்படும், கொல்லப்படும் அல்லது கைதுசெய்யப்படும் வாய்ப்பு உள்ளது. ஆனாலும் நான் நம்பிக்கையிழக்கவில்லை. அஹ்ரார் அல்-ஷாமின் தலைவரான எமீருடனான இந்த நேர்காணலைச் செய்தே தீருவது என்று உறுதிகொண்டேன், எப்படியும் நான் என் உண்மையான அடையாளத்தை அவரிடம் வெளியிடப்போவதில்லை.

போகும் வழியில் அப்போதுதான் தாக்குதல் நடந்த ஒரு இடத்தைக் கடந்தோம். ஒரு பள்ளிக்கு அருகே ஏவுகணை தாக்கியிருந்தது, அப்பள்ளி நம்பிக்கையின் புன்னகை அறக்கட்டளையால் நிர்வகிக்கப்படுவது. ஒருபக்கச் சுவர்

பாதிப்படைந்து மேற்கூரை வண்ணமயமான நாற்காலி, மேசைகள் மீது விழுந்திருந்தது. உற்சாகம் தரும் வண்ணமயமான பொருட்களை இப்படியொரு இடிபாடுகளுக்கிடையே பார்ப்பது விசித்திரமான காட்சியாக இருந்தது. அந்தப்பள்ளி, மரங்களால் சூழப்பட்டிருந்த ஒரு பழைய கட்டடம், சுவர்கள் அழகாக அலங்கரிக்கப்பட்டிருந்தன. இடிபாடுகளுக்கிடையே குழந்தைகளின் ஓவியங்களைப் பார்த்தேன் - மெல்லிய கோடுகளால் தீட்டப்பட்ட ஓவியங்கள்.

பள்ளிக்கு முன்பாக ஒரு முதியவர் இரண்டு கைகளையும் வானத்தை நோக்கி உயர்த்தியபடி அமர்ந்திருந்தார். புகையும் புழுதியும் காற்றை நிறைத்திருந்தன. அவரது மகன் அந்தத் தாக்குதலில் உடனடியாக அங்கேயே இறந்துவிட்டான் என்று கேள்விப்பட்டேன்.

'அதுவொரு ராக்கெட்,' என்றார் அருகிலிருந்த இளைஞர்.

எங்கும் குப்பைகள் குவிக்கப்பட்டிருந்தன, போலவே இடிபாடுகளின் குவியலும். இடிந்திருந்த பள்ளிக்கும் எமீரின் அஹ்ரார் அல்-ஷாம் அலுவலகத்துக்கும் இடையே பார்க்கும்போது அழிவு இன்னமும் வெளிப்படையாகத் தெரிந்தது. தெருவெங்கும் குப்பைகள் நிறைந்திருந்தன, அவ்வப்போது உயிர்களின் நடமாட்டத்தைப் பார்க்க முடிந்தது.

அபு அஹமத்தைப் பார்த்தோம், அஹ்ரார் அல்-ஷாம் இயக்கத்தின் எமீர், தனது அலுவலகத்தில் அமர்ந்திருந்தார், ஒரு நகராட்சி உயரதிகாரியின் அலுவலகம் போன்ற தோற்றம், விதிவிலக்காக சோஃபாவுக்கு எதிரில் ஆயுதங்கள் குவிக்கப்பட்டிருந்தன, நிறைய இயந்திரத் துப்பாக்கிகள் அவருக்குப் பின்னால் வரிசையாக வைக்கப்பட்டிருந்தன, ஆயுதமேந்திய வீரர்கள் வாசலில் காவலுக்கு நின்றனர். நாற்காலிகள் சோஃபாக்கள் அத்தனையும் கருநிறத்தோல் கொண்டு அலங்கரிக்கப்பட்டிருந்தன. ஒரு மரமேசை சுத்தமாக பளபளவென மின்னியது. எமீர், பொன்னிறமான நீண்ட, அடர்ந்த தாடியோடு இருந்தார். முப்பத்தியெட்டு வயதானவர், மாராத் அல்-நுமான் அருகே உள்ள கிராமப்புறத்திலிருந்து வந்தவர். லெபனானில் கல் பாவும் வேலையில் இருந்தபின் ஆகஸ்ட் 2011 இல் சிரியாவுக்குத் திரும்பியவுடனேயே ராணுவ இயக்கத்தில் சேர்ந்துள்ளார். அமைதிப்பேரணியில் அவர் பங்குகொள்ளவில்லை, சமூக சேவை செய்யும் இயக்கங்களோடு அவருக்கு எந்தத் தொடர்பும் இல்லை, அதிலெல்லாம் அவருக்கு விருப்பமும் இல்லை. அதற்குப்பதிலாக பதினைந்துபேர் மட்டுமே கொண்ட ஒரு ராணுவக்குழுவில் இணைந்து

கொண்டார். அவருடைய அலுவலகத்திற்கு எதிரே மக்கள் கூட்டம் மனிதாபிமான அடிப்படையில் செய்யப்படும் உதவிகளைப்பெறுவதற்கு வரிசையாக வந்து கொண்டிருந்தனர், நம்பிக்கையின் புன்னகை மற்றும் அஹ்ரார் அல்-ஷாம் இருவருமே உதவிப்பொருட்களை வழங்கிக் கொண்டிருந்தனர்.

எமீர் என்னை யாரென்றே கேட்கவில்லை, என் முகத்தை நேரடியாகப் பார்க்காமல் பேசிக்கொண்டிருந்தார். அபு தாரேக், நான் ஒரு புத்தகம் எழுதிக்கொண்டிருப்பதாகவும் அதன்பொருட்டு அவரைச் சந்திக்க விரும்புவதாகவும் கூறியிருந்தார், எமீர், அபு தாரேக்கின் மீது நன்மதிப்பு உடையவர் என்பதால் நேர்காணலுக்கு ஒப்புக்கொண்டார். அடிப்படையான விபரங்களைச் சொல்வதிலிருந்து ஆரம்பித்தார், அபு தாரேக்கைக் குறிப்பிடும்போது அவரைப்பார்த்துப் புன்னகை செய்தார், அது நான் அங்கிருக்கும் சங்கடத்தைச் சரிசெய்ய முயல்வதுபோல இருந்தது. நான் அவரிடம் தன்னைப்பற்றியும் அஹ்ரார் அல்-ஷாம் இயக்கத்தைப் பற்றியும் அவர் விரும்பும் விபரங்களைச் சொல்லும்படி கேட்டேன். அந்த இயக்கம் தன்னைப் பிரபலப்படுத்துவதில் முனைந்துள்ளது எனக்குத் தெரியும், எனவே அவரை பேசத்தூண்டுவதே சிறந்த உத்தி என்று நினைத்தேன். இந்த இயக்கம் ஆயுதந்தாங்கிய இஸ்லாமியக் குழுக்களின் பகுதியாக இருக்கிறது, மேலும் வடக்குப் பகுதியில் முக்கியமான செயல்பாடுகளைக் கொண்டது. என்னுடைய கேள்விக்கு தலையைத் திருப்பிக்கொண்டு அபு தாரேக்கைப் பார்த்தபடி பதிலளிக்க ஆரம்பித்தார். பிறகு, முகமன் கூடக் கூறாமல், திடீரென ஒரு போராளி உள்ளே நுழைந்து எங்களைக் குறுக்கிட்டு, சுருக்கமாக எமீரிடம் சோஃபாவில் மூன்று இயந்திரத் துப்பாக்கிகளை வைத்திருப்பதாகக் கூறினார்.

தலைகுனிந்து வெற்றுத் தாளைப் பார்த்துக் கொண்டிருந்தேன். நான் பதட்டத்தில் இருந்தேன், எறிகணையின் சத்தம் மிக அருகில் கேட்டுக்கொண்டிருந்தது, நான் இருப்பது பல்வேறு போர்முனைகளின் சந்திப்புப் புள்ளியில் என்பது எனக்குத் தெரியும். மேலும் நான் அமர்ந்திருப்பது ஒரு ஜிஹாதிக் குழுவொன்றின் தலைவரான எமீர் முன்னிலையில் என்பதை நினைக்கும்போது என்னால் இயல்பாக இருக்கமுடியவில்லை, மேலும் நான் அவரைப் பேட்டி எடுக்கிறேன் - ஆனால் வெளியில் அமைதியாக இருந்தேன். புன்னகைத்தபடி எதிர்ப்பு மனநிலையிலிருந்து அவரை வெளிக்கொணர முயற்சி செய்து கொண்டிருந்தேன். அது மதியநேரம், நான் பதட்டமாக, சூடாக, மூச்சடைப்பதுபோல உணர்ந்தேன். தொண்டை வரண்டு

திடீரென வியர்த்துக் கொட்டியது, ஆனால் ஒருவழியாக அபு அஹமத் பேச ஆரம்பித்தார், நான் எழுதத்தொடங்கினேன்.

'நான் ராணுவத்தில் சேர்ந்ததே பஷார் அல்-அஸாட்டின் ஆட்சியைக் கவிழ்த்து அதற்குப் பதிலாக கடவுளின் சட்டத்தை இந்தநாட்டில் கொண்டுவரத்தான்,' என்றார் எங்களிடம். 'நாங்கள் நாற்பது ஆண்டுகள் ஹஃபீஸ் அல்-அஸாட்டின் நியாயமற்ற குற்றம் நிறைந்த ஆட்சியில் வாழ்ந்துவிட்டோம். நிறையப் பொறுத்தாயிற்று. நான் அபு தமிம் மற்றும் காயிம் அல்-ஜாஸ்ஸியாவின் புத்தகங்களை வாசிப்பவன் என்ற ஒரே காரணத்தால் அடிக்கடி விசாரணைக்கு உட்படுத்தப்பட்டேன். இது பலமுறை நடந்துள்ளது, என் குடும்பத்தார் சிலரே அரசுக்கு ஆதரவாக இருந்தனர். இதுவொரு நாத்திகவாத அரசு. நான் இப்போது செய்துகொண்டிருப்பது கடவுளுக்காகச் செய்யும் ஜிஹாத்.

'எங்கள் குழு முதலில் ஆகஸ்ட் 2011-இல் உருவானது. எங்களிடம் அப்போது மூன்று ரைஃபிள்களும் ஒரு கார் மட்டுமே இருந்தது - இப்போது எங்களிடம் நாற்பது கார்களும் நாற்பது டன் வெடிபொருட்களும் உள்ளன. எங்கள் படைகளை அபு அல்-பராவுடன் இணைத்துக்கொண்டுள்ளோம், அஹ்ரார் அல்-ஷாமை உருவாக்கிய ஐந்து நபர்களில் ஒருவர் அவர். மக்கள் அபு அல்-பராவைத் தக்ஃபிரி என்கிறார்கள், எங்களை அவரிடமிருந்து பிரிந்து வருமாறு கூறுகிறார்கள், ஆனால் நாங்கள் அப்படிச் செய்யவில்லை. அஹ்ரார் அல்-ஷாமில் இணைந்த ஆறாவது ஆள் நான், எனவே அதை உருவாக்கியவர்களில் நானும் ஒருவன் என்ற முறையில் மற்ற குழுக்களை உருவாக்கிய எமீர்களை நான் நன்கறிந்திருக்க வேண்டும்.'

அபு அல்-பரா என்ற பெயர் மார்சினுக்காக, மன்ஹால் *ஷரியா* நீதிமன்றத்திற்குச் சென்றபோது செயல்பாட்டாளர்களுக்கு அச்சுறுத்தல் உண்டாக்கிய பெயர்களில் ஒன்று, ஆனால் இரண்டும் ஒரே நபர்தானா என்று எனக்கு உறுதியாகத் தெரியவில்லை.

எமீர் தொடர்ந்தார், 'அரசுப்படையின் ராணுவ வீரர்களைக் கொல்வதா வேண்டாமா என்று நாங்கள் ஆலோசனை செய்தபோது, அவர்கள் ராணுவத்திலிருந்து விலகியவர்களாக இருந்தால் கொல்லவேண்டாம் என்று முடிவானது, அதேசமயம் அவர்கள் போர்முனையில் இறந்தால் அது எங்களுக்கெதிரான பாவமாக எடுத்துக்கொள்ளப்படமாட்டாது, அது ஹலால் எனப்படும் சட்டத்திற்குட்பட்டதாகிறது. நாங்கள் IED எனப்படும் வெடிகளை பாதுகாப்பு ரோந்துக்காரர்கள் வரும் வழியில்

புதைத்து வைத்தோம். ஆனால் 2012-இல் ராணுவம் நகருக்குள் நுழைந்தபோது சூழ்நிலை மாறியிருந்தது. அவர்கள் உள்ளே நுழைந்து எங்களைக் கொல்லவும் பொதுமக்கள் மீது குண்டுவீசவும் செய்வார்கள் என்று நாங்கள் எதிர்பார்த்திருக்கவில்லை, அது அழித்தொழிக்கும் ஒரு செயல், எனவே அதற்கேற்றபடி நாங்கள் எங்களது திட்டத்தை மாற்றியமைக்க வேண்டியதாயிற்று.

'எனவே நானும் அபு அல்-பராவும் அங்கேயே இருந்து மிணிஞி வெடிகளை வெடிக்கவைக்கும் திட்டத்தைத் தொடர்ந்தோம். நாங்கள் பயணிப்பது சபா வாகனத்தில், இரண்டு வாரத்திற்கு ஒருமுறை அதன் நிறத்தை மாற்றிவிடுவோம். கார் வெடிகுண்டுகளுக்கு நாங்கள் பெயர் பெற்றவர்களானோம், இப்போது நான்தான் மாராத் அல்-நுமானின் எமீர், எங்களிடம் ஆயிரம் ஜிஹாதிச் சகோதரர்கள் கொண்ட படைப்பிரிவு இருக்கிறது.'

'ஆனால், 'எமீர்' என்பதற்கு இங்கே என்ன அர்த்தம்?' என்று கேட்டேன். 'ஏன் அஹ்ரார் அல்-ஷாம், நுஸ்ரா முன்னணி, ஐஎஸ்ஐஎஸ் அமைப்புகளின் தலைவர்கள் எமீர் என்று அழைக்கப்படுகின்றனர்?' இந்த அடைமொழி சிரியாவில் வழக்கமான ஒன்றல்ல அல்லது மத்தியதரைக்கடலின் கிழக்குக்கரை நாடுகளில் வழங்கப்படும் பெயரல்ல, எனவே அந்தப்பெயர் இங்கே என்ன முக்கியத்துவம் பெறுகிறது என்று அறிந்துகொள்ள விரும்பினேன்.

ஒரு கணம் என்னைப் பார்த்துவிட்டு, தலையசைத்துத் தொடர்ந்தார், 'எமீர்தான் படைத் தலைவர்களை தேர்ந்தெடுப்பவர் மற்றும் போர்த்திற நடவடிக்கைகளைத் திட்டமிடுபவர், மேலும் சட்டமியற்றும் அதிகாரி, நீதிபதி போல. படைப்பிரிவில் ஒரு ஆலோசனை சபை இருக்கிறது, ஷூரா சபை என்று பெயர், ஆனாலும் எமீரின் வார்த்தைகளுக்கு அதிக மதிப்பு வழங்கப்படுகிறது.'

'அப்படியென்றால் உங்களது வார்த்தைகளுக்குத்தான் அதிக மதிப்பு என்று சொல்லும்போது ஹஃபீஸ் அல்-அஸாட் மற்றும் அவரது மகன் ஆகியோருக்கும் உங்களுக்கும் என்ன வித்தியாசம்,?'

'அதற்கு நான் ஒன்றும் செய்யமுடியாது; இதுதான் சட்டம். எமீரின் வார்த்தைக்கு இரட்டிப்பு மதிப்பு, அவ்வளவுதான்' என்று அமைதியாக பதிலளித்தார்.

அவருக்குப் பின்னால் நீட்டிக்கொண்டிருந்த இயந்திரத்துப்பாக்கிகளின் முனையைப் பார்த்ததும் அவரோடு வாதம் செய்ய விரும்பாமல் அவர் மேலும்பேச அனுமதித்தேன்.

'எமீர் என்பவர் அரசியல் தலைவரும் கூட,' என்று விளக்கினார். 'ஆனால் எங்களுடைய முக்கியப் பணி ராணுவ நடவடிக்கைகள்தான். எங்களிடம் நிறைய போராளிகளோடு தன்னார்வ ஜிஹாதிச் சகோதரர்களும் இருக்கிறார்கள். பணம் எங்களுக்கு ஒரு பொருட்டல்ல, ஆனால் அது உண்மையான சமய நம்பிக்கையுடையவர்களைப் பணியமர்த்த உதவுகிறது. நாங்கள் மாதச்சம்பளம் என்று எதுவும் தருவதில்லை.'

நான் குறுக்கிட்டு, 'ஆனால் போராளிகளுக்குச் சம்பளம் உண்டு, மேலும் உங்களுக்கு அறக்கட்டளைகளும் வியாபாரமும் உண்டு என்று கேள்விப்பட்டேனே,' என்றேன். 'இது எல்லோருக்கும் தெரிந்த விஷயம்தான்.'

அவர் முதல்முறையாக என் கண்களைப் பார்த்தார், பிறகு அதே அளந்தெடுத்த குரலில் பதில் கூறத் துவங்கினார், 'அது நாங்கள் வழங்கும் "போராளிகளுக்கான உதவித்தொகை", அது அவர்கள் குடும்பத்துக்காகவும் அவர்களது சொந்த செலவினங்களுக்காகவும் வழங்கப்படுகிறது. அறக்கட்டளைகளைப் பொறுத்தவரை அவை மக்களுக்கு உதவி செய்யும்பொருட்டு அமைக்கப்பட்டுள்ளன.'

'அந்த வியாபாரங்கள்?'

அவர் தீவிரமாக என்னை இடைமறித்து, 'ஆரம்பத்தில் சில சிரமங்கள் இருந்தன, ஆனால் ஒவ்வொரு சண்டையின்போதும் நாங்கள் ஆயுதங்களைக் கைப்பற்றுகிறோம். ராணுவத்திடமிருந்து அதிகமாகவே எங்களுக்குக் கிடைத்திருக்கிறது. இந்த வளங்கள் முஸ்லிம்களிடமிருந்து கிடைத்தவை, எனவே அவை முஸ்லிம்களுக்கே திருப்பியளிக்கப்பட வேண்டும். நான் இங்கே மாராத் அல்-நுமானில் நிறைய தண்ணீர்த்தொட்டிகளை வாங்கி வைத்திருக்கிறேன், ஒரு கிணற்றிலிருந்து மக்களுக்குத் தேவையான தண்ணீர் கொண்டுவரப்படுகிறது. இங்கே தண்ணீரும் மின்சாரமும் இல்லை, எனவே எங்களுடைய முதலீட்டுத் திட்டங்கள் எல்லாமே மக்களுக்கு உதவுவதற்காகவே உள்ளன. எங்களுக்கு முன்னே நீண்ட பயணம் காத்திருக்கிறது, நீங்கள் இறைவனின் பாதையை ஆதரித்தீர்கள் என்றால், அவர் உங்களுக்கு உதவுவார்.

'எங்களோடு சார்ந்திராத தனிப்பட்ட முறையில் புரட்சியில் இயங்குபவர்களும் எங்களோடு கைகோர்த்திருக்கிறார்கள், சிரியர் அல்லாத ஜிஹாதிகள், எங்களுக்கு விசுவாசமானவர்கள் எங்களோடு இருக்கிறார்கள். மற்ற முஸ்லிம் சகோதரர்கள், இங்கிருந்து சென்றவர்கள் தங்களது குழந்தைகளை வெளிநாட்டில் வளர்த்திருப்பார்கள், அவர்கள் மீண்டும் திரும்பி வந்து எங்களோடு போரிடுவதில் இணைந்து கொள்கிறார்கள். ஒட்டுமொத்தமாக, எங்களில் தொண்ணூற்றியெட்டு சதவீதத்தினர் சிரியர்கள்.

செச்சினியாவைச் சேர்ந்த மூவர் எங்களோடு உள்ளனர், ஆனால் உண்மையில் அவர்களது பெற்றோர் அறுபதுகளில் இங்கிருந்து சென்ற சிரியர்கள்தான்.'

அபு தாரேக் அவ்வப்போது இடைமறித்து தன் கருத்தாக அல்லது தெளிவாக இல்லாதவற்றின் விளக்கமாக ஏதேனும் சொல்லுவார். நான் எவ்வளவு அமைதியாக இருக்கமுடியுமோ இருந்தேன், ஆனாலும் சூழ்நிலை எனக்கு மூச்சுமுட்டுவது போல் மாறியது. வெளியே எறிகணை விழுவது நின்று விட்டிருக்க, ஒரு கணத்திற்கு உலகம் மிக அமைதியானதாகத் தோன்றியது. மதியநேரங்களில் இவ்வாறு நான் உணர்வது அபூர்வமானது. ஆனால் நாற்காலிகளில் இருந்த தோலின் வாசனை நெஞ்சுக்குள் இறுக்கத்தை உணரச்செய்தது.

'உருவாகவிருக்கும் நாடு என்ன வகையினதாக அமையவேண்டும் என்று விரும்புவீர்கள்?' என்று கேட்டேன்.

எமீர் இப்போது நேரடியாக என் கண்களைப் பார்த்தார். 'எங்களுக்கு வேண்டியது சர்வாதிகார ஆட்சி அழியவேண்டும் என்பதுதான்,' என்றார்.

நான் மீண்டும் அதே கேள்வியைக் கேட்க இம்முறை தீவிரத் தன்மையோடு அதற்கு பதிலளித்தார், 'இயல்பாக, நாங்கள் இஸ்லாமிய எமீரகம் அமைவதையே விரும்புகிறோம். நம்பிக்கையாளர்களை வழிநடத்த ஒரு எமீர் இருப்பார், ஷூரா சபையும் இருக்கும்' என்று கூறி அமைதியானார்.

'அதன்பிறகு?' என்றேன்.

'அதன் பிறகு... சட்டங்கள் கொண்டுவரப்படும் - இனங்களைப் பாதுகாக்க, முஸ்லிம் அல்லாதோர், நஸாராக்கள் ஆகிய கிறித்தவர்கள் ஆகியோருக்காகவும். ஹிஜாப் இல்லாமல் பெண்கள் வெளியே செல்வது சட்டவிரோதமாகும். முகத்திரையின்றி வருவது தடை செய்யப்படும்; அதுதான் முக்கியமானது.'

அபு அஹமத்தின் கருத்துகளை நான் குறிப்பெடுத்துக் கொள்வதை அபு தாரேக் பார்த்துக் கொண்டே, அவ்வப்போது என்னைப்போலவே அவரைப் பார்த்தார். எமீர் இந்தக் கடைசி வாக்கியத்தைக் கூறியதும் என்னைப் பார்வையால் எச்சரித்தார்.

நான் வலிந்து புன்னகைத்தேன், அபு அஹமத் தொடர்ந்தார், 'அலாவித்துகள் சிரியாவில் இருக்க முடியாது. கிறித்துவர்கள் இஸ்லாமில் நஸாராக்கள் எவ்வாறு நடத்தப்பட்டார்களோ அவ்விதமே நடத்தப்படுவார்கள், மேலும் நாங்கள் வெளிப்படையாக அறிவிக்கிறோம், ரஷீதுன் எனப்படும் காலிஃப்-களால் சரியாக வழிநடத்தப்படும் கலீஃபாவை மீண்டும் மலரச்செய்வோம்.'

‘புரட்சியை ஆதரித்த அலாவித்துகள் மற்றும் ட்ரூஸ்கள் பற்றி என்ன கூறுவீர்கள்?’ அபு தாரேக் கேட்டார்.

‘மிகக்குறைவான அலாவித்துகளே புரட்சியை ஆதரித்திருக்கிறார்கள். அவர்கள் போகட்டும், நாங்கள் அலாவித்துகளையும் குர்துகளையும் கடைசித்துளி ரத்தம் உள்ளவரையிலும் எதிர்ப்போம்.’ அவர் குர்து என்றவுடன் நான் ஆச்சரியமடைந்தேன், ஏனெனில் குர்து என்பது ஒரு இனக்குழு, அது மதம் சார்ந்த பிரிவல்ல, அவர்கள் குறித்து ஏன் வெறுப்பு என்று என்னால் புரிந்துகொள்ள முடியவில்லை. ஆனால், ஒருவார்த்தைகூடப் பேசாமல் தொடர்ந்து எழுதிக் கொண்டிருந்தேன்.

‘எங்களிடம் ஷூரா சபையில் இருபத்தைந்து சகோதரர்கள் இருக்கிறார்கள்,’ என்றார் எமீர். ‘எங்களிடையே சட்டசபை என்பதெல்லாம் இல்லை, அதேபோல நாங்கள் யாரை ஒப்புக்கொள்ளவில்லையோ அவர்களோடு முஸ்லிம் சகோதரத்துவத்தைக் கடைபிடிப்பதில்லை.’

வியர்வைத் துளிகள் என் காதுக்குப் பின்னால் இருந்து கழுத்து வழியாக இறங்கி மார்பில் பயணித்து வயிற்றினை அடைவதை உணர்ந்தேன். விரல்கள் நடுங்கிக் கொண்டிருந்தன. இந்தச் சூழ்நிலையில் தேவையற்ற எந்தவொரு அசைவோ அல்லது செயலோ உயிருக்கே ஆபத்தாக முடியலாம். நான் எழுதிக்கொண்டிருக்கும் வார்த்தைகளில் சிரமப்பட்டு கவனத்தைக் குவித்தேன்: முதலில் நானொரு எழுத்தாளர் மற்றும் பத்திரிக்கையாளர், இந்த நேர்காணலை முடித்து, எல்லாவற்றையும் குறிப்பெடுத்துக்கொண்டு இங்கிருந்து வெளியே செல்லவேண்டும் - அதுதான் என் உடனடித்தேவை. இப்போது கோபத்திலும் பயத்திலும் வெகு வேகமாக மூச்சுவிட்டுக் கொண்டிருக்கும், நடுங்கியபடி வியர்த்து வழியும் அலாவித் பெண்மணியைச் சற்றுத் தள்ளிவைக்கவேண்டும். அவள் பின்பு நிதானமாக வெளிவரட்டும்.

அஹ்ரார் அல்-ஷாமின் எமீர் தொடர்ந்தார், ‘நாங்களும் நுஸ்ரா முன்னணியினரும் இஸ்லாமியக் கோட்பாடுகளில் பெரும்பாலும் ஒத்துப்போகிறோம். சில விஷயங்களில் வேறுபாடு இருக்கிறதுதான், ஆனால் அவர்கள் வீரமிக்கவர்கள்.’

‘இப்போது மொத்த அஹ்ரார் அல்-ஷாம் அமைப்புக்கும் எமீராக இருப்பவரின் பெயர் என்ன?’ என்று கேட்டேன்.

அவர் பெருமையாகப் பதிலளித்தார், ‘எங்களது மூத்தவரும் எமீருமானவர், ஹஸன் அபோட் அபு அப்துல்லாஹ் ஆவார்.

புரட்சி தொடங்கிய முதல் மாதத்தில் சிறையிலிருந்து விடுவிக்கப்பட்ட சிறைக்கைதி. தொடக்கத்திலிருந்தே மதரீதியில் உயர்வான இடத்தில் இருப்பவர்கள் எங்களோடு இருக்கிறார்கள், 2011 மே மாதத்திலேயே அவர்களை எங்களோடு இணைத்துக்கொள்ளச் செயலாற்றினோம். எங்களுடைய செயல்களில் ஊக்கத்தோடு இருக்கிறோம், முதலில் அவை ரகசியமாகத்தான் இருந்தன; எங்கள் குழு உருவானதையே வருடக்கடைசி வரை நாங்கள் வெளியிடவில்லை. இப்போது நாங்கள் சிரிய இஸ்லாமிய முன்னணியின் பகுதி. நாங்கள் நான்கு பிரிவுகளாக இருந்தோம், பிறகு அவை இணைந்து அஹ்ரார் அல்-ஷாம் இயக்கம் உருவானது. அந்த நான்கு பிரிவுகள் என்னவென்றால், இஸ்லாமிய அல்-ஃபஜிர் இயக்கம், அல்-தாலியா அல்-இஸ்லாமியா, அஹ்ரார் அல்-ஷாம் மற்றும் அல்-இமான் போர்ப்படைப் பிரிவு.'

'அரசு குறிப்பாக அந்த நேரத்தில் ஷேக் ஹஸன் அபோட்டை விடுதலை செய்தது உங்களுக்கு வித்தியாசமாகத் தோன்றவில்லையா?' அவர் என்னை ஆச்சரியத்தோடு பார்த்தார், எனவே நான் விளக்கமாக, 'அல்-அஸாட்டுக்கு எதிராக புரட்சி வெடித்துக் கொண்டிருக்கும் நேரத்தில் என்பது வித்தியாசமாகப் படவில்லையா?' என்றேன்.

'இல்லை, அதில் எனக்கு எதுவும் வித்தியாசமாகப்பட வில்லை.'

அடுத்து ஐஎஸ்ஐஎஸ் குறித்து, இயக்கத்தைப் பொறுத்தவரை அவர்கள் குறித்த நிலைப்பாடு என்ன என்று கேட்டேன்.

'இங்கே மாராத்தில் 'ஈராக் மற்றும் சிரிய இஸ்லாமிய அரசு' அமைப்பைச் சேர்ந்த சகோதரர்கள் இருக்கிறார்கள்,' என்றார். 'அவர்கள் எங்களோடு போரில் இணைந்து செயல்படுகிறார்கள், அவர்களில் பெரும்பாலானோர் குடியேறியவர்கள்தான். அவர்கள் நுசாய்ரி இனத்தை எதிர்த்துப் போரிட விரும்புகிறார்கள், அதாவது அலாவித்துகளை.'

'நேரமாகிறது, நாம் கிளம்பவேண்டும்,' என்றார் அபு தாரேக் திடீரென. நான் தலையசைத்தேன். கிளம்பலாம், சீக்கிரமே கிளம்பிவிடலாம் என்று நினைத்துக் கொண்டேன். அபு அஹமத் சிரித்தார்.

'உங்கள் விருப்பம்,' என்றார்.

நான் அடுத்த கேள்வியை முன்வைத்தேன். 'பஷார் வீழ்ந்தபிறகு சூழ்நிலை எப்படியிருக்கும் என்று நினைக்கிறீர்கள்?'

'நிறைய மோதல்கள் உருவாகும். வெவ்வேறு பிரிவுகளுக்கிடையே போர் மூளும். அரசு வீழ்ந்த பின் என்னாகும் என்று நான் அதிகம் யோசிப்பதில்லை. இறைவனின் அனுமதியோடு நான் தியாகியாகி இருப்பேன். ஒரு சண்டையின்போது ஆறு இடங்களில் காயம்பட்டேன், கடைசியாகக் காயம்பட்டதிலிருந்து ஒரு தாக்குதலில் மட்டுமே கலந்து கொண்டுள்ளேன்.'

'இப்போது "போர்க்கால எமீரகங்கள்" உருவாகியிருப்பது உண்மையா?'

'ஆமாம், இருக்கிறது,' என்றார். 'போர்ச்சூழலில் அது உருவாவதுதான்.'

'அப்படியென்றால் சிரியா என்ற தேசிய அடையாளத்தில் உங்களுக்கு விருப்பமில்லை என்று கொள்ளலாமா?'

'நீங்கள் எந்த அர்த்தத்தில் இப்படிக் கேட்கிறீர்கள்?' என்றார் வியப்புடன்.

'அதாவது, நீங்கள் விரும்புவது இஸ்லாமிய அரசு - அதன் பொருள் சிரியாவின் சிதைவுதானே?'

'இல்லை, நாங்கள் இஸ்லாத்தை முன்னிறுத்துகிறோம். சிரியா எப்படி உள்ளதோ அப்படியே இருக்கும், ஆனால் இஸ்லாமிய அரசாக. அலாவித்துகள் வெளியேற வேண்டும்.'

'அவர்கள் மட்டுமே இரண்டு மில்லியன் மக்கள். பிறகு கிறித்தவர்கள் மற்றும் வேறு இனத்தவர்கள் என்ன ஆவார்கள்?' என்று கேட்டேன்.

'அவர்கள் சிரியாவை விட்டுப் போகலாம், இஸ்லாமுக்கு மதம் மாறலாம், அல்லது ஜிஸ்யா செலுத்தலாம், அது அவர்கள் மீது விதிக்கப்படும் வரி.'

'வெளியேற மறுப்பவர்கள் என்ன ஆவார்கள்?' என்றேன்.

'அவர்கள் விதி என்னவோ அதன்படிதான்.'

'கொலையா?' என்று கேட்டேன்.

'அது அவர்களின் செயல்களுக்கான வெகுமதிதான்,' என்றார் எரிச்சலாக.

'பெண்களும் குழந்தைகளும்?'

'அவர்களும் வெளியேற வேண்டியதுதான்.'

'ட்ரூஸ்கள் மற்றும் இஸ்மாயிலியர் - அவர்களை என்ன செய்வீர்கள்?' என்று உரக்கக் கேட்டேன்.

'அவர்கள் இஸ்லாத்துக்குத் திரும்பினால் வரவேற்கப்படுவார்கள், இல்லையென்றால் நாத்திகர்கள் என்று

தீர்ப்பிடப்படுவார்கள். நாங்கள் அவர்களை நம்பிக்கைக்கு வரும்படி அழைப்பு விடுக்கிறோம், ஆனால் அலாவித்துகள் துரோகிகள், அவர்களைக் கொன்றே ஆகவேண்டும்.'

நான் என் பதட்டத்தை மறைக்கும் பொருட்டு சிரித்தேன். 'ஆனால் பெண்களும் குழந்தைகளும்... பெண்கள் என்ன பாவம் செய்தார்கள்?'

'பெண்கள் குழந்தைகளைப் பெறுகிறார்கள், குழந்தைகள் வளர்ந்து ஆண்களாகிறார்கள், ஆண்கள் எங்களைக் கொல்வார்கள்!' என்றார்.

அபு தாரேக் எழுந்து நின்றார். 'கடவுள் உங்களைப் பாதுகாப்பாராக, மேடம், தயவு செய்து - நாம் கிளம்ப வேண்டும்!' என்னை உறுத்துப் பார்த்துக்கொண்டிருந்தார், இனி எனக்குப் பேச அனுமதியில்லை என்று புரிந்துகொண்டேன். அமைதியாக இருப்பதுபோலக் காட்டிக்கொண்டாலும் எழுந்து நின்றதும் கால்கள் நடுங்கின.

'ஆனால் இது அன்பு நிறைந்த மதமில்லை, மேலும் இது இறைவனின் விருப்பமும் அல்ல,' என்றேன் அவரிடம். 'இது முழுமையான அரக்கத்தனம். இது பஷார் அல்-அஸாட்டின் அரக்கத்தனத்திலிருந்து வேறுபட்டதல்ல.'

அபு அஹமத் தலையசைத்தார், 'போர் குறித்த விஷயங்களை ஆண்களிடம் விட்டுவிடுங்கள் சகோதரி,' என்றார்.

நாங்கள் கிளம்பும்போது, மாராத் அல்-நுமான் குழந்தைகளுக்கு தஹ்ஃபீஸ் எனப்படும் குரானை மனனம் செய்யும் கல்வி அளிக்கப்போவதாக அபு அஹமத் கூறினார்.

'உங்களுக்கு கல்வியில் ஆர்வமுண்டு என்று கேள்விப்பட்டேன்,' என்றார்.

'நிச்சயமாக, அபு அஹமத்,' என்றேன். 'அது மிகவும் முக்கியமானது.'

'நமது குழந்தைகளுக்கு குரானை மனனம் செய்யக் கற்றுத்தர ஒரு பள்ளியை உருவாக்க இருக்கிறோம்,' என்றார்.

'இறைவன் உங்களுக்கு நல்லனவற்றை வெகுமதியாக அளிக்கட்டும், ஆனால் குரான் மக்களின் நம்பிக்கைக்கானது, கல்வி மக்களின் மனத்துக்கானது, நாம் மனித மனங்களை உருவாக்க வேண்டும். கடவுளை இதயத்திடம் விட்டுவிடுங்கள்,' என்றேன்.

அவர் கோபத்துடன் தலையசைத்துக்கொண்டார்.

அந்தக்கணம் அபு தாரேக் ஒரு கோபமான முறைப்பில் என்னை அமைதிப்படுத்தியிருக்கவில்லை என்றால் நான் என் அடையாளத்தை வெளியிட்டிருப்பேன். சீக்கிரமே வண்டியில் ஏறிக்கொண்டு புறப்பட்டோம். அபு தாரேக் பேச்சற்று இருந்தார், சில நிமிடங்களுக்கு நாங்கள் இருவரும் பேசிக்கொள்ளவில்லை. மாராத் அல்-நுமானை விட்டு வெளியேறியதும் இறுக்க மூடியிருந்த என் கைகளைத் திறந்து உள்ளங்கையில் அன்றைய தேதியைப் பெரிய எழுத்தில் எழுதிக் கொண்டேன்: ஆகஸ்ட் 4.

ரேடியோ திடீரெனக் கிறீச்சிட்டு செயல்படத் தொடங்கியது, அபு தாரேக் தன் போராளிகளுடன் அதில் உரையாடத்துவங்கினார். நிறைய எண்களைக் குறிப்பிட்டு வெவ்வேறு பிரிவுகளின் தேவைகளைக் கேட்டறிந்தார், பிறகு அவர்களை இஃப்தாருக்குப் பிறகு சந்திப்பதாகக் கூறினார். மற்றொரு குரல் திடீரெனக் கிளம்பி மீண்டும் எண்களைக் குறிப்பிட்டது. நான் அவரிடம் போர்முனை வழியாகச் செல்வோமா என்று கேட்டதற்கு அதன் அருகில் நெருங்கிவிட்டோம் என்றார், ஆனால் சாலை முடிவில் இருக்கும் மலையுச்சிக்கு செல்லப்போவதில்லை என்று தெரிவித்தார்.

சாலைகள் எங்கும் பூனைகள் திரிந்துகொண்டிருக்கப் பார்த்தேன். ஒல்லியான மற்றும் கொழுத்த பூனைகள், வித்தியாசமான முறையில் பருத்துக் கொழுத்திருந்தன. மற்ற இடங்களில் நான் பார்த்த அழிவுகள் எங்களைச்சுற்றி எங்கும் இருப்பதுதான், ஆனால் இங்கே இன்னும் அதிகமான அழிவாக, பயங்கரமாக, எல்லாமும் ஒன்று கலந்து கிடக்கும் பெருந்திரள். போர்முனையை நெருங்கியதும் இடிபாடுகள் மறைந்தன; இவை எரியூட்டப்பட்டதால் உண்டான விநோதவுருக்கள். எல்லாமும் தீயில் எரிந்து போயிருந்தன; மிச்சமிருந்ததெல்லாம் இரும்புக்கம்பிகள், கற்காரைகள் மற்றும் பாறைகள் மட்டுமே. இதுவொரு சுத்திகரிப்பு முறை, புழுதி கூடச் சாம்பலாக மாறிவிட்டது.

ஒற்றைவீடு இருப்பதற்கான அறிகுறி கூட அங்கே இல்லை. அபு தாரேக் ஏதோ சிந்தனை வயப்பட்டிருந்தார், மோதல் ஆரம்பமானதில் இருந்து அவரின் நண்பர்கள் ஏழுபேர் இதுவரை உயிர்த்தியாகம் செய்திருக்கிறார்கள். என்னைக் காரிலிருந்து இறங்கவேண்டாம் என்று கேட்டுக்கொண்டார். ‘இங்கே சில நிமிடங்களுக்கு மேல் இருக்க முடியாது,’ என்றார். அவர் அந்த வாக்கியத்தைச் சொல்லி முடித்தவுடனேயே துப்பாக்கிகள் வெடிக்கும் ஓசை மறுபக்கத்திலிருந்து பேரொலியாக

ஆரம்பமானது, அபு தாரேக் வண்டியை வேகமாகத் திருப்பி மீண்டும் சாலைக்கு வந்தார்.

இரவு மும்முரமாக அமைந்தது. நோன்பை முடித்து - சடங்கு பூர்வமான ஒத்திசைந்து வரும் குண்டுவீச்சோடு - கராமா பேருந்துத் திட்ட நண்பர்களோடு அல்-தாரா கிராமத்திலுள்ள ஒரு பள்ளிக்குச் சென்று திரும்பியதும் அலுவலகத்தில் சில புரட்சியாளர்கள் போராளிகளைச் சந்தித்துப் பேசினேன், மார்சின் சுடெரின் செல்தடத்தை அறிய டென்மார்க்கிலிருந்து வந்திருந்த ஒருவரும் அதில் இருந்தார், மார்சின் இருக்குமிடத்திற்கான தடயங்கள் கிடைக்குமா என்று தேடிக்கொண்டிருந்தார். என்ன நடந்தது என்று தெரிந்துகொள்வதற்காக என்னைப் பார்க்க விரும்பினார்.

என்னுடைய இருப்பு வெளிப்பட்டுவிட்டது, இனி நான் சிரியாவில் இருப்பது ஆபத்து என்பதை மறக்க முயற்சி செய்து கொண்டிருந்தேன். "விடுதலை பெற்ற" பகுதிகள் எனக்கு மட்டும் தடை செய்யப்பட்டதாக ஆகிவிட்டதையும் என்னைப்போன்ற ஒரு பெண்ணுக்கு இந்தச் சூழ்நிலையும் அஸாட்டின் அரசைப்போலவே அபாயகரமானதாக மாறிவிட்டது என்பதையும் அவ்வளவு சுலபமாக ஏற்றுக்கொள்ள முடியாமல் எனக்குள் ஒரு வீம்பு உருவாகி இன்னும் சில நாட்களுக்கு நான் இங்கே இருக்கவேண்டும் என்று தோன்றிவிட்டது. ஆனால் இங்கிருக்கும் ஆபத்து உண்மையில் மிகவும் மோசமானதே. ஃபுர்சான் அல்-ஹக்கின் படைத்தலைவரும் அன்பானவருமான அபு அல்-மஜித் நான் இருக்குமிடத்தில் எந்தப் பயமும் கொள்ளத்தேவையில்லை, எல்லோரும் என்னை நன்றாகவே பாதுகாக்கின்றனர் என்றார். அவர்களோடு நானும் பாதுகாப்பாகவே உணர்ந்தேன், ஆனாலும் அது முழுமையாக பாதுகாப்பானது அல்ல என்றும் உணர்ந்தேன். இருப்பினும் பெண்கள் மற்றும் குழந்தைகளுக்கான என் திட்டங்களைச் செய்து முடிக்க விரும்பினேன்.

இரவு வெகுநேரம்வரை விழித்திருந்துவிட்டு ரஸானின் வீட்டுக்குத் திரும்பியபோது பெண்கள் ஆழ்ந்து உறங்கிவிட்டிருந்தனர். ஆனால் கீழ்த்தளத்தில் குழந்தைகள் சிரிப்பதும் கத்துவதும் தூரத்து வெடிச்சத்தங்களை மீறி கேட்டுக்கொண்டிருந்தன. தண்ணீரும் மின்சார வசதியும் அற்ற அந்த வீட்டில் நான் ஆறாவது நாளாகத் தங்கியிருந்தேன், இணையம் வெகு அரிதாகவே கிடைத்தது. எண்ணெய்யைச் சேமிக்கும்பொருட்டு மிக அத்தியாவசியமான தருணங்களில் மட்டுமே ஜெனரேட்டரைப் பயன்படுத்தினோம். நாட்டின்

வடபகுதியில் அஸாட்டின் ஆளுகையிலிருக்கும் பகுதிகளில், மருத்துவம் மற்றும் ஊட்டச்சத்து நிவாரணப் பணிகளுக்காக தங்களது வீடுகளைத் துறந்து அமெரிக்கா மற்றும் ஐரோப்பா போன்ற நாடுகளிலிருந்து வந்திருக்கும் பெண்களின் நிலையைப் பற்றி யோசிப்பதை என்னால் தவிர்க்க முடியவில்லை. அவர்களுக்கும் என்னைப்போன்றே ஆபத்து இருக்குமா?

தரையில் இருந்த பாய்களில் மிக அருகிலிருந்த ஒன்றில் விழுந்தேன், சிறிது நேரத்திலேயே உலகத்தைப் பொறுத்தவரை இறந்தவளானேன். காலையில் ஒன்பதரை மணிவரை தூங்கினேன்.

காலையில் நுஸ்ரா முன்னணியின் எமீரான அபு ஹஸனைச் சந்திப்பதாக இருந்தது (காஃப்ரான்பெல்லின் ஊடகமையத்திலுள்ள அபு ஹஸனோடு குழப்பிக்கொள்ள வேண்டாம், இவர் வேறு). கடந்த ஆறுமாதங்களாக முன்னணியின் பிரதிநிதிகள் யாரையேனும் சந்தித்துவிட முயன்று கொண்டிருந்தேன் ஆனால் அது நடக்காமல் இருந்தது. இந்த எமீரைச் சந்திப்பதும் கடினம் ஏனென்றால் இவர் போர்முனைக்கு அருகிலுள்ள ஒரு இடத்தில் தங்கியிருந்தார். கடைசியாக அவர் கலந்துகொண்ட சண்டையில் அவரது காலில் அடிபட்டிருந்தபோதும் விமான எதிர்ப்புத் துப்பாக்கிகளின் அருகில் இருக்கவேண்டுமென்று வலியுறுத்தியுள்ளார். எனவே, எங்கள் சந்திப்புக்காக அபு தாரேக் என்னை அல்-பரா என்ற புராதனமான வரலாற்று நகருக்கு அழைத்துச் செல்லவிருக்கிறார். இப்ராஹிம் அல்-அஸீல் என்ற தன்னார்வலர், போராளிகளுக்கு ஊடகவியலில் பயிற்சி அளித்தவர், அவரும் எங்களோடு வருகிறார்.

காருக்குள் ஏறி அமர்ந்ததும் என் கைகளில் அன்றைய தேதியை எழுதிக் கொண்டேன்: ஆகஸ்ட் 5. மாலைக்குள் என் கையிலிருக்கும் எழுத்துகள் அழிந்து நீலநிறக் கறை மட்டுமே மிச்சமிருக்கும் என்று எனக்குத் தெரியும். ஆனால் இந்தமுறை என்னுடைய பயணம் அதிக நாட்கள் நீண்டுவிட்டது, எனவே தடுமாறத் தொடங்கிவிட்ட என் நினைவைப் புதுப்பித்துக்கொள்ள விரும்பியே இப்படிச் செய்தேன். ஒவ்வொரு நாளும் என் நோட்டுப்புத்தகத்தின் மேற்பகுதியில் அன்றைய தேதியை எழுதி வைப்பேன், இருந்தாலும் இம்முறை மூலம் கைகளைத் திறந்தும் அன்றைய தேதியைப் பார்த்துக் கொள்ளலாம். இந்தப் பயணத்தின் ஆரம்பத்திலிருந்து இதைச் செயல்படுத்தவில்லையே என்று வருந்தினேன், ஏனெனில்

என் நினைவுகளில் வெற்றிடம் அதிகமாகிக் கொண்டிருந்தது. உண்மையில் இரண்டு வெற்றிடங்கள்: ஒன்று என் மனத்திலும் இன்னொன்று இருதயத்திலும்.

அல்-பராவுக்குச் செல்லும் வழியில், சந்திப்பை உறுதி செய்துகொள்ள அபு தாரேக் ரேடியோவில் மூன்றுபேருக்கு அழைத்துப் பேசினார். அங்கே நகருக்குள்ளேயே பெரும் அளவிலான அழிவு நடந்திருக்கிறது. ரேடியோவில் பேசும்போதே போராளிகள் சூளுரைத்தும் சபித்தும் பேசிக்கொண்டிருந்தனர். மிகப்பெரிய போர் ஒன்று சுதந்திர ராணுவத்திற்கும் ஐஎஸ்ஐஎஸ் தரப்புக்கும் இடையே நடந்து முடிந்திருந்தது, அபு தாரேக் அச்சம்பவம் குறித்து விரிவாக எடுத்துரைத்தார்.

'ஐஎஸ்ஐஎஸ் புரட்சியைக் கைப்பற்றிவிட்டது! அவர்கள் என்ன செய்ய நினைக்கிறார்களோ அதைச்செய்யும்படி அவர்களை விட்டுவிட முடியாது,' என்றார். 'இருந்தாலும் இது சாத்தியமில்லாத தேர்வுதான்: ஒன்று நாங்கள் அஸாட்டின் படைகளோடு போரிடலாம் அல்லது தீவிரவாதப் படைப்பிரிவுகளோடும் புரட்சிக்குள்ளே நுழைந்து அதைக் கெடுத்துவிட்ட கூலிப்படைகளோடும் போரிடலாம். வானத்தில் உள்ள விமானங்கள், பீப்பாய் வெடிகுண்டுகள் மற்றும் ஏவுகணைகள் எங்களைக் களைப்புறச் செய்கின்றன என்றால் தரைப்பகுதியில் இந்தத் தீவிரவாதப் படைப்பிரிவுகள். மக்களும் களைப்படைந்து விட்டார்கள்.'

எமீரைச் சந்திக்கச் செல்லும் பயணமானது புதையலைத் தேடிச்செல்லும் கப்பற்பயணம் போல இருந்தது. நுஸ்ரா முன்னணியைச் சேர்ந்த, ஊடக அலுவலகத்தோடு தொடர்புடைய ஒருவரின் கட்டளைகளைப் பின்பற்றினோம், சரியான இடத்தை அடையும்முன் எல்லாவிதமான சுற்றுப்பாதையையும் உபயோகித்துவிட்டோமென நினைக்கிறேன். எங்கள் தேடல் எங்களை அல்-பராவின் இதயத்திற்குள் கொண்டுசென்று பிறகு வெளிக்கொணர்ந்தது, கடைசியில் ஊரின் கடைக்கோடியில் சென்று நிறுத்தியது. இவ்வளவும் எறிகணை விழுந்து கொண்டிருந்த நேரத்தில்தான் நடந்தது. இந்த ஊரும் மற்ற ஊர்களைப்போலவே அழிவடைந்திருக்கிறது.

சாலையின் ஓரத்தில் வண்டியை நிறுத்தினோம். ஒருமணிநேரம் சென்றபின் ஒரு கார் எங்களுக்கு அருகில் வந்து நின்றது, இரண்டு இளைஞர்கள் அதிலிருந்து இறங்கினர். அபு தாரேக் அவர்களோடு சிறிது நேரம் காணாமல் போனார், பிறகு அவர் திரும்பி வந்ததும் அந்த வண்டியின் பின்னால் சென்றோம். ஒரு ஆலிவ் தோப்பைக் கடந்து சிறிய குன்றை நோக்கிச்

சென்றோம். அங்கே யாருமே இல்லை, ஒரேயொரு வண்டி எங்களைக் கடந்து சென்றது அதன் பின்புறத்தில் போராளிகள் அமர்ந்திருந்தனர், கையில் ஒரு பதாகை அதில், 'இறைவனைத் தவிர வேறு கடவுளர் இல்லை' என்று எழுதப்பட்டிருந்தது. அவர்கள் தோப்பின் நடுவே கிளைபிரிந்த ஒரு பாதையில் சென்று மறைந்தனர்.

அங்கே சென்று சேரும்போது மதியமாகிவிட்டது, ஊடக அலுவலகத்தில் இருந்த நுஸ்ரா முன்னணியைச் சேர்ந்தவர் நாங்கள் தாமதமாக வந்திருக்கிறோம் என்றார். நேர்காணல் தொடங்கும்முன் எங்களைப் புகைப்படம் எடுக்க வேண்டுமென்று கேட்டதும் நான் மறுத்தேன்: இது அல்-கொய்தா பத்திரிக்கையாளர்களையும் ஊடகவியலாளர்களையும் சந்திக்கும் முன் கடைபிடிக்கும் முறை; என்றேனும் பயன்படும் என்பதற்காக புகைப்படங்களைக் கோப்பில் வைத்துக்கொள்வர். ஆனால் அவர்கள் என்னை வற்புறுத்தவில்லை - ஒரு பெண்தானே என்ற நினைப்பால் இருக்கலாம். ஆனால் பிறகு நினைத்துக்கொண்டேன், நேர்காணலை முடித்து காரில் கிளம்பிச்செல்லும்போது என்னுடைய உண்மையான பெயரைச் சொல்லவேண்டும், என்னைப்பற்றி வேறு ஏதும் சொல்லத்தேவையில்லை. நான் இங்குள்ளவள் என்பதான உணர்வு, அதை வெளிப்படையாக அறிவிக்கவேண்டிய உந்துதல் என்னுள் இருப்பதை உணர்ந்தேன், இதுவும் என் சுதந்திரத்தின் பகுதிதான் என்று தோன்றியது. அதிலிருக்கும் ஆபத்தை உணர்ந்தாலும், நடந்து கொண்டிருக்கும் சம்பவங்கள் உருவாக்கும் மனக்கசப்பு நான் யாரென்ற அடையாளத்தை வெளியிடும் விருப்பத்தை அதிகரித்தது. சமயத்தில் கோபத்தின் அலைகள் என்னை ஆக்கிரமித்தன, குறிப்பாக, ஐஎஸ்ஐஎஸ் சோதனைச்சாவடிகளில் துனீசியா, மொராக்கோ, சவூதி அரேபியா, யேமன் மற்றும் செச்சனியா போன்ற வெளிநாட்டினர்களாக இருக்கும்போது. அவர்களைப்பொறுத்தவரை நாங்கள் மற்றுமொரு சிரியர்களின் கும்பல், இது என் ஆத்திரத்தைத் தூண்டி வார்த்தைகள் என் நுனிநாக்கு வரை வந்துவிடும், அவர்கள், 'இந்தப்பெண் யார்?' என்று கேட்கும்போதெல்லாம். ஆனால் என் தோழர்கள் யாரேனும் எனக்குப் பதிலாக பேசுவார்கள்: 'என் அத்தை' அல்லது 'என் அம்மா' அல்லது 'என் சகோதரி' என்று சொல்வார்கள். இம்முறை நான் கடைசிவரை என் கோபத்தைக் கட்டுப்படுத்தக் கற்றுக்கொண்டேன்.

இன்னொரு ஆலிவ் தோப்பினை நடந்தே கடந்து, ரோமானிய கல்லறைக் கட்டடம் ஒன்றை வந்தடைந்தோம். அருமையான வேலைப்பாடுகள் உடையதாக இருந்தாலும் ஏவுகணையால்

தாக்கப்பட்டிருந்தது. உள்ளே இருந்த கற்கள் சூறையாடப்பட்டு சில கற்கள் மட்டுமே மிச்சமிருந்தன. அவ்விடத்தின் மறுமுனையில் குண்டுவீச்சினால் உண்டான இடிபாடுகள் மட்டுமே கிடந்தன. இந்தக் கல்லறை இடம் இரண்டாயிரம் ஆண்டுகளுக்கு அருகிலானது, ஆனால் நுஸ்ரா முன்னணி இப்போது அதை சந்திப்பிடமாக வைத்துள்ளது.

'யார் இந்த இடத்தைக் கொள்ளையடித்தார்கள்?' என்று ஊடகவியலாளரைக் கேட்டேன்.

'தெரியவில்லை,' என்றார். 'இரண்டு பக்கத்திலும் திருடர்கள் இருக்கத்தான் செய்கிறார்கள். போரின்போது அதுதானே நடக்கும்.'

ஆலிவ் மரங்களுக்கிடையிலிருந்து ஒருவர் வெளிவந்தார். சதுரவடிவிலான உடல், நடுத்தர உயரம் கொழுத்த உடல், கருநிறம். சாம்பல்நிற அங்கி அணிந்திருந்தார், நடக்கும்போது ஒரு குச்சியை ஊன்றி ஒரு காலை நிலத்தில் ஊன்றாமல் நடந்தார். அவர்தான் அல்-பரா நுஸ்ரா முன்னணியின் எமீர் அபு ஹஸன் என்று கண்டுகொண்டேன். அவரைப் பற்றி முன்பே கேள்விப்பட்டிருக்கிறேன் என்பதால் தெரியும், வெவ்வேறு கருத்துகள் சொல்லப்பட்டாலும் பொதுவாக அவர் எல்லோராலும் விரும்பப்படுகிறவராக இருந்தார். முன்பு பெய்ரூட்டில் கட்டட ஒப்பந்ததாரராக இருந்தவர், ஷோஃபீப் மலைப்பகுதிகள், ஜெஸீன் மற்றும் டேயர் அல்-கமார் பகுதிகளிலும் இருந்திருக்கிறார். பதினேழு வருடங்கள் லெபனானில் வீடுகட்டுவது, சரிசெய்வது, புதுப்பிப்பது ஆகிய பணிகளைச் செய்தவர்.

'எப்போதெல்லாம் நான் சிரியா வருகிறேனோ, அதாவது இங்கே, அல்-பராவுக்கு வருகிறேனோ, அப்போதெல்லாம் காவல்துறையினர் என்னைக் கைதுசெய்து விசாரணை செய்வார்கள், ஏனென்றால் நான் ஒரு சலாஃபி' என்றார். 'ஒருமுறை என்னை ஏழு நாட்கள் கழித்து விடுதலை செய்தார்கள். ஆனால் எனக்கு உண்மையில் அரசியலில் ஆர்வம் இருந்ததே இல்லை. லெபனானில் பெரிய பணக்காரர்கள் உடன் மட்டுமே ஒப்பந்தத்தில் வேலை செய்தோம். என்னுடைய சகோதரரை நான்கு வருடங்களாகச் சிறையில் அடைத்திருந்தார்கள்; அவரை மே மாதம்தான் விடுதலை செய்தனர்.'

'புரட்சி ஆரம்பித்த மூன்றாம் மாதமா?' என்று கேட்டேன்.

'ஆமாம்.'

இந்த வாக்குமூலம் நான் தொடர்ந்து கேட்ட விஷயங்களையே

உள்ளடக்கியிருந்தது, அபு அஹமத்தோடு முதல்நாள் நடந்த நேர்காணலில் நான் கூறியது: சலாஃபிக்களையும் இஸ்லாமிய அடிப்படைவாதிகளையும் அரசு 2011 ஏப்ரல், மே, ஜூன் ஆகிய மாதங்களில் விடுவித்துள்ளது. எல்லோராலும் மறுபடி மறுபடி முன்வைக்கப்படுகிற விஷயங்கள் உண்மைதான் - அமைதிச் செயல்பாட்டாளர்கள் துன்புறுத்தப்பட்டனர், கொல்லப்பட்டனர், நாடுகடத்தப்பட்டனர், அதேசமயம் இந்த அடிப்படைவாதிகள் தீவிரவாதிகள் விடுதலை செய்யப்பட்டுள்ளனர்.

அபு ஹஸன் தொடர்ந்தார், 'என்னைப் பின்தொடர்ந்து கொண்டிருந்தார்கள். எனவே நான்கு வருடங்களுக்கு முன்பு நான் பெய்ரூட்டுக்குச் சென்று அங்கே உள்ள பொதுப்பதிவேட்டில் உள்ள என் வருகைப்பதிவின் நகலைப்பெற முயற்சி செய்தேன், அதை ஒரு அடையாளமாக இங்கே காண்பிக்கலாம் என்று. மார்ச் 2011, டாராவில் சூழ்நிலை மாறத்தொடங்கியது, புரட்சியின் ஆரம்பம், நான் திரும்பி வந்ததும் இங்குள்ள மக்கள் அஸாட்டின் ஆட்சியை எதிர்த்துப் போராட முடிவு செய்திருப்பதை அறிந்தேன். நாங்கள் ஜிஸ்ர் அல்-ஷுகுர், அல்-பரா மற்றும் ஜபல் ஸாவியாவில் அமைதிப்பேரணிகளை நடத்தினோம். ஜூன் 2011 வரை நாங்கள் ஆயுதம் ஏந்தவில்லை, அவர்கள் கண்மூடித்தனமாக எங்களைச் சுட ஆரம்பித்து எங்கள் வீடுகளுக்குள் நுழைந்ததும்தான் எல்லாம் தொடங்கியது.

'ராணுவத்தோடு மோதவேண்டும் என்பது உண்மையில் எங்கள் நோக்கமல்ல - எகிப்து, துனீசியா மற்றும் லிபியாவில் நடந்தது இங்கேயும் நடக்கும் என்று எதிர்பார்த்தோம். எங்களுடைய குறிக்கோள் முகாபராத் எனப்படும் பாதுகாப்புப் படையினரைச் சமாளிக்கும் அளவு மட்டுமே குறுகியது. ராணுவத்தை எங்கள் நாட்டின் ராணுவம் என்ற அளவில்தான் பார்த்தோம், அவர்கள் எங்கள்மீது குண்டுவீசிக் கொல்வார்கள் என்று எதிர்பார்க்கவில்லை. ஆனால் மே 2011-இல் இத்லிப் அருகிலுள்ள அல்-மாஸ்தௌமாவில் பல பொதுமக்களைக் கொன்று அவர்கள் நடத்திய படுகொலைக்குப் பிறகு நாங்கள் போரிடுவதென முடிவெடுத்தோம். அப்போது என்னிடம் மட்டுமே ஒரு வேட்டைத் துப்பாக்கி இருந்தது, அதைத் திருமணங்களுக்கும் வேட்டைக்கும் எடுத்துச்செல்வேன். நாங்கள் ஒன்றும் புகழ் பெற்றவர்களல்ல, எளிமையான மனிதர்கள், ஆனால் இந்தப்புரட்சியில் எங்களுக்கென்று ஒரு பெயர் உருவாகிவிட்டது.

'ஜூன் 29ஆம் தேதி ராணுவம் ஜபல் ஸாவியாவுக்குள்

நுழைந்தது, நாங்கள் எளிமையான ஆயுதங்களால் எதிர்கொண்டோம்: கலாஷ்னிக்கோவ். அப்போது ஒரு ஸ்னைப்பர், ஊரிலுள்ள ஹலாக் குடும்பத்து விதவைப்பெண் ஒருவரின் உயிரைப் பறித்தது, ஊர்மக்கள் இன்னும் சீற்றமடைந்து ராணுவ சோதனைச்சாவடியைத் தாக்கினோம். எனவே, அவர்கள் எங்கள்மீது BMP ராணுவ வாகனத்தின் மூலம் எறிகணைகளை வீசினர். முதலில் ராணுவம் ஊருக்குள் வருவது எங்களையும் முகாபராத்தினரையும் சண்டையிடாமல் பிரிக்கத்தான் என்று நினைத்தோம், பிறகுதான் அவர்கள் பாதுகாப்புப் படையினருக்கு உதவியாக புரட்சியாளர்களை அடக்கவருகிறார்கள் என்று புரிந்தது. ஊருக்குள் டாங்கிகளைப் பார்ப்பது திகைப்பாக இருந்தது. அதுவொரு அடக்குமுறை. அதனால்தான் நாங்கள் - ஆண்கள் - வீட்டைத் துறக்க வேண்டியதாயிற்று, பெண்களும் குழந்தைகளும் அங்கே இருந்துகொண்டனர். போர் செய்வதென முடிவாயிற்று. நாங்கள் மொத்தம் ஐந்து பேர்கள் அவர்களை எதிர்கொண்டோம்.

'அனைத்து ஊர்களிலும் கிராமங்களிலும் இதேபோலத்தான் நடந்தது. இது ஒரு பொது மோதலாக ஒருபுறம் ஊருக்குள்ளே குடும்பங்களுக்கிடையிலும் மறுபுறம் ராணுவம் மற்றும் முகாபராத் இடையேயான மோதலாகவும் உருவெடுத்தது. ஒவ்வொரு கிராமமும் தங்கள் குடும்பங்களையும் கௌரவத்தையும் பாதுகாத்துக்கொள்ள சிலரை ஆயுதங்களோடு நிறுத்தியது. அப்படித்தான் புரட்சி தொடங்கியது. எங்கள் நோக்கத்தின் நேர்மை மீதிருந்த நம்பிக்கையால் நாங்கள் வெற்றி பெறுவோம் என்று நம்பினோம், எனவே ராணுவத்தின் சோதனைச்சாவடியைத் தாக்கி ஆயுதங்களைக் கைப்பற்றுவதென முடிவாயிற்று, ஏனெனில் எங்களிடம் போதுமான பணமோ அல்லது ஆயுதங்களோ இருக்கவில்லை. நாங்கள் காவல் நிலையம் மற்றும் பாத் கட்சி அலுவலகம் ஆகியவற்றின் உள்ளே நுழைந்து அங்கிருந்த ஆயுதங்களையும் எடுத்துக்கொண்டோம், கூடவே ராணுவ ஆளெடுப்பு அலுவலகங்களுக்குள்ளும் நுழைந்து ஆயுதங்களைப் பறிமுதல் செய்தோம்.

'இயல்பானதாக, எங்களுக்குள்ளும் உளவு சொல்பவர்கள் இருந்தார்கள், ஒப்பீட்டளவில் நாங்கள் பலமற்று இருந்தோம், ஆனாலும் ஜபல் ஸாவியாவின் சோதனைச்சாவடிகளைத் தாக்கினோம். தொடக்கத்தில் முகாபராத் உறுப்பினர்களைக் கொல்லவில்லை. விடுவித்துக் கொண்டிருந்தோம், ஆனால் பிறகு அது மாறிவிட்டது. நான் இத்லிப், ஹமா, மற்றும் அலெப்போவுக்கு இடையே பயணம் செய்து சண்டையிட்டுக்கொண்டிருந்தேன். PKM இயந்திரத்துப்பாக்கியின் தோட்டாக்கள் விலையுயர்ந்தவை -

ஒரு தோட்டா ஆயிரம் லிராக்கள். எங்களிடமோ பணம் இல்லை, அரசு மேலும் மேலும் கொடூரமானதாக மாறிக்கொண்டிருந்தது. ஒவ்வொரு நாளும் படுகொலைகள், கொலைகள், குண்டுவீச்சு, சோதனைகள், கைதுகள். கையிலிருந்த சேமிப்பிலிருந்தும் ஆலிவ் அறுவடைப் பணத்திலிருந்தும் ஆயுதங்களை வாங்கினோம். ஒருவருக்கொருவர் உதவிக்கொண்டு நெருக்கமாகி ஒரு சமூகமாக உருவெடுத்துக் கொண்டிருந்தோம், வெற்றிக்கனவு மிக அருகில் இருந்தது. பிறகு சூழ்நிலை மாறிவிட்டது.'

'எவ்வாறு அவை மாறின?' என்று கேட்டேன்.

'அதுவொரு நீண்ட கதை,' என்றார், 'முக்கியமான விஷயம் என்னவென்றால் எங்களிடம் ஆயுதம் இருக்கவில்லை, நாங்கள் சோர்வடைந்திருந்தோம், எங்கள் உடனிருந்த ஆட்கள் கொல்லப்பட்டு விட்டனர். ஒரு வருடம் முன்புதான் நுஸ்ரா முன்னணியில் சேர்வதென முடிவெடுத்தேன், அந்நேரம் நிறைய அரசு ராணுவ அதிகாரிகள் அங்கிருந்து விலகி நுஸ்ராவில் இணைந்தனர். ஆனால், அதற்கு முன்னாலேயே நாங்கள் ஜபல் ஸாவியாவின் தியாகிகள் படைப்பிரிவை உருவாக்கியிருந்தோம். இன்னும் சில போராளிகளைச் சந்தித்தோம், அவர்களெல்லாம் இணைந்துதான் பின்னாட்களில் அஹ்ரார் அல்-ஷாமை உருவாக்கினார்கள். அந்த சமயத்தில், அதாவது ஜூலை 2011இல், வெளிநாடுகளிலிருந்து ஆயுதங்கள் வரவில்லை.'

'நீங்கள் சொல்வதைக்கேட்டால், நீங்கள் ஆயுதம் தாங்கிய சிறுகுழுக்கள், சோதனைச்சாவடிகளைத் தாக்கி ஆயுதங்களைச் சேகரித்து அரசை எதிர்த்திருக்கிறீர்கள். அப்படித்தானே?'

'மிகச்சரியாக அதேதான்,' என்றார். 'பணமுள்ளவர்கள் எங்களுக்குப் பணம் தருவதாகவும், ஒரு விமான-எதிர்ப்புத் துப்பாக்கியை வாங்கிக் கொள்ளும்படியும் கூறினார்கள், ஆனால் அது கிடைக்கவில்லை. பிரச்சனை பணமல்ல, யாரும் எங்களுக்கு விமான-எதிர்ப்புத் துப்பாக்கியை விற்பனை செய்யத் தயாராக இல்லை. கிராமத்தில் மட்டுமே நூறுபேர்வரை உயிர்த்தியாகம் செய்திருந்தார்கள்.

'இரண்டு இளைஞர்கள் அறிமுகமானார்கள், அவர்களில் ஒருவர் என் சகோதரரோடு சிறையில் இருந்தவர். அவர்கள் தங்களை இத்லிப் மாகாணத்திலுள்ள நுஸ்ரா முன்னணியைச் சேர்ந்தவர்களென அறிமுகப்படுத்திக்கொண்டார்கள். அப்போது நுஸ்ரா முன்னணி ஜபல் ஸாவியாவுக்கெல்லாம் வரவில்லை, இத்லிப் மாகாணத்தோடு சரி. ஆனால் நான் அவர்களோடு சேரவேண்டும் என்று விரும்பினார்கள். எனவே நான் அவர்களோடு சேர்ந்து கொண்டேன், நாங்கள் ஒரே

இயக்கமானோம்.

'பிறகு ஐஎஸ்ஐஎஸ்? உங்களுக்கும் அந்த இயக்கத்திற்கும் என்ன தொடர்பு?'

அபு ஹஸன் நேரடியான பதிலைக் கூறவில்லை. 'ஐஎஸ்ஐஎஸ் போர்முனையில் இல்லை,' என்றார். 'பின்னணியிலிருந்து இயங்குபவர்கள். அவர்களும் முன்பு நுஸ்ரா முன்னணியில் இருந்தவர்கள்தான். அவர்கள் வெளிநாட்டவர்கள்; பெரும்பாலானோர் சிரியர்களல்ல. சகிப்புத்தன்மையே நமது மதம்; மற்ற மதத்தினரோடு நாம் கருணையோடு நடந்து கொள்ளுவோம். ஓமர் கருணை வடிவானவர் - இறைவன் அவர்மீது மகிழ்ச்சி கொள்ளட்டும். ஆனால், நாங்கள் மக்களை இஸ்லாம் நோக்கி வரும்படி அழைக்கிறோம், மேலும் நாங்கள் பஷார் அல்-அஸாட்டைக் கொல்ல விரும்புகிறோம்.'

'ஓமர் முஜாஹிதீன்களில் முதன்மையானவர் - ஷரியா சட்டத்தை இயற்றிய ஆரம்பகால அறிஞர்கள், சரிதானே?' என்று தெளிவுபடுத்திக்கொண்டேன். 'அப்படியென்றால் நீங்கள் *தக்ஃபிரிக்களா*? நீங்கள் மக்களை நாத்திகர்கள் என்று தீர்ப்பிடுகிறீர்களா?'

என்னை ஒருமுறை தலையிலிருந்து கால்வரை இப்போதுதான் எதையோ கண்டுபிடித்தது போலப்பார்த்தார், பிறகு பெரிய புன்னகையோடு பதிலளித்தார், 'மற்றவர்களோடு ஒப்பிடும்போது நான் மிதமானவன், மிஸ்! என்னைப்போல இங்கே யாரும் பேசிக்கொண்டிருப்பதில்லை. இங்கிருக்கும் *தக்ஃபிரிக்கள்* மக்களை படுகொலை செய்பவர்கள், சாட்டையால் அடிப்பவர்கள். அவர்கள் எங்கள் குழுக்கள் சிலவற்றில் ஊடுருவியுள்ளனர். நான் விரும்புவதெல்லாம் உலகின் மற்ற நாடுகளை அரவணைத்துக்கொண்ட ஒரு இஸ்லாமிய தேசம், ஆனால் அது சமயக்கொள்கைகளைப் பரப்புவது மூலமாக நடக்கும்.

'நுஸ்ரா முன்னணியில் சட்டசபைக்குப் பதிலாக ஷூரா சபையை அமைக்க விரும்புகிறோம். நாங்கள் *நஸாரா* எனப்படும் கிறித்துவர்கள் எங்களோடு இருப்பதை அனுமதிப்பதில்லை. அவர்களை இஸ்லாமுக்கு வரும்படி அழைக்கிறோம். இஸ்லாமுக்கு வர விரும்புபவர்கள் வரலாம், வர விரும்பாதவர்கள் ஜிஸ்யா வரியைச் செலுத்தட்டும். எங்களிடம் பொருளாதார விஷயங்களைக் கையாள ஒரு "இஸ்லாமியக் கருவூலம்" உள்ளது. எங்களிடையே அலாவித்துகளுக்கு இடமில்லை.'

நான் எழுதுவதில் மும்முரமாக இருந்தபோது, அபு

தாரேக்கும் இப்ராஹிமும் என்மீது ஒரு கண்வைத்திருக்கிறார்கள் என்று தெரியும். அவர்களும் அவ்வப்போது உரையாடலில் பங்குபெற்றார்கள், சில சமயம் எனக்காகப் பேசினார்கள், சிலசமயம் அபு ஹஸனுக்காக. ஆனால் இப்போது, யாரும் என் அடையாளம் குறித்த விஷயத்தைப் பேச ஆரம்பித்துவிடக்கூடாது என்று அபு தாரேக் பிரார்த்தனை செய்துகொண்டிருக்கிறார் என்று எனக்குத் தெரியும்.

‘கடந்த இரண்டரை வருடங்களாக இது சுன்னி-அலாவித் போராக மாறிவிட்டது என்று என்னால் கூற முடியும். மேலும் இது மிகநீண்ட போராக, குறைந்தது பத்தாண்டுகளுக்கு நீடிக்கும்.’

அவர் என்னைப் பார்த்துக்கொண்டே பேசுவதை நிறுத்தினார். மற்ற ஆறு ஆண்களும் அவரவர் கருத்துகளை நகைச்சுவையாக சிரித்தபடி கூறத்தொடங்கினர். நான் கேட்டுக்கொண்டிருந்தேன்.

‘அவர்கள் பிலீன் கிராமத்தில் ஐம்பத்து மூன்று பேரை திராவகத்தால் பொசுக்கினர்,’ என்றார் ஒருவர். ‘காரணமென்று ஏதுமில்லை! எதற்காக இப்படி? நாங்களும் அவர்களைப் பொசுக்குவோம். மொத்த உலகத்திற்கும் பஷார் அல்-அஸாட் தான் தேவை என்று எங்களுக்குத் தெரியும், அவ்வளவு சுலபமாக அவன் வீழப்போவதில்லை, அது அவன் சக்திவாய்ந்தவன் என்பதனால் அல்ல, அவனுக்கு ஈரான், ரஷ்யா, அமெரிக்கா மற்றும் சீனாவின் ஆதரவு இருக்கிறது என்பதால். ஆனால் நாங்கள் அவனோடு சண்டையிடுவதை நிறுத்தப் போவதில்லை. அப்படி அவன் வீழ்ந்தபின் இதையெல்லாம் விட்டுவிட்டு மறுபடியும் கட்டட ஒப்பந்த வேலைக்குத் திரும்பிச் செல்வேன். எனக்கு ஒரு ஆலிவ் தோப்பு இருக்கிறது, என் மனைவியும் குழந்தைகளும் எனக்காகக் காத்திருக்கிறார்கள்.’

அவரைத் தொடர்ந்து பேசும்படி விட்டேன், ‘நான் ஒரு அலாவித்துகளின் கிராமத்திற்குச் சென்றேன், ஆனால் பெண்களை அல்லது குழந்தைகளைக் கொல்லவில்லை. நான் கொல்வதற்கு எதிரானவன். இஸ்லாம் சகிப்புத்தன்மை நிறைந்த மதம், மேலும் மதத்தில் வற்புறுத்தல்கள் ஏதுமில்லை. ஆனால் இது காலத்தில் மாறக்கூடும். நான் மிதமானவன், ஆனால் இதே சூழ்நிலை தொடர்ந்தால் என்னுடைய மற்றும் என்னைப்போன்றவர்களின் குரல் எடுபடாமல் போய்விடும் - அப்படித்தான் ஆகுமென்று நினைக்கிறேன். அதனால்தான் இருண்ட எதிர்காலம் உள்ளது என்கிறேன். ஆனால் இதற்கான விலையைக் கொடுக்கப்போவது யார்? பஷார் அல்-அஸாட் அல்ல. அலாவித்துகள்தான் அதற்கான விலையைக் கொடுப்பார்கள். அவர்கள் அனைவரும்

நாத்திகர்கள் அவர்களுக்கு மதமென்பதே இல்லை.'

'நீங்கள் சொல்வது தவறு - அவர்கள் நாத்திகர்கள் அல்ல,' என்று உடனடியாகப் பதிலளித்தேன், அளவுக்கு அதிகமாகப் பேசமாட்டேன் என்பதாக அபு தாரேக்கைப் பார்த்துக்கொண்டே கூறினேன்.

'உங்களுக்கு எப்படித் தெரியும்?' என்றார் அபு ஹஸன். 'உங்களை விட அவர்களைப்பற்றி எனக்கு அதிகமாகவே தெரியும்.'

'எனக்கும் அவர்களைப்பற்றிக் கொஞ்சம் தெரியும்!' என்றேன். 'ஆனால், அபு ஹஸன், சிரிய மக்கள் ஒருவரையொருவர் நன்கறிந்திருக்கவில்லை என்று தோன்றுகிறது.'

பேச்சு சுற்றுப்புற நிலவரங்களைக் குறித்துத் திரும்பியது, அருகில் முக்கோண வடிவிலிருந்த ஒரு கல்லறைக்கல் மீது எறிகணை தாக்கியிருந்தது, ஆனால் அந்தப்பகுதி வேண்டுமென்றே குறிவைத்துத் தாக்கப்பட்டிருக்க வேண்டும், ஏனெனில் ஆலிவ் தோப்பு சண்டைப்பகுதி அல்ல. அவர்களில் ஒருவர் கல்லறைகள் மீது குண்டுவீசப்படுவதே கொள்ளையடிப்பதற்காக என்றார். இன்னொருவர் நல்ல வளமான உடல் கொண்டவர், பாதிப்பேச்சில் எங்களோடு இணைந்து கொண்டவர், ஜமால் மாரூஃப் படைப்பிரிவைச் சேர்ந்தவர், இந்தக்கூற்றை மறுத்தார். இருந்தாலும் அவ்விளைஞர், 'இதற்குமேல் இதுகுறித்து அமைதிகாக்க முடியாது. விலைமதிப்பற்ற பழம்பொருட்கள் திருடுபோகின்றன, ஆனால் அதைச்செய்வது பஷாரின் ராணுவமும் அவர்களது ஷபிஹாவும் மட்டுமல்ல.'

'எல்லோருமே இதைச்செய்வது ஆயுதம் வாங்கத்தான்,' என்றார் இன்னொருவர்.

எங்களுக்குக் கீழே இன்னொரு போர் நடந்து கொண்டிருந்தது, ஆனால் அது வேறுவகையானது: கால்களின்கீழே எறும்புகளின் அணிவகுப்பு.

'நீங்கள் ஏன் இங்கு வந்தீர்கள்?' என்றார் அபு ஹஸன். 'உங்களின் இந்தப் புத்தகத்தினால் என்ன பயன் விளையும்?'

'மற்றவர்களோடு புரட்சி குறித்து நான் நடத்திய இந்த உரையாடல்களைப் பதிப்பிக்கப் போகிறேன். இந்த நேர்காணல்கள் குரலற்றவர்களின் குரலாக இருக்கும்.'

'உங்களை நம்புவார்களா?'

'அது முக்கியமே இல்லை,' சுருக்கென்று கூறினேன்.

அவர் என்னை ஆர்வத்தோடு பார்த்தார். 'நீங்கள்

டமாஸ்கஸ்ஸைச் சேர்ந்தவரா?'

'நீங்கள் என்ன நினைக்கிறீர்கள்?' என்றேன்.

'தெரியவில்லை, உங்கள் பேச்சுவழக்கு கலப்புடையதாக இருக்கிறது.'

'நான் எல்லா இடத்தையும் சேர்ந்தவள்,' என்றேன்.

அவர் சிரித்தபடி, 'ஆனால் நீங்கள் எங்களிடம் வந்திருப்பது தைரியமான செயல்,' என்றார்.

'அப்புறம், நீங்கள் எப்படி, தைரியமானவரில்லையா?'

அவர் சிரித்தார். 'நான் ஆண், அது இயற்கையானது.'

'நான் ஒரு பெண், இதுவும் இயற்கையிலேயே வந்தது,' என்றேன், அவர் சிரிப்பு நின்றது.

அவர்கள் எங்களை உபசரிக்கவிரும்பித் தங்கச் சொன்னாலும் மறுத்துவிட்டு போராளிகளிடமிருந்து விடைபெற்றோம். வண்டியில் வரும்போது அபு ஹஸன் அமைதியாக, எந்தச் சூழ்நிலையிலும் ஒரு பெண்ணையோ குழந்தையையோ தன்னால் கொல்ல முடியாது என்றார். ஆனால் காலப்போக்கில் இதுவும் நடக்கக்கூடுமென அவருக்கும் தெரியும். அவர் ஒரு தைரியமான மனிதர் என்றும் எனக்குத் தெரியும்.

அவரைப்பற்றி நான் என்ன நினைக்கிறேன் என்று அபு தாரேக் கேட்டவுடன், 'ஒரு ஆணின் கண்களைப்பார்த்தே அவர் எவ்வளவு துணிச்சலுடையவர் என்று சொல்லிவிடலாம்,' என்றேன்.

இந்தப் புரட்சி எனக்குப் பொறுமை மற்றும் கேட்கும் கலையைக் கற்றுக்கொடுத்திருக்கிறது என்று ஒப்புக்கொள்ளத்தான் வேண்டும். இந்த ஆண் போராளிகளும் நானும் இடங்களை மாற்றிக்கொண்டுள்ளோம்: இப்போது கதைசொல்வது அவர்களின் முறை. பதிலுக்கு நான் அதை விவரிப்பவராக இருந்து உலகம் நம்புவதைத் தலைகீழாக்க வேண்டும். நான் இந்த வாழ்க்கையை வாழ்வது அவர்களின் வாழ்க்கையை வாழ்ந்து பார்க்கத்தான்; அவர்களின் அனுபவங்களை நான் வார்த்தையாக்க வேண்டும். அவர்களால் சொல்லப்பட்ட இக்கதைகள் இந்த அழிவுகளைச் சரிசெய்யக்கூடும் என்று நம்புகிறேன். எதுவுமே இல்லையென்றாலும் என்னுடைய இந்த வாக்குமூலம் என்ன நடந்தது என்பதற்கு ஒரு ஆதாரமாக, சாட்சியாக இருக்கும், உண்மைகள் காற்றில் கரைந்துவிடாது. எனவே, இப்போது அபு அஹமத் மற்றும் அபு ஹஸன் ஆகிய எமீர்களின் முறை, அவர்கள் ஆயிரத்தோரு இரவுகளில்

வரும் ஷெஹரசாத்தின் குரலைக் கொள்ளவேண்டும் - ரயீத் காஃப்ரான்பெல்லின் விடுதலை குறித்துச் சொன்னது போல - நான் ஷார்யார், பெருவேட்கையுடன் அவளது கதைகளைப் பருகுபவன். ஆனால் நான் இரண்டு பாலினங்களைக் கொண்ட ஷார்யார், இரண்டு கதாபாத்திரங்கள்: நான் சொல்வதைக் கேட்டுக்கொண்டு அவற்றை மறுபடி விவரிக்கும்போது ஷெஹரசாத்தின் அடையாளங்களையும் கருத்தில் கொள்ளவேண்டும். நான் ஒருசமயம் ஒருவராகவும் மற்றொரு சமயம் இன்னொருவராகவும் தோற்றமளிப்பேன்; சிலசமயம் நான் கேட்டுக்கொண்டிருப்பேன் சிலசமயம் நான் கதைகளை உருவாக்கிக் கொண்டிருப்பேன். இந்தச் செயல்முறை மட்டும் இல்லையென்றால் - கதைகளை வாங்கிக் கடத்துவது - நான் சிரியாவுக்குத் திரும்பியிருக்க மாட்டேன், என் வெளியேற்றத்திலேயே முடங்கிக் கிடந்திருப்பேன். இருப்பினும் இந்த அனுபவங்கள் சார்ந்த என் கூற்று வெறும் அழகியல் மோசடியல்ல, அசிங்கமான மோசடி. ஆனால் என்னுடைய விருப்பங்களின் வழியாக இதைக் கோர்வையாக்கி விவரித்து உண்மையில் என்ன நடக்கிறது என்று சொல்வதிலிருந்து மட்டுமே இதிலிருந்து என்னை மீட்டுக்கொள்ளமுடியும் என்று நம்புகிறேன். இப்போது அந்த உண்மைகளைச் சொல்வதென்பது, ஒட்டுமொத்த சிரியர்களின் கனவான சுதந்திரம் மற்றும் நீதிக்காக உயிர் துறந்தவர்களின் உரிமை என்றே கூறுவேன்.

நான் மீண்டும் சராகெப்புக்குச் செல்ல வேண்டியதாயிற்று. அந்நகரத்தை மொத்தமாகக் கைவிடும் என் யோசனையை, அந்த யோசனை என் விருப்பத்தின் பேரில் நடந்ததோ இல்லையோ, நானே மீற வேண்டியதாயிற்று. சராகெப் அல்லது காஃப்ரான்பெல்லில் ஒரு வீட்டை வாடகைக்கு எடுப்பதென்பது இயலாததாக மாறிவிட்டது, சிரியாவில் இருந்துகொண்டு இயல்பான ஒரு வாழ்க்கையை வாழமுயல்வது சுத்தப் பைத்தியக்காரத்தனம். போராளிகளைக் கட்டாயப்படுத்தி என்னுடைய பாதுகாப்பை அவர்கள் பொறுப்பாக்கி, நான் எங்கே சென்றாலும் அவர்களும் என்னுடன் வரவேண்டியிருப்பது அவர்களுக்கு மேலும் சுமையாகிவிட்டது, ஒவ்வொருவரும் அவரவருக்கு வேண்டிய விதத்தில் தனது வாழ்க்கையில் கொஞ்சம் பைத்தியக்காரத்தனத்தை அனுமதிக்கலாம் என்றாலும் கூட இது அதிகம்தான். எத்தனை பேருக்கு நான் சராகெப்பில் இருந்தது தெரியும் என்று யோசித்துப்பார்த்தேன். இது ஆகஸ்ட் மாதத்தின் மத்திக்கு வந்தாயிற்று, பெண்களுடனான என் வேலையை சீக்கிரம் முடித்தாகவேண்டும்.

மன்ஹால் மற்றும் மொஹம்மதுவுடன் காஃப்ரான்பெல்லிலிருந்து சராகெப் செல்லும் வழியில், வீடுகள், மரங்கள், மற்றும் வானத்தைத் தொடர்ந்து படமெடுத்துக் கொண்டேன்; சமவெளிகளில் மக்கள் நடந்து செல்வது, வானத்தின் நீலநிறம், தெருவில் வரிசையாக நின்று நீங்கள் கற்பனை செய்யக்கூடிய அனைத்தையும் விற்பனை செய்யும் குழந்தைகளின் வெளுத்த முகங்கள். சராகெப்பின் நுழைவாயிலில் குண்டுவீச்சு தீவிரமாக நடந்து கொண்டிருந்தது. இது இங்கே இயல்பானது. சராகெப் சந்தித்துக் கொண்டிருக்கும் நரகத்தோடு ஒப்பிடுகையில் காஃப்ரான்பெல் பாதுகாப்பானது.

வீட்டுக்கு வந்து சேர்ந்ததும், உடனே நிலவறைக்குச் சென்றோம், அங்கே நௌராவும் அபு இப்ராஹிமும் ஏற்கெனவே அமர்ந்திருந்தனர். அந்த இரவு நான் உறங்கவில்லை. நான்குமணி வரை உடைமாற்றாமலேயே இருந்தேன், பிறகு மேல்தளத்தில் இரண்டு முதியபெண்கள் மற்றும் ஆயூஷுடன் சென்று படுத்துக்கொண்டேன். ஏனென்று தெரியவில்லை. சிரமப்பட்டு ஒருமணிநேரம் தூங்கியிருப்பேன், எறிகணை வெடிக்கும் சத்தம் என்னை எழுப்பியது. கொசுக்கடியில் சொரிந்து கொண்டே இருந்தேன், அவை மொத்தமாக என்னை மூடியிருந்தன, இமைகளில் கூட.

உடல் கனத்தது, என்னால் நகரவே முடியவில்லை, ஆனால் நன்றாகத் தேய்த்துக் குளிக்கவேண்டும் போலிருந்தது. இங்கே குளிப்பது ஒரு பிரச்சினைதான், கடந்த இரண்டு நாட்களின் தூசியைத் துடைத்தெடுக்குமளவு தண்ணீர் கிடைத்தது. நௌரா எனக்குப் பக்கத்தில் குளியலறையின் கதவருகில் நின்றுகொண்டி ருந்தாள். குண்டுவீச்சு அருகிலில்லை என்றாலும் தொடர்ந்து விழுந்து கொண்டிருந்தது. சீக்கிரமாகக் கழுவிக்கொண்டேன், இருவரும் வீட்டின் பெரிய கூடத்திற்கு வந்தோம், அதற்கு முற்றத்தைக் கடக்கவேண்டும். முற்றத்தைக் கடக்கும்போது ஒரு ஏவுகணை அருகில் எங்கேயோ விழுந்தது, ஆனாலும் நாங்கள் அமைதியாக வெளியே முதியவர்களோடு அமர்ந்து காஃபியைச் சுவைத்தோம், நான் ஒரு சிகரெட் பற்றவைத்துக்கொண்டேன். என்னைப்பொறுத்தவரை வெட்டவெளியில் சிகரெட் பிடிப்பதென்பது ஒரு கனவு நிறைவேறியதுபோல. பகல் நேரத்தில் காஃப்ரான்பெல்லில் புகைபிடிக்க முடியாது, அது ரமலான் மாதம், இஸ்லாமிய அடிப்படைவாதிகளின் கண்ணில் பட்டுவிடும் அபாயம் உள்ளது. திடீரென ஒரு சோகக்கீற்றை உணர்ந்தேன், இன்னும் சிலநாட்களில் நான் இங்கிருந்து கிளம்பவேண்டும்.

இன்றைய நாளும் நீண்டதாக இருக்கப்போகிறது, பெண்களின் வீடுகளுக்குப் போவதாகத் திட்டமிட்டுள்ளோம். எதுவும் அதிகமாக மாறிவிடவில்லை, மக்கள் இறந்த விதத்தையும் அவர்கள் விட்டுச்செல்லும் சிலவற்றையும் பாதுகாப்பதாக இருக்கிறது வாழ்க்கை. ஒருநாளின் விஷயங்கள் மீண்டும் மீண்டும் நிகழ்கின்றன: கதைகள் மேலும் கதைகளை உருவாக்குகின்றன; மிருகத்தனம் மிருகத்தனத்தைப் பழிவாங்கக் காத்திருக்கிறது; வீடற்றவர்கள் சிரமப்பட்டு நடக்கையில் உருவாகிச்செல்லும் தடம்; அன்றாட குண்டுவீச்சின் கீழ் உணர்ச்சிகளற்று இருக்கும் மக்களின் முகங்கள், அதோடு அவர்தம் கண்களில் நிரந்தரமாகப் படிந்துவிட்ட சாம்பல் சாயங்கள். மக்களின் கண்களில் தெரிவது புதுப்புது உணர்ச்சிகளல்ல, ஒரேயொரு உணர்ச்சி அவர்களது கருவிழிகளில் நிரந்தரமாகப் படிந்துவிட்டது: பேரச்சம். அழகான விதவைகளின் முகங்கள் சூரிய வெளிச்சத்திலிருந்து மறைக்கப்படுகின்றன, ஒருவருக்கொருவர் அணைத்துக்கொண்டு, இழப்பிலிருந்து வாழ்வை மீண்டும் தொடங்கி, மற்றுமொரு புதிய இறப்பைப் பைகளிட்டு மூடுவது என தினசரி வழமைகள் நடக்கின்றன. வானிலிருந்து வீசப்படும் குண்டுகளின் நச்சுத்தன்மையோடு மக்களிடையே வெறுப்பும் பரவிவருகிறது.

எதுவும் புதிதில்லை. ஒரு கிலோ காய்கறியைப் பெறுவதில் உள்ள சாகசம், வீட்டிலிருந்து சந்தைக்குச் செல்ல அதே நெடிய, நம்பத்தகாத பயணங்கள். தள்ளிப்போடப்பட்ட மரணம் நோக்கி ஒரு தற்காலிகப் பயணம் மற்றும் முடிவே இல்லாத, ‘மிக்’ ரக விமானங்களுடனான பூனை - எலி விளையாட்டு. பெண்களின் வீடுகளுக்குச் செய்த சுற்றுப்பயணங்களிலும் அவர்களோடு என்னுடைய வேலையும், எதுவும் மாறவில்லை. கல்லறைக்குழிகள் வெட்டப்பட்டு மூடப்படுகின்றன. பள்ளத்தாக்குகளிலும் மலைப்பகுதிகளிலும் தள்ளிவிடப்பட்ட உடல்கள் கண்டெடுக்கப்படுகின்றன. *தக்ஃபிரி* படைப்பிரிவினர் மதவழிபாட்டுத்தலங்களைச் சிதைக்கிறார்கள், அந்த இடத்தில் ஐஎஸ்ஐஎஸ் படைப்பிரிவினருக்குப் புதிய முகாம்கள் உருவாகின்றன.

ஆனாலும் இவை அனைத்தையும் தாண்டி, மக்களின் ரத்த நாளங்களில் எதிர்ப்பு ஓடிக்கொண்டு இருக்கிறது. இன்னமும் பலம்மிகுந்த நாடுகளின் தற்போக்கெண்ண நிபந்தனைகளைச் சார்ந்திருப்பதை எதிர்க்கும் வீரர்கள் இருக்கிறார்கள், அவர்களின் கைப்பாவையாக மாற மறுக்கிறார்கள். வீரர்கள், சமூக சேவையாளர்கள், மற்றும் சமாதானவாதிகள் ஐஎஸ்ஐஎஸ் படைப்பிரிவினரால் சுற்றி வளைக்கப்பட்டு கொல்லப்படுகிறார்கள்; சிரிய ஊடகவியலாளர்கள்

மற்றும் வெளிநாட்டவர்கள் கடத்தப்பட்டு கொலை செய்யப்படுகிறார்கள் அல்லது பிணைக்கைதிகளாகிறார்கள்; அதன்பிறகு எஞ்சியிருப்பவர்கள் அஸாட்டின் விமானங்களால் கொல்லப்படுகிறார்கள். இருபதுகளின் ஆரம்பத்தில் இருக்கும் போராளிகள் தங்கள் வீட்டைக் காக்கும்பொருட்டு தட்டுமுட்டுச் சாமான்களை விற்கவும் காட்டுச்செடிகளை உண்டு பிழைக்கவும் வேண்டியிருக்கிறது.

இங்கே அர்த்தங்கள் தற்பண்பிழக்கின்றன. எதுவும் தெளிவாக இல்லை. படைப்பிரிவுகள் மற்ற படைப்பிரிவுகளோடு மோதுகின்றன; இந்த மோதல்கள் புரட்சியை வேகமாக விழுங்கிக் கொண்டிருக்கின்றன. மதத் தீவிரவாதம் பேசும் ராணுவங்கள் தங்களின் அத்தனை படைப்பிரிவுகளோடும் சேர்ந்து ஒரு பயங்கர பலதலைகள் கொண்ட மிருகமாக மாறிவிட்டது. பதினாறு வயதுகூட மிகாத குழந்தைகள் ஆயுதங்களைச் சுமந்தபடி இரவு நேரத்தில் இருள்சூழ்ந்த தெருக்களுக்குள் மறைவதைப் பார்க்கிறேன். திருட்டுக் கும்பல்கள் கற்பனையான ஒரு படைப்பிரிவுகளின் பெயர்களோடு, ஷபிஹா போல கொள்ளைக்காரர்களாகி விட்டனர். பெயரளவில்தான் இது ஒருநாடு, ஒவ்வொரு பிரதேசமும் துண்டாடப்பட்டு வெவ்வேறு படைப்பிரிவுகளின் ஆளுகையில் இருக்கின்றன, எல்லோரும் மண்டியிடுவது கொலைகார வானம் என்னும் முழுமையான அதிகாரத்தின் முன்புதான். அதையெல்லாம் பொருட்படுத்தாமல்தான் இங்கே வாழ்ந்துகொண்டிருக்கிறோம். குடும்பங்கள் இங்கே வாழ்க்கையைத் தேடி, கொல்லும் வானத்தின் கீழே, தீவிரவாத படைப்பிரிவுகளின் காட்டுமிராண்டித்தனத்திற்கு இடையே மெதுவாக நகர்ந்து கொண்டிருக்கின்றன.

நான் எனது சிறிய முதுகுப்பையைத் தயார் செய்துகொண்டு இவர்களை விட்டு எல்லையை நோக்கி மீண்டும் எனது வெளியேற்றத்திற்குள் நுழையப் போகிறேன். எனக்கும் என் தோழர்களுக்கும் நன்றாகத் தெரியும், நாங்கள் இறப்பில் கூட்டாளிகள் அல்ல. எங்களுக்கிடையில் உருவான ஒப்பந்தம் என்பது தற்காலிகமானது, அவர்கள் நான் இறப்பதை விரும்பவில்லை. நான் அவர்களை விட்டுக் கிளம்பும்போது பெண்களுள் ஒருவர் என்னைப் பாதுகாப்பாக இருக்கும்படி அறிவுறுத்தினார். ‘இங்கே உயிரை விட்டுவிடாதே,’ என்று எச்சரித்தார். ‘எங்களுக்கும் வெளியுலகத்திற்கும் இடையே அந்தரத்திலிருக்கும் ஒரு தொடர்பாக நீ இருக்கவேண்டும். இறுகக்கட்டப்பட்ட கயிறுபோல எங்களுக்கு ஆதாரமாக இரு சமர்.’ பெண்கள் எனக்காக பகட்டான விருந்தொன்றைத் தயாரிக்க முனைவதைப் பார்த்துக்கொண்டிருந்தேன், எனக்கான

பிரியாவிடை விருந்து. என்னோடு பேசிய இந்தப்பெண்மணி குறித்து ஆச்சரியமாக இருந்தது, அறுபது வயதுக்கு மேற்பட்ட படிப்பறிவில்லாதவர், என்னை எவ்வளவு சரியாகப் புரிந்து வைத்துள்ளார்! அந்தரத்தில் ஆடும் கயிறு போலத்தான் ஆரம்பமோ முடிவோ இல்லாமல், நிரந்தரமான இடம் இல்லாமல் இருக்கிறேன். சுருள் பிரிக்கப்பட்ட கயிறுபோல, எனது மொழியைத் தவிர வேறு உறுதியான அடையாளமற்று இருக்கிறேன்.

நான் கிளம்புவதற்குச் சிலநாட்கள் முன்பு, இன்னமும் மரணங்கள் குறித்த செய்திகளில்தான் மூழ்கிக் கொண்டிருந்தேன். இன்சோம்னியா எனப்படும் உறக்கமற்ற நிலையால் பாதிக்கப்பட்டு ஆகஸ்ட் மாதத்தின் கடைசி நான்கு நாட்கள் உறக்கமின்றிக் கழித்தேன், அப்போதுதான் இரவு வாழ்க்கை குறித்துத் தெரிந்துகொண்டேன், வானம் சற்று அமைதி கொண்டதும் ஆற்றல் ரீங்கரிக்கும் தெருக்கள். இரவுதான் இன்னொரு நாளுக்கான தயாரிப்புகளுக்காக மக்களை வெளியே அனுமதித்தது. இரவுநேரத்தில் சேவகர்கள் சராகெப்பின் தெருக்களில் உள்ள குப்பைகளை அகற்றும்போது உடனிருந்தேன். மயக்கும் அந்த மந்திர இரவுகளில் சராகெப்பின் மக்கள் தொற்றுநோய் மற்றும் கொடிய நோய்கள் தாக்காமலிருக்கும் பொருட்டு குப்பைக்கூளமான தங்கள் நகரத்தைக் கழுவுவதைப் பார்த்தேன். ஒவ்வொரு தெருவின் ஊடாகவும் வண்டியில் சென்று கொண்டிருந்தோம், பறந்துகொண்டிருக்கும் விமானங்களின் கவனத்தை ஈர்த்துவிடாதிருக்கும் பொருட்டு முகப்பு விளக்குகளை அணைத்துவிட்டோம், ஏவுகணைகள் மற்றும் கொத்துவெடிகுண்டுகளுக்கு இடையில் பயணித்து, மக்களின் வீடுகளுக்குள் மறைந்துகொண்டோம். இறந்த குழந்தைகளுக்காக துக்கம் அனுசரிக்கும் பொருட்டுத் திறந்திருந்த வீடுகளில் மறைந்து கொண்டோம், அங்கே காயம்பட்ட இளைஞர்கள் படுக்கையில் இருப்பர், பிறகு மீண்டும் வெளிப்பட்டு சுத்தம் செய்வதைத் தொடர்வோம்.

சராகெப்பின் குழந்தைகளும் இரவில் உறங்குவதாகத் தெரியவில்லை. அவர்கள் வீட்டுவாசலில் கதவருகில் நின்றுகொண்டிருந்தார்கள்; சேவகர்கள் குப்பைக் கூளங்களைச் சுத்தம் செய்து, பாழடைந்த, மூன்று சக்கரங்கள் மட்டுமே வேலைசெய்வதால் கிறீச்சிட்டபடி செல்லும் ஒரு தள்ளுவண்டியில் அவற்றை அள்ளிக்கொண்டு போவதை அவர்கள் வேடிக்கைபார்த்தபடி இருந்தனர். சுத்தம் செய்யும்போது எழும் நாற்றம் தாங்கமுடியாததாக இருந்தது, சேகரிக்கப்பட்டவை உடனடியாக எரிக்கப்பட்டன.

அடுத்தநாள், முன்பைப்போலவே பெண்களின் வீடுகளுக்கிடையே அலைந்து கொண்டிருந்தேன்; வேறேதும் இல்லை. அதே காட்சிகள் மறுபடியும். மரணத்தின்முன்பாக இதுவொரு பாதுகாப்பற்ற இடம். அதிர்ஷ்டம் தேர்ந்தெடுத்த சிலர் மட்டுமே இந்தப் பயனற்ற விளையாட்டிலிருந்து வெளியேற முடியும்.

நான் புறப்படும்நாளில், சுட்டெரிக்கும் சூரிய ஒளியில் எல்லையை நோக்கிப் பயணித்துக் கொண்டிருந்தபோது உணர்ச்சிகளற்று இருந்தேன். என் சுற்றுப்புற சூழ்நிலைகளைக் கவனித்து, ஒரு விலங்கின் உள்ளுணர்வால் தூண்டப்பட்டது போல என் வேலைகளை நிபுணத்துவத்தோடு செய்து முடித்திருந்தேன், இதற்கு இரண்டு விஷயங்கள் முக்கியமாகத் தேவை: வேகம் மற்றும் துல்லியம். மற்ற எதுவுமே முக்கியம் இல்லை. கவலைப்படுவதற்கு நேரம் இல்லை. அழுவதற்கு நேரமில்லை. நினைத்துப்பார்க்கவோ அல்லது சிந்திக்கவோ நேரமில்லை. இங்கே தங்கியது என் சிந்திக்கும் திறனை வெகுவாகப் பாதித்திருக்கிறது. எங்களால் அதிகபட்சமாகச் சிந்திக்க முடிந்ததெல்லாம், காலையில் எழுந்ததும் நாம் ஏதும் இடிபாடுகளுக்குள் புதைந்திருக்கவில்லை அல்லது ஐஎஸ்ஐஎஸ் கையால் நமது தலை வெட்டுப்படுவதைத் தவிர்த்திருக்கிறோம் என்று தெரிந்து கொள்வதே. எனவே இந்தக் காரணங்களால், நெருக்கியடித்து அமர்ந்து கொண்டிருந்தாலும், புழுக்கமாக இருந்தாலும், அவ்வப்போது சிறுவகைப் பீரங்கித் தாக்குதலிலிருந்து தப்பிக்க ஒதுங்கி ஒளிந்தாலும், எல்லை நோக்கிய இந்தப்பயணம் ஒரு இயல்பான பகல்நேரப் பயணமாகியிருந்தது.

நான் அமைதியாக இருந்தேன், இருப்பேனா இறப்பேனா என்ற சிந்தனைகள் இப்போது இல்லை. கடந்து செல்லும் ஆலிவ் தோப்புகளைப் பார்த்தேன், சாலையில் நடந்து செல்லும் மக்கள். உணர்ச்சி மற்றும் தன்னுணர்வுச் சிந்தனை போன்ற காரணங்கள் இல்லாத நிலையில் மரணம் என்பது எவ்வாறு நட்பை உறுதியாக்குகிறது என்று உணர்ந்தேன். இதுபோன்ற படுகொலைகள் மட்டுமே - இந்த பூமி இதைத்தான் சுவாசித்துக் கொண்டிருக்கிறது - வரலாற்றில் இதற்கு முன்பிருந்தவைகளை உடைத்து தீர்க்கமான முடிவுகளை உருவாக்க வல்லது. நான் இப்போது ஆழமானதொரு மாற்றத்திற்கு நடுவிலிருந்தேன். எனக்குத் தெரியும்; நான் அதை தொட்டுக்கொண்டும் நுகர்ந்துகொண்டும் இருக்கிறேன்.

நாங்கள் இன்னும் ஒரு போராளியைச் சந்தித்து அவரது வாக்குமூலத்தைப் பதிவு செய்யவேண்டும், இப்போது அதில் மட்டுமே கவனமாக இருந்தேன். சாலையில் நாங்கள் கடந்துசென்ற இரண்டு அழகான, உறுப்புகளிழந்த இளைஞர்களின் கண்களை எப்போதும் போல நான் பார்க்கவில்லை. ஆழமான துக்கத்தினாலும் அதனை அடக்கிக்கொள்ளும் உணர்வாலும் விழுங்கப்பட்டுக் கொண்டிருந்தேன். நான் செய்யவேண்டியதெல்லாம் என் ரத்தத்திலிருந்து அதைப் பிரிப்பதே. அது நான் தவிர்க்கவேண்டிய நெருப்பு வளையம் என்று தோன்றியது. காருக்கு வெளியே போராளிக்காகக் காத்திருக்கும்போது அருகிலிருந்த இளைஞர்களின் குழுவைக் கவனிக்கவில்லை. அவர் சரியான நேரத்தில் வந்தார். அவரது வாக்குமூலம்தான் நான் கடைசியாகப் பதிவு செய்யப்போவது.

நான் ஐம்பது பேர்களுக்கும் மேலாக நேர்காணல் செய்திருந்தேன் ஆனால் இந்த சுத்தமாகச் சவரம் செய்து வந்திருக்கும் மனிதரின் கதை முற்றிலும் வேறானது. அவர் மரியாதையாக 'ஹாஜி' என்றழைக்கப்பட்டார், லடாகியா துறைமுகத்திலுள்ள அல்-ரமல் பாலஸ்தீனிய அகதிகள் முகாமிலிருந்து வந்திருந்தார், அது என் சொந்த ஊர் மற்றும் அலாவித்துகள் அதிகம் வசிக்கும் பகுதி. இருவேறு பால்வீதியிலுள்ள இரண்டு நட்சத்திரங்களுக்கு இடையே உள்ள வித்தியாசம் போல சராகெப் போன்ற நகரத்திற்கும் லடாகியாவுக்கும் சமூக மற்றும் கலாச்சார ரீதியாக வித்தியாசம் உண்டு. ஒரு டாக்சி ஓட்டுநரின் மகனான ஹாஜி, 1978-இல் அல்-ரமல்லில் பிறந்தவர், பதினோரு வயது வரை அகதிகள் முகாமிலுள்ள பள்ளியிலேயே படித்தவர். பிறகு துறைமுகத்தில் வேலை செய்தார். இப்போது அவர் அஹ்ரார் லடாகியா (லடாகியாவின் சுதந்திர மனிதர்கள்) படைப்பிரிவின் தலைவர், துருக்கி-சிரிய எல்லைப்பகுதி, சிரியக் கடற்பகுதியை ஒட்டிய மலைப்பகுதிகள், லடாகியாவின் வடபகுதி என தொடர்ந்து மாறிக்கொண்டே இருப்பவர்.

நான் அவரை எல்லைப் பகுதியில் சந்தித்து என்னை அறிமுகம் செய்துகொண்டேன். என்னை அன்பாக வரவேற்றார். அவர் மேசராவின் நண்பர், தனது கதையைச் சொல்ல மிகுந்த ஆர்வத்தோடு இருந்தார். இப்போது நாம் இனமோதல் எனப்படும் கட்டத்தில் இருக்கிறோம் அது இன்னும் இருபது வருடங்களுக்கு நீடிக்கும், அப்போதும்கூட அஸாட் குடும்பம் வீழ்ந்திருக்காது என்றார். மற்ற அலாவித்துகள்தான் வீழவேண்டிவரும் என்று வாதிட்டார், ஏனெனில் அஸாட்டின் கும்பல் செய்த எல்லாமும் மற்ற அலாவித்துகளுக்குத் திருப்பியளிக்கப்படும் என்றார். நான் இல்லையென்று அதை மறுத்து அவரை இணங்கச்

செய்திருக்கமுடியும். அவர் நம்பிக்கையோடும் தீர்மானமாகவும் பேசிக்கொண்டிருந்தார், தனது கதையைச் சொல்லும்போது அவரது குரல் வெறுப்பினாலும் கவலையினாலும் கனத்திருந்தது.

'நான் துறைமுகத்தில் தினக்கூலியாக இருந்தேன்,' என்றார். 'பிறகு, ஜமீல் அஸாட் மற்றும் அஸாட்டின் குடும்பத்தினர் துறைமுகத்தின் கட்டுப்பாட்டை எடுத்துக்கொண்டு எங்களை அடிமைகளாக்கினர். நான் அரசையும் அலாவித் இனத்தையும் வெறுக்கிறேன்; அவர்கள் எங்களை எப்போதும் இழிவுபடுத்தியே வந்துள்ளனர். முந்தர் அஸாட்டின் மகன்களும் ஜமீல் அஸாட்டும் துறைமுகத்தை அவர்களின் சொந்த ராஜ்ஜியமாகவே கருதினார்கள். மொத்த சிரியாவுமே அவர்களின் பண்ணை, நாங்கள் அவர்களின் வேலைக்காரக் குதிரைகள், இருந்தாலும் லடாகியாவில் மட்டும் விஷயங்கள் நீதியில்லாமலும் கொடூரமாகவும் இருந்தன. நாங்கள் அவர்கள் பேசுவதைக் கேட்டிருக்கிறோம் - ஷபிஹா மற்றும் அஸாட்டின் குடும்பத்தின் குண்டர்கள், அவர்களது அடிவருடிகள் மற்றும் கையாட்கள் - எப்போதும் எங்களைப் பழித்து "சுன்னிப் பன்றிகள்" என்பார்கள். நீங்கள் லடாகியாவின் மகள், உங்களுக்குத் தெரியும் அது எப்படியிருக்கும் என்று. உதாரணமாக ஒரு அதிகாரியின் மகள், மிகுந்த பலசாலி ஒருவனைக்கூட மண்ணில் போட்டுப் புரட்டியெடுக்க முடியும்.

'2003 மற்றும் 2005க்கு இடையில் அவர்கள் லடாக்கியாவில் பத்து ஹுசைனியாக்களை - ஷியாக்களின் நினைவுகூரல் விழாக்கள் நடத்தப்படும் ஒன்றுகூடல் சபைகளை - கட்டிக்கொண்டிருக்கின்றனர் என்று கண்டுபிடித்தோம். நம் மதம் ஆபத்தில் இருக்கிறது என்று தோன்றியது, ஏனெனில் இந்த ஷியாக்கள் வளர்ந்து வருகின்றனர். என்னைப் பொறுத்தவரை இது கொள்கை சார்ந்த விஷயம்: சுன்னியா அல்லது ஷியாவா. அப்போதுதான் நாங்கள் சந்தித்து இது ஒப்புக்கொள்ள முடியாத விஷயம் என்று முடிவெடுத்தோம், ஏதாவது செய்தாக வேண்டும். அல்-ஸிராவில் ஒரு அறிவிப்பில் "பார்சி மொழிப்பள்ளி" என்று அரபியில் எழுதப்பட்டிருந்ததைப் பார்த்ததும் ஒரு வெடிகுண்டுத் தாக்குதலுக்குக்கூடத் திட்டமிட்டேன், அது சுன்னிக்களின் பகுதி. அவர்கள் ஏற்கெனவே அலாவித் ஊர்களில் ஷியா மசூதிகளைக் கட்ட ஆரம்பித்துவிட்டனர் - இரானியர்கள்தான் அதைக் கட்டிக்கொண்டிருந்தனர். ஆனால், ஏதும் செய்யாமல் வருடங்களாக அமைதி காத்தோம். இத்தனைக்கும் எங்களின் மத அடையாளம் மறுக்கப்பட்டும் அடக்கப்பட்டும் வந்தது.

'ஹஃபீஸ் அல்-அஸாட்டின் காலத்திலிருந்தே சிரிய அரசு' தீவிரவாதிகள் மற்றும் ஜிஹாதிகளை ஈராக்கிற்குள் அனுப்புவது

எங்களுக்குத் தெரியும். மேலும் நமது சுன்னி ஷேக்குகள் அரசோடு நல்ல உறவில் இருந்தனர், அதில் பங்குபெற்றுக்கூட இருந்தனர். ஆனால் நாங்கள் தீவிரவாதிகளாக விரும்பவில்லை அல்லது அரசில் பங்குபெறவும் விரும்பவில்லை, எனவே துனீசிய, எகிப்திய மற்றும் லிபியப் புரட்சி தொடங்கியபோது நாங்கள் இளைஞர்களாகக் கூடி என்ன செய்வதென ஆலோசித்தோம்.

‘இதற்கிடையில், டாரா கிளர்ச்சியில் பற்றியெரியத் துவங்கியது, அங்கே படுகொலைகளும் நிகழ்ந்திருந்தன. அந்த வெள்ளிக்கிழமை, பாலஸ்தீனிய அல்-ரமல் பகுதியில் உள்ள மொஹாஜிரீன் மசூதியில் இறந்தவர்களுக்கான சிறப்புத் தொழுகையொன்றை ஏற்பாடு செய்ய முடிவெடுத்தோம். அதைத் தொடர்ந்து, உணர்ச்சிமிக்க ஒரு பேரணியும் திடீரென ஏற்பாடாக, அங்கிருந்து பாதுகாப்புப் பிரிவின் கதவுவரை நடந்து சென்றோம். ஆனால் அவர்கள் எங்களை அடிக்க ஆரம்பித்தனர், நாங்கள் அவர்களோடு சண்டையிட்டு தலைமையகத்தைக் கொளுத்திவிட்டோம். அதன்பிறகு பேரணி காலித் பின் வாலீத் மசூதிவரை சென்று அங்கிருந்து சலீபா குடியிருப்பு வரை சென்றது.

‘அதன்பிறகு, உலகம் எங்களுடையதாக ஆகிவிட்டது போல் ஒரு உணர்வு. முதல்முறையாக எங்களால் சொல்லமுடிந்தது: “இறைவன், சிரியா, சுதந்திரம் வேறெதுவும் தேவையில்லை.” அடுத்த வெள்ளிக்கிழமை நிறைய மசூதிகளிலிருந்து பேரணிகள் புறப்பட்டன, இருபதினாயிரம் கிளர்ச்சியாளர்கள் தெருவில் இறங்கினர். ராணுவம் எங்களை நோக்கிச் சுட்டதில் பதினைந்து பேர்வரை இறந்தார்கள்; காயம்பட்டவர்களின் எண்ணிக்கை மிக அதிகம்.

‘புரட்சிக்கு முன்பாகவே பாலஸ்தீனிய அல்-ரமல் மாகாணப்பகுதியில் ஆயுதப்புழக்கம் உண்டு. போதைப்பொருள் வியாபாரிகள் இருந்தனர், கொடும் வறுமை மற்றும் வேலையின்மை இருந்தது. நாங்கள் தலைமறைவாகி அடுத்த நகர்வான, ஆர்ப்பாட்டங்களுக்காக ரகசியமாகத் திட்டமிட்டோம். மூன்றாவது வாரத்திலிருந்தே ஒருவேளை தேவைப்படலாமென ரகசியமாக ஆயுதம் வைத்துக்கொள்ள ஆரம்பித்திருந்தோம். அவை சுயபாதுகாப்புக்காகத்தான், அவற்றைக்கொண்டு தாக்குதல் ஆரம்பிக்கும் திட்டமில்லை. ஆனால் சலீபா குடியிருப்பிலுள்ள பின் அல்-அல்பி சதுக்கத்தில் நடந்த படுகொலைக்குப்பின் வெளிப்படையாகவே துப்பாக்கியை வைத்துக்கொண்டோம். அந்த நாளில் ஒரு அமைதிப்பேரணியை பல மசூதிகளிலிருந்து ஆரம்பித்து, சதுக்கத்தில் வந்தமர்ந்து முடிப்பதாக முடிவாகியிருந்தது. பெண்களும் குழந்தைகளும்

குரானைக் கையில் ஏந்தியபடி முழக்கமிட்டனர், "அரசு வீழும்வரை எதிர்ப்போம்." இரவுத்தொழுகை முடிந்து பதினொன்றரை மணியிருக்கும், பேரணி நடக்கும் இடத்தை ராணுவம் சுற்றிவளைத்து விட்டது என்று கேள்விப்பட்டு நேராக அங்கு சென்றேன். மக்கள் முழக்கமிட்டுக் கொண்டிருந்தனர். "ராணுவமும் மக்களும் ஒன்றுதான்," மற்றும் "அமைதி, அமைதி, அமைதி." ராணுவம் அவர்களைக் கலைந்து செல்லும்படி உத்தரவிட்டதும் அவர்கள் மறுத்தனர், எனவே ராணுவம் அவர்களை நோக்கிச் சுட்டது, தீவிரமாக - உண்மையான தோட்டாக்களை வைத்து. பெண்களையும் குழந்தைகளையும் சேர்த்து இருநூறு பேர் அன்று படுகொலை செய்யப்பட்டனர். நான் அதற்கு சாட்சி. உடல்கள் ஒன்றின்மேல் ஒன்றாகக் குவிந்தன. பக்கத்தில் உள்ள கட்டடங்களின் மேல்மாடத்திலிருந்து இதை வேடிக்கை பார்த்தவர்கள் கூடக் கொல்லப்பட்டனர்.

'ஒரு பதினாறு வயதுப்பெண், கர்னலின் நெஞ்சில் கைவைத்துப் பிடித்தாள், எனவே அவளைக் கொல்லும்படி ஒரு ராணுவவீரனுக்கு அவர் உத்தரவிட்டார், அவன் மறுக்கவே முதலில் அவனைச் சுட்டுவிட்டு பிறகு அவளையும் சுட்டார்.

'சரியாக இரவு பதினொன்றே முக்கால் மணி, வரிசையாக வாகனங்கள் வந்து அங்கிருந்த உடல்களை அள்ளிச்சென்றன, சில நிமிடங்களிலேயே தீயணைப்பு வண்டிகள் வந்து அந்த இடத்தைக் கழுவிச் சுத்தம் செய்தன, அப்படி ஒரு சம்பவம் நடந்ததற்கான தடயமே அங்கில்லை. இது நடந்தது ஏப்ரல் 17, 2011-இல். அன்றே, ஆயுதம் தாங்கி எதிர்ப்பதுதான் சரியான வழியென முடிவு செய்தோம். ஆயுதங்களைச் சேகரிக்க ஆரம்பித்தோம், கலாஷ்னிக்கோவ் ரைஃபிள்கள் மற்றும் இயந்திரத் துப்பாக்கிகள், அவற்றை எடுத்துக்கொண்டு பேரணியில் கிளர்ச்சியாளர்களுக்குப் பாதுகாப்பாகச் சென்றோம். அவற்றை ராணுவம் மற்றும் முகாபராத் அதிகாரிகள் எங்கள் பாலஸ்தீனிய முகாமுக்குள் நுழையாமல் தடுத்து நிறுத்தவும் பயன்படுத்தினோம். இது ஆறுமாதம் வரை தொடர்ந்தது.

'ஆனால் நாங்கள் பலமற்றவர்களாக இருந்தோம், எங்கும் உளவு சொல்பவர்கள் நிறைந்திருந்தனர். எங்களிடம் போதுமான ஆயுதங்கள் இல்லை, ஆனால் அவர்கள் தொடர்ந்து எங்களைத் தாக்கிக் கொண்டிருந்தனர். நான் ஒரு இருசக்கர வாகனத்தில் சுற்றிக்கொண்டிருந்தேன், ஒரு நாளைக்கு அரைமணிநேரம்தான் தூக்கம். முற்றிலுமாகச் சோர்வடைந்திருந்தேன். மேலும் எந்த இடத்திலும் இரண்டு முறை தூங்குவதில்லை, அல்லது நான் ஏற்கெனவே தங்கிய இடத்திற்கு திரும்பிச் செல்வதில்லை. மூன்று

முறை என்னைக் கொல்ல முற்பட்ட முயற்சிகளிலிருந்து தப்பித்து எப்படி கவனமாக இருப்பதென்று தெரிந்து கொண்டேன்.'

ஹாஜியார் நிறுத்தவில்லை, அவர் கோபமாக இருந்தார், கண்டிப்பானவராக, இதற்கு முன் நான் சந்தித்து வாக்குமூலங்களைப் பதிவுசெய்த போராளிகளிடமிருந்து ஏதோ ஒருவகையில் வித்தியாசப்பட்டு இருந்தார்: அவர் தனது வாழ்க்கையை மிகவும் நேசிப்பவராக இருந்தார். கட்டுப்பாடுகளற்று இருக்கவேண்டும் என்பதற்காகத் திருமணம் செய்து கொள்ளவில்லை என்று ஒப்புக்கொண்டார், அதைச் சொல்லிவிட்டு புன்னகைத்தார்: ஆனாலும் பிறகு கோபமாகவே தனது கதையைத் தொடர்ந்தார்.

'முகாமில் மக்கள் ஒருவருக்கொருவர் உதவிக்கொள்வார்கள், உதவிப்பொருட்களை தங்களுக்குள் பகிர்ந்து கொள்வார்கள், இருந்தாலும் சிக்கல்கள் இருந்தன. நிறைய ஆட்கள் போதைமருந்து உபயோகிப்பவர்கள், எனவே நாங்கள் போதைமருந்து உபயோகிப்பதைத் தடை செய்தோம். திருட்டு பரவலாக ஆனதும் நாங்கள் காவலர்களை நியமித்து வீடுகளுக்கிடையே நிறுத்தி பாதுகாப்பு வழங்கினோம். நான் எல்லோரும் தங்களுடைய வீடுகளை மற்றவர்களுக்காகத் திறந்து வைக்கும்படி கூறினேன், எதிர்ப்பு தொடர்ந்து கொண்டிருந்தது, ராணுவத்தை உள்ளே வரவிடாமல் தடுத்துக் கொண்டிருந்தோம். நுழைவாயில்கள் மற்றும் வெளியேறும் வழிகளைப் பாதுகாக்க வேலைமுறைப் பட்டியல் ஒன்றை உண்டாக்கியிருந்தோம், கடல் புறத்திலிருந்து கூட வரமுடியாது. ஒவ்வொரு வெள்ளிக்கிழமையும் தொழுகை முடிந்ததும் பேரணி நடத்துவோம், நாங்கள் பத்தாயிரம்பேருக்கும் அதிகமானவர்கள் ஒன்றுசேர்ந்து கிளர்ச்சி செய்து கொண்டிருந்தோம்.

'நாங்கள் பாலஸ்தீனிய அல்-ரமல் குடியிருப்புப் பகுதியில் சுதந்திரமான அமைப்பு ஒன்றை உருவாக்கி வைத்திருந்தோம், ஆறுமாதத்திற்கு எங்கள் சொந்த விஷயங்களை எங்களால் கவனித்துக்கொள்ள முடிந்தது, ராணுவ ஆலோசனைச் சபை ஒன்றும் உண்டு. அது புரட்சி ஆரம்பித்த நான்காம் மாதம் உருவானது, நான் அதில் தளபதியாக இருந்தேன். எனக்கு வெடிபொருட்களோடு அனுபவம் உண்டு, நான் அவற்றைப் பல வருடங்களாக உபயோகித்து வந்தவன், அந்த விஷயத்தில் என்னை ஆர்வலர் என்று சொல்லலாம்.

'அல்-சகன்டரி குடியிருப்புப் பகுதியிலும் நிலைமை சீராக இல்லை. எங்களைப்போலவே அங்கும் பெரும்பாலான இளைஞர்கள் படிக்காதவர்கள், வேலையற்றவர்கள், அல்லது

உடலுழைப்பாளர்கள் அல்லது டாக்சி ஓட்டுநர்கள். எங்கள் பகுதிக்கும் அவர்கள் பகுதிக்கும் சிறுசண்டை ஒன்று மூண்டது. எங்களிடம் டைனமைட் மட்டும்தான் இருந்தது, ஆனால் அவர்களிடமோ ஆயுதப்படகுகள், டுஷ்கா வகை இயந்திரத் துப்பாக்கிகள் இருந்தன. அவர்கள் எங்களைத் தாக்கினார்கள். அதற்குப் பின் நாங்கள் மக்களுக்கு ஆயுதங்களை இலவசமாக வழங்கினோம். எங்களில் சில இளைஞர்கள் அவர்களை திருப்பித் தாக்குவதில் துடிப்பாக இருந்தார்கள், ஆனால் நான் அவர்களைத் தடுத்துவிட்டேன், ஏனென்றால் அதற்கான போதிய பலம் எங்களுக்கு இல்லை, யாரேனும் உதவி அனுப்பும்வரை காத்திருக்கலாம் என்று நினைத்தேன். வெளிப்படையாகச் சொல்லவேண்டுமென்றால், சுதந்திர ராணுவம் அல்லது மற்ற பகுதிகள் எங்கள் உதவிக்கு வரும் என்று நம்பினேன், இரண்டுமே நடக்கவில்லை. நாங்கள் ஏமாற்றப்பட்டுவிட்டதாகவும் தனியே விடப்பட்டு விட்டதாகவும் உணர்ந்தேன். எங்களிடம் மூவாயிரத்து ஐந்நூறு தோட்டாக்கள், பத்து ரைஃபிள்கள், ஒரு இயந்திரத்துப்பாக்கி ஆகியவை இருந்தன, சாகும்வரை தொடர்ந்து எதிர்ப்பது என்று முடிவு செய்தோம், நாங்கள் சரணடையத் தயாராக இல்லை.

ஹாஜி பெருமூச்சு விட்டார். தொடர்ந்து புகைத்தபடி, அவர் கூறுவதற்கு நான் என்ன முகக்குறிப்பைக் காட்டுகிறேன் என்பதை அளவிட்டுக் கொண்டேயிருந்தார். அவர் கவனிப்பதைப் புறக்கணித்து நான் எழுதிக்கொண்டிருந்தேன்.

‘எந்தத் தாக்குதலையும் சமாளிப்பதுதான் எங்கள் திட்டம். தற்காப்பு மட்டுமே எங்கள் தந்திரம், அதுவே முடிந்தவரை ராணுவத்தை நெடுநாட்களுக்குச் சமாளிக்கும் வழி, ஏனென்றால் ராணுவம் கட்டுப்படுத்தும் ஒரு நாட்டின் மாகாணத்திலுள்ள சிறு குடியிருப்புப் பகுதிதான் நாங்கள். வீரர்களை பரவலாக்கினோம், அதன்மூலம் அவர்கள் வசிக்கும் தெருவை அவர்களால் கவனித்துக்கொள்ள முடிந்தது. ஒருவகையில் அதுதான் நாங்கள் செய்த தவறு. அவர்கள் மீதான கட்டுப்பாட்டை இழந்தோம். அவர்கள் தங்களுக்குக் கொடுக்கப்பட்ட உத்தரவை மதிக்காமல் ராணுவ வீரர்களை நோக்கியும் பீரங்கி வண்டிகளை நோக்கியும் துப்பாக்கியால் சுட்டனர்.

‘விடிந்ததிலிருந்து அடுத்தநாள் மதியம் வரை எங்களால் தாக்குப்பிடிக்க முடிந்தது, அதற்கு முகாமில் இருந்த தெருக்களின் அமைப்பும் ஒரு காரணம். ராணுவத்தின் படகுகள் கடலிலிருந்து எறிகணைகளை வீசிக் கொண்டிருக்க, தரைப் பகுதியிலிருந்து பீரங்கிகள் தாக்கிக் கொண்டிருந்தன,

அவர்கள் முகாமைத் தாக்கிக்கொண்டே டாக்சி நிறுத்தம் வரை வந்து விட்டார்கள். அவர்களின் கவசவாகனங்கள் உள்ளே நுழைந்ததும் கட்டடங்களின் கூரையிலும் அவற்றுக்கிடையேயும் ஸ்னைப்பர்களை நிறுத்தினர். நாங்கள் அவர்களில் நாற்பத்தைந்து பேர்களைக் கொன்றோம், அவர்கள் எங்களில் பதிமூன்று பேரை. பெண்களையும் குழந்தைகளையும் எய்ன் தமாரா தெருவுக்குள் நிறுத்தி சுற்றிவளைத்துக் கொண்டோம், முகாமை விட்டு வெளியேற வேண்டும். என் அம்மாவும் சகோதரியும் கூட அங்கு இருந்தனர். அங்கிருந்து அவர்களைப் பாதுகாப்பாக வெளியேற்ற ராணுவம் அமைத்திருந்த தடுப்புக்காவலைத் தாக்கினோம். நான்கு நாட்களாக சாப்பிடவோ தூங்கவோ இல்லை. எதிர்த்துப் போராடிக் கொண்டிருந்தோம், ஆனால் ராணுவம் அருகிலிருந்த குடியிருப்பான அல்-சகன்டரி வழியாக உள்ளே நுழைந்ததும் அங்கிருந்த ஆயிரக்கணக்கானோர் தப்பிச்சென்றனர். இப்போது நாங்கள் ஆளற்ற கட்டடங்களிலும் கட்டுமானப்பகுதிகளிலும் தங்கியிருந்தோம். வீடுகளில் ஒளிந்தபடி நாங்கள் நகர்ந்து கொண்டே இருக்கவேண்டும்.

'இதற்கிடையில் ராணுவம் ரமல் குடியிருப்பில் நாற்பத்தைந்துபேரைக் கைது செய்திருந்தது, ஆனால் நாங்கள் தப்பிவிட்டோம். துருக்கிய எல்லையைக் கடந்து யெல்டா அகதிகள் முகாமுக்குச் சென்றுவிட்டோம். என்னோடு அறுநூறு ஆட்கள் என் பொறுப்பில் இருந்தனர், எனக்கோ என்ன செய்வதென்றே தெரியவில்லை. அவர்களுக்குத் தர என்னிடம் பணமும் இல்லை. என்ன செய்வதென்று தெரியாமல் அந்தாக்யா சென்றபோதுதான் இரண்டாவது அதிர்ச்சி எனக்காகக் காத்திருந்தது, மற்றவர்கள் வஞ்சகமாக என்னுடைய ராணுவ மற்றும் சமூகப் பிரச்சாரத் தலைமைப் பதவியை எடுத்துக்கொண்டு விட்டனர் என்று உணர்ந்தேன். புரட்சி என்பது துரோகம், பொய்கள் மற்றும் முதுகில் குத்துவதும் உள்ள மிகநீண்ட சரடாக அமைந்துவிட்டது.

'நான் கணக்கற்ற அதிகாரிகளைச் சந்தித்து என்னுடைய போர் திட்டங்களை விளக்கினேன். நிறைய இடங்களிலிருந்து ஆயுதங்களுக்காகப் பணம் கிடைத்தது, ஆனால் ஆயுத விநியோகம் தொடர்ந்து நீடிக்கும் என்று தெரியாமல் எதற்குள்ளும் இறங்கக்கூடாது என்று கவனமாக இருந்தேன். ஆயுத விற்பனையாளர்கள் கடல்மார்க்கமாகக் கொண்டு வந்து கொடுப்பதாகச் சொன்னபோது மறுத்துவிட்டேன். அது சாத்தியமற்றது என்று எனக்குத் தெரியும்.

'நிறைய பேரிடம் உதவி கேட்டேன் ஆனால் கிடைக்கவில்லை, பொறுப்பின் கனம் கூடிக்கொண்டே வந்து சுமக்க முடியாததாக

ஆகிவிட்டிருந்தது. மொத்த உலகமும் எங்களைப் புறக்கணித்து விட்டிருந்தது, உடனிருந்த வீரர்களும் படைத்தளபதிகளும் விரக்தியில் மூழ்கினர். சாப்பிட எதுவும் கிடைக்கவில்லை, தூக்கமும் இல்லை. என்னோடு அணிதிரண்டு துருக்கி வரை வந்த படைவீரர்களைப் பார்த்து அவர்கள் விரும்பினால் என்னிடமிருந்து விலகி போர்முனையிலுள்ள வேறு படைப்பிரிவில் சேர்ந்து கொள்ளலாம் என்றேன், ஏனென்றால் என்னிடம் இதற்குமேல் ஆயுதங்கள் இல்லை. 2012 ஆரம்பத்தில் மீண்டும் குர்த் மலைப்பகுதியில் உள்ள போர்முனைக்கு வந்து, ஜூலையில் டோரீன் மலைப்பகுதியில் நடந்த போர் வரை அங்கேயே இருந்தேன்.

'நாங்கள் இருந்தது மலைப்பகுதியின் நடுவில் ஒவ்வொரு நாளும் சோதனைச்சாவடிகள் அல்லது பாதுகாப்புப்பிரிவுகள் மீது ஒரு புதிய தாக்குதலைத் திட்டமிடுவோம், அங்கிருந்து கார்களைத் திருடி எடுத்து வருவோம். ஏனென்றால் எங்களிடம் பணம் இல்லை. என்னுடைய ஆட்களிடம் காரைத் திருடியதும் அதன் ஓட்டுநர் அலாவித்தாக இருந்தால் கொல்லும்படி உத்தரவிட்டேன். சிலர் இதை எதிர்த்தனர், என்னுடைய உத்தரவால் கோபம் கொண்டனர். என்னால் வன்மத்தைத் தாங்கிக்கொள்ள முடியவில்லை! துறைமுகத்தில் வேலை செய்யும்போது அலாவித்துகளோடு மிகக்கசப்பான அனுபவங்களே ஏற்பட்டன.

அவர் பேசுவதை நிறுத்தினார். என்னிடம் என்ன விளைவு ஏற்படுகிறது என்று கவனித்துக் கொண்டிருக்கிறார் என்று எனக்குத் தெரியும். நான் தலையை உயர்த்தாமல் பேனாவை இறுகப்பிடித்தபடி இருந்தேன்.

'அப்புறம் என்ன நடந்தது?' என்றேன்.

அவர் பதில் கூறவில்லை. அமைதியாகப் பலநிமிடங்கள் கடந்தன. நான் தலைநிமிர்ந்து அவரை நேரடியாக உறுத்துப்பார்த்தேன். அவர் என்னை இமைக்காமல் பார்த்துக் கொண்டிருந்தார். நானும் அவரை நிலைத்த பார்வையோடு பார்த்தேன்.

'மேலே சொல்லுங்கள்,' என்று வலியுறுத்தினேன், அதே தீவிரமான பார்வையோடு அவர் என்னிடம் மீண்டும் பேசத் தொடங்கினார்.

'விமானங்கள் எங்கள் மீது குண்டுவீசுவதற்கு முன்னால் போர் என்பது நேருக்கு நேராக இருந்தது, நாங்கள் முன்னேறிக் கொண்டிருந்தோம். ஆனால், விமானங்கள் குண்டுவீசத் தொடங்கியதும் விஷயங்கள் மாறிவிட்டன. இது அல்-ஹஃபா

போரிலிருந்து ஆரம்பித்தது, டோரீன் போருக்குப் பின்னால் எங்களிடம் வெடிபொருட்கள் இல்லை, குண்டுவீச்சுக்கு நடுவே நாங்கள் தனித்து விடப்பட்டோம். நான் என்னுடைய ஆட்களை மலைப்பகுதியிலேயே விட்டுவிட்டு துருக்கிக்கு வந்தேன், அங்கே பணமும் ஆயுதங்களும் சேகரித்துக்கொண்டு மறுபடியும் போர்முனைக்குத் திரும்பினேன். ஆயுதங்களை லடாக்கியா மாகாணத்திலுள்ள குர்திஷ் மலைப்பகுதியிலிருந்து துர்க்மென் மலைப்பகுதிக்குக் கடத்தினேன்.

'அங்கே முதல் போர் ஜெபெல்-45-இல் நடைபெற்றது, அது மலைத்தொடரில் உள்ள ஒரு சிகரம். இரண்டாவதாக கெஸாப் எல்லை கடக்கும் பகுதியில் நாப் அல்-முர் என்ற இடத்தில் நடைபெற்றது. நாங்கள் ஒரு அலாவித் கிராமத்திற்குள் நுழைந்தோம், பெய்ட் உத்மான் என்று பெயர், கிட்டத்தட்ட யாருமற்றிருந்தது. சில இளைஞர்கள் மட்டுமே இருந்தார்கள் என்பதால் அவர்களைக் கொன்றோம். அங்கிருந்த கோழிகளை உண்பதற்காக எடுத்துக்கொண்டோம், எங்கள் ஆட்கள் படைப்பிரிவுக்கு உதவியாக எதையெல்லாம் திருட முடியுமோ எல்லாவற்றையும் எடுத்துக்கொண்டார்கள். சில வீடுகளுக்கு மட்டும் தீவைத்துவிட்டு சிலவீடுகளை அப்படியே விட்டார்கள். சிறிது நேரத்தில் ஜெபெல்-45 ஒரு படைப்பிரிவால் விற்கப்பட்டு விட்டது. ஜெபெல்- 45க்கு ராணுவம் வந்து சேர்ந்ததும் நாங்கள் அதிர்ச்சியடைந்தோம், அரசுப்படை முன்பு அங்கிருந்துதான் கண்காணித்துக் கொண்டிருந்தது. இன்னும் அதிகமான துரோகங்கள். போர்முனைகள் விடுதலை பெற்றதும் உடனடியாக விற்பனை செய்யப்பட்டன. போரின்போது வியாபாரம் பேசிக் கொண்டிருந்தார்கள், அதுவும் போர்க்களத்திலேயே நடந்தது, எங்கள் ரத்தத்தை விலைபேசினார்கள். நாங்கள் மிகுந்த மனத்தளர்ச்சி அடைந்தோம், நம்பிக்கை குறைந்து கொண்டிருந்தது, யாரை நம்புவது யார் துரோகி என்றே புரியவில்லை. கடற்கரைப் பகுதியில் நடக்கும் போரினை ஆயுதங்களோடு யாரால் சமாளிக்க முடியுமோ அவர்களே போரின் விதியைத் தீர்மானிக்க முடியும். இது நடந்தது அல்-ஸேனியாவில் போர் நடந்து கொண்டிருந்த தருணத்தில், நாங்கள் 135ஆவது ரெஜிமெண்ட்டை சுற்றி வளைத்துப் பலபேரைக் கொன்றோம்.'

'நீங்கள் கொல்வது குறித்து இயல்பாகவும் உற்சாகத்தோடும் பேசுகிறீர்கள். நீங்கள் கொலைகாரரா?' என்று கேட்டேன்.

'ஆமாம், நான் கொலை செய்திருக்கிறேன்,' என்றார் என்னைக் கோபமாகப் பார்த்தபடி. 'நான் எங்களின் உரிமையைப்

பாதுகாக்கிறேன். ஆனால், நான் உங்களைக் கொல்ல மாட்டேன்.'

'கொல்ல மாட்டீர்கள்தான், ஏனென்றால் நாம் இருப்பது துருக்கிய எல்லைப்பகுதியில். நீங்கள் ஜாக்கிரதையாகத்தான் இருப்பீர்கள். இதே நாம் சிரியாவில் வேறெங்கேனும் இருந்திருந்தால் நீங்கள் என்னைக் கொன்றிருப்பீர்கள்!'

'அப்போதும் கொல்லமாட்டேன்,' என்றார். 'இதையடுத்து உள்ள சித்திரவதை குறித்து யோசித்துப்பார்த்தால் உங்கள் மேல் பரிதாபம்தான் வருகிறது. அப்போது உங்களைக் கொல்வதே கருணையான செயல்! நீங்கள் விரும்பப்படாத ஒரு சூழலில் இருக்கிறீர்கள், உண்மையிலிருந்து விலகியிருக்கிறீர்கள். இங்கே நடப்பது மத அடிப்படையிலான போரன்றி வேறில்லை!'

நான் அவர் கண்களை மீண்டும் ஒருமுறை உறுத்துப் பார்த்தேன். அவர் என்னைப்பற்றிப் பேசும்போது நான் அவரைப் பார்க்கவேண்டும் என்று விரும்பினேன்.

'ஆமாம்,' என்றார். 'நான் உங்களுக்காகப் பரிதாபப்படுகிறேன், முட்டாள்தனமான இந்தப்போரிலிருந்து நீங்கள் வெகுதூரம் தள்ளியிருப்பீர்கள் என்று நம்புகிறேன். சுதந்திர ராணுவத்தில் இருந்த அரசுப்படையைத் துறந்துவிட்டு வந்த ஒரு அலாவித்தை எனக்குத் தெரியும், பின்னாளில் அவன் தற்கொலை செய்துகொண்டு இறந்துபோனான்.'

'அவர் தற்கொலை செய்து கொண்டாரா அல்லது கொல்லப்பட்டாரா?' என்று கேட்டேன்.

'நிச்சயமாகத் தற்கொலைதான் செய்துகொண்டான். அது வெகுநாள் முன்பு நடந்தது. நான் உங்களுக்கு எனக்கு நடந்த ஒரு கதையைச் சொல்கிறேன், உங்களுக்குக் கதையென்றால் மிகவும் பிடிக்கும்போல் தெரிகிறது, இது இத்லிப் மாகாணத்தில் உள்ள அரபீன் மலையில் நடந்தது. நான் என்னுடைய பதினைந்து ஆட்களுடன் ஃபோரென்லேக் காட்டுப் பகுதிக்குச் சென்றேன். அங்கே அரசுப்படையின் நடமாட்டம் இருப்பது எங்களுக்குத் தெரியவந்தது. எங்களுக்கு முன்னால் ஒரு செங்குத்துப்பாறை. நாங்கள் மூன்று உச்சிகளுக்கு இடையே உள்ள பரந்த வெளியை அடைந்தோம், அதுதான் அம்மலைத்தொடரின் மையப்பகுதி. திடீரென மழையைப்போல எறிகணைகள் எங்கள்மீது பொழிந்தன, நாங்கள் உடனே பாறைகளுக்கிடையே மறைந்து கொண்டோம். நான் என்னுடன் இருப்பவர்களை என்னோடு சேர்ந்து கத்தச்சொன்னேன், "படையைவிட்டு விலகி வாருங்கள் வீரர்களே! நாங்கள் உங்கள் சகோதரர்கள்தான்!"

அவர்களிடமிருந்து வந்த பதில் எங்கள்மீதான வசைதான், பிறகு இரண்டு பக்கமிருந்தும் வசைமாரி பொழிந்தது. நான் அவர்களைச் சரணடைந்து விடும்படி எச்சரித்தேன், அவர்களை முற்றுகையிட்டு விடுவோம் என்றேன், அவர்கள் சவால் விட்டதும் நாங்கள் சுடத் தொடங்கினோம். நான் எவ்வளவு மனவேதனைப்பட்டேன் என்று நீங்கள் நம்பமாட்டீர்கள், சிரியர்களே சிரியர்களைக் கொன்று கொண்டிருக்கிறோம், ஆனால் எங்களால் வேறு என்ன செய்ய முடியும்?'

'நாங்கள் பின்வாங்கினோம், ஆனால் அவர்கள் எப்படியோ எங்களைச் சுற்றிவளைத்து விட்டனர், டுஷ்கா இயந்திரத்துப்பாக்கிகளாலும் சிறு பீரங்கியாலும் எங்களைத் தாக்கினர். எப்படியோ அங்கிருந்து வெளியேறிப் பிழைத்தோம். எல்லோரும் சாகப்போகிறோம் என்றுதான் நினைத்தோம். போர் எப்போதும் என்னோடு இருந்தே வந்திருக்கிறது, மற்றவர்களைக் காட்டிலும், ஏனென்றால் நாங்கள் ஒருவருக்கொருவர் கேட்கும் தூரத்தில்தான் இருக்கிறோம்.

'அல்-ஸேனியா போரின்போது, ஒருவரைக்கூட உயிரோடு விடவில்லை. எங்களுக்கு முன்னால் பிணங்கள் கண்ணுக்குத் தெரியும் தூரம்வரை பரவிக்கிடந்தன. நாங்கள் திறந்த வெளியில் அந்தப் பிணங்களை விட்டுவந்தோம், ராணுவத்தினர் வந்து பிணங்களை வாகனத்தில் ஏற்றிச் செல்வதற்குள் சிலவற்றை காட்டுநாய்கள் குதறி விட்டன.

'அல்-ஸேனியாவுக்குப் பிறகு, என் படைப்பிரிவின் தலைமையகம் துர்க்மன் மலைப்பகுதியில் இருந்தது, நாங்கள் 10-ஆவது படைப்பிரிவின் கட்டளைப்படி நடந்தோம், அது சுதந்திர ராணுவப்படையின் தலைமைக்குக் கீழ் வருவது. ஒரு அலாவித் கிராமம் மூன்று வாரங்களுக்கு எங்களின் ஆளுகைக்குள்தான் இருந்தது, நான் கிராமத்தையொட்டிய அகழிக்குள்தான் தங்கியிருந்தேன். இன்னும் மூன்று படைப்பிரிவுகள் எங்களோடு இணைந்துகொள்ள அரசுப்படை கட்டுப்பாட்டுக்குள் இருந்த பகுதியில் பதினான்கு கிலோமீட்டர்கள் வரை முன்னேறினோம். மூன்று மாதங்களுக்குப் பிறகு மத்தியப் படைப்பிரிவிடமிருந்து உதவி கேட்டேன். அரசு ராணுவத்தின் ஆளுகைக்கு உட்பட்ட பகுதியில் தொடர் குண்டுவீச்சுக்கிடையில், ஸ்னைப்பர்களின் பார்வையில் இருக்கிறோம். அப்படியான சூழ்நிலையில் இருப்பதே தற்கொலைக்குச் சமமானதுதான், யாரும் அதற்குமேல் முன்னேறிச்செல்ல ஒப்புக்கொள்ளவில்லை. மற்ற படைப்பிரிவுகள் அருகிலிருந்த கன்டாசியா என்ற

கிராமப்பகுதியோடு தங்கிவிட்டன. எப்போது நானும் என் வீரர்களும் பணயம் வைத்துச்செய்தது விற்கப்படுகிறது என்று எனக்குத் தோன்றியதோ அப்போது ராணுவசபைக்கு நான் பின்வாங்கப்போவதாக அறிவித்துவிட்டு, பின்வாங்கினேன். இதற்கிடையில், எனது கடன்கள் வளர்ந்துகொண்டே சென்றன, கடைசியில் ஒரு சிறுவகைப் பீரங்கி மற்றும் ரஷிய ஆயுதங்களை விற்று எனது கடனை அடைத்தேன். பிறகு மீண்டும் மத்திய படைப்பிரிவின் தலைமையகத்திற்கு வந்து அவர்களின் தலைமையின் கீழ் இணைந்து கொண்டேன். இப்போது எனது படைப்பிரிவின் பெயர் அஹ்ரார் லடாகியா படைப்பிரிவு. கட்டளை வரும்போது அவர்களோடு மட்டும்தான் போர்முனைக்குச் செல்வேன். இப்போது நகரத்திலிருந்து பதினைந்து கிலோமீட்டர்கள் தள்ளி மாஷ்கிதா என்ற இடத்தில் இருக்கிறோம்.'

'ஆனால் கடற்கரைப் பகுதிகளில் போரானது உண்மையான முறையில் நடக்கவில்லை என்று நினைக்கிறீர்கள் அல்லவா?'

'இல்லை, உண்மையாக முறையில் நடக்கவில்லை,' என்றார். 'வெளிநாடுகள், சிரியர்கள் தங்களுக்குள் அடித்துக்கொள்ள வேண்டுமென்று விரும்புகின்றன - அதனால்தான் அவர்கள் எங்களை ஒருவருக்கொருவர் எதிராகத் திருப்பிவிட்டுவிட்டு அவர்கள் இங்கிருந்து ஓடிவிட்டனர். நான் இதை எங்களோடு போரிடும் ஒரு பேராசிரியர் மூலம் அறிந்தேன். எனவேதான் எப்போதையும்விட மிகுந்த மன அழுத்தத்தில் இப்போது இருக்கிறேன், ஏனென்றால் பயனில்லாத ஒன்றுக்காக சிரியர்களின் ரத்தம் சிந்தப்படப்போகிறது.

'இன்னொரு விநோதமான விஷயம் என்னவென்றால், ஐஎஸ்ஐஎஸ் கடற்கரையிலுள்ள போர்முனையில் இருக்கிறது, ஆனால் மற்ற போர்முனைகளில் இல்லை. அங்குமட்டும் ஐநூற்றி ஐம்பதுக்கும் அதிகமான வீரர்கள் இருக்கிறார்கள், ஆனால் வெறுமனே வேடிக்கை பார்க்கிறார்கள். அடுத்து என்ன செய்யப்போகிறார்கள் என்று தெரியவில்லை! அஹ்ரார் அல்-ஷாமும் அங்கே இருக்கிறார்கள், ஆனால் நாங்கள் - ஒன்றுபட்ட தேசிய சிரியா உருவாகவேண்டும் என்று நினைக்கும் லடாகியாவின் மைந்தர்கள் - அங்கிருந்து விரட்டப்படுகிறோம். மற்றுமொரு விநோதம் என்னவென்றால் இப்போது சுதந்திர ராணுவப்படை வீரர்களைக் கொல்வது ஐஎஸ்ஐஎஸ் தான். அரசுப்படையோடு மோதுவதை விட்டுவிட்டு இதைச் செய்கிறார்கள். சிறிதுநேரம் முன்புகூட, க்ராட் வகை ராக்கெட்டுகளை வைத்து மக்கள் வசிக்கும் அலாவித்துகளின் கிராமமொன்றைத் தாக்கலாம்

என்று வந்தார்கள். நான் மறுத்துவிட்டேன். ஆனாலும் ஒருநாள் அதைச்செய்வார்கள், அநேகமாக லடாகியாவைக் கூடத் தாக்கலாம். நான் கிளம்புங்கள் என்று சொல்லிவிட்டேன். ஐஎஸ்ஐஎஸ் போராளிகள் அனைவரும் துனீசியர்கள், லிபியர்கள் மற்றும் சவூதி அரேபியர்கள். சிலசமயம் எங்களுக்கிடையில் பூசல்கள் வந்திருக்கின்றது - ஒன்றிரண்டு முறை அவர்களை எதிர்த்து சண்டையில்கூட இறங்கியிருக்கிறேன்.'

'ஹாஜி, அரசு வீழ்ந்தபின் நீங்கள் என்ன செய்வதாக உத்தேசம்?' என்று கேட்டேன். முகம் சிவக்கும் வரை சிரித்தார், பிறகு தந்திரமான ஒரு பார்வையோடு என்னைப் பார்த்தார்.

'அது இப்போதைக்கு நடக்கப்போவதில்லை,' என்றார். 'மிக நீண்ட பயணம் எங்கள் முன் இருக்கிறது. இன்னும் இருபது வருடங்களாவது தேவை, அதற்குப்பின் என்ன ஆகும் என்று எனக்குத் தெரியவில்லை. ஆனால் அதுவரை உயிரோடு இருப்பேன் என்று எனக்குத் தோன்றவில்லை, அது மனவுளைச்சலானதுதான், ஏனென்றால் நான் வாழ்வை நேசிக்கிறேன். நான் எப்போதும் இருப்பது போர்முனையில், எனவே ஏற்கெனவே இறந்துவிட்டது போலத்தான். ஒருவேளை யாரேனும் ஒருவர் எங்களைச் சரியாக வழிநடத்தினால் நல்ல வாய்ப்புகள் அமையக்கூடும்.'

ஹாஜியார் உடனான சந்திப்புதான் போராளிகளின் வாக்குமூலங்களில் கடைசியாக நான் பதிவு செய்தது, அது என்னிடம் கடைசியாக மிச்சமிருந்த கொஞ்சநஞ்சக் கவனத்தையும் உறிஞ்சியெடுத்து விட்டது. நடந்து கொண்டிருப்பவற்றின் அபத்தமும் வலியும் என்னை ஒன்றுமற்றதற்குள் தள்ளிவிடுவது போலிருந்தன, நான் எல்லையைக் கடப்பதற்கான கடைசி சில அடிகளை எடுத்துவைத்துக் கொண்டிருந்தேன்.

நிழல்கள் மட்டும் நகர்ந்து கொண்டிருப்பது போன்ற மக்கள் கூட்டத்தில், ஒரு விலங்குக் கூட்டம் நகர்வது போல வரிசையில் நான் நகர்த்தப்பட்டுக் கொண்டிருக்கையில், என் மனத்திலும் என்னைச் சுற்றியும் குவிந்துகிடக்கும் எல்லா முரண்களுக்கப்பாலும், என் இயக்கத்தில் உள்ள எளிமையான மிருகத்தன்மை மாறவில்லை என்றுதான் சொல்லவேண்டும். இங்குள்ள வாழ்க்கையின் போக்கு மற்றும் மரணத்தை துரிதப்படுத்தும் தன்மை, இந்த எதிரெதிர் முனைகளை ஒன்றுக்கொன்று ஈர்த்து மோதச்செய்கின்றன. வாழ்வையும் மரணத்தையும் பிரித்துப்பார்ப்பதே கடினம் என்பதான நெருக்கத்திலேயே எப்போதும் அவை இருக்கையில்,

குண்டுவீச்சிலிருந்து தப்பியோடும் இவர்களுக்கு மற்றுமொரு துயரமாக புகலிடம், வறுமை, வீடற்ற நிலை ஆகியவற்றை எதிர்கொள்ள வேண்டியிருக்கிறது. இதற்கு முற்றிலும் எதிரான ஒரு வரிசை, எல்லையின் அந்தப் பக்கத்திலிருந்து எதிர்த்திசையில் பயணித்து உள்ளே வருகிற வரிசை, தாங்கள் நம்பிக்கொண்டிருக்கும் சொர்க்கத்தை நோக்கிச் செல்லும் பாலமான மரணத்தை விரும்பி வரும் போராளிகள். ஆயுத வியாபாரிகள், ஆயுதம் கடத்துபவர்கள், ஆட்கடத்துபவர்கள், மரணத்தின் ஆயுதங்களைச் சுமந்து கொண்டிருக்கும் கைகள். இதுதான் இரண்டு நீரோட்டமும் ஒன்றையொன்று கடக்கும் இடம். என் மனமயக்கத்தோடு நான் முன்னே நகர்ந்து கொண்டிருக்கும்போது இவர்களைப் பார்க்கிறேன்.

இவ்விறுதி எல்லை கடப்பில் இன்னுமொருமுறை, பீதியோடு அங்கிருந்து தப்பிவிட ஆவலாக இருக்கும் மக்கள் திரள் சூழ இருக்கிறேன். காயம்பட்ட போராளிகள் மற்றும் மனிதநேய அமைப்புகளின் பிரதிநிதிகள். தொலைக்காட்சி நிருபர்கள், வெளிநாட்டுப் பத்திரிகையாளர்கள். பெண்கள் மற்றும் குழந்தைகளின் கூட்டங்களுக்கிடையே தவ்விக்கொண்டிருக்கும் உறுப்பை இழந்தவர்கள். இருப்பினும் மெதுவாக முன்னே சென்றுகொண்டிருக்கும் இக்கூட்டம் ஆர்வத்தோடு இல்லை, இயக்குநரால் அறிவுறுத்தப்பட்ட துணை நடிகர்கள் போல நேராக வெறித்தபடி உள்ளனர். கவலையோடும் ஒழுங்கற்றும் உள்ள கூட்டம். வெப்பத்தினால் மயங்கிக் கொண்டு. இந்தக்காட்சியை ஒவ்வொரு முறையும் நான் எல்லை கடக்கும் எல்லா இடங்களிலும் பார்க்க முடிந்தது. இறுதித்தீர்ப்பு நாளைப்போல மக்கள் அங்கிருந்து புறப்பட்டுச் செல்கின்றனர்.

அட்மா முகாமும் ஏறக்குறைய இப்படித்தான். சென்றமுறை வந்தபோது பார்த்ததை விட வெறும் கால்களோடு உள்ள குழந்தைகள் அதிகரித்துவிட்டனர், கூடாரங்களின் எண்ணிக்கையும் ஆயுதம் தாங்கிய சோதனைச்சாவடிகளும் கூட, அங்கே ஜிஹாதிகளும் ஐஎஸ்ஐஎஸ் வீரர்களும்தான் இருக்கிறார்கள். அப்போது வரை, அதாவது 2013 ஆகஸ்ட் கடைசிவரை ஐஎஸ்ஐஎஸ் தன்னைப்போன்ற அடிப்படைவாதக் குழுக்களோடு - நுஸ்ரா முன்னணி மற்றும் அஹ்ரார் அல்-ஷாம் - சுமுகமான உறவில்தான் இருந்தது. பின்னால் இச்சூழ்நிலை மாறியது: ஐஎஸ்ஐஎஸ் அவர்களோடு போரிட ஆரம்பித்தது, அவர்களுடைய கொள்கைகளுக்கு எல்லைகள் ஏதுமில்லை என்பதற்கு இதுவொரு உதாரணம்; அதுவொரு எதிர்கால அரசைத் திட்டமிடும் இறந்த அமைப்பு.

எங்களை நிறுத்திய கடைசிச் சோதனைச்சாவடிக்கு முந்தைய ஒன்று ஐஎஸ்ஐஎஸ் அமைப்புடையது. நான்கு இளைஞர்கள் தங்களது துப்பாக்கியை வானத்தை நோக்கி உயர்த்திக் காட்டினர், கால்களை அகல விரித்துத் தயாரான நிலையில் நின்றிருந்தனர். இருவர் தங்கள் முகத்தை முழுவதுமாக மறைத்திருக்க மற்ற இருவர் பாதி முகத்தை மறைத்திருந்தனர். அவர்கள் சிரியர்கள் அல்ல. இம்முறையும் எவ்வளவு அமைதியாக இருக்க முடியுமோ அவ்வளவு அமைதியாக இருந்தேன், நேராக சாலையைப் பார்த்தபடி, என் தோழர்களை அவர்கள் என்ன கேட்கிறார்கள் என்பதை அதிகம் கவனிக்காது இருந்தேன். அவர்கள் பேச்சு வழக்கு வித்தியாசமாக இருந்ததால் அவர்கள் என்ன பேசினார்கள் என்று எனக்குச் சரியாகப் புரியவில்லை. எவ்வளவு தைரியத்தோடும் முரட்டுத்தனமாகவும் இருக்கிறார்கள், எவ்வளவு சத்தமாகக் கத்துகிறார்கள் என்று மட்டும் கவனித்தேன். அவர்கள் நடப்பதும் அசைவதும், ஏதோ அவர்கள்தான் அந்த இடத்தின் உரிமையாளர்கள் போலவும் பிரபுக்கள் போலவும் இருந்தன, கைகளை அசைத்து எங்களைச் செல்ல அனுமதித்தனர்.

அட்மா முகாமின் நுழைவாயிலில் இருந்த கடைசிச் சோதனைச்சாவடி, அன்ஸர் அல்-இஸ்லாம் போராளிகளால் காக்கப்படுவது. முகாமின் பாதுகாப்பு இப்போது ஆயுதப்படைப் பிரிவுகளிடையே பகிர்ந்தளிக்கப்பட்டுள்ளது. எல்லையின் இருபுறங்களிலும் மரப்பெட்டிகள் அடுக்கப்பட்டிருந்த கனரக வாகனங்கள் காத்திருந்தன, அத்தனையும் ஆயுதங்கள். நாங்கள் கடந்து செல்லும்போது ஒரு சரக்குவண்டியிலிருந்து பொருட்கள் கவனமாக இறக்கப்பட்டுக் கொண்டிருந்தன. இது பட்டப்பகலில் எல்லைப் பகுதியில் நடந்து கொண்டிருந்தது, கூட்டம் கூட்டமாக முதியவர்கள், பெண்கள், குழந்தைகள் முன்பாக... வியாபாரிகள், கடத்தல்காரர்கள், அரசின் எடுபிடிகள் மற்றும் பத்திரிக்கையாளர்கள் முன்பாகவும். துருக்கியப் பகுதியிலிருந்த ஆலிவ் தோப்பின் முடிவில், பல்வேறு நாடுகளைச் சேர்ந்த இளைஞர்கள் வெயிலில் அமர்ந்திருக்கிறார்கள். அவர்கள் நாட்டுக்குள் நுழைந்து சண்டையிடுவதற்கான வாய்ப்பை எதிர்பார்த்துக் காத்திருக்கிறார்கள்.

என் நண்பர்கள் எல்லையின் கடைசிவரை உடன் வந்தனர் - என்னை இந்தப் பயணத்தின் ஆரம்பத்தில் அவர்கள் சந்தித்த இடம். மேசரா என்னோடு வரிசையில் நின்றார், கோயாவின் ஓவியத்திலிருந்து வெளிவந்தது போல மீண்டும் மனிதத்தூண்களின் பகுதியானோம். எல்லையைக் கடந்துசெல்ல ஒருமணிநேரத்திற்கும் மேலானது. எனக்கடுத்து அழகான ஒரு

பெண் கூட்டத்தால் தள்ளிக்கொண்டு வரப்பட்டார். அவருக்குப் பதினான்கு வயது இருக்கும், ஒருவயது கூடக்குறைய இருக்கலாம், அவருடைய அம்மாவும் உடன் இருந்தார். அந்தப்பெண்ணின் பெயர் ஃபாத்திமா - அது இங்கே பெண்களுக்கு அதிகமாக வைக்கப்படும் பெயர் - தான் அட்மா முகாமை விட்டு, எல்லையைக் கடந்துசென்று திருமணம் செய்துகொள்ளப் போவதாகக் கூறினார். அவருடைய தந்தை குண்டுவீச்சில் கொல்லப்பட்டுவிட்டார், ஆறு சகோதரிகளில் இவர்தான் மூத்தவர். நான் அவள் வருங்காலக் கணவர் பற்றியும் அவர் என்ன செய்கிறார் என்றும் கேட்டேன். அவர் துருக்கியில் வசிக்கும் ஒரு ஜோர்டானியர், தான் வசிக்கப்போவது அந்தாக்யாவில் என்றாள், ஏனெனில் அவள் கணவர் அம்மான் மற்றும் துருக்கிக்கிடையே வியாபாரம் செய்பவர். நான் அவருக்கு என்ன வயது என்று கேட்டு அவளைச் சங்கடப்படுத்த விரும்பவில்லை. நான் அங்கே என்ன செய்கிறேன் என்று அவள் கேட்டபோது நான் ஜபல் ஸாவியாவைச் சேர்ந்தவள் என்று சிறுபொய்யொன்றைச் சொன்னேன். அதன்பிறகு அவள் அமைதியானாள், என்னைப் பொருட்படுத்தவில்லை.

ஆனால் எல்லையைத் தாண்டியதும் அடுத்த பக்கத்தில் ஃபாத்திமாவை மீண்டும் பார்த்தேன், ஒரு வாடகைக்கார் அவளுக்காகக் காத்திருந்தது. அவளை ஒருவர் வந்து சந்தித்தார், அறுபதுகளில் இருப்பவர், அதற்கு அதிகமாகக்கூட இருக்கலாம். நெற்றியில் *ஸபீபா* இருந்தது, பக்தியின் அடையாளம் - வெள்ளைநிற *அபாயா* அணிந்திருந்தார். நான் அவளை அழைக்குமளவு அருகிலிருந்ததால் அழைத்தேன்.

'உன் கணவரா?' என்று கேட்டேன். அவர் தனக்குள்ளேயே சுருங்கிக்கொள்பவராகத் தெரிந்தார்.

'ஹ்ம்ம்,' என்று ஃபாத்திமா மெல்லிய குரலில் கூறினாள், ஒருமுறை என்னைப் பார்த்துவிட்டுத் திரும்பிக்கொண்டாள்.

மக்களின் பெயரைப் பதிந்து கொண்டிருந்த அதிகாரிக்கு வியர்வை வடிந்து கொண்டிருந்தது. நான் இன்னமும் என்னுடைய தலைமுதல் கால்வரை மூடிய கருப்புநிற ஆடையில் இருந்தேன். எனக்குப் பின்னால் ஆண்கள், பெண்கள் மற்றும் குழந்தைகளின் நீண்ட வரிசை, கொளுத்தும் வெயிலில் கணக்கிலடங்காத மனிதர்கள் தங்கள் முறைக்காகக் காத்திருந்தனர், ஒருவரிடம் கூட அடையாளத்தை நிரூபிக்க ஆவணங்கள் இல்லை. எனக்குப் பின்னால் உள்ள பெண் கையில் வைத்திருந்த குழந்தையை மெதுவாகப் பாடி சமாதானப்படுத்த முயன்றுகொண்டிருந்தார். நான் அவளைத் திரும்பிப் பார்த்தேன். குழந்தையின் கைகள்

தோளிலிருந்து விரல்நுனி வரை வெள்ளைத் துணியால் சுற்றப்பட்டிருந்தது. நான் தலையைக் குனிந்துகொண்டு என்னுடைய பொய்யான பெயரை அதிகாரி எழுதுவதைப் பார்த்தேன், அந்தப் பெயரில்தான் கிளம்பவேண்டும். அப்போது, நான் பதினாறரை வயதில் என் குடும்பத்தை விட்டு முதல்முறையாக பொய்யான பெயரில் பயணித்தது ஞாபகம் வந்தது, நான் சிரித்துக் கொண்டேன். என் குறுகிய வாழ்நாளில் சிரியாவுக்குள் நுழையவும் வெளியேறவும் நான் நிறைய பெயர்களைத் தாங்கியிருக்கிறேன்.

அதிகாரி என் சிரிப்பினால் எரிச்சலடைந்து நிமிர்ந்து பார்த்தார். 'எல்லோரும் சேர்ந்து சிரிக்கலாம்,' என்றார். ஆனால், அங்கிருந்து கிளம்பும்முன் என் முகத்தை சில விநாடிகளே பார்த்தார், மற்ற முகங்களை எப்படிப் பார்ப்பாரோ அதேபோல.

ஏன் சிரித்துக் கொண்டிருந்தேன் என்று எனக்கே தெரியவில்லை. இது இளம் போராளிகளிடமிருந்து தொற்றிக்கொண்ட விஷயம்; எப்போதெல்லாம் அழுத்தமாக உணர்கிறேனோ அப்போதெல்லாம் சிரிக்க ஆரம்பித்துவிடுவேன்.

'சிரிக்கமுடியாது, நான் சொன்னேனென்றால், சிரிக்க முடியாது!' என்று எனக்கு நானே சொல்லிக்கொண்டேன்.

பிறகு முன்னால் நகர்ந்து அடுத்த பக்கத்தைப் பார்த்தேன் சீக்கிரமே துருக்கியில் இருக்கப்போகும் இடத்தைப் பார்த்தேன்.

என் தோழர்கள் இன்னமும் சிரியப் பகுதியில் கூட்டத்திற்குப் பின்னாலிருந்து என்னைக் கவனித்தபடி நின்றிருந்தனர். அங்கிருந்து வெளியேறியதும் பிரிவுக்கணங்களை நீட்டிக்க நான் விரும்பவில்லை; ஒரு கையசைப்பு போதும். அவர்கள் பதிலுக்குக் கையசைத்தனர். என் பக்கத்தில் இருந்த மேசரா நான் கண்ணீர் வடித்துக் கொண்டிருந்தபோது ஒரு வார்த்தை கூடப்பேசவில்லை. ஒருவேளை இவ்விளைஞர்களை நான் மறுபடியும் சந்திக்க முடியாமலேயே போய்விடலாம். நான் மீண்டும் கையசைத்தேன்.

'வாளி வாளியாகக் கண்ணீர் விடும் ஒரு கார்ட்டூன் பாத்திரம் போல இருக்கிறேன்,' என்றேன்.

மேசரா அமைதியாக அவர் பின்னால் வரும்படி சைகை செய்தார். கடைசியாக ஒருமுறை திரும்பிப் பார்த்துக்கொண்டேன்; எல்லையைக் கடந்தபின் நான் எவ்வளவு நிதானமாக இருக்க முடியுமோ அவ்வளவு நிதானமாக இருக்கவேண்டும். நண்பர்கள் அவர்கள் பார்வையிலிருந்து நான் மறையும்வரை என்னைப் பார்த்துக் கொண்டிருந்தனர்.

அந்தச் சிறுவயது மணப்பெண்ணையும் அவளது தாத்தாவின் வயதிலிருக்கும் கணவரையும் பார்த்ததிலிருந்து ஒரு சிந்தனை வந்துகொண்டே இருந்தது: என் அழகிய மயக்கவைக்கும் பெண்ணான ஆலா, மேசராவின் இரண்டாம் மகள். அந்தாக்யாவிலுள்ள அவர்களது வீட்டிற்குச் சென்றதும் அவளுக்கு என்ன கதைகளைச் சொல்லலாம், சராகெப்பிலுள்ள வீட்டை எவ்வாறு அவளுக்கு விவரிக்கலாம், அவள் இல்லாதபோது நாங்கள் என்னவெல்லாம் செய்தோம் - நௌரா, நான் மற்றும் அந்த இரண்டு முதியபெண்மணிகள், என்று சிந்தித்தேன். எவ்வாறு அக்கதைகளை அவளுக்கு நடித்துக் காண்பிப்பேன், இந்தப்புத்தகத்திலுள்ள ஒவ்வொரு கதாபாத்திரத்தையும் எப்படிச் செய்து காட்டுவேன். தப்பிப் பிழைத்த இந்தச்சிறு பெண்ணுக்கு அவளது அக்கம்பக்கம் உள்ளவர்கள் மற்றும் உறவினர்கள் பற்றி எப்படிச் சொல்வது என்று தடுமாற்றமாக இருந்தது, சராகெப்பில் எல்லோருமே அவளுக்கு உறவினர்கள்தான். அவர்களின் புது வீட்டுக்குச் செல்வதற்குள் என் மனத்தினுள் எல்லா விபரங்களையும் ஒழுங்குபடுத்திக்கொண்டேன். ஆலாவுடனான இந்த உறவுக்கு ஏதேனும் ஒருவகையில் முடிவு உண்டாக வேண்டும், ஒருநாள் அவள் வளர்ந்து தான் தப்பித்து புகலிடத்தில் வளர்ந்த கதையைச் சொல்லுவாள். அல்லது யாருக்கும் சொல்லாமல் போகலாம், அதை மறக்க முயற்சி செய்யலாம், தன்னுடைய பால்யம் குறித்து யாருக்கும் எதுவும் சொல்லாமல் போகலாம்.

கார் எங்களை எல்லையோரமாக அழைத்துச்சென்றது, எங்களின் இடதுபுறம் சிரியா. இப்போது நான் எதிரியாகி என் ரத்தம் முழுவதும் கொலைகாரர்களுக்கு எதிராகக் கொதித்துக் கொண்டிருந்தது. நான் துண்டுதுண்டாக, தனித்தனியாகப் பிரிந்த உயிரி, புதிய மண்ணில் தன்னை வேரூன்றச் செய்து தகவமைத்துக்கொண்டவள், மீண்டும் ஒருமுறை வேரூன்றுவதற்காகவே அப்படிச் செய்தவள். நான் ஒரு அடையாளத்தைத் தேடுகிறேன், அதேசமயம் ஒரு அடையாளத்திலிருந்து தப்பிச்செல்கிறேன். தன்னுடைய இடத்திலிருந்து விரட்டப்பட்டு, வெகுதொலைவுக்கு விரட்டப்பட்டு, விமான நிலையத்தின் கூடங்களிலும் ரயில் நிலையங்களின் நடைமேடைகளிலும் தன் நாட்களைக் கழித்தவள். திரும்பிச் செல்லப்போகிறேன் என்ற கனவிலிருந்து அங்கே தங்கியிருக்க முடியாததற்கான சாத்தியம் என்னை உலுக்கி வெளியே கொண்டுவந்தது. இருந்தாலும் இம்முறை கடைசியாக ஒருமுறை மனநிலையை வெளியேற்றத்திற்காக ஆயத்தப்படுத்திக் கொண்டேன். எனக்குப்பின்னால் அழிவுகளில்

நனைந்த நிலத்தை, ரகசியங்களும் சதிகளும் நிறைந்த மண்ணை, கொள்ளையடிக்கும் தக்ஃபிரிகளால் ஆக்கிரமிக்கப்பட்ட நிலத்தை விட்டு வருகிறேன். சிரியர்கள் தங்கள் ரத்தத்தின் மூலம் விடுவித்த பகுதிகள், வடபகுதியிலுள்ள நகரங்களும் கிராமங்களும் மீண்டும் ஆக்கிரமிக்கப்பட்டுவிட்டன. இனிமேல் விடுதலை பெற்ற பகுதிகளென்று எதுவும் இல்லை, அது சிரியாவாகவும் இல்லை. எங்களின் புரட்சிக் கனவுகள் திருடப்பட்டுவிட்டன. பலம்வாய்ந்த உலக நாடுகள் இந்த இடத்தில்தான் அவர்களுடைய போர்களை நிகழ்த்திக் கொள்கிறார்கள், தங்களுடைய ஆயுதப்படைகளை சதுரங்கக் காய்களைப்போல் நகர்த்துகிறார்கள், கற்பனையான ஒரு போர்முனையை பணத்தாலும் ஆயுதங்களாலும் நிறைக்கிறார்கள். பொதுமக்கள் கண்முன்பாகவே துருக்கியின் எல்லைக்கதவுகள் அகலமாகத் திறந்து போராளிகளையும் ஆயுதங்களையும் பல்வேறு தரப்பிலிருந்து அனுமதிக்கின்றன. இந்த ஐஎஸ்ஐஎஸ்சுக்குப் பணம் கொடுப்பவர்கள் யார்? நுஸ்ரா முன்னணிக்குப் பணம் தருபவர்கள் யார்? சுதந்திர ராணுவத்தின் தளபதிகளை சதிசெய்து கொல்பவர்கள் யார்? பத்திரிக்கையாளர்களையும் அமைதி முயற்சியில் ஈடுபடுபவர்களையும் கொல்வது யார்? புரட்சியை இவ்வாறு அபகரிக்கச் செய்தவர்கள் யார், இதை ஒரு மதவாதப்போராக மாற்றியது யார்? இக்கேள்விகள் இன்னமும் காற்றில் ஊசலாடுகின்றன.

என்னைப் பொறுத்தவரை, இன்னும் இரண்டு நாட்களில் பாரீசுக்குச் சென்றுவிடுவேன், என் கண்முன் உள்ள இக்காட்சிகள் மறைந்துவிடும். எங்கள் கார் துருக்கியப்பகுதிக்குள் நுழைந்து மறைந்துவிடும், நானும் மேசராவும் அவரது வீட்டுக்குச் செல்வோம், அங்கே ஆலா எனக்காக நிறையக் கதைகளோடு காத்துக்கொண்டிருப்பாள், அவை நான் இஸ்தான்புல் விமானம் ஏறுவதற்காக அந்தாக்யா விமான நிலையம் செல்லும்வரை தீராது. பதிலுக்கு நான் அவளுக்காக அவளது அக்கம்பக்கத்தினர், இளம் போராளிகள் பற்றிய கதைகளைச் சொல்வேன், நிறையப் பொய்களைச் சொல்லுவேன். அவளுடைய நண்பர்களின் உடல்களைப் பற்றியோ, இறந்த குழந்தைகள் குறித்தோ சொல்லமாட்டேன். மேலும் நேர்த்தியான அழகான ஒரு விடைபெறலை அவளுக்குச் சொல்லி இன்னும் சில மாதங்களில் திரும்புவதாக வாக்களிப்பேன்.

என்னுடைய முந்தைய புத்தகமான, துப்பாக்கிச்சூட்டின் இடையே ஒரு பெண் புத்தகத்தில், நரகத்தின் முதல் அடுக்குவரை

சென்றிருந்தேன், புரட்சி ஆரம்பித்த தருணம் மற்றும் அதன் முதல் நான்கு மாதங்கள். இந்த இரண்டாவது சான்றுரை என்னை இன்னும் உள்ளே வெகு ஆழத்தில் இழுத்துக்கொண்டது, இப்போது மீண்டும் நாடுகடத்துதலுக்குள் நுழையும்போது, அதிகம் மாறிவிடவில்லை என்று தோன்றுகிறது, சொல்லப்போனால் அது நாடுகடத்துதல் போலவே இல்லை. நான் அனுபவித்த, என்னை முழுப்பதட்டத்தில் வைத்திருந்த துரிதமான நிகழ்வுகளுக்கு இடமளிக்குமளவு அது தன்னுடைய நிலையை இன்னும் மாற்றிக்கொள்ளவில்லை என்று தோன்றுகிறது. உண்மையில் நாடுகடத்துதல் என்பதே சரியான சொல்லல்ல என்று தோன்றுகிறது; அது இன்னமும் மறுவரையறை செய்யப்படவேண்டும், நான் அதன் வேர்ச்சொல்லுக்குச் செல்லவேண்டுமென நினைக்கிறேன். சமூக ஊடகங்களில் நாடுகடத்துதல் எனும்போது நெருக்கியடுக்கப்படும் பல்வேறு சித்திரங்களுக்கும் உண்மையான நாடுகடத்துதலுக்கும் இடையே எந்தத்தொடர்பும் இல்லாமலாகிவிட்டது. நவீனத் தொழில்நுட்பம் இந்தக் கருத்துப் படிவத்தை முற்றிலும் வேறான ஒன்றாக மாற்றிவிட்டது. நாடுகடத்தினால் கூட மக்கள் தாங்கள் பிறந்த இடத்திலிருந்து முற்றிலுமாகத் துண்டிக்கப்படுவதில்லை. இப்போது இணையம் மூலம் தாங்கள் விட்டு வந்த இடங்களில் இருப்பவர்களைத் தொடர்புகொண்டு உடனுக்குடன் நடப்பதைத் தெரிந்துகொள்ள முடிகிறது. அந்தவகையில் இணையம் வருவதற்கு முன்பிருந்ததுபோல், நாடுகடத்தல் என்பது அத்தனை தீவிரத்தன்மையுடன் அடையாள இழப்பு என்பதாக இல்லை.

எங்களுக்குப் பின்னால் எல்லைப்பகுதி மறைந்தது. நான் என்கிற இந்தப்பருவுடல் அணுக்களாகப் பிரிந்து சுதந்திரமாக எங்கும் பரவி ஒரு மெல்லிய விரிப்பாக காற்றில் மிதந்தால் நன்றாக இருக்கும் என்று நினைத்தேன். பருப்பொருள் என்பதிலிருந்து ஒன்றுமற்றதற்குள் நான் நுழையலாம். அந்தக் கணத்தில், நான் ஆகஸ்ட் கடைசிக்கு வந்து விட்டேன் என்று ஞாபகம் வந்தது, நான் இங்கே இனி வராமல் போகலாம், ஆக்கிரமிக்கப்பட்டுள்ள என்நாட்டுக்கு, ஆக்கிரமிக்கப்பட்டுள்ள அதன் வானத்திற்கு என்று நினைத்ததும் உடல் கனத்து, ஒரு பளிங்குச் சிலைபோல அசைவற்றுப் போனேன். மீண்டும் ஒருமுறை உறுத்து, இமைக்காமல் எல்லைப்பகுதியிருந்த வெற்றிடத்தைப் பார்த்துக் கொண்டேன்.

முடிவுரை

இந்தக் கையெழுத்துப் பிரதியின் முதல் படிவத்தை 2014 செப்டம்பர் கடைசியில் முடித்தேன். சிரியாவிலிருந்து வெளியே வருவதற்கு முன் என் பேனாவைக் கீழேவைத்தேன், அதன்பிறகு சிலமாதங்கள் சென்றபின்தான் என்னால் அந்த அனுபவங்களை எழுத முடிந்தது. அந்தச்சமயத்தில் இதை எழுதுவதே பயனற்றது; அங்கே உண்மையில் என்ன நடந்துகொண்டிருக்கிறது என்று பேசுவதுகூட அபத்தம், முக்கியமற்றது என்று தோன்றியது. மனம் உறைந்து விரல்கள் செயலற்றுப் போயின. இந்த மனத்தடை அல்லது உணர்ச்சிச் செயலிழப்பு என்னை என் குறிப்புகளிடம் செல்லவிடாமல், நேர்காணல்களைத் தோண்டியெடுக்க மனமின்றி வைத்திருந்தது. எனக்குள்ளிருந்த பயனின்மை எனும் உணர்ச்சியை எதிர்கொள்வதே கடினமாக இருந்தது. அநீதியின் பெருங்கொடுமைகள் மற்றும் தினம் நிகழும் படுகொலைகள் என்னை வார்த்தைகளின்றிச் செய்தன. எழுதும் திறனை மீட்டுக்கொள்ள எனக்கு முடிவற்ற காலம் தேவைப்பட்டது.

எழுத்து என்பது மரணத்துடன் அதற்குள்ள சிக்கலான உறவின் காரணமாக விழிப்புணர்வின் பாதையாகிறது. அது வாழ்வின் மறுவுற்பத்தி, தைரியமாக மரணத்துக்கு சவால் விடுவது. ஆனால் அது மரணத்தின் முன் தோல்வியைப் பிரதிநிதிப்பதும்தான், ஏனென்றால் இறுதியில் மரணம் என்பது, அதன் அனைத்துச் சிக்கலான கேள்விகளோடு, எழுத்திற்கான தூண்டுதலாகவும் ஆதாரமாகவும் அமைகிறது. ஆகவே அதுவொரு வீரம் செறிந்த தோல்விதான். எழுத்துக்கும் மரணத்துக்குமான தவிர்க்கமுடியாத சார்பு எனக்கு இதற்குமுன் புரியவில்லை.

சிரியாவிலிருந்து கடைசியாக வெளியேறி ஒரு வருடம் ஆகிறது, அங்கே நடந்து கொண்டிருக்கும் மக்களின் வெளியேற்றம் நிச்சயமாக வரலாற்றில் இடம்பிடிக்கும். முன்னேற்றங்களைத் தொலைவிலிருந்து ஒரு கண் வைத்தபடிதான் இருக்கிறேன். எல்லோரும்தானே? படங்களைப் பார்க்கிறீர்கள், செய்திகளைப் படிக்கிறீர்கள், இன்னமும் அங்கே மாட்டிக்கொண்டிருப்பவர்களோடு தொடர்பில் இருக்கிறீர்கள் - ஆனால் இதற்கெல்லாம் என்ன அர்த்தம்? இது எதைச் சாதிக்கிறது? புதிரின் முக்கியமான கண்ணி விடுபட்டுள்ளது. நீங்கள் வாழ்ந்த நகரமான சராகெப்பில், பத்து நாட்களுக்குத் தொடர்ச்சியாக பீப்பாய் வெடிகுண்டுகளும் எறிகணைகளும் வெடிக்கின்றன என்று படிப்பது அவ்வாறு உங்களைச் சுற்றிலும் வெடிப்புகளுக்கிடையே வாழ்வதை ஒத்திருப்பதில்லை. சராகெப் இன்றுவரை, ஒரு வருடங்களுக்கும் மேலாக தொடர்ந்து பீப்பாய் மற்றும் கொத்து வெடிகுண்டு வீச்சுக்கு ஆளாகி வருகிறது. இடிபாடுகளுக்கிடையே பிணங்கள் கிடப்பதைப் பார்ப்பதும் அவற்றைத் தொடுவதும் ஒன்றல்ல; இன்னமும் உயிரோடு இருந்து கொண்டு நடப்பனவற்றை தொடர்ந்து ஆவணப்படுத்தி வரும் சேவகர்கள் பரப்பும் புகைப்படங்கள் மற்றும் காணொளிகளில் இருந்து, கொத்து வெடிகுண்டு வெடித்ததும் பூமியிலிருந்து கிளம்பும் மணம் உங்களுக்குத் தெரியப்போவதில்லை. தீயின் கருகல் மணம் எங்கே, பீதியுற்ற தாயின் கண்களில் இருக்கும் பயம் அல்லது ஒரு வெடிப்புக்குப்பின் நிலவும் குறுகிய கால நிசப்தம், அதிர்ச்சி நிறைந்த மௌனம் எங்கே? இந்தப் படங்கள் என்ன நடக்கிறதென உடனடியாக நமக்குச் சொல்லிவிடுகின்றன, ஆனால் அவை தொடர்புபடுத்தும் உண்மையான பொருள் என்ன? அவை மேலும் ஒரு பைத்தியக்காரத்தனம் என்பதன்றி வேறில்லை. ஏனெனில் அப்படியான இரு-பரிமாணப் படங்கள் கற்பனையோடு உண்மையை இணைக்கின்றன மற்றும் உணர்ச்சி வயப்படாத தர்க்கத்தை, பயனற்ற அபத்தமாகக் குறைத்துவிடுகின்றன.

வெளியுலகம் சிரியாவில் என்ன நடக்கிறது என்று நம்பப்போவதில்லை - சர்வதேச சமூகங்கள் அங்கே வைத்து தங்களது சொந்தப்பாதுகாப்பு எந்த அளவுக்கு உள்ளதென்று உறுதிசெய்துகொள்ள விரும்புகின்றன, அவ்வளவுதான் - இதற்கு மொத்த உலகமும் சாட்சியாக இருக்கிறது. அவர்களுக்குப் பதிலாக மற்றவர்கள் இறந்து கொண்டிருக்கிறார்கள். அவர்களின் கண்முன்னாலேயே வாழ்க்கை அழிவதைப் பார்க்கையில் ஏதோவொன்று வாழ்க்கையைக் கண்காணிப்பதற்கான

அவர்களின் விருப்பத்தைத் தூண்டுகிறது. அவர்கள் தப்பிப் பிழைத்தவர்கள், அது அவர்களுக்குப் போதுமானது. இதுவும் காமத்தைப்போன்றே ஒரு உடல்வேட்கை. உலகமெங்கும் உள்ள 'பார்ப்பதால் இன்பம் அடைபவர்கள்' சிரியாவில் நடக்கும் தீவிரமான உயிர்ப்போராட்டத்தைக் கண்டு கிளர்ச்சி அடைகின்றனர் - குறிப்பாக சிரியர்களின் பிணக்குவியல்கள் அடங்கிய படங்களைப் பார்த்து. ஐஎஸ்ஐஎஸ் மற்றும் அஸாட் படைகளுக்கு இடையேயான போரை மட்டும் அலங்கரித்து, உணர்ச்சிகளைத் தூண்டும் விதமாக, திட்டமிடப்பட்ட காட்சிகளைக் காண்பித்தல் என்பதைத்தவிர, இந்த வெருளி வளர்ந்து, அச்சங்கொள்ளத்தக்க, கொடூரமான ஒன்றாக மாறி அவர்களிடம் இல்லாத உணர்வுநிலையைத் தணிக்கும் வரை - உலகம் வெறுமனே வேடிக்கை பார்க்கும். நடந்து கொண்டிருப்பது ஒன்றும் மனிதகுல வரலாற்றில் புதுமையானதல்ல, ஆனால் எங்கள் கண்முன் சிந்தப்படும், கைகளில் வடியும் ரத்தம் பொதுமக்கள் பார்வைக்குத் திறந்து காட்டப்படுகிறது. காட்டுமிராண்டித்தனம் என்று காட்ட உதவும் படங்கள் எங்களை இரக்கமற்ற கொடூரமிருகங்களாகச் சித்தரிக்கின்றன, உலக ஊடகத்துறை இயந்திரங்கள் இற்றைப்படுத்தப்பட்ட, நாகரீகமற்ற தொடர் சித்திரங்களை கடைந்தெடுத்து வழங்கி, ஒவ்வொரு பலியாளும் அடுத்த பலியாள் வந்ததும் மறக்கப்பட்டுவிடுவதை உறுதிசெய்து கொள்கிறது, மரணத்தின் பரிமாணத்தில் உருவாக்கிக் கொள்ளப்படும் குமட்டல் கொள்ளவைக்கும் புகழ். நாம் செய்திகளை உபயோகித்து பின் அவற்றைக் குப்பையில் எறிகிறோம்.

கடந்த நான்கு வருடங்களில் சிரியர்கள் இவ்வாறாகத்தான் மாறிவிட்டார்கள். சர்வாதிகாரி ஒருவருக்கு எதிராக நடந்த அமைதியான மக்கள் புரட்சி தலைகுப்புறத் தடுமாறி ஆயுதப் போராட்டமாகி மாநிலத்துக்கும் ராணுவத்துக்கும் எதிரானதாக மாறிவிட்டது, இதில் இஸ்லாமிய அடிப்படைவாதிகள் மேடையை ஆக்கிரமித்து சிரியர்களை பொம்மைகளாக்கி ஒரு பதிலிப்போரை நடத்திவருகின்றனர். ஐஎஸ்ஐஎஸ் இந்த நோய் பிடித்த ரத்த நாடகத்தில் முக்கியக் கதாபாத்திரம் வகிக்கிறது. Islamic State of Iraq and Syria (ISIS) என்கிற இந்த அடிப்படைவாதப் பிரிவு ஏப்ரல் 2013 இல் இங்கு நுழைந்தது, அது அதிகாரமையமாகி தற்போதைய நடைமுறையில் ஆக்கிரமிக்கும் சக்தியாக வளர்ந்துவிட்டது. துருக்கிய எல்லை வழியாக வந்து குவியும் வெளிநாட்டுப் போராளிகள் அழிவுக்கும் மரணத்துக்குமான தன்னியக்கமாகிறார்கள். எல்லாமும் தீவிரவாதம் எனும் இரும்புப்பிடிக்குள் கிடக்கிறது.

ஐஎஸ்ஐஎஸ் சிரிய நகரங்களை ஆக்கிரமிக்கிறது. அமெரிக்கத் தலைமையிலான கூட்டணி அவர்கள்மீது குண்டு வீசுவதாகப் பசப்பிவிட்டு அடக்கமாக ஓடி மறைந்துகொள்கிறது. இதற்கிடையே ஐஎஸ்ஐஎஸ்சும் அதன் கூட்டாளிகளும் சிறிதும் பாதிப்பின்றி முன்னேறுகின்றனர், படுகொலைகள் தொடர்கின்றன. மொத்த உலகத்தையும் 'இஸ்லாமிய தேசம்' எனும் சொல் அலைக்கழிக்கிறது, இதனூடே அஸாட்டின் விமானங்கள் இத்லிப் மற்றும் டமாஸ்கஸ், ஹோம்ஸ் மற்றும் அலெப்போ மாகாணங்கள் மீது குண்டுவீச்சைத் தொடர்கிறது. உலகம் ஐஎஸ்ஐஎஸ் என்ற தெளிவற்ற மாயத்தோற்றம் தெளிவாகத் தெரியக் காத்திருக்கிறது, துல்லியமாகத் தெரிய வேண்டும், இதற்கிடையே அப்பாவியான மக்கள் அரசின் எறிகணைகளாலும் இஸ்லாமிய அடிப்படைவாதிகளின் வாட்களாலும் மடிந்து கொண்டிருக்கின்றனர். மில்லியன் கணக்கில் மக்கள் இடம்பெயர்கின்றனர், மில்லியன் கணக்கில் மக்கள் அகதிகளாகிவிட்டனர், உலகநாடுகளின் இதுகுறித்த 'ஆழ்ந்த சிந்தனை' எனும் பற்கள் ரத்தம் வடிய மெதுவாக அவற்றை அரைத்துக்கொண்டிருக்கிறது. சிரியா மீண்டும் பழையநிலைக்கு வரவே வராது - அது தூக்கிலிடப்பட்டுவிட்டது, கந்தலாகத் துண்டாடப்பட்டுவிட்டது.

நான் உள்ளிருக்கும் போராளிகளோடும் பெண்களோடும் தொடர்பில் இருக்கிறேன். மொஹம்மத் இன்னமும் சராகெப்பை விட்டுப் போகவில்லை. அவருக்குத் தேவையான மருத்துவச் சிகிச்சைக்காக நாட்டைவிட்டுப் போக மறுக்கிறார். இன்னமும் அவருக்கு ஒருகண் பார்வைதான். கடந்த உரையாடலின்போது சிரியாவுக்கு வெளியே போனால் மூச்சுத்திணறுவது போல் உணர்கிறேன் என்றார். அவரும் மற்றவர்களும் இப்போது பதுங்கு குழிகளை உருவாக்கி இரவில் அதற்குள் உறங்குகிறார்கள், காலையில் இடிபாடுகளுக்கிடையே பலியானவர்களை வெளியே எடுக்கிறார்கள், மீறல்களை ஆவணப்படுத்துகிறார்கள், எங்கெல்லாம் மக்களுக்கு உதவ முடியுமோ அங்கே உதவுகிறார்கள். சுஹைப், அக்குடும்பத்தின் மருமகன், அவரும் களத்திலிருந்து உதவுகிறார். அவர் ஏற்கெனவே வசித்துவந்த ஐரோப்பாவுக்குச் செல்ல மறுத்துவிட்டார்.

'நான் இங்கேதான் இறப்பேன்; ஒருபோதும் இங்கிருந்து செல்ல மாட்டேன்,' என்றார்.

மேசரா, அவரது மனைவி மற்றும் குடும்பத்தினர் இன்னமும் அந்தாக்யாவில்தான் வசிக்கிறார்கள். என் அன்பான ஆலாவுக்கு இன்னொரு தம்பி பிறந்திருக்கிறான், உடன்பிறந்தவர்களோடு

அவள் மகிழ்ச்சியாக இருக்கிறாள். அவர்கள் பள்ளிக்குச் செல்கிறார்கள், துருக்கிய மொழி கற்றுக்கொள்கிறார்கள். மேசரா அவ்வப்போது சராகெப் சென்று வருகிறார்.

ரயீத் ஃபாரெஸ் ஒரு திட்டமிட்ட படுகொலை முயற்சியிலிருந்து தப்பிவிட்டார், இன்னமும் ஐஎஸ்ஐஎஸ் மற்றும் *தக்ஃபிரிக்களின்* ஆயுதப்படை அவரைக் கொலைசெய்து விடுவதாக மிரட்டிக்கொண்டிருக்கிறது, ஆனால் அவரும் காஃப்ரான்பெல்லை விட்டுப் போவதாக இல்லை. அப்துல்லா, காலித், எஸாட், ஹம்மூத் மற்றும் அபு தாரேக் மற்றும் அபு வாஹீத் - இவர்களும் காஃப்ரான்பெல்லை விட்டுப்போக மறுத்துவிட்டவர்கள், அங்கேயே இருப்பதற்கான தங்கள் கனவை உறுதியாகப் பற்றியிருக்கிறார்கள். அவர்கள் வேலையுடைய நோக்கம் மாறிவிட்டது ஆனாலும் அவர்கள் அதே மந்திரத்தை உச்சரித்துக் கொண்டிருக்கிறார்கள்: 'நாங்கள் இங்கேதான் இறப்போம்; ஒருபோதும் இங்கிருந்து செல்லமாட்டோம். இது எங்கள் நிலம்.' சரணடையப்போவதில்லை என்கிறார்கள்; இன்னமும் பிடிவாதமாக *தக்ஃபிரி* படைப்பிரிவுகள் ஆசைகாட்டும் நிதியாதாரங்களை விரும்பாமல் எதிர்க்கிறார்கள். அஹமத் மற்றும் அபு நாசீர் இன்னமும் சண்டையில் கலந்துகொள்கிறார்கள், அஹமத் ஒரு போரின்போது காயம்பட்டுள்ளார். அப்துல்லாவுக்குத் திருமணம் முடிந்து தந்தையாகி விட்டார். அவர் தன் காலை இன்னமும் சரியாகக் கவனித்துக்கொள்ளவில்லை, தாங்கித் தாங்கித்தான் நடக்கிறார். மன்ஹால் துருக்கிக்கு வந்துவிட்டார், ஆனால் சமீபமாக மீண்டும் சராகெப் போவதாக முடிவெடுத்து, மறுபடியும் போராளிகளோடு இணைந்துவிட்டார். ரஸான் காஃப்ரான்பெல்லில் இல்லை. ஹிஜாப் அணிய மறுத்துவிட்டு இப்போது சிரிய எல்லைக்கருகே உள்ள துருக்கிய நகரமொன்றில் வசிக்கிறார். இதை எழுதிக் கொண்டிருக்கும்வரை மார்சினைப் பற்றி எந்தத் தகவலும் இல்லை. (ஆனால், மார்சின் தன்னைக் கடத்தியவர்களிடமிருந்து தப்பி விட்டதாகவும் அவர் தற்போது தனது குடும்பத்தோடு இருப்பதாகவும் போலந்து வெளியுறவுத்துறை அறிக்கை வெளியிட்டுள்ளதாக BBC-யின் செய்திக் குறிப்பு தெரிவிக்கிறது. இச்செய்தி வெளியிடப்பட்டது 31 அக்டோபர் 2013-இல். மொ-ர்)

அபு இப்ராஹிம் மற்றும் நௌரா எனும் என் அன்பான தம்பதியர் ஒருவழியாக சராகெப்பிலுள்ள வீட்டைவிட்டு எறிகணைகள் விழும்பகுதியிலிருந்து தள்ளி ஒரு சமவெளியில் அமைந்துள்ள பண்ணையில் குடியிருக்கிறார்கள். ஆனால் இன்னமும் ஏவுகணைகள் அப்பகுதியைத் தாக்குகின்றன,

அருகிலேயே ஒரு படுகொலை நடந்துள்ளது. ஆயூஷ் மற்றும் இரண்டு முதியபெண்களான தாயாரும் அத்தையும் அவர்களுடனேயே வந்துவிட்டார்கள். அவர்கள் அங்கு வந்து ஒருமாதத்திற்குப்பின் தன்னுடைய பழைய வீட்டை இழந்துவிட்ட அந்த முதிய அத்தை உடல்நலம் குன்றி இறந்தார். இருப்பினும் அபு இப்ராஹிம் முற்றிலுமாக சராகெப்பைத் துறந்துசெல்ல மறுத்துவிட்டார், நௌரா என்னிடம் ஸ்கைப்-இல் பேசும்போது என்னதான் இன்னமும் ஆபத்துகள் இருந்தாலும் பயம் அவரை வாட்டி எடுத்தாலும் தன்னால் தன்னுடைய கணவரை விட்டு வேறெங்கும் செல்ல முடியாது என்றார். அவரோடு வாழ்ந்தேன் அவரோடுதான் இறப்பேன் என்றார்.

இவர்கள் இருபதாம் நூற்றாண்டின் மிகப்பெரும் துயரங்களில் ஒன்றின் முக்கியக் கதாபாத்திரங்களில் சிலர் மட்டுமே - அவர்களின் துயரம் என்பது மனிதகுலம் கருணை எனும் நெறிமுறையிலிருந்து சறுக்கிவிட்டது என்பதற்கான பெரும் அத்தாட்சி. அவர்கள் புரட்சியில் இறங்கும்போது சுதந்திரம் மற்றும் நீதிகுறித்த பெரும் கனவுகளோடு இறங்கினார்கள். இழந்துவிட்ட தங்கள் புரட்சிக்கு விலையாக தங்கள் ரத்தத்தைப் பெருமளவில் கொடுத்துள்ளனர். இவர்கள் என்னால் ஒருபோதும் மறக்கமுடியாத மிகப்பெரும் சிரியக் காவியத்தின் பிள்ளைகள். ஒவ்வொரு சிறிய விஷயங்களிலும் அழகு மிளிரும் பாரீசில் இருக்கும்போது கூட ஒரு அருவருப்பு என்னைக் கொல்வதாக உணர்கிறேன். அது என் நெஞ்சின் அடியாழத்தில் கூடுகட்டி வாழ்கிறது. இந்நகரத்தால் இன்னமும் என்னை என் நிலத்திலிருந்து பிரித்தெடுக்க முடியவில்லை; என் வாழ்க்கையிலிருந்து வெளியேற்றிவிடுவேன் என்று நான் நம்பிய உணர்வுகள், என்னால் எதிர்க்க முடியும் என்று நான் நினைத்த உணர்வுகளான, நாடுகடத்தப்பட்ட உணர்வு, வீடு குறித்த ஏக்கம் ஆகியவை இன்னமும் என்னை ஆட்கொள்ளுகின்றன. இந்த அனுபவத்திற்கு முன்பு, நான் நாடுகடத்துதல் என்ற சொல்லின் அர்த்தம் குறித்து, அதுவொரு குறுகிய எல்லைக்குள் ஒருவரின் அடையாளத்தைச் சுருக்கும் தனிப்பட்டதொரு நிலை என்று யோசித்ததில்லை, அது மொழியோ, தேசியமோ, மதமோ, அல்லது புவியியல் இருப்பிடமோ எதுவாகவும் இருக்கட்டும். என்னைப் பொறுத்தவரையில் என் எழுத்தும் விவரிப்புமே என் அடையாளம் - என்றுதான் நினைத்துக்கொண்டிருந்தேன். இருபது வருடங்களுக்கும் மேலாக நான் நம்பிய ஒரே உலகத்தைக் கதைகளே உருவாக்கித் தந்தன, ஆனால் வெளியேற்றத்தில் ஒருவருடம் வாழ்ந்தபிறகு நான் கண்டுகொண்டேன், வெளியேற்றம் என்பது வெளியேற்றம்தான், வேறெதுவுமல்ல.

அதன் பொருள், நீங்கள் தெருவில் இறங்கி நடந்து செல்லும்போது நீங்கள் அந்த இடத்தைச் சேர்ந்தவர் அல்ல என்ற உணர்வோடு செல்வது.

இங்கே நாடுகடத்தப்பட்டு இருக்கும்போது, தூக்கத்தில் எப்படி நடப்பது சிந்திப்பது என்று கற்றுக்கொண்டு விட்டேன்: தூக்கத்திலா, அல்லது ஏற்கெனவே இறந்துவிட்டேனா? என்ன வேறுபாடு இருக்கிறது? இரண்டு விதத்திலும் நான் தொடர்பற்றுதான் இருக்கப்போகிறேன், உண்மையிலிருந்து விலகியிருக்கப்போகிறேன். என் உடலைத் தொடுகிறேன்: என் விரல்களை உணரமுடியவில்லை, என் விவரிப்புகள் எனக்கே அந்நியமாக, அடையாளம் காணமுடியாதவையாகத் தோன்றுகின்றன. நான் எப்போதேனும் அவற்றுக்குச் சொந்தமாக இருந்தேனா? உண்மையில் நான் அதற்குச் செய்யவேண்டியது நிறைய இருக்கிறது, என் வெளியேற்றத்தில் எந்த அளவுக்கு மூழ்குகிறேனோ அந்த அளவுக்கு.

பின்னிணைப்பு

அலாவித்துகள் மற்றும் சுன்னிகள் பற்றிய சிறு குறிப்பு

சமர் யாஸ்பெக்

அலாவித்துகள் ஷியா இஸ்லாம் பிரிவைச்சேர்ந்த இனத்தவர்கள். அதற்கென ரகசியமான மதபோதனைகள் உண்டு, ஏற்றுக்கொள்ளப்பட்ட இமாம்கள் பன்னிருவர் (முறையாக இறைத்தூதர் மொஹம்மதின் வழிவந்தவர்கள்). அடக்குமுறை, இடம்பெயர்தல், இனவழிப்பு ஆகியவற்றை வரலாற்றில் கண்டவர்கள், அதற்குக் காரணம் சில சுன்னிப்பிரிவினர் இவர்களை நாத்திகர்களாகவும் சமய பேதமுள்ளவர்களாகவும் கருதியதுதான்.

சுன்னி, இஸ்லாம் மதத்தின் மிகப்பெரிய இனம், பெரும்பாலான முஸ்லிம்கள் இப்பிரிவைச் சேர்ந்தவர்கள், அதன் சட்டவாக்கம் மற்றும் மரபுகள், இறைத்தூதரால் சொல்லப்பட்ட குரான் மற்றும் ஹதித் சார்ந்தவை. அவர்கள் ஏற்றுக்கொண்டது நான்கு இமாம்களை மட்டுமே: இறைத்தூதரின் மறைவுக்குப் பின்னால் சுன்னிப்பிரிவுக்கென உருவான நான்குவகை அங்கீகரிக்கப்பட்ட பள்ளிகளின் தலைவர்கள்.

அலாவித்துகள், அலி பின் அபி தாலிப் என்கிற இமாமைப் பின்பற்றுவார்கள், இவர் இறைத்தூதர் மொஹம்மதின் ஒன்றுவிட்ட சகோதரர், மேலும், இவர்கள் சுன்னி முஸ்லிம் மரபுகளின் சான்றுவலிமையை ஏற்றுக்கொள்வதில்லை. அவர்களுக்கென்று சமயமுறையின் பாற்பட்ட மரபு உள்ளது,

அவற்றுள் முக்கியமானது மதத்தையும் மாநிலத்தையும் பிரிப்பது. பத்தொன்பதாம் நூற்றாண்டுக்கு முன்னர் வெவ்வேறு பெயர்களால் அறியப்பட்டனர், அவற்றுள் நுசேரிஸ் என்பதும் ஒன்று. சிரியாவில் அலாவித்துகளின் நிலை மாறியது பஷார் அல்-அஸாட்டின் தந்தையான ஹஃபீஸ் அல்-அஸாட் அதிகாரத்திற்கு வந்த பின்னர்தான். அவரால் அலாவித்துகளை, அவர்தம் கடப்பாடுகளை வலியுறுத்தி, கட்டுக்குள் கொண்டுவரவும் வரலாற்றில் அவர்களுக்கு இழைக்கப்பட்ட கொடுமைகளைத் தனக்குச் சாதகமாகப் பயன்படுத்திக் கொள்ளவும் முடிந்தது. ஹஃபீஸ் அல்-அஸாட்டுக்கு எதிராகவும் நிறைய அலாவித்துகள் இருந்தனர், அவரது ஆட்சியின்போது பலவருடங்கள் அவர்களைச் சிறையில் வைத்திருந்தார், இருப்பினும் தன்னுடைய ராணுவத்தின் உயர்பதவிகளில் அலாவித்துகளையே நியமித்தார், தனது ஆட்சியில் இனத்தவர்களை பாதுகாப்புப் படையில் வற்புறுத்தி இணைத்துக்கொண்டும், சிலரை நாட்டில் அல்லது ராணுவத்தில் பதவிகள் தருவதாகக்கூறி ஆசைகாட்டியும், சமூகத்தினரை வறுமைக்குள் தள்ளினார். ஹஃபீஸ் அல்-அஸாட், முக்கியமான மத அதிகாரங்களை பங்கிட்டுக் கொடுத்து, அலாவித் இனத்தைத் தன் சுயலாபத்திற்காக, தன்னையும் தன்னுடைய குடும்பத்தினரையும் அதிகாரத்தில் தொடர்ந்து வைத்திருக்க மட்டுமே பயன்படுத்தினார். சிரியாவில் புரட்சி தொடங்கியதும் அலாவித்துகள் பொதுவாக பஷார் அல்-அஸாட் பக்கமே நின்றனர்.

சொல் விளக்கம்

அரேபிய மொழியில் வரும் இடங்களின் பெயர்கள் மற்றும் நபர்களின் பெயர்கள் தமிழில் குறிப்பிடப்படும்போது நிறைய வேறுபாடுகளோடு இருப்பதன் காரணம் இரண்டு மொழிகளுக்கிடையேயான ஒலிமரபு வெவ்வேறு என்பதுதான். இயன்றவரை நெருக்கமான ஒலியுடைய சொல் எதுவோ அதுவே பயன்படுத்தப்பட்டுள்ளது. *(மொ-ர்)*

அபாயா: தலை, கைகள், பாதம் தவிர்த்து உடல் முழுவதையும் மறைக்கக்கூடிய நீளமான அங்கி.

அஹ்ரார் அல்-ஷாம்: ஒரு படைப்பிரிவு, நாடுகடந்த முஸ்லிம் அடிப்படைவாதக் குழுக்களோடு இப்படைப்பிரிவுக்குத் தொடர்பிருப்பதாக நம்பப்படுகிறது.

அலாவித்: ஒன்பதாம் நூற்றாண்டில் தோற்றுவிக்கப்பட்டதாகக் கருதப்படும் ஷியா முஸ்லிம்களில் ஒரு பிரிவு. சிரிய நாட்டைச் சேர்ந்த பிரிவு.

பாத் கட்சி: *1963*-இல் இருந்து சிரியாவை ஆட்சி செய்து வரும் கட்சி, சூழ்ச்சியினால்தான் ஆட்சிக்கு வந்தனர் என்றும் சொல்லப்படுகிறது. பஷார் அல்-அஸாட்தான் இதன் மாநிலச் செயலாளர் மற்றும் அவரே நாட்டின் பிரதமர்.

பெடுயின்: அரேபிய மற்றும் சிரியப் பாலைவனங்களில் வாழ்ந்துவந்த நோமாட் என்று சொல்லப்பட்டவர்களின் வழிவந்த ஒரு தனி பண்பாட்டு இனம். 'பாலைவனவாழ்விகள்' என்ற அரேபிய வேர்ச்சொல்லில் இருந்து உருவான பெயர்.

காலிஃப்: முஸ்லிம் சமூகத்தின் தலைவர், முகம்மது நபிகள் வழி வந்ததாகக் கருதப்படுபவர்கள்.

கலீஃபா: காலிஃபி-களால் நிர்வகிக்கப்படும் இஸ்லாமிய தேசம்.

ட்ரூஸ்: ஒற்றைக்கடவுள் தத்துவம் கொண்ட இஸ்லாமில் இருந்து கிளைத்த மதப்பிரிவு ஷியா இஸ்லாமில் இருந்து பிரிந்தது.

எமீர்: உயர் பதவிக்கான அரேபியப் பெயர், நேரடியான பொருள் 'படைத் தலைவர்', 'இளவரசர்' அல்லது 'தளபதி'.

ஃபத்வா: குறிப்பிட்ட ஒரு இஸ்லாமியச் சட்டத்தின் கீழ் தரப்படும் தீர்ப்பு, முழுவதுமாக மதம் சார்ந்த சட்டத்தின்படி உள்ளது.

சுதந்திர ராணுவம்: (சுதந்திர சிரிய ராணுவம்) அரசோடு போரிட்டுக் கொண்டிருக்கும் புரட்சி அமைப்பு. பல்வேறு படைப்பிரிவுகள், படையணிகளை உள்ளடக்கியது, அரசு ராணுவத்திலிருந்து வெளிவந்த வீரர்கள் அதிகாரிகளின் படைப்பிரிவு மற்றும் மிதவாதிகளை உள்ளடக்கியது.

ஃபுர்ஸான் அல்ஹக்: (லிவா ஃபுர்ஸான் அல்-ஹக்) சுதந்திர ராணுவத்தின் பகுதி, 'நீதியின் வீரர்கள்' படைப்பிரிவினர்.

ஹதித்: இறைத்தூதர் மொஹம்மதுவின் அறிவுறுத்தல்கள் மற்றும் கருத்துகளை அடிப்படையாகக் கொண்டது. வாய்மொழியாகச் சொல்லப்பட்டவை.

ஹாஜி: (ஹாஜியார்) மெக்கா ஹஜ் யாத்திரைக்குச் சென்று வந்தவர்களைக் குறிக்கும் மரியாதையான சொல், பொதுவாக வயது முதிர்ந்தவர்களைத்தான் அழைப்பது வழக்கம்.

ஹலால்: (உண்ண அல்லது பருகுதற்குரியது) இஸ்லாமிய சட்டத்தின்படி தயாரிக்கப்பட்டது. இன்னமும் பொதுப்படையாகச் சொன்னால் இஸ்லாமியச் சட்டங்களின்படி 'அனுமதிக்கப்பட்ட' பொருள் அல்லது செயல்.

ஹராம்: இறைவனால் பாவம் எனப்படும் அல்லது தடைசெய்யப்பட்ட செயல் அல்லது பொருள்.

ஹிஜாப்: தலையிலிருந்து மார்புவரை மூடும் ஒரு ஆடை, குடும்பத்தினர் அல்லாதவர்களின் முன்னிலையில் பெண்கள் இதை அணிந்துகொள்ள வேண்டும்.

இடாஹ்: கணவன் இறந்தாலோ அல்லது விவாகரத்து செய்யப்பட்டாலோ பெண்கள் கடைபிடிக்க வேண்டியது. இந்நாட்களில் அவர்களுக்கு இன்னொரு திருமணம் செய்ய அனுமதியில்லை.

இஃப்தார்: ரமலான் மாதத்தில் தினசரி நோன்பு முடிக்கும்

நேரத்தில் உட்கொள்ளப்படும் எந்த உணவும்.

இமாம்: மசூதியில் தொழுகையை நடத்தித் தருபவர். பல முஸ்லிம் தலைவர்களின் பெயரும்கூட.

ஐஎஸ்ஐஎஸ்: இஸ்லாமிய அரசு, ISIL. DAESH என்றும் அறியப்படுகிறது - இஸ்லாமிய தீவிரவாதக்குழு, சிரியா, ஈராக்கில் அவர்களாக அறிவித்துக்கொண்ட கலீஃபா பகுதிகளைக் கட்டுப்பாட்டில் வைத்திருக்கிறார்கள். மற்ற குழுக்களோடு இணைந்து மத்திய கிழக்கு, ஆப்பிரிக்கா மற்றும் ஆசியாவில் இருக்கிறார்கள்.

ஜிஹாத்: பெருமளவில் மதக் கடமைகளைக் குறிக்க உபயோகப்படும் சொல், மற்றும் அல்லாவை ஏற்றுக் கொள்ளாதவர்களோடு செய்யப்படும் போராட்டத்தைக் குறிக்கும். விவாதத்திற்குரியதாக சில இடங்களில் ‘புனிதப்போர்’ என்றும் பொருள்படுகிறது.

ஜின்: இயற்கைக்கு அப்பாற்பட்ட ஒரு சக்தி, அரேபியத் தொன்மங்களில் குறிப்பிடப்படுவது, மனிதர் மற்றும் விலங்குகளின் உரு எடுக்கக்கூடியது.

ஜிஸ்யா: இஸ்லாமிய அரசில், இஸ்லாமியர் அல்லாத ஒரு ஆண்மகனுக்கு சில விதிமுறைகளுக்கு உட்பட்டு விதிக்கப்படும் வரி.

கிமார்: தலை அல்லது முகத்தினை மூடுவது. குறிப்பாக தலை, கழுத்து, மற்றும் தோள்பட்டையை மறைக்கும் ஆடை.

குர்து: அடக்குமுறைக்கு உள்ளாக்கப்பட்ட ஒரு இனம். இன்று ஈரான், ஈராக், சிரியா, மற்றும் துருக்கியப் பகுதிகளில் உள்ளது.

மஸூட்: அடர்த்தியான, தரங்குறைந்த எரிபொருள், பொதுவாக சூடேற்றுவதற்காகப் பயன்படுத்தப்படுவது.

முவேஸின்: மசூதியில் தொழுகைக்கான அறிவிப்பைச் செய்பவர்.

முஜாஹிதீன்கள்: முஜாஹிதீன் - ஜிஹாத்தில் ஈடுபட்டிருப்பவர்.

முகாபராத்: பாதுகாப்புப் படை அல்லது புலனாய்வுத் துறை

நஸாரா: இயேசுவைக் கடவுள் என நம்பிய இனம் என்று குரானில் குறிக்கப்படுவது, அதனால் இன்றைய கிறித்துவர்கள் என்று நம்பப்படுகிறது.

சிரிய தேசியக் கூட்டணி: சிரியப் புரட்சியின்போது உருவாக்கப்பட்ட எதிர்க்கட்சிகளின் கூட்டணி.

நுஸ்ரா முன்னணி: (ஜபாட் அல்-நுஸ்ரா) அல்-

கய்தாவோடு தொடர்புடைய புரட்சிப்படை, ஐ.நாசபை உள்ளிட்ட பல நிறுவனங்களால் தீவிரவாத அமைப்பு என்று அடையாளப்படுத்தப் பட்டுள்ளது.

ரவாஃபித்: 'மறுப்பவர்கள்' என்ற பொருளில் வரும் இழிச்சொல். இஸ்லாமியக் கொள்கைகளை மறுத்துவிட்டதாகச் சொல்லப்படுபவர்கள். பொதுவாக ஷியாக்களைக் குறிக்கப்பயன்படுவது.

சலாஃபி: சுன்னி இஸ்லாம் பிரிவில் உள்ள பழமைவாத இயக்கம், கண்டிப்பான மற்றும் சமய ஒழுங்குகளில் தவறாத குழுவாகப் பரிணமித்துள்ளது, ஜிஹாதிகளோடு தொடர்புடையது.

ஷபிஹா: ஆயுதப்படைக் குழுவினர், பாத் கட்சி மற்றும் பஷார் அல்-அஸாட்டின் ஆதரவாளர்கள்.

ஷரியா: இஸ்லாமியச் சட்டம்.

ஷியா: இஸ்லாமின் இரண்டாவது பெரிய பிரிவு, முகம்மதின் வழிவந்த முதல் சீடர், நான்காவது காலிஃப் எனப்படும் அலி - என்பவரைப் பின்பற்றுபவர்கள்.

சூஃபியிசம்: மறைஞானம் மற்றும் துறவு உள்ளிட்ட, இஸ்லாமின் வேறு பரிமாணத்தில் உள்ள பிரிவு, இறை குறித்த அறிவு சொந்த அனுபவத்தில் நிகழவேண்டும் என்று சொல்லும் பிரிவு.

சுஹூர்: ரமலான் மாதத்தில் விடிகாலையில் நோன்பு தொடங்குவதற்கு முன் உட்கொள்ளப்படும் எந்த உணவும்.

சுன்னி: இஸ்லாமின் மிகப்பெரிய பிரிவு, சுன்னா எனப்படும் முகம்மதின் வார்த்தை மற்றும் செயல்களால் உருவான இஸ்லாமியச் சட்டங்களைப் புரிந்துகொள்வதிலும் முதல் மூன்று கலிஃபாக்களை ஏற்றுக்கொள்வதிலும் ஷியாவிடமிருந்து வேறுபடுபவர்கள்.

சிரிய ராணுவம்: அல்-அஸாட் அரசின் ராணுவப்படை.

தஹ்ஃபீஸ்: குரானை மனனம் செய்வது.

தக்ஃபிரி: ஒரு முஸ்லிம் கடமை/கொள்கை தவறிவிட்ட மற்றொரு முஸ்லிமைக் குறிக்க உதவும் சொல். அல்லது ஆபிரஹாமிய நம்பிக்கை வைத்துள்ளவரைக் குறிக்கும் சொல்.

வல்லாஹி: 'நான் அல்லாவின் ஆணையாகச் சொல்கிறேன்,' அல்லது 'கடவுளின் வார்த்தைப்படி' என்று பொருள். சத்தியம் செய்யவோ, தனது வார்த்தைகளின் உண்மைத் தன்மையைச் சொல்லவோ பயன்படுத்தப்படும் சொல்.

ஸபீபா: உலர்ந்த திராட்சை என்பதற்கான அரேபியச்சொல். தொழுகை செய்யும்போது தொடர்ந்து நெற்றி தரையைத்தொடுவதால் உண்டாகும் தோலின் கடினத்தன்மை, பக்தியின் அடையாளமாகப் பார்க்கப்படுகிறது.

ஸ்ரீதர்ரங்கராஜ்

மதுரையைச் சேர்ந்தவர். கல்லூரியில் விரிவுரையாளராக இருந்தவர். தற்போது வசிப்பது மலேசியாவில். 2006-இலிருந்து மொழிபெயர்ப்புத் துறையில் இயங்கி வருகிறார். சிறுகதைகள், கட்டுரைகள், நேர்காணல்கள், கவிதைகள் ஆகியவற்றை மொழி பெயர்த்துள்ளார், அவை பல்வேறு சிறுபத்திரிக்கைகளில் வெளியாகியுள்ளன. இவரது மொழிபெயர்ப்பில் ஹாருகி முரகாமியின் சிறுகதைகள் அடங்கிய தொகுப்பு ஒன்று சமீபத்தில் வெளியாகியுள்ளது.